ಚುಕ್ಕಿ ಬೆಳಕಿನ ಜಾಡು

ಕಾದಂಬರಿ

ಕರ್ಕಿ ಕೃಷ್ಣಮೂರ್ತಿ

ಛಂದ ಪುಸ್ತಕ

ಓದಿ ಓದಿ ಮರುಳಾಗಿ!

Chukki Belakina Jaadu
-A Novel in Kannada
by Karki Krishnamurthy
Published by Chanda Pustaka,
I-004, Mantri Paradise,
Bannerughatta Road, Bangalore-560 076
ISBN: 978-93-84908-61-4

ಮೊದಲ ಮುದ್ರಣ: 2020

ಮುಖಪುಟ: ಶ್ವೇತಾ ಅಡುಕಳ
ಕರಡು ತಿದ್ದುವಿಕೆ: ಪುನರ್ವಸು
ಪುಟಗಳು: 208 ಬೆಲೆ: ₹ 200
ಕಾಗದ: ಎನ್ಎಸ್ ಮ್ಯಾಪ್ಲಿತೊ 70 ಜಿಎಸ್ಎಂ, 1/8 ಡೆಮಿ

ಪ್ರತಿಗಳಿಗಾಗಿ ಸಂಪರ್ಕಿಸಿ:

ಛಂದ ಪುಸ್ತಕ
ಐ–004, ಮಂತ್ರಿ ಪ್ಯಾರಡೈಸ್
ಬನ್ನೇರುಘಟ್ಟ ರಸ್ತೆ
ಬೆಂಗಳೂರು–560 076
ಸೆಲ್: 98444 22782
me@vasudhendra.com

ಮುದ್ರಣ

Pustaka Digital Media Pvt Ltd, Dindigal - 624005

ಕರ್ಕಿ ಕೃಷ್ಣಮೂರ್ತಿ

ಉತ್ತರ ಕನ್ನಡ ಜಿಲ್ಲೆಯ ಹೊನ್ನಾವರ ತಾಲೂಕಿನ ಕರ್ಕಿ ಊರಿನವರು. ವೃತ್ತಿಯಲ್ಲಿ ಸಿವಿಲ್ ಇಂಜಿನಿಯರ್. ಕೆಲಸದ ನಿಮಿತ್ತ ಮಸ್ಕತ್ ಹಾಗೂ ದುಬೈನಲ್ಲಿ ಕೆಲ ವರ್ಷ ನೆಲೆಸಿದ್ದ ಇವರು ಪ್ರಸ್ತುತ ಬೆಂಗಳೂರಿನ ಕೊಲಿಯರ್ಸ್ ಇಂಟರ್ನ್ಯಾಷನಲ್ ಎನ್ನುವ ಸಂಸ್ಥೆಯಲ್ಲಿ ವೈಸ್ ಪ್ರಸಿಡೆಂಟ್ ಆಗಿ ಕಾರ್ಯ ನಿರ್ವಹಿಸುತ್ತಿದ್ದಾರೆ.

'ಮಳೆ ಮಾರುವ ಹುಡುಗ' ಹಾಗೂ 'ಗಾಳಿಗೆ ಮೆತ್ತಿದ ಬಣ್ಣ' ಇವರ ಕಥಾಸಂಕಲನಗಳು. 'ಸುಗಂಧಿ' ಎನ್ನುವ ವಿಶೇಷಾಂಕದ ಸಂಪಾದಕರು. ಮಾಸ್ತಿ ಕಥಾ ಪುರಸ್ಕಾರ, ಬೇಂದ್ರೆ ಗ್ರಂಥ ಬಹುಮಾನ, ಕನ್ನಡ ಸಾಹಿತ್ಯ ಪರಿಷತ್ತಿನ ಆರ್.ಎನ್ ಹಬ್ಬು ದತ್ತಿ ಪ್ರಶಸ್ತಿ, ಸ್ವಸ್ತಿ ಪ್ರಕಾಶನದ ಬಹುಮಾನ ಪಡೆದಿದ್ದಾರೆ. ಇವರ ಹಲವು ಕಥೆಗಳು ಹಿಂದಿಗೆ ಅನುವಾದವಾಗಿವೆ. 'ಕಾಣದ ಗೆರೆಗಳು' ಕಥೆ 2018ರ ಪ್ರಜಾವಾಣಿ ದೀಪಾವಳಿ ಸ್ಪರ್ಧೆಯಲ್ಲಿ ಮೊದಲ ಬಹುಮಾನ ಪಡೆದಿದೆ. ಓದು, ಸಿನೆಮಾ, ನಾಟಕ, ಪರ್ಯಟನೆ ಇವರ ಆಸಕ್ತಿ.

karkikrishnamurthy@gmail.com

ಆನಂದ, ನಿರ್ಮಲಾ–ರಿಗೆ
ಪ್ರೀತಿಯಿಂದ

ಅರಿಕೆ

ನನ್ನ 'ಜಂಜಿ ಡಪಾತಿ' ಎನ್ನುವ ಹೆಸರಿನ ಸಣ್ಣ ಕತೆಯೊಂದನ್ನು ಓದಿ, ಇದನ್ನು ಕಾದಂಬರಿ ಮಾಡಬಹುದು ಎನ್ನುವ ಹೊಳಹು ನೀಡಿದವರು ಡಾ.ಗುರುಪ್ರಸಾದ ಕಾಗಿನೆಲೆ. ತದನಂತರದ ಅವರೊಡನೆಯ ವಿಸ್ತಾರವಾದ ಮಾತುಕತೆ ಈ ಕಾದಂಬರಿಯ ಹುಟ್ಟಿಗೆ ಕಾರಣ. ಮಿತ್ರ ಬಾಲಚಂದ್ರ ಬಿ.ಎನ್. ಜೊತೆಗಿನ ಚರ್ಚೆ ಹಾಗೂ ಅವರ ನಿರ್ದಿಷ್ಟ ಅಭಿಪ್ರಾಯಗಳು ಈ ಕೃತಿ ರೂಪುಗೊಳ್ಳುವಲ್ಲಿ ಮಹತ್ತರ ಪಾತ್ರವಹಿಸಿದೆ. ಹಾಗೇ, ಕಾದಂಬರಿಯನ್ನು ಓದಿ ಸಲಹೆ-ಸೂಚನೆಗಳನ್ನು ನೀಡಿದ್ದಲ್ಲದೇ, 'ಛಂದ'ದಿಂದ ಪ್ರಕಟಿಸುತ್ತಿದ್ದಾರೆ ವಸುಧೇಂದ್ರ. ಎಲ್ಲರಿಗೂ ನಾನು ಋಣಿ.

ಕರಡು ಪ್ರತಿಯನ್ನು ಓದಿ ಪ್ರತಿಕ್ರಿಯಿಸಿದ ಪದ್ಮನಾಭ ಭಟ್, ಆದಿತ್ಯ ಬಿಳೂರು, ನಾಗರಾಜ ವಸ್ತಾರೆ, ರಜನೀಶರಿಗೆ ನಾನು ಆಭಾರಿ. ಇವರ ವಿಮರ್ಶೆಗಳಿಂದ ಉಪಕೃತನಾಗಿದ್ದೇನೆ. ಬೆನ್ನುಡಿ ಬರೆದು ಪ್ರೋತ್ಸಾಹಿಸಿದ ಎಂ.ಎಸ್. ಆಶಾದೇವಿಯವರಿಗೂ, ಅಂದದ ಮುಖಪುಟ ರಚಿಸಿಕೊಟ್ಟ ಶ್ವೇತಾ ಆಡುಕಳರಿಗೂ ಕೃತಜ್ಞನಾಗಿರುವೆ. ಹಾಗೇ, ವನಿತಾ ಹಾಗೂ ಅರ್ಘ್ಯಳ ಪರೋಕ್ಷ ಸಹಕಾರವಿಲ್ಲದೇ ಇದನ್ನು ಬರೆಯಲು ಸಾಧ್ಯವಾಗುತ್ತಿರಲಿಲ್ಲ ಎಂಬುದೂ ನಿಜ.

ಹೊಡೆಯುವುದನ್ನು ಮುಂದುವರೆಸಿದ. ಯಾವ ಸಿಮ್ಮು, ಎಷ್ಟರದು ಎನ್ನುವುದನ್ನೆಲ್ಲ ತಲೆ ಎತ್ತದೆಯೇ ಕೇಳಿ ಮುಗಿಸಿ,

"ಗಿವ್ ಯುವರ್ ಮೈಕಾಡ್" ಅಂದ.

'ಮೈಕಾಡ್' ಅಂದ್ರೆ ಮಲೇಷಿಯಾದ ರಾಷ್ಟ್ರೀಯ ಪೌರತ್ವದ ಕಾರ್ಡು ಎಂಬುದು ಗೊತ್ತಿತ್ತು ನಿರಂಜನನಿಗೆ. ನಾನೊಬ್ಬ ಮಲೇಷಿಯನ್ ಇಂಡಿಯನ್ ಎಂದು ಅಂಗಡಿಯವ ತಿಳಿದಿದ್ದಾನೆಂದು ಕಿರಿಕಿರಿಯಾಯಿತು. 'ಸರಿಯಾಗಿ ನೋಡೋ, ಗುಬಾಲ್' ಎಂದು ಮನದಲ್ಲೇ ಬಯ್ಯುತ್ತಾ,

"ಐ ಡೋಂಟ್ ಹ್ಯಾವ್ ಎನೀ ಮೈಕಾಡ್. ಆಯಾಮ್ ಇಂಡಿಯನ್... ಐ ಮೀನ್ ಆಯ್ ಆಮ್ ಅಕ್ಚುವಲ್ ಇಂಡಿಯನ್... ಮೀನ್ಸ್ ಐ ಕೇಮ್ ಫ್ರಂ ಇಂಡಿಯಾ... ಟೂರಿಸ್ಟ್... ಟೂರಿಸ್ಟ್" ವಿವಿಧ ಬಗೆಯಲ್ಲಿ ಅರ್ಥೈಸಿದ.

ಅಂಗಡಿಯವ ಬಗ್ಗಿದ ತಲೆಯಲ್ಲೇ, ಗೋಣು ಹಾಗೂ ಹುಬ್ಬನ್ನೊಮ್ಮೆ ಎತ್ತಿ ನಿರಂಜನನ ಮುಖ ನೋಡಿ,

"ಪ್ಲೀಸ್ ಗಿವ್ ಯುವರ್ ಪಾಸ್‌ಪೋರ್ಟ್" ಅಂದ.

ನಿರಂಜನನಿಗೆ ತಲೆ ಕೆಟ್ಟು ಹೋಯಿತು. ನಡೆದ ಕಥೆಯನ್ನೆಲ್ಲ ಹೇಳಿ, ಅದನ್ನು ಹುಡುಕಲೋಸಗವೇ ಸಿಮ್ ಕೊಳ್ಳಲು ಬಂದದ್ದು ಎಂಬುದನ್ನು ವಿವರಿಸಿದರೂ, ಪಾಸ್‌ಪೋರ್ಟ್ ಇಲ್ಲದೇ ವಿದೇಶಿಯರಿಗೆ ಸಿಮ್ ಕೊಡಲು ಆಗುವುದೇ ಇಲ್ಲ ಎಂದು ಸ್ಪಷ್ಟವಾಗಿ ಹೇಳಿದ ಅಂಗಡಿಯವ.

ಅಲ್ಲಿಂದಲೇ ಕಣ್ಣದಾಸನ್‌ಗೆ ಫೋನ್ ಹಚ್ಚಿ ಸಮಸ್ಯೆ ಅರುಹಿದ ನಿರಂಜನ. ಕಣ್ಣದಾಸನ್ ಅಂಗಡಿಯವನ ಹತ್ತಿರ ಮಾತನಾಡಿ, ತನ್ನ ಪಾಸ್‌ಪೋರ್ಟಿನ ಮೇಲೆ ಸಿಮ್ ಕೊಡುವಂತೆ ವಿನಂತಿಸಿದ. ಹೇಗೆ-ಎಂತ ಎನ್ನುವ ಮಾತುಕತೆಯಾಗಿ, ನಂತರ ಕಣ್ಣದಾಸನ್ ತನ್ನ ಪಾಸ್‌ಪೋರ್ಟ್ ಕಾಪಿ, ಕಂಪನಿಯ ಐಡಿ ಕಾರ್ಡು ಎಲ್ಲವನ್ನೂ ಅಂಗಡಿಯವನಿಗೆ ಈ-ಮೇಲ್ ಮಾಡಿ, ನಿರಂಜನ ಸಿಮ್ ತೆಗೆದುಕೊಳ್ಳುವವರೆಗೆ ಅರ್ಧ ತಾಸಾಯಿತು.

ஜ

ಹೊಟ್ಟೆ ಹಸಿಯುತ್ತಿತ್ತು. ಎದುರೇ ಸಾಲು ಸಾಲು ರೆಸ್ಟೋರೆಂಟುಗಳಿದ್ದರೂ ಹೋಗಬೇಕೆನಿಸಲಿಲ್ಲ. ಕೋಣೆಯಲ್ಲಿ ಪಾಸ್‌ಪೋರ್ಟ್ ಬಿಟ್ಟಿರಲು ಶಕ್ಯವೇ ಇಲ್ಲ ಎಂದು ಬಲವಾಗಿ ಅನ್ನಿಸುತ್ತಿತ್ತು ನಿರಂಜನನಿಗೆ. ನಡುವೆ ಎಲ್ಲೋ ಬಿದ್ದಿದೆ. ಹೋಮ್‌ಸ್ಟೇಯಿಂದ ಹೊರಟಾಗಿನ ಎಲ್ಲ ಘಟನೆಗಳನ್ನೂ ಒಂದೊಂದಾಗಿ

ನೆನಪಿಸಿಕೊಂಡ. ಆತ ಬ್ಯಾಕ್‌ಪ್ಯಾಕ್ ತೆಗೆದದ್ದು ಬಸ್ಸಿನಲ್ಲಿ ಮಾತ್ರ. ಅದೂ ಎರಡು ಬಾರಿ. ಒಮ್ಮೆ ಹಾಡು ಕೇಳಲೆಂದು ಇಯರ್ ಫೋನ್ ಹೊರಗೆ ತೆಗೆದಿದ್ದ. ಬಸ್ಸಿನ ಸೀಟಿನಲ್ಲೇ ಮೊಬೈಲ್ ಚಾರ್ಜ್ ಮಾಡುವ ಅನುಕೂಲವಿತ್ತಾದ್ದರಿಂದ, ಚಾರ್ಜರ್ ತೆಗೆಯಲು ಎರಡನೇ ಬಾರಿ. ಅದನ್ನು ಬಿಟ್ಟರೆ ಆತ ಬ್ಯಾಗಿನ ಝಿಪ್ ಎಳೆದದ್ದೇ ಇಲ್ಲ. ಆಗಲೇ ಯಾವಾಗಲೋ ಕಣ್ತಪ್ಪಿ ಪಾಸ್‌ಪೋರ್ಟ್ ಬಿದ್ದಿರುವ ಸಂಭವವೇ ಹೆಚ್ಚೆನಿಸತೊಡಗಿತು.

ತಾನು ಬಂದಿರುವ ಬಸ್ಸನ್ನು ಟ್ರೇಸ್ ಮಾಡಿದರೆ ಹೇಗೆ ಎನ್ನುವ ಆಲೋಚನೆ ಬಂತು. ಅದೊಂದು ವ್ಯರ್ಥ ಪ್ರಯತ್ನವಾಗಬಹುದು ಎಂದು ಬಲವಾಗಿ ಅನ್ನಿಸಿದರೂ, ನಸೀಬು ಇದ್ದರೆ ಸಿಕ್ಕರೂ ಸಿಗಬಹುದು ಎಂಬ ಸಣ್ಣ ಆಶಾಭಾವವೂ ಮನದಲ್ಲಿ ಮೂಡಿತು. ಯಾರೋ ನೋಡಿದವರು ಡ್ರೈವರನಿಗೆ ತಿಳಿಸಿ, ಆತ ನಿಲ್ದಾಣದ ಕಚೇರಿಯಲ್ಲಿ ಕೊಟ್ಟಿದ್ದಿದ್ದರೆ...

'ರ್‍ಯಾಪಿಡ್ ಕೆ.ಎಲ್.' ಬಸ್ಸಿನಲ್ಲಿ ಆತ ಬಂದಿದ್ದ. '751 ಪಸರ್ ಸೆನಿ' ಅನ್ನುವ ದೊಡ್ಡ ಡಿಜಿಟಲ್ ಬೋರ್ಡ್ ಇತ್ತು. ಆ ಬಸ್ಸಿನ ಮೈ ಮೇಲೆ ಪೆಟ್ರೋನಾಸ್ ಜೋಡಿ ಕಟ್ಟಡಗಳ ಪಕ್ಕ ಹಾರುತ್ತಿರುವ ದೊಡ್ಡ ದೊಡ್ಡ ಬಣ್ಣದ ಬಲೂನುಗಳ ಚಿತ್ರವಿರುವ ಜಾಹೀರಾತಿತ್ತು. ಇಡೀ ಬಸ್ಸಿನ ಉದ್ದಕ್ಕೂ ಇರುವ ಆ ಜಾಹೀರಾತನ್ನು ಸುಲಭವಾಗಿ ಗುರುತಿಸಬಹುದಿತ್ತು. ಮುಖ್ಯ ಬಸ್ ನಿಲ್ದಾಣ ಅಲ್ಲಿಂದ ಮೂರ್ನಾಲ್ಕು ಸ್ಟಾಪುಗಳ ನಂತರ ಇರಬಹುದಷ್ಟೇ. ಒಂದು ಕೈ ನೋಡಿದರೆ ತಪ್ಪಿಲ್ಲ ಅನ್ನಿಸಿತು.

ಪಸರ್ ಸೆನಿ ಬಸ್ ನಿಲ್ದಾಣದಲ್ಲಿ ಜನಜಂಗುಳಿ. ನೂರಾರು ಬಸ್ಸುಗಳು. ಅರ್ಥವಾಗದ ಊರಿನ ಹೆಸರುಗಳು. ಸುಮಾರು ಬಸ್ಸುಗಳ ಮೇಲೆ ಈತ ಬಂದ ಬಸ್ಸಿನ ಮೇಲಿದ್ದ ಜಾಹೀರಾತುಗಳೇ ಇದ್ದವು. ಆದರೆ ಬೋರ್ಡು ಬೇರೆಯಿತ್ತು. ನಿಲ್ದಾಣದ ಕಚೇರಿ ಎಲ್ಲಿದೆ, ಟಿಕೆಟ್ ಕೊಡುವುದು ಎಲ್ಲಿ ಎಂದೆಲ್ಲಾ ಅವರಿವರಲ್ಲಿ ಕೇಳುತ್ತ, ಕೊನೆಗೆ ಮಾಹಿತಿ ಕೇಂದ್ರದ ಕೌಂಟರಿಗೆ ಬಂದ ನಿರಂಜನ.

ಗಾಜಿನ ನಡುವಿರುವ ವೃತ್ತಾಕಾರದ ತೂತಿನ ಹತ್ತಿರ ಮೂತಿ ತಂದು, ಆ ಬದಿಯಲ್ಲಿ ಇರುವ ಹೆಂಗಸಿಗೆ "751 ನಂಬರು, ಪಸರ್ ಸೆನಿ ಎನ್ನುವ ಬೋರ್ಡಿರುವ ಬಸ್ಸು ಇಲ್ಲೇ ಬರುತ್ತದೋ?" ಎಂಬುದಾಗಿ ಕೇಳಿದ. ಆಕೆ ಮಲಯೂ ಭಾಷೆಯಲ್ಲಿ ಏನೋ ಉತ್ತರಿಸಿದಳು. ಈತ ಆದಷ್ಟು ಸರಳ ಇಂಗ್ಲೀಷಿನಲ್ಲಿ "ಎರಡು ತಾಸಿನ ಹಿಂದೆ ಆ ನಂಬರಿನ ಬಸ್ಸಿನಲ್ಲಿ ಬಂದೆ, ಪಾಸ್‌ಪೋರ್ಟ್ ಬಿದ್ದು ಹೋಯಿತು"

ವಿವೇಕ ಶಾನಭಾಗ, ಜಯಂತ ಕಾಯ್ಕಿಣಿ, ಚ.ಹ. ರಘುನಾಥ, ಎಸ್. ದಿವಾಕರ್, ಜಯಶ್ರೀ ಕಾಸರವಳ್ಳಿ, ಶ್ರೀಧರ ಬಳಗಾರ, ಸಂದೀಪ ನಾಯಕ, ಅಮರೇಶ ನುಗಡೋಣಿ, ಸಿಂಧು ರಾವ್, ಎಚ್.ಬಿ. ಇಂದ್ರಕುಮಾರರನ್ನು ಈ ಸಂದರ್ಭದಲ್ಲಿ ನಾನು ಪ್ರೀತಿ ಗೌರವಗಳಿಂದ ನೆನೆಯುತ್ತೇನೆ. ಇವರೆಲ್ಲರೂ ನಾನಾ ರೀತಿಯಲ್ಲಿ ನನ್ನ ಬರವಣಿಗೆಯ ಸಾಧ್ಯತೆಯನ್ನು ವಿಸ್ತರಿಸಿದವರು.

ಸಾವಿರಾರು ಕಿಲೋಮೀಟರುಗಳನ್ನು ಕ್ರಮಿಸುವ ವಲಸೆ ಹಕ್ಕಿಗಳ ಮಾರ್ಗ ನಿರ್ಣಯವು ಹಲವು ಸಂವೇದನೆಗಳನ್ನು ಆಧರಿಸಿದೆ. ತಮ್ಮ ಗಮ್ಯಸ್ಥಳವನ್ನು ತಲುಪಲು ಅವು ನಕ್ಷತ್ರಗಳ ಜಾಡನ್ನೂ ಬಳಸಿಕೊಳ್ಳುತ್ತವೆ ಎಂಬುದನ್ನು ಗಮನಿಸಿದಾಗ, ದೇಶ ಕುಲಕರ್ಣಿಯವರ ಕವನದ ಸಾಲೊಂದು ಈ ಕಾದಂಬರಿಯ ಶೀರ್ಷಿಕೆಗೆ ಸೂಕ್ತವಾಗಿ ಒದಗಿ ಬಂದಿದೆ.

ಕರ್ಕಿ ಕೃಷ್ಣಮೂರ್ತಿ

+91 9731109144

ತಪ್ಪಿ ಹೋಯಿತಲ್ಲೇ ಚುಕ್ಕಿ ಬೆಳಕಿನ ಜಾಡು
ಇನ್ನಿಲ್ಲವಾಯಿತೆ ಆ ಹಕ್ಕಿ ಹಾಡು
ಹಸಿರೆಲೆ ಹೂವಿನ ನಡುವೆ ಹುಲ್ಲು ಹಾಸಿಗೆ
ಮುರಿದು ಹೋಯಿತೇ ಈಗ ಆ ಪುಟ್ಟ ಗೂಡು

~ **ದೇಶ ಕುಲಕರ್ಣಿ**

1

ಎದೆ 'ಧಸಕ್' ಅಂದಿತು ನಿರಂಜನನಿಗೆ!

ಬ್ಯಾಕ್‌ಪ್ಯಾಕಿನ ಝಿಪ್ಪಿನಲ್ಲಿ ಕೈ ಹಾಕಿದರೆ ಪಾಸ್‌ಪೋರ್ಟ್ ಇರಲಿಲ್ಲ. ಉಸಿರು ಬಿಗಿ ಹಿಡಿದು ಇಡೀ ಬ್ಯಾಗನ್ನೊಮ್ಮೆ ತಡಕಾಡಿದ. ಊಹೂಂ... ಎಲ್ಲೂ ಇಲ್ಲ. ಕಂಗಾಲಾಯಿತು. ಯಾವುದೇ ಸಂದರ್ಭದಲ್ಲಿಯೂ ವಿದೇಶೀ ನೆಲದಲ್ಲಿ ಪಾಸ್‌ಪೋರ್ಟ್ ಇಲ್ಲದೇ ಹೊರಬಿದ್ದವನೇ ಅಲ್ಲ ಆತ. ಬ್ಯಾಕ್‌ಪ್ಯಾಕಿನ ಮೇಲ್ಪದರದ ಸಣ್ಣ ಖಾನೆಯೇ ಅದರ ಖಾಯಂ ಜಾಗ. ಹಾಗಾದರೆ ಎಲ್ಲಿ ಹೋಯಿತು? ಮತ್ತೆ ಬ್ಯಾಗಿನ ಪ್ರತೀ ಖಾನೆಯ ಝಿಪ್ಪನ್ನೆಲ್ಲ ಎಳೆದೆಳೆದು ಹುಡುಕಿದ. ಹಾಗೆಯೇ ಪ್ಯಾಂಟು, ಅಂಗಿಯ ಕಿಸೆ. ಎಲ್ಲೂ ಇಲ್ಲ.

ತಾನು ತಂಗಿರುವ ಕೋಣೆಯಲ್ಲೇನಾದರೂ ಬಿಟ್ಟಿರಬಹುದೇ ಎಂಬ ಆಲೋಚನೆ ಬಂತು. ಆತನಿದ್ದದ್ದು ಕೌಲಾಲಂಪುರದಿಂದ ಹೊರಗಿದ್ದ ಹೋಮ್‌ಸ್ಟೇ ಒಂದರಲ್ಲಿ. ತನ್ನ ಉಳಿದ ವಸ್ತು, ಟ್ರಾಲಿ ಬ್ಯಾಗನ್ನೆಲ್ಲ ಅಲ್ಲಿಯೇ ಬಿಟ್ಟು ಕೇವಲ ಬ್ಯಾಕ್‌ಪ್ಯಾಕೊಂದನ್ನೇ ಏರಿಸಿಕೊಂಡು ಬಂದಿದ್ದ ಆತ. ಹೋಮ್‌ಸ್ಟೇಯ ಮಾಲೀಕ ಕಣ್ಣದಾಸನ್‌ಗೆ ಫೋನ್ ಮಾಡಿ ತನ್ನ ರೂಮಿನಲ್ಲೊಮ್ಮೆ ಪರಿಶೀಲಿಸಲು ಹೇಳಬಹುದೆಂಬ ಯೋಚನೆ ಹೊಳೆಯಿತು. ಮೊಬೈಲಿನಲ್ಲಿ ರೋಮಿಂಗ್ ಸಿಮ್ ಇಲ್ಲವಾದ್ದರಿಂದ, ತಾನಿರುವ ಕಚೇರಿಯ ಎದುರು ಡೆಸ್ಕಿನ ಹುಡುಗಿಯಲ್ಲಿ ಕೋರಿ ಅಲ್ಲಿಯದೇ ಫೋನ್ ಬಳಸಿದ.

ತನ್ನ ಆಫೀಸಿನಲ್ಲಿದ್ದ ಕಣ್ಣದಾಸನ್, ಹೆಂಡತಿ ರೇವತಿಗೆ ಫೋನ್ ಮಾಡಿ ಪರಿಶೀಲಿಸಲು ಹೇಳುವುದಾಗಿ ತಿಳಿಸಿದ. ಪ್ರತಿ ಕ್ಷಣವೂ ಯುಗದಂತೆ ಅನ್ನಿಸತೊಡಗಿತು ನಿರಂಜನನಿಗೆ. ಎದುರು ಡೆಸ್ಕಿನ ಹುಡುಗಿ ಕುಂಡದಲ್ಲಿದ್ದ ಪ್ಲಾಸ್ಟಿಕ್ ಹೂವಿನ ಪಕಳೆಯನ್ನು ಬೆರಳುಗಳಿಂದ ನವಿರಾಗಿ ಸವರುತ್ತ, ಯಾರೊಡನೆಯೋ ಮೊಬೈಲಿನಲ್ಲಿ

ಮೆಲುದನಿಯಲ್ಲಿ ಮಾತಾಡುತ್ತಿದ್ದಳು. ನಡುವೆ ಕಿಸಕಿಸನೆ ನಗುತ್ತಿದ್ದಳು. ಕಾಯುತ್ತ ನಿಲ್ಲುವುದು ಹಿಂಸೆಯೆನಿಸಿ ಅಲ್ಲಿಂದ ಹೊರಟ ಆತ.

ಸೂರ್ಯನಾಗಲೇ ಪೆಟ್ರೋನಾಸ್ ಜೋಡಿ ಕಟ್ಟಡಗಳ ಶಿಖರಾಗ್ರದ ನೇರಕ್ಕೆ ಬಂದಿದ್ದ. ಕಚೇರಿಯ ಬಿಲ್ಡಿಂಗಿನಿಂದ ಹೊರಕ್ಕೆ ಕಾಲಿಡುತ್ತಿರುವಂತೆ ಕಣ್ಣು ಕುಕ್ಕಿತು. ಬಲಕ್ಕೆ ಹೊರಳುವುದೋ ಅಥವಾ ಎಡಕ್ಕೋ ಎಂಬ ಗೊಂದಲವಾಯಿತು. ಆ ಗಳಿಗೆಯಲ್ಲಿ ಯಾವ ದಿಕ್ಕಿಗೆ ಹೋದರೂ ನಡೆಯುತ್ತಿತ್ತು. ಅಥವಾ ಯಾವ ಬದಿಗೆ ಹೋದರೂ ಪ್ರಯೋಜನವಿರಲಿಲ್ಲ. ಅವನ ಹಿಂದಿನ ಯಾವ ಯೋಜನೆಗಳಿಗೂ ಅರ್ಥವಿರಲಿಲ್ಲ ಈಗ. ಹಸ್ತವನ್ನು ಬಿಸಿಲಿಗೆ ಅಡ್ಡಲಾಗಿ ಹಿಡಿದು ಬಂದ ದಿಕ್ಕಿನಲ್ಲೇ ನಡೆಯತೊಡಗಿದ. ಫುಟ್‌ಪಾತಿನಲ್ಲಿ ಮರಗಳಿರುವ ಬದಿಯಲ್ಲೇ ಹೆಜ್ಜೆ ಹಾಕಿದರೂ ಅವುಗಳಿಂದ ಅಂಥ ಲಾಭವೇನೂ ಆಗಲಿಲ್ಲ. ರೆಂಬೆಯನ್ನು ಅಗಲವಾಗಿ ಹರಡಿರದ ಅಲಂಕಾರಿಕ ಮರಗಳವು, ದೂರ ದೂರವಿದ್ದವು.

ತಲೆಯಲ್ಲಿ ಅಸಂಖ್ಯ ಆಲೋಚನೆಗಳ ಹೊಯ್ದಾಟ ನಡೆದಿತ್ತು. 'ಎಲ್ಲಿ ಕಳೆದಿರಬಹುದು' ಹಾಗೂ 'ಮುಂದೇನು' ಎನ್ನುವ ಯೋಚನೆಗಳೇ ಹೆಚ್ಚು ಮುನ್ನೆಲೆಗೆ ಬರುತ್ತಿದ್ದವು. ಎದುರಿಗಿದ್ದ ಪಬ್ಲಿಕ್ ಟೆಲಿಫೋನ್ ಬೂತಿಗೆ ಹೋಗಿ ತನ್ನಲ್ಲಿದ್ದ 'ಟಚ್ ಎನ್ ಗೋ' ಕಾರ್ಡ್ ಬಳಸಿ ಕಣ್ಣದಾಸನ್‌ಗೆ ಕರೆ ಮಾಡಿದ.

"ರೇವತಿ ಕೋಣೆಯಲ್ಲಿ ಎಲ್ಲ ಕಡೆ ಹುಡುಕಿದಳು. ಪಾಸ್‌ಪೋರ್ಟ್ ಎಲ್ಲೂ ಇಲ್ಲವಂತೆ. ನಿಮ್ಮ ಟ್ರಾಲಿ ಬ್ಯಾಗ್ ಲಾಕ್ ಆಗಿರುವುದರಿಂದ, ಅದರಲ್ಲೊಂದು ನೋಡಲಾಗಿಲ್ಲವಂತೆ..." ಎನ್ನುತ್ತ ಕಣ್ಣದಾಸನ್ ಮಾತು ಮುಗಿಸುವ ಮೊದಲೇ,

"ಬೀಗ ಒಡೆದು ನೋಡಲಿ, ಏನೂ ತೊಂದರೆಯಿಲ್ಲ" ಥಟ್ಟನೆ ಹೇಳಿದ ನಿರಂಜನ.

"ಓಕೆ. ಹೇಳುವೆ. ಅಂದಹಾಗೇ, ನಿಮ್ಮ ಮೊಬೈಲಿಗೆ ದಯವಿಟ್ಟು ಲೋಕಲ್ ಸಿಮ್ ಹಾಕಿಸ್ಕೊಳ್ಳಿ. ಇಲ್ಲದಿದ್ದರೆ ಕಮ್ಯುನಿಕೇಟ್ ಮಾಡಲು ಕಷ್ಟವಾಗುತ್ತೆ"

ವಿದೇಶಕ್ಕೆ ಹೋದಾಗ ರೋಮಿಂಗ್ ಅಥವಾ ಲೋಕಲ್ ಸಿಮ್ ತೆಗೆದುಕೊಳ್ಳದ ನಿರಂಜನನ ಯಾವ ಲಾಜಿಕ್ಕಿಗೂ ಬೆಲೆಯಿರಲಿಲ್ಲ ಈಗ. ಅತ್ತಿತ್ತ ನೋಡಿ, ಅಂಗಡಿಯ ಸಾಲುಗಳ ನಡುವೆಯಿರುವ ಮೊಬೈಲ್ ಹೌಸ್ ಒಂದರತ್ತ ಹೆಜ್ಜೆ ಹಾಕಿದ.

ಅಂಗಡಿಯವನನ್ನು ನೋಡಿದರೆ ಪಕ್ಕಾ ಮಲಯ್ ದೇಶೀಯ ಎಂಬುದು ಗೊತ್ತಾಗುತ್ತಿತ್ತು. ಕಂಪ್ಯೂಟರಿನಲ್ಲಿ ಏನೋ ಮಾಡುತ್ತ ಕುಳಿತಿದ್ದ. ಒಮ್ಮೆ ನಿರಂಜನನ ಮೇಲೆ ದೃಷ್ಟಿ ಹಾಯಿಸಿ, ಪುನಃ ಕಂಪ್ಯೂಟರ್ ಪರದೆಯಲ್ಲಿ ಕಣ್ಣು ನೆಟ್ಟು ಕೀಬೋರ್ಡ್

ಇತ್ಯಾದಿಯನ್ನು ವಿವರಿಸಿದ. ಆಕೆ ಅರ್ಥವಾಗದೇ, ಮುಖದಲ್ಲಿ ಅಸಹನೆ ತೋರುತ್ತ ಮತ್ತೇನನ್ನೋ ಹೇಳಿದಳು. ಇವಳಿಗೆ ಯಾವ ರೀತಿ ತಿಳಿಸಿ ಹೇಳುವುದೆಂದು ತೋಚದೆ ಅತ್ತಿತ್ತ ಸಹಾಯಕ್ಕಾಗಿ ನೋಡಿದ. ಯಾರೂ ಕಾಣಲಿಲ್ಲ.

"ಮೀ. ಲೂಸ್. ಪಾಸ್‌ಪೋರ್ಟ್. ಬಸ್. ಕಮಿಂಗ್. ನಂಬರ್ 751..." ಎನ್ನುತ್ತ ಕೈ–ಭುಜವನ್ನೆಲ್ಲಾ ಬಳಸಿ ವಿಷಯ ಅರುಹಲು ಪ್ರಯತ್ನಿಸುತ್ತಿರುವಾಗ, ಅದೇ ಕೌಂಟರಿಗೆ ವಿಚಾರಣೆಗಾಗಿ ಮತ್ತೊಬ್ಬ ವ್ಯಕ್ತಿ ಬಂದ. ಮಲಯೂ ಭಾಷೆ ಬರುತ್ತದೋ ಎಂದು ಆತನಲ್ಲಿ ಕೇಳಿದ ನಿರಂಜನ. ಆತ ಹೌದೆನ್ನುತ್ತಿರುವಂತೆ, ತನ್ನ ಸಮಸ್ಯೆ ವಿವರಿಸಿ ಕೌಂಟರಿನಲ್ಲಿರುವವಳಿಗೆ ಅನುವಾದಿಸಿ ಹೇಳುವಂತೆ ಕೋರಿದ.

ಆ ವ್ಯಕ್ತಿ ಗಾಜಿನ ತೂತಿನಲ್ಲಿ ಬಗ್ಗಿ ಒಂದಿಷ್ಟು ಮಾತಾಡಿ, 'ಪಾಸ್‌ಪೋರ್ಟ್ ಕಳೆದಿದ್ದರೆ ಇಲ್ಯಾಕೆ ಬಂದಿರುವೆ? ಪೋಲೀಸ್ ಸ್ಟೇಶನ್ನಿಗೆ ಹೋಗು' ಎನ್ನುತ್ತಿದ್ದಾಳೆ ಎಂಬುದಾಗಿ ನಿರಂಜನನಿಗೆ ತಿಳಿಸಿದ. 'ಆಕೆ ಹೇಳುತ್ತಿರುವುದು ಸರಿಯಾಗೇ ಇದೆ. ಇಲ್ಲಿ ಹುಡುಕುವುದು ಸುಮ್ಮನೇ ವ್ಯರ್ಥ' ಎಂದು ತನ್ನ ಅಭಿಪ್ರಾಯವನ್ನೂ ಜೊತೆಗೆ ಸೇರಿಸಿದ.

ಅಷ್ಟರಲ್ಲಿ ಕಣ್ಣದಾಸನ್ ಫೋನ್ ಬಂತು. ರೇವತಿ ಬೀಗ ಒಡೆದು ಚೆಕ್ ಮಾಡಿದಳೆಂದೂ, ಟ್ರಾಲಿ ಬ್ಯಾಗಿನಲ್ಲಿಯೂ ಪಾಸ್‌ಪೋರ್ಟ್ ಇಲ್ಲವಂತೆ ಎಂಬುದಾಗಿ ತಿಳಿಸಿದ. "ಇಂಡಿಯನ್ ಎಂಬಸಿಗೆ ಹೋಗಿ ದೂರು ಕೊಡುವುದೇ ಕೊನೆಯ ಆಯ್ಕೆ" ಎಂದ.

ಒಂದೇ ಮನುಷ್ಯನ ವಿಭಿನ್ನ ಮುಖ ಭಾವನೆಗಳನ್ನು ತೋರಿಸುವ ಚಿತ್ರಗಳುಳ್ಳ ಜಾಹೀರಾತು ಹೊತ್ತ ಉದ್ದದ ಬಸ್ಸೊಂದು ಇವನ ಎದುರಿಗೇ ಹಾದು ಹೋಯಿತು. ಅದನ್ನೇ ಶೂನ್ಯ ದೃಷ್ಟಿಯಿಂದ ನೋಡುತ್ತಾ ನಿಂತ ನಿರಂಜನ.

2

“ಆ ದಿನ ಡಾಂಬರ್ ಗುಳ್ಗೆ ತಗಬಂದು ಬಾಲ್ವಾಡಿ ಮಕ್ಳಿಗೆ ತಿನ್ನುಕೆ ಕೊಟ್ಟು ಪ್ರಾಣಾನೇ ತೆಗಿತಿದ್ಯಲ? ಏನಾದ್ರೂ ಹೆಚ್ಚು ಕಡಿಮೆ ಆಗಿದ್ರೆ ರಿಮಾಂಡ್ ಹೋಮಿಗೇ ಸೇರಸ್ತಿದ್ರು ನಿನ್ನ. ಇವತ್ ನೋಡದ್ರೆ ಪಾಟೀಚೀಲ್ದಲ್ಲಿ ತುಂಬ್ಕ ಬಂದಿದ್ದೆ. ಈಗ್ ಮತ್ಯಾರಿಗೆ ತಿನ್ಸುಕೆ ತಕಬಂದಿದ್ದೆ?” ರೇಗಿದರು ಶಿವರಾಮ.

“ಯಾರಿಗೂ ತಿನ್ಸೂಕಲ್ಲ”

“ಮತ್ ಎಂತಕ್ಕೆ ಇಲ್ಲಿ?”

“ನನಗೆ ಡಾಂಬರ್ ಗುಳ್ಗೆ ವಾಸನೆ ಅಂದ್ರೆ ಪ್ರೀತಿ. ಅದಕ್ಕೇ ಇಟ್ಕಂಡಿದ್ದೆ”

“ಹಡಬೆ ನನ್ ಮಗನೆ, ಕವಳ ಹಾಕೂಕೆ ಟ್ಯಾಂಕೀಲಿ ಹಾಕಿಟ್ಟ ಕೊಳೆ ಅಡಕೆ ತಕ ಬಾ ಅಂದ್ರೆ ವಾಸನೆ ಹೇಳಿ ಮೂಗಿಗೆ ಕರ್ಚೀಪ್ ಕಟ್ಕಂಡ್ ಹೋಗ್ತೆ. ಇಲ್ಲಿ ನೋಡದ್ರೆ ಡಾಂಬರ್ ಗುಳಗೆ ಮೂಸ್ತ್ಯಾ?” ಎನ್ನುತ್ತ ಅಷ್ಟನ್ನೂ ಮುಷ್ಟಿಯಲ್ಲಿ ತೆಗೆದುಕೊಂಡು ಹೊರಕ್ಕೆ ಬಿಸಾಕಿದರು ಶಿವರಾಮ. “ಇನ್ನೊಂದ್ಸಲಾ ಎಲ್ಲಾರೂ ಕಂಡತು ಅಂದ್ರೆ ಚರ್ಮ ಸುಲುದಾಕೂದು ಖರೆ ನೋಡು...”

ನಿರಂಜನನ ಡಾಂಬರ್ ಗುಳಿಗೆ ನಂಟಿನ ಕಥೆಗಳು ಹಲವಿವೆ. ಆರೋ-ಏಳನೇ ಕ್ಲಾಸೋ ಇರುವಾಗ- ಡಾಂಬರ್ ಗುಳಿಗೆಯಲ್ಲಿ ದಪ್ಪ ಸೂಜಿಯಿಂದ ರಂಧ್ರ ಮಾಡಿ, ಅದಕ್ಕೆ ಕಡ್ಡಿ ಚುಚ್ಚಿ, ಗುಳಿಗೆಯ ಮೇಲ್ಮೈಗೆ ಸಕ್ಕರೆ ಪಾಕ ಲೇಪಿಸಿ, ‘ಲಾಲಿಪಾಪ್’ ಎಂದು ಸಣ್ಣ ಮಕ್ಕಳಿಗೆ ತಿನ್ನಲು ಕೊಟ್ಟಿದ್ದ ಆತ. ಅದನ್ನು ಸೇವಿಸಲು ಹೋಗಿ ಕೆಲವರು ವಾಂತಿ ಮಾಡಿಕೊಂಡಿದ್ದು ಊರಿಗೆಲ್ಲಾ ಸುದ್ದಿಯಾಗಿ, ಶಾಲೆಯಲ್ಲಿಯೂ ಮನೆಯಲ್ಲಿಯೂ ಮೈ ಬಾಸುಂಡೆ ಬರುವಂತೆ ಏಟು ತಿಂದಿದ್ದ. ಆದರೆ ಇಂಥವುಗಳೆಲ್ಲ ಅವನ ಡಾಂಬರ್ ಗುಳಿಗೆಯ ಮೇಲಿನ ಆಕರ್ಷಣೆಯನ್ನು ಕಿಂಚಿತ್ತೂ ಕಡಿಮೆಯಾಗಿಸಲಿಲ್ಲ.

ಎಲ್ಲವೂ ಶುರುವಾದದ್ದು ಶಾಲೆಯ ವಿಜ್ಞಾನ ಪ್ರಯೋಗದಿಂದ. ಹಾರ್ಲಿಕ್ಸ್ ಗಾಜಿನ ಬಾಟಲಿಯಲ್ಲಿ ನೀರು, ಅದಕ್ಕೆ ಎರಡು ಚಮಚ ಅಡುಗೆ ಸೋಡಾ ಬೆರೆಸಿ, ನಾಲ್ಕೈದು ಡಾಂಬರ್ ಗುಳಿಗೆಯನ್ನು ಮುಳುಗಿಸಿದ್ದರು ಮಾಸ್ತರರು. ಡಾಂಬರ್ ಗುಳಿಗೆ ಸಣ್ಣ ಸಣ್ಣ ಗುಳ್ಳೆಗಳನ್ನು ಹೊಮ್ಮಿಸುತ್ತಾ ತನ್ನಿಂತಾನೇ ನೀರಿನಲ್ಲಿ ಮೇಲಕ್ಕೂ ಕೆಳಕ್ಕೂ ಚಲಿಸತೊಡಗಿತ್ತು. ಒಂದಕ್ಕೊಂದು ಡಿಕ್ಕಿ ಹೊಡೆಯುತ್ತಾ, ಚದುರುತ್ತಾ, ಕೆಳಗೆ ಬರುತ್ತಿರುವಂತೆಯೇ ಮತ್ತೆ ಪುಟಿದು ಮೇಲೇರುವ ಆ ಕ್ರಿಯೆಯನ್ನು ಬೆರಗುಗಣ್ಣಿನಿಂದ ನೋಡಿದ್ದ ನಿರಂಜನ. ಮನೆಯ ಕಪಾಟಿನಲ್ಲಿ ಸೀರೆಗಳ ನಡುವೆ ಅಮ್ಮ ಹುದುಗಿಸಿಡುವ ಈ ಬಿಳಿ ಗುಳಿಗೆ ಇಂಥ ಅದ್ಭುತವನ್ನೂ ಮಾಡುತ್ತೆ ಎಂಬುದು ತನಗೆ ಗೊತ್ತೇ ಇರಲಿಲ್ಲವಲ್ಲ ಎನ್ನಿಸಿತು ಅವನಿಗೆ. ಮನೆಗೆ ಹೋದವನೇ ಕಪಾಟಿನಲ್ಲಿಯ ಗುಳಿಗೆಗಳನ್ನು ತೆಗೆದು ತಾನೂ ಪ್ರಯೋಗ ಮಾಡಿದ್ದ. ಅದರ ರವೆರವೆಯಾದ ಮೈಯ್ಯನ್ನು ಸವರುತ್ತ, ವಾಸನೆಯನ್ನು ಆಘ್ರಾಣಿಸಿದ್ದ. ಆವತ್ತಿನಿಂದ ಡಾಂಬರ್ ಗುಳಿಗೆಯೆನ್ನುವುದು ಅವನ ಫ್ಯಾಂಟಸಿಗಳಲ್ಲೊಂದಾಗಿ ಹೋಯಿತು. ಕ್ಯಾಲಂಡರಿನಲ್ಲಿ ಹಿಮಾಲಯದ ಚಿತ್ರ ನೋಡಿದರೆ, ಅದು ಡಾಂಬರ್ ಗುಳಿಗೆಗಳನ್ನೇ ಪೇರಿಸಿಟ್ಟು ನಿರ್ಮಿತವಾದ ಪರ್ವತದಂತೇ ಭ್ರಮಿಸುವುದು. ಉಕ್ಕುತ್ತಿರುವ ಹಾಲು, ದಡದ ಮೇಲೆ ಕಡಲ ಅಲೆ ಬಿಟ್ಟಿರುವ ನೊರೆ, ಆಗಸದಲ್ಲಿಯ ಮೋಡಗಳ ಹಿಂಡು... ಇವುಗಳೆಲ್ಲ ಆ ಬಿಳಿ ಗೋಲಿಯ ರೂಪಾಂತರವೆಂದೇ ಅನ್ನಿಸುವುದು.

೨

ಹಾಗೆ ನೋಡಿದರೆ ಮೊದಲಿಂದಲೂ ಆರಾಮಾಗೇ ಬೆಳೆದು ಬಂದವ ನಿರಂಜನ. ತಂದೆ ಶಿವರಾಮ ಸುಮಾರು ಸ್ಥಿತಿವಂತರೇ. ಉತ್ತರ ಕನ್ನಡದ ಕರಾವಳಿಯ ಕುಮಟಾ ಹೊನ್ನಾವರ ನಡುವಿನ ಹೊಳೆಗದ್ದೆ ಅವರ ಊರು. ಒಂದು ಬದಿ ಸಮುದ್ರ, ಇನ್ನೊಂದು ಬದಿ ಹಸಿರು ಗದ್ದೆಗಳ ಮಧ್ಯೆ ಹರಿಯುವ ಮೂರ್ನಾಲ್ಕು ಸಣ್ಣ ಸಣ್ಣ ಹೊಳೆಗಳು. ಅವುಗಳ ನಡುವೆ ಇರುವುದಕ್ಕೇ ಆ ಹಳ್ಳಿಗೆ ಈ ಹೆಸರು ಬಂದಿರಬೇಕು. ಇಡೀ ದೃಶ್ಯಾವಳಿಗೆ ಬ್ಯಾಕ್‌ಡ್ರಾಪಿನಂತೆ ಅನತಿ ದೂರದಲ್ಲಿ ಕಾಣುವ ಹಸಿರು ಬೆಟ್ಟ ಊರಿನಾಚೆ ಇದ್ದುದರಿಂದ ಹೆಸರಲ್ಲಿ ಸೇರಿಸಿರಲಿಕ್ಕಿಲ್ಲ. ಗದ್ದೆಗಳ ನಡುವೆಯೇ ಬೆನ್ನುಹುರಿಯಂತೆ ಹಾದುಹೋಗಿರುವ ರಸ್ತೆಗಂಟಿಕೊಂಡೇ ಶಿವರಾಮರಿಗೆ ಒಂದಿಷ್ಟು ಹೊಲ, ತೋಟವಿದೆ. ಜೊತೆಗೆ ಅವರು ಅಡಿಕೆ ವ್ಯಾಪಾರಿ ಕೂಡಾ. ಸುತ್ತಮುತ್ತಲಿನ ಸಣ್ಣಪುಟ್ಟ ಬೆಳೆಗಾರರಿಂದ ಅಡಿಕೆ ಖರೀದಿಸಿ, ಅದನ್ನು ಸಂಸ್ಕರಿಸಿ, ಸಂಗ್ರಹಿಸಿ; ಒಳ್ಳೆಯ ಬೆಲೆ ಬಂದಾಗ ಸಿರಸಿಯ ತೋಟಗಾರ ಸೊಸೈಟಿಗೋ, ಶಿವಮೊಗ್ಗದ

ಮಂಡಿಗೋ ತೆಗೆದುಕೊಂಡು ಹೋಗಿ ಮಾರುತ್ತಾರೆ. ಹೀಗಾಗಿ ಅವರ ಮನೆಯಲ್ಲಿ ಸೀಸನ್ ಅಲ್ಲದ ಸಮಯದಲ್ಲೂ ಒಂದಿಲ್ಲೊಂದು ಅಡಿಕೆಯ ವಹಿವಾಟು ನಡೆದೇ ಇರುತ್ತಿತ್ತು. ಅಂಗಳದಲ್ಲಿ ಒಣಗಲೆಂದು ಹರಡಿದ ಹಣ್ಣಡಿಕೆ, ಇಲ್ಲವೆಂದರೆ ಚಪ್ಪರದ ಮೇಲೆ ಚಾಪೆಯಲ್ಲಿ ಹರಡಿದ ಬೇಯಿಸಿದ ಅಡಿಕೆ. ಒಮ್ಮೊಮ್ಮೆ ಹಂಡೆಯಲ್ಲಿ ಬೆಟ್ಟೆ ಅಡಿಕೆ ಕೊತಕೊತನೆ ಕುದಿಯುತ್ತಿದ್ದರೆ, ನೀರಿನ ಟಾಕಿಯಲ್ಲಿ ಫ್ಯಾಕ್ಟರಿ ಅಡಿಕೆ ಸದಾ ಕೊಳೆತಿರುತ್ತಿತ್ತು. ಸುಲಿಯುವ, ಸುಲಿದದ್ದನ್ನು ವಿಂಗಡಿಸುವ ಪ್ರಕ್ರಿಯೆಗಳೆಲ್ಲ ಬೇಸಿಗೆಯಲ್ಲಿ ಹೊರಗೆ ನಡೆದರೆ, ಮಳೆಗಾಲದಲ್ಲಿ ಹೊಳ್ಳಿಗೆ ಸ್ಥಳಾಂತರಗೊಳ್ಳುತ್ತಿತ್ತು. ಅಡಿಕೆ ಕೊಯ್ಲಿನ ಸಮಯದಲ್ಲಿ ಅಡುಗೆಮನೆಯಲ್ಲೂ ಪೇರಿಸಿಟ್ಟ ಗೊನೆಗಳ ರಾಶಿಯನ್ನು ಗಟ್ಟಿಯಾಗಿ ತಳ್ಳಿ ತುಸು ಜಾಗ ಮಾಡಿಕೊಂಡು ಊಟಕ್ಕೆ ಕೂರಬೇಕಿತ್ತು. ಕೆಲವೊಮ್ಮೆ ಒಣ ಅಡಿಕೆಗಳನ್ನು ಕಟ್ಟಿಟ್ಟಿರುವ ಗೋಣಿ ಚೀಲವನ್ನೇ ಆಸನವನ್ನಾಗಿಸಿಕೊಂಡು ನಿರಂಜನ ಹಾಗೂ ಅವನ ಅಕ್ಕ ಓದಲು ಕುಳಿತದ್ದೂ ಇದೆ.

ದಪ್ಪನೆಯ ಕಪ್ಪು ಕ್ಯಾನ್ವಾಸ್ ಬಟ್ಟೆಯ ಮೇಲ್ಹಾವಣಿ ಹೊಂದಿದ್ದ ಜೀಪೊಂದಿತ್ತು ಅವರ ಮನೆಯಲ್ಲಿ. ಅಡಿಕೆ ವಹಿವಾಟಿಗೆಂದೇ ಅದು ಇದ್ದರೂ, ಇತರೆ ಸಂದರ್ಭಕ್ಕೂ ಆಗಾಗ ಬಳಕೆಯಾಗುತ್ತಿತ್ತು. ಹೀಗೇ ಯಾವುದೋ ಮದುವೆಗೋ, ಜಾತ್ರೆಗೋ ಜೀಪಲ್ಲಿ ಹೋಗುವಾಗ ಉರುಳಿ ಬಂದು ಕಾಲಿಗೆ ತಡವರಿಸುತ್ತಿದ್ದ ಅಡಿಕೆಯಿಂದ ಕಿರಿಕಿರಿಗೊಂಡು ನಿರಂಜನ ಅದನ್ನು ಎತ್ತಿ ಬಿಸಾಕಿದ್ದೂ ಇದೆ. ಹೊಳ್ಳಿಯಲ್ಲಿ ಕುಳಿತು ಈತ ಪಟ್ಟಿಯಲ್ಲಿ ವಿಮಾನದ ಚಿತ್ರ ಬಿಡಿಸುತ್ತಿರುವಾಗ, ಅಂಗಳದಲ್ಲಿ ಕೆಲಸದವರು ರಪರಪನೆ ಬಡಿಯುತ್ತಿರುವ ಗೊನೆಯಿಂದ ಬೇರ್ಪಟ್ಟು ಚಿಮ್ಮಿದ ಅಡಿಕೆ ಇವನ ಮೂಗಿಗೆ ಬಡಿದದ್ದೂ ಇದೆ. ಬಚ್ಚಲಲ್ಲಿ ಕೈಕಾಲು ತೊಳೆಯಲು ಹೋದಾಗ ಚಂಬು ಅದಲುಬದಲಾಗಿ ಕಾಲಿಗೆ ಕೆಂಪುನೀರು ಸುರಿದುಕೊಂಡಿದ್ದೂ ಇದೆ. 'ನನ್ನ ಅಂಗಿಂದ್ಲೂ ಅಡಿಕೆ ವಾಸನೆ ಬರ್ತದೆ ಹೇಳಿ ದೋಸ್ತ್ರೆಲ್ಲ ಚಾಳಸ್ತ್ರು' ಎಂದು ಆತ ಅಮ್ಮನಲ್ಲಿ ಸದಾ ತಕರಾರು ತೆಗೆಯುತ್ತಿದ್ದ. ಅದಕ್ಕಾಗಿಯೇ ಶಾಲೆಗೆ ಹೋಗುವಾಗ ಅಂಗಿ ಚಡ್ಡಿಗೆಲ್ಲ ಡಾಂಬರು ಗುಳಿಗೆ ಉಜ್ಜಿಕೊಂಡು ಹೋಗುತ್ತಿದ್ದ. ಅವನ ಅಂಗಿ ತೊಳೆಯುವ ಮುನ್ನ, ಜೇಬನ್ನು ಹಿಂದು ಮುಂದು ಮಾಡಿ ಅದರ ಸಂದಿನಲ್ಲಿ ಸಿಕ್ಕಿಕೊಂಡಿರುವ ಬಿಳಿಯ ಹುಡಿಯನ್ನು ಕೈಯ್ಯಲ್ಲಿ ಕೊಡವಿ ನಂತರ ನೀರಿಗೆ ಹಾಕುವುದು ಅಮ್ಮನಿಗೆ ಮಾಮೂಲಿಯಾಗಿತ್ತು. ದಿಂಬಿನ ಕೆಳಗೆ ಇಡಿಯಾಗಿ, ಪುಸ್ತಕದ ಹಾಳೆಗಳ ನಡುವೆ ಪುಡಿಯಾಗಿ ಡಾಂಬರು ಗುಳಿಗೆಗೆ ಸದಾ ಸ್ಥಾನವಿರುತ್ತಿತ್ತು.

ಹೀಗಿರುವ ಒಂದು ದಿನವೇ ತಂದೆ ಶಿವರಾಮ ಅವನ ಶಾಲೆಯ ಚೀಲದಲ್ಲಿದ್ದ ಹತ್ತಾರು ಡಾಂಬರ್ ಗುಳಿಗೆಗಳನ್ನು ನೋಡಿ, ಕೋಪಗೊಂಡು ಹೊರಗೆ ಬಿಸಾಕಿದ್ದರು. ಹಿತ್ತಿಲ ತೋಟದಲ್ಲಿ ಬಿದ್ದ ಡಾಂಬರಿನ ಉಂಡೆಗಳನ್ನು ನೋಡಿದ ನಿರಂಜನಿಗೆ,

'ಇವುಗಳನ್ನು ನೆಲದಲ್ಲಿ ಹುಗಿದಿಟ್ಟರೆ ಅದರದೇ ಮರ ಹುಟ್ಟಬಹುದೇ?' ಎನ್ನುವ ವಿಚಿತ್ರ ಆಲೋಚನೆ ಬಂದಿತ್ತು. ಅದು ಸಾಧ್ಯವಾಗದ್ದು ಎನ್ನುವ ಅಂದಾಜು ಪಕ್ಕಾ ಇದ್ದರೂ; ಅಡಿಕೆ ಮರಗಳ ನಡುವೆ ಡಾಂಬರ್ ಗುಳಿಗೆ ಗಿಡ ಎತ್ತರವಾಗಿ ಬೆಳೆದು, ಅದರಲ್ಲಿ ಅಡಿಕೆಯಷ್ಟೇ ದೊಡ್ಡ ಶ್ವೇತ ವರ್ಣದ ಕಾಯಿಗಳು ನಳನಳಿಸುವ ಕಲ್ಪನೆಯೇ ಆತನಿಗೆ ಖುಷಿ ಕೊಟ್ಟಿತು. ಯಾವುದಕ್ಕೂ ನೋಡಿಯೇ ಬಿಡುವ ಎಂದು ಒಂದಿಷ್ಟು ಉಂಡೆಗಳನ್ನು ತೋಟದ ಮೂಲೆಯಲ್ಲಿ ಹೂತಿಯೂ ಇಟ್ಟಿದ್ದ ಆತ. ಈ ಸಂಗತಿಯನ್ನು ಮುಂದೊಮ್ಮೆ ಮುರಳೀಧರನೆನ್ನುವ ತನ್ನ ಖಾಸಾ ಗೆಳೆಯನಲ್ಲಿ ಹೇಳಿದಾಗ, 'ವ್ಯಾಕ್... ಅದರ ವಾಸನೆಯೇ ನಂಗ್ ಆಗೂದಿಲ್ಲ' ಅಂದಿದ್ದ ಆ ಗೆಳೆಯ. ಆ ವಿಷಯಕ್ಕೇ ಅವರಿಬ್ಬರ ನಡುವೆ ಜಗಳ ಬಿದ್ದಿತ್ತು. ವಾದಕ್ಕೆ ವಾದ ಬೆಳೆದು, 'ನೋಡ್ಲಿಕ್ಕೆ ಚೆಂದಕೆ ಇರೂದು. ಹಂಗೇಳೀ ತಿನ್ನುಕೆ ಹೋದ್ರೆ ಹೊಟ್ಟೆಗೆ ಹಾಳು ತಿಳಿದಿಟ್ಕ' ಅಂತಲೂ ಎಚ್ಚರಿಸಿದ್ದ ಆತ.

ನಿರಂಜನ ಅವನೊಂದಿಗೆ ಮಾತು ಬಿಟ್ಟಿದ್ದ.

೩

ಚಿಕ್ಕಂದಿನಲ್ಲೊಮ್ಮೆ ನೆಂಟರ ಮನೆಗೆಂದು ಹೋಗಿ ಬಂದಾಗಿನಿಂದ ಬೆಂಗಳೂರು ನಿರಂಜನನ ತಲೆಯಲ್ಲಿ ಕೂತುಬಿಟ್ಟಿತ್ತು. ಡಬಲ್ ಡೆಕ್ಕರ್ ಬಸ್ಸಿನಲ್ಲಿ ಕುಳಿತು ವಿಧಾನ ಸೌಧದ ರಸ್ತೆಯಲ್ಲಿ ಹೋಗುತ್ತಿರುವಾಗ ನೋಡಿದ ಕೆಂಬಣ್ಣದ ಹೈಕೋರ್ಟ್ ಕಟ್ಟಡ ಕಣ್ಮುಂದೆ ಪದೇ ಪದೆ ಬರುತ್ತಿತ್ತು. ಪಿಯುಸಿಯಲ್ಲಿ ಮಾರ್ಕ್ಸು ಕಡಿಮೆಯಾಗಿ ಡಿಪ್ಲೋಮಾ ಮಾಡುವುದೆಂದು ನಿರ್ಧಾರವಾದಮೇಲೆ ಬೆಂಗಳೂರಿನಲ್ಲೇ ಕಲಿಯುವುದಾಗಿ ಪಟ್ಟು ಹಿಡಿದಿದ್ದ. ಆದರೆ ಅದಕ್ಕೆ ಅಪ್ಪ ಸೊಪ್ಪು ಹಾಕಲಿಲ್ಲ. 'ಡಿಪ್ಲೋಮಾ ಆದ ಮೇಲೆ ಇಂಜಿನಿಯರಿಂಗಿಗೆ ಪ್ರಯತ್ನಾ ಮಾಡು, ಬೆಂಗಳೂರಲ್ಲಿ ಕಾಲೇಜ್ ಸಿಕ್ಕಿದ್ರೆ ಅಲ್ಲೇ ಮಾಡಿದ್ರಾಯ್ತು' ಎಂದರು ಅವರು. ಹೀಗಾಗಿ ಕುಮಟಾ ಕಾಲೇಜೇ ಗತಿಯಾಯಿತು.

ನಿರಂಜನನ ಬೆಂಗಳೂರು ಬಯಕೆ ಇನ್ನೂ ಹೆಚ್ಚಾದದ್ದು ಅವನ ಅಕ್ಕ ಮದುವೆಯಾಗಿ ಬೆಂಗಳೂರು ಸೇರಿದ ಮೇಲೆ. ಇವನಿಗಿಂತ ನಾಲ್ಕು ವರ್ಷ ಹಿರಿಯಳಾದ ಆಕೆಗೆ ಒಳ್ಳೆಯ ವರನೇ ಸಿಕ್ಕಿದ್ದ. ಬೆಂಗಳೂರಿನಲ್ಲಿ ಆತನಿಗೆ ಸ್ವಂತ ಮನೆಯೂ ಇತ್ತು. ಅದೇ ಸಮಯಕ್ಕೆ ನಿರಂಜನನೂ ಡಿಪ್ಲೋಮಾ ಮುಗಿಸಿ ಸಿಈಟಿ ಬರೆಯಲು ತಯಾರಿ ನಡೆಸುತ್ತಿದ್ದ. ಬೆಂಗಳೂರಿನಲ್ಲಾದರೆ ಒಳ್ಳೆಯ ಕೋಚಿಂಗ್ ಸಿಗುತ್ತೆ, ಅಕ್ಕನ ಮನೆಯೂ ಇದೆ, ಅಲ್ಲೇ ಹೋಗುತ್ತೇನೆಂಬುದು ಅವನ ಹಠ. ಅಕ್ಕನ ಮನೆಯ ಟೆರೇಸಿನ ಮೇಲೆ ಅಟ್ಯಾಚ್ಡ್ ಟಾಯ್ಲೆಟ್ ಇರುವ ಒಂದು ಕೋಣೆ

ಕೂಡಾ ಇತ್ತು. ಅದು ತನ್ನ ಕೋಣೆಯೆಂದು ಮನದಲ್ಲೇ ನಿಕ್ಕಿ ಮಾಡಿಟ್ಟುಕೊಂಡಿದ್ದ. 'ಅದ ಎಂತಕ್ಕೆ ಬೆಂಗಳೂರು ಬೆಂಗಳೂರು ಹೇಳಿ ಆ ನಮುನಿ ಜಪಿಸ್ತೆ? ಇಲ್ಲೆಂತ ಕಡಮೆ ಆಗದೆ?' ಎಂಬ ಅಮ್ಮನ ಪ್ರಶ್ನೆಗೆ, 'ಇಲ್ ಎಂತಾ ಅದೆ ಮಣ್ಣು, ಅಡಿಕೆ ವಾಸ್ನೆಯೊಂದ ಬಿಟ್ಟು' ಎಂದು ಮನದ ಅಸಹನೆಯನ್ನೆಲ್ಲ ಬೆರಳ ತುದಿಯಲ್ಲೇ ಹಿಡಿದಿಟ್ಟುಕೊಂಡಿದ್ದವನ ಹಾಗೆ ವಿಚಿತ್ರವಾಗಿ ಕೈಯ್ಯನ್ನು ಕೊಡವುತ್ತಿದ್ದ.

ಶಿವರಾಮರಿಗೆ ಮಗ ಬೆಂಗಳೂರಿಗೆ ಹೋಗಬಾರದೆಂದೇನೂ ಇರಲಿಲ್ಲ. ಕೈಯ್ಯಲಿ ಕೆಲಸವೊಂದಿದ್ದು ಹೋದರೆ ಅಡ್ಡಿಯಿಲ್ಲ, ಸುಖಾಸುಮ್ಮನೆ ಕಳಿಸುವುದರಲ್ಲಿ ಅರ್ಥವಿಲ್ಲ ಎಂದಿತ್ತು. ಹಾಗೇ ಒಂದು ವೇಳೆ ಹೋಗಿ ಅಲ್ಲೇ ಉಳಿದರೆ ಊರಿನ ಜಮೀನು, ವ್ಯವಹಾರಗಳಿಗೆಲ್ಲ ಮುಂದೇನು ದಿಕ್ಕು ಎನ್ನುವ ಸಣ್ಣ ಆತಂಕವೂ ಇತ್ತು. ಹೀಗಿರುವಾಗ, ಊರಿನ ರಸ್ತೆ ರಾಷ್ಟ್ರೀಯ ಹೆದ್ದಾರಿಯಾಗಿ ಪರಿವರ್ತನೆಯಾಗಿ, ನಿರಂಜನನ ಬೆಂಗಳೂರಿನ ದಾರಿ ಸುಗಮವಾಯ್ತು. ರಸ್ತೆ ಅಗಲೀಕರಣದಲ್ಲಿ ಶಿವರಾಮರ ಜಮೀನು ಅಷ್ಟೂ ಹೋಗಿ, ಮನೆ ಎದುರಿಗೇ ರಸ್ತೆ ಬಂತು. ಕಾಕತಾಳೀಯವೆನ್ನುವಂತೆ ಅದೇ ಸಮಯಕ್ಕೆ ಅಕ್ಕನ ಗಂಡನಿಗೂ ಹೈದರಾಬಾದಿಗೆ ವರ್ಗವಾಗಿ, ಅವರ ಬೆಂಗಳೂರು ಮನೆಯನ್ನು ಬಾಡಿಗೆ ಕೊಡುವುದೆಂದಾಯ್ತು. ಟೆರೇಸಿನಲ್ಲಿರುವ ಕೋಣೆಯಲ್ಲಿ ನಿರಂಜನ ಉಳಿದುಕೊಂಡರೆ; ಮನೆಯನ್ನು ನೋಡಿಕೊಂಡು, ಸಕಾಲಕ್ಕೆ ಬಾಡಿಗೆಯನ್ನೂ ವಸೂಲಿ ಮಾಡಿ, ಬಾಡಿಗೆದಾರರ ಮೇಲೆ ನಿಗಾ ಇಡಬಹುದು ಎಂದಾಯಿತು. ಅವರ ಮನೆಯಿರುವ ಏರಿಯಾದಲ್ಲೇ ಒಂದಕ್ಕಿಂತ ಒಂದು ಒಳ್ಳೆಯ ಸಿಈಟಿ ಕೋಚಿಂಗ್ ಸೆಂಟರುಗಳು ಇರುವುದನ್ನು ನಿರಂಜನ ಅಷ್ಟರಲ್ಲಾಗಲೇ ಕಂಡುಹಿಡಿದಿದ್ದ.

ಬೆಂಗಳೂರಿನ ದಿನಗಳನ್ನು ಜಾಲಿಯಾಗಿ ಕಳೆದ ನಿರಂಜನ. ಸಿಈಟಿಯಲ್ಲಿ ಒಳ್ಳೆಯ ರ್‍ಯಾಂಕಿಂಗ್ ಬರಲಿಲ್ಲ. 'ಇಂಜಿನಿಯರಿಂಗ್ ಮಾಡಿ ಏನೂ ಪ್ರಯೋಜನವಿಲ್ಲ. ಅದರ ಬದಲು ಒಂದಿಷ್ಟು ಸಾಫ್ಟ್‌ವೇರ್ ಟ್ರೇನಿಂಗ್ ತೆಗೆದುಕೊಂಡರೆ ಅದರ ಅಪ್ಪನಂಥಾ ನೌಕರಿ ಸಿಗುತ್ತೆ' ಎನ್ನುತ್ತ, ಒಂದಾದ ಮೇಲೆ ಒಂದು ಕೋರ್ಸಿಗೆ ಸೇರಿಕೊಂಡ. ಆರಂಭದ ಒಂದು ವರ್ಷ ಮನೆಯಿಂದ ಹಣ ತರಿಸಿಕೊಳ್ಳುತ್ತಿದ್ದ ಆತ; ನಂತರ, 'ಇನ್ನೆಷ್ಟು ದಿನ ಹೀಗೆ?' ಎಂದು ಅಪ್ಪ ಬೇಸರಿಸಲು ಶುರುಮಾಡಿದ ಮೇಲೆ ದುಡ್ಡು ಕೇಳುವುದು ಬಿಟ್ಟ. 'ನೌಕರಿ ಸಿಕ್ಕಿದೆ. ಸಣ್ಣ ನೌಕರಿ. ಹೇಗೋ ನಿಭಾಯಿಸುವೆ' ಎಂದ.

ಬೆಂಗಳೂರಿಗೆ ಬಂದ ಕೆಲವೇ ತಿಂಗಳಲ್ಲಿ ನಿರಂಜನನನ್ನು ಸೆಳೆದದ್ದು 'ಇಮಿಗ್ರೇಟ್

ಟು ಆಸ್ಟ್ರೇಲಿಯಾ, ಕೆನಡಾ' ಎನ್ನುವ ಜಾಹೀರಾತು ಬೋರ್ಡು. ಎಲ್ಲಕ್ಕಿಂತ ಮೊದಲು ಪಾಸ್‌ಪೋರ್ಟ್ ಮಾಡಿಸಿಕೊಳ್ಳಬೇಕಲ್ಲ; ವಿದೇಶಕ್ಕೆ ಕಳಿಸುವ ಏಜಂಟನೇ ಅದನ್ನೂ ಮಾಡಿಕೊಡುತ್ತಿದ್ದ. ಅರ್ಜಿ ತುಂಬಿ, ಅದರ ಡ್ರಾಫ್ಟ್ ನೋಡಿದಾಗ ತನ್ನ ಹೆಸರು ಪಾಸ್‌ಪೋರ್ಟಿನಲ್ಲಿ 'ಹೊಳೆಗದ್ದೆ ಶಿವರಾಮ ನಿರಂಜನ' ಎಂಬುದಾಗಿ ಮುದ್ರಿತವಾಗುತ್ತದೆ ಎಂಬ ಅರಿವಾಯಿತು. ಅದು ಆತನಿಗೆ ಸಮಂಜಸವೆನ್ನಿಸಲಿಲ್ಲ.

"ಅದರ ಫಾರ್ಮಾಟೇ ಹಾಗಿರೋದು. ಮೊದಲು ಸ್ಸರ್ ನೇಮು, ಆಮೇಲೆ ಗಿವನ್ ನೇಮು ಬರುತ್ತೆ" ಅಂದ ಏಜಂಟ.

"ಹಾಗಾದರೆ ಉಳಿದವರ ಮಟ್ಟಿಗೆ ನನ್ನ ಹೆಸರು 'ಹೊಳೆಗದ್ದೆ ಶಿವರಾಮ' ಅಂದಾಯಿತಲ್ಲ?"

"ಹೌದು. ಏನೂ ಮಾಡಲಾಗುವುದಿಲ್ಲ. ನಿಮ್ಮ ಹತ್ತಿರ ಪ್ರೂಫಿಗೆ ಅಂತ ಇರೋದು ಎಸ್ಸೆಸ್ಸೆಲ್ಸಿ ಮಾರ್ಕ್ಸ್ ಕಾರ್ಡ್ ಮಾತ್ರ. ಅದರಲ್ಲಿರೋ ಹಾಗೇ ಕೊಡಬೇಕು. ಇಲ್ಲದಿದ್ರೆ ಪಾಸ್‌ಪೋರ್ಟ್ ರಿಜಕ್ಟ್ ಆಗುತ್ತೆ"

ಕಾಲೇಜು ದಿನಗಳಲ್ಲಿ– ಎಲ್ಲರೂ ಹೆಸರಿನ ಜೊತೆ ಅಡ್ಡೆಸರು ಸೇರಿಸಿಕೊಂಡು ಓಡಾಡುತ್ತಿರುವಾಗ, ತನಗೆ ಮಾತ್ರ ಮೈಸೂರು ಸೀಮೆಯವರಂತೆ 'ಎಚ್.ಎಸ್. ನಿರಂಜನ' ಎಂದು ಅಪ್ಪ ಹೆಸರು ದಾಖಲಾಗಿಸಿದ್ದಕ್ಕೆ ಹೆಮ್ಮೆ ಪಟ್ಟಿದ್ದ ಆತ. ಗೊತ್ತಿಲ್ಲದ ಕೆಲವರು 'ನೀನು ಬೆಂಗಳೂರಿನವನಾ?' ಎಂದು ಕೇಳಿದಾಗ ಭಾರೀ ಖುಷಿಯಾಗುತ್ತಿತ್ತು ಅವನಿಗೆ. ಈಗ ಆ ಹೆಸರೇ ಕಂಟಕವಾಗಿತ್ತು. 'ನಾಳೆ ಫಾರಿನ್ನಿಗೆ ಹೋದರೆ ಬರೀ ಊರಿನ ಹೆಸರಿಂದ ಕರೆಸಿಕೊಳ್ಳಬೇಕಾದೀತು. ಅಲ್ಲಿಯವರಿಗೆ ಈ ವ್ಯತ್ಯಾಸಗಳೆಲ್ಲಾ ಹೇಗೆ ಗೊತ್ತಾಗುತ್ತೆ? ಕಾಗದದಲ್ಲಿದ್ದುದೇ ಅಂತಿಮವಲ್ಲವೇ?' ಅನ್ನಿಸಿತು.

"ಹಾಗಾದರೆ ಏನು ಮಾಡಬೇಕು?"

"ಹೆಸರು ಬದಲಾಯಿಸಿಕೊಳ್ಳಿ. ನಮ್ಮಲ್ಲಿ ಇಂಥ ಕೇಸು ಸಾಕಷ್ಟು ಬರುತ್ತವೆ. ನಾವೇ ಬೇಕಾದರೆ ಲೀಗಲ್ಲಾಗಿ ಹೆಸರು ಚೇಂಜ್ ಮಾಡಿ ಕೊಡ್ತೇವೆ" ಎಂದ ಏಜಂಟ.

ಮೊದಲಿರುವ ಊರ ಹೆಸರನ್ನು ತುದಿಗೆ ತಳ್ಳಿ, 'ನಿರಂಜನ ಎಸ್. ಹೊಳೆಗದ್ದೆ' ಎಂದಾದ ಆತ.

ಪಾಸ್‌ಪೋರ್ಟು ಕೈಗೆ ಬಂದರೂ ಆತನ ಆಸ್ಟ್ರೇಲಿಯ, ಕೆನಡಾಕ್ಕೆ ಮೈಗ್ರೇಟ್ ಆಗುವ ಆಸೆಯೇನೂ ಕೈಗೂಡಲಿಲ್ಲ. ಇವನಿಂದ ಹಣ ತೆಗೆದುಕೊಳ್ಳುತ್ತ, ಪ್ರತಿ ಬಾರಿಯೂ 'ವಿಸಾ ರಿಜೆಕ್ಟಾಗಿದೆ' ಎನ್ನುವ ಕಾರಣ ನೀಡುತ್ತಿದ್ದ ಏಜಂಟ. ನಂತರ ಬೇರೊಂದು ಮೂಲದಿಂದ ಮುಂಬಯಿಯ ಕೆಲ ದಲ್ಲಾಳಿಗಳನ್ನು ಹಿಡಿದರೆ ಗಲ್ಫಿಗೆ ಹೋಗಬಹುದು ಎಂಬುದು ಗೊತ್ತಾಗಿ, ಎರಡೆರಡು ಬಾರಿ ರೈಲು ಹಿಡಿದು ಮುಂಬಯಿಗೂ ಹೋಗಿ ಬಂದ. ಅಲ್ಲೂ ಏನೂ ಗಿಟ್ಟಲಿಲ್ಲ. ತದನಂತರ

ಮುಂಬಯಿಯ ದಲ್ಲಾಳಿಗಳೇ ಆಗಾಗ ಇವನ್ನು ಸಂಪರ್ಕಿಸಿ, 'ಕ್ಲೀನರ್ ಕೆಲಸ ಕುವೈತಿನಲ್ಲಿ' 'ಕಾರ್ಪೆಂಟರ್ ಕೆಲಸ ಸೌದಿಯಲ್ಲಿ' 'ಐವತ್ತು ಸಾವಿರ ಕೊಟ್ಟರೆ ಕಳಿಸುವ ವ್ಯವಸ್ಥೆ ಮಾಡುತ್ತೇವೆ...' ಎಂಬುದಾಗಿ ವಿವಿಧ ಆಫರ್‌ಗಳನ್ನು ಕೊಡತೊಡಗಿದರು.

ಹೀಗೇ ಸುಮಾರು ಮೂರು ವರ್ಷ ಕಳೆದಿರಬಹುದು. ಒಂದು ದಿನ ಇದ್ದಕ್ಕಿದ್ದ ಹಾಗೇ 'ಬೇರೆ ನೌಕರಿ ಸಿಕ್ಕಿದೆ. ಇಲ್ಲಿಂದ ಓಡಾಡಲು ದೂರವಾಗುತ್ತೆ. ಮನೆಯನ್ನೂ ಬದಲಾಯಿಸುತ್ತಿರುವೆ' ಎಂದು ಘೋಷಿಸಿದ. ಇತ್ತ- ಮನೆ ಬಾಡಿಗೆಯನ್ನೆಲ್ಲಾ ತಮ್ಮ ಜೋಪಾನವಾಗಿ ಕಾಪಿಟ್ಟುಕೊಂಡಿರುತ್ತಾನೆ ಎಂದು ನಂಬಿಕೊಂಡಿದ್ದ ಅಕ್ಕನಿಗೂ ಆಘಾತ ಕಾದಿತ್ತು. ನಿರಂಜನ ಬಾಡಿಗೆ ಹಣವನ್ನೆಲ್ಲ ಪೈಸೆಯೂ ಬಿಡದೇ ಉಪಯೋಗಿಸಿಕೊಂಡಿದ್ದ. ಜೊತೆಗೆ, ಆತನಿಗೆ ನೌಕರಿ ಸಿಕ್ಕಿದ್ದೇ ಈಗೆಂದೂ, ಖಾಲಿಯಿದ್ದೇನೆಂದು ಮನೆಯಿಂದಲೇ ಹಣ ತರಿಸಿಕೊಳ್ಳುತ್ತಿದ್ದರೆ ಅಪ್ಪ ವಾಪಸ್ಸು ಊರಿಗೆ ಬಾ ಎಂದು ಆದೇಶಿಸುವ ಸಾಧ್ಯತೆ ಇತ್ತಾದ್ದರಿಂದ ಸುಳ್ಳು ಹೇಳಿದ್ದ ಎಂಬ ಸತ್ಯವೂ ಬಯಲಾಯಿತು. ಅಕ್ಕನ ಮನೆ ಬಾಡಿಗೆ ವಿಚಾರದಲ್ಲಿ ಅಪ್ಪ-ಅಮ್ಮ ಮಧ್ಯ ಪ್ರವೇಶಿಸುವುದು ಅನಿವಾರ್ಯವಾಯ್ತು. 'ಅಂಗಳದ ಹುಲ್ಲು ಕೀಳಿಸಿದ್ದೇನೆ' 'ಡ್ರೇನೇಜ್ ಕಟ್ಟಿತ್ತು, ರಿಪೇರಿ ಮಾಡಿಸಲು ಸಿಕ್ಕಾಪಟ್ಟೆ ಖರ್ಚಾಯಿತು' 'ಕಂಪೌಂಡ್ ಗೋಡೆ ಬಿದ್ದು ಹೋಗಿತ್ತು...' ಹೀಗೆ ಹಲವು ಲೆಕ್ಕಗಳನ್ನು ಕೊಟ್ಟರೂ, ಯಾವುದೂ ಮೂರು ವರ್ಷದ ಬಾಡಿಗೆಗೆ ತಾಳೆಯಾಗದಿದ್ದಾಗ, 'ಪುಕ್ಕಟೆ ಮನೆ ನೋಡಿಕೊಂಡಿರಲಾಗುತ್ತದೆಯೇ? ಹಾಗೆ ನೋಡಿದರೆ ಅಕ್ಕನೇ ನನಗೆ ದುಡ್ಡು ಕೊಡಬೇಕು' ಅಂದುಬಿಟ್ಟ.

ನಿರಂಜನನಿಗೆ ವಯಸ್ಸು ಈಗ ಮೂವತ್ತೈದು ದಾಟಿದೆ. ಕಪ್ಪಗಿದ್ದರೂ ಲಕ್ಷಣವಾಗಿ ಹದವಾದ ಮೈಕಟ್ಟು ಹೊಂದಿದ್ದ ಅವನಿಗೆ ಹೆಣ್ಣು ಒಲಿಯುವುದು ಕಷ್ಟವೇನೂ ಆಗಿರಲಿಲ್ಲ. ಮದುವೆಯಾಗಿ, ಎಂಟು ವರ್ಷದ ಮಗಳಿದ್ದಾಳೆ. ಬೆಂಗಳೂರಿನಲ್ಲಿ ಕೇಂದ್ರ ಕಚೇರಿ ಇದ್ದು, ಮಲೇಷಿಯಾದಲ್ಲೂ ತನ್ನ ವಹಿವಾಟು ಹೊಂದಿರುವ ಈ ಖಾಸಗೀ ಕಂಪನಿ ಆತ ಸೇರಿ ಸುಮಾರು ವರ್ಷಗಳಾಗಿವೆ. ಆರಂಭದಲ್ಲಿ ಭೂಮಾಪನ ಕೆಲಸ ಹಾಗೂ ಅದಕ್ಕೆ ಬೇಕಾದ ಯಂತ್ರಗಳನ್ನು ತಯಾರಿಸುತ್ತಿದ್ದ ಆ ಸಂಸ್ಥೆ, ಮಾರುಕಟ್ಟೆಯ ಅಗತ್ಯಕ್ಕೆ ತಕ್ಕಂತೆ ತನ್ನ ಕಾರ್ಯಕ್ಷೇತ್ರವನ್ನೂ ಬದಲಾವಣೆ

ಮಾಡಿಕೊಂಡಿತ್ತು. ಭೂಮಿಯ ಮೇಲಿನ ಸರ್ವೆಯಷ್ಟೇ ಭೂಮಿಯ ಅಡಿಯಲ್ಲಿರುವ ವಸ್ತುಗಳ ಸರ್ವೇಕ್ಷಣೆಗೂ ಅಷ್ಟೇ ಬೇಡಿಕೆಯಿದೆ ಎಂಬುದನ್ನು ಅರಿತು, ಅದಕ್ಕೂ ಕೈಚಾಚಿ, ಇಂದು ಅಂಡರ್‌ಗ್ರೌಂಡ್ ಸ್ಕ್ಯಾನಿಂಗ್ ಕ್ಷೇತ್ರದಲ್ಲಿ ಮುಂಚೂಣಿಯಲ್ಲಿದೆ ಆ ಕಂಪನಿ. ತನಗೆ ಗೊತ್ತಿರುವ ಸಾಫ್ಟ್‌ವೇರ್ ಕೌಶಲದ ಮೇಲೆ ಅಲ್ಲಿ ನೌಕರಿ ಗಿಟ್ಟಿಸಿಕೊಂಡಿದ್ದ ನಿರಂಜನ, ಬಹುಬೇಗ ಹೊಸ ಹೊಸ ವಿದ್ಯೆಗಳನ್ನೆಲ್ಲ ಕಲಿತು, ಈಗ ಭೂತಳದ ಸರ್ವೆಯರ್ ಆಗಿದ್ದಾನೆ. ವಿವಿಧ ಯಂತ್ರಗಳನ್ನು ಬಳಸಿ, ಅವು ನೀಡುವ ಮಾಹಿತಿಯನ್ನು ಅಧ್ಯಯನ ಮಾಡಿ, ಭೂಮಿಯ ಕೆಳಗೆ ಏನಿದೆ ಎಂಬುದನ್ನು ಹೇಳಬಲ್ಲ ಪರಿಣಿತ ಆತ. ಮ್ಯಾನೇಜರ್ ಆಗಿ ಬಡ್ತಿ ಹೊಂದಿದರೆ ತಾನೂ ಆಗಾಗ ಮಲೇಷಿಯಾಕ್ಕೆ ಪ್ರಯಾಣಿಸಬಹುದು ಎನ್ನುವ ಆತನ ಬಹುದಿನದ ಬಯಕೆಯೂ ಕೈಗೂಡಿದೆ. ಈಗಾಗಲೇ ಮೂರ್ನಾಲ್ಕು ಬಾರಿ ಆತ ಮಲೇಷಿಯಾಕ್ಕೆ ಭೇಟಿ ನೀಡಿದ್ದಾನೆ. ಹಾಗೆ ಹೋಗಿ ಬರುವಾಗಲೆಲ್ಲ ಮಲೇಷಿಯಾದ ಹುಚ್ಚು ಹೆಚ್ಚೆಚ್ಚು ಹಿಡಿಸಿಕೊಂಡಿದ್ದಾನೆ. ಹೇಗಾದರೂ ಮಾಡಿ ಅಲ್ಲೊಂದು ನೌಕರಿ ಹಿಡಿಯಬೇಕೆಂಬುದು ಆತನ ಸದ್ಯದ ಮಹದಾಸೆ. ಭಾರತದಲ್ಲೇ ಕುಳಿತು ಮಲೇಷಿಯಾದಲ್ಲಿ ಕೆಲಸ ಹುಡುಕುವುದು ಅಸಾಧ್ಯದ ಮಾತು. ಹೀಗಾಗಿ ಅಲ್ಲಿಗೆ ಹೋದಾಗಲೇ ಒಂದಿಲ್ಲೊಂದು ಕಾಂಟಾಕ್ಟ್ ಬೆಳೆಸಿಕೊಂಡು ನೌಕರಿಗೆ ಯತ್ನಿಸಬೇಕೆಂಬುದು ಆತನ ಯಾವತ್ತಿನ ಯೋಚನೆ. ಪ್ರತೀ ಭೇಟಿಯಲ್ಲಿಯೂ ಅಲ್ಲಿಯ ವೃತ್ತಪತ್ರಿಕೆಗಳನ್ನು ಕೊಂಡು, ಅದರಲ್ಲಿಯ ಉದ್ಯೋಗ ಜಾಹೀರಾತನ್ನು ಗಮನಿಸುವುದು; ಜಾಬ್ ಕನ್ಸಲ್ಟಿಂಗ್ ಕಂಪನಿಗಳಲ್ಲೆಲ್ಲಾ ಹೆಸರು ನೋಂದಾಯಿಸಿಕೊಂಡು, ಖುದ್ದಾಗಿ ಭೇಟಿ ಮಾಡುವುದು... ಹೀಗೆ ಎಲ್ಲ ಸಾಧ್ಯತೆಗಳನ್ನೂ ಪ್ರಯತ್ನಿಸುತ್ತಿದ್ದಾನೆ.

3

ಕೌಲಾಲಂಪುರದ ಪೆಟ್ರೋನಾಸ್ ಟ್ವಿನ್ ಟವರಿನ ಎದುರಿಗೆ ನಿಂತು, ಇಡೀ ಕಟ್ಟಡ ಹಾಗೂ ತನ್ನನ್ನು ಸೆಲ್ಫಿಯ ಒಂದೇ ಫ್ರೇಮಿನಲ್ಲಿ ಸೆರೆಹಿಡಿಯಲು ಪ್ರಯತ್ನಿಸುತ್ತಿದ್ದ ನಿರಂಜನ. ತಾನು ಬಂದರೆ ಕಟ್ಟಡದ ತುದಿ ಹೊರಟು ಹೋಗುತ್ತಿತ್ತು. ಕಟ್ಟಡದ ತಲೆ ಹಿಡಿಯಹೋದರೆ ತನ್ನ ಹಣೆ ಮಾತ್ರ ಸಿಗುತ್ತಿತ್ತು. ಮೊಬೈಲಿನ ಕೋನ ಅಂತರಗಳನ್ನೆಲ್ಲ ಬದಲಾಯಿಸುತ್ತ, ಕೊನೆಗೂ ತನ್ನ ಪೂರ್ಣ ಮುಖ ಹಾಗೂ ಹಿಂದುಗಡೆ ಕಟ್ಟಡದ ಎರಡೂ ಶಿಖರಗಳು ಕಾಣುವಂತೆ ಕ್ಲಿಕ್ಕಿಸಿದ. ತೆಗೆದ ಫೋಟೋ ಸರಿಯಾಗಿದೆಯೋ ಎಂದು ಪರೀಕ್ಷಿಸುತ್ತಿರುವಾಗ, ಕೆಂಪು ಚರ್ಮದ ಮೇಲೆ ಅಲ್ಲಲ್ಲಿ ಕಡುಗೆಂಪು ಮಚ್ಚೆಗಳಿದ್ದ ವ್ಯಕ್ತಿಯೊಬ್ಬ ಎದುರು ಬಂದು,

"ಎಕ್ಸ್‌ಕ್ಯೂಸ್ ಮಿ, ಯೂ ಫ್ರಮ್ ಇಂಡಿಯಾ?"

ಅವನೊಡನೆ ಇಬ್ಬರು ಮಕ್ಕಳೂ ಒಬ್ಬ ಹೆಂಗಸೂ ಇದ್ದಳು. ಯುರೋಪಿಯನ್ನೋ ಅಮೇರಿಕಾದವನೋ ಕುಟುಂಬ ಸಹಿತ ಪ್ರವಾಸಕ್ಕೆ ಬಂದಿದ್ದಾನೆ ಎಂಬುದು ನೋಡಿದರೇ ಗೊತ್ತಾಗುತ್ತಿತ್ತು.

"ಯಸ್"

"ಡು ಯೂ ಹ್ಯಾವ್ ಎನೀ ಇಂಡಿಯಾ ಕರೆನ್ಸಿ?"

"ಯಸ್... ವ್ಹಾಯ್?"

"ಐ ವಾಂಟು ಸೀ ವನ್, ಪ್ಲೀಸ್ ಇಫ್ ಯು ಡೋಂಟ್ ಮೈಂಡ್"

ಈ ಪರದೇಶಿ ಯಾಕಪ್ಪ ನಡುಬೀದಿಯಲ್ಲಿ ನೋಟು ಕೇಳುತ್ತಿದ್ದಾನೆಂದು ಅವನನ್ನೇ ಅವಾಕ್ಕಾಗಿ ನೋಡಿದ ನಿರಂಜನ. ಆ ವ್ಯಕ್ತಿ, 'ಪ್ಲೀಸ್ ಐ ವಾಂಟು ಸೀ....' ಎಂದು ವಿನಯದಿಂದ ಮತ್ತೆ ಕೇಳಿದಾಗ ಪರ್ಸಿನಿಂದ ನೂರರ ನೋಟು ತೆಗೆದು ಅವನ ಕೈಗಿತ್ತ. ಆತ ಅದನ್ನು ಹಿಂದೆ ಮುಂದೆ ಸವರಿ, ತನ್ನ ಜೊತೆಗಿದ್ದ ಮಕ್ಕಳಿಬ್ಬರಿಗೂ

ಕಾಣಿಸಿದ. ಅವರವರೇ ಅರೆನಿಮಿಷ ಏನೇನೋ ಮಾತಾಡಿಕೊಂಡರು. ನಂತರ ನಿರಂಜನನತ್ತ ತಿರುಗಿ ನೋಟಿನಲ್ಲಿಯ ಚಿತ್ರ ತೋರಿಸುತ್ತ,

"ಈಸ್ ದಿಸ್ ಗಾಂಧಿ?" ಕೇಳಿದ.

"ಯಸ್... ಗಾಂಧಿ"

"ಐ ವಾಂಟ್ ದಿಸ್. ಕೆನ್ ಯೂ ಗಿವ್ ಮಿ? ಐ ವಿಲ್ ಪೇ ಯು..."

ಕೆಲ ಕ್ಷಣ ಯೋಚಿಸಿ, ಎರಡೂ ಭುಜವನ್ನೊಮ್ಮೆ ಎತ್ತಿ ಕುಣಿಸಿ "ಓಕೆ" ಎಂದ ನಿರಂಜನ.

"ಹೌ ಮಚ್ ಫಾರ್ ದಿಸ್? ವನ್ ಡಾಲರ್ ಈಸ್ ಫೈನ್?"

"ಯೂಎಸ್ ಡಾಲರ್?"

'ಯೆಪ್"

"ನೊ... ನೊ. ವನ್ ಡಾಲರ್ ಈಸ್ ಲೆಸ್"

"ಟು ಡಾಲರ್?"

"ಓಕೆ"

ಡಾಲರಿನ ಎರಡು ನೋಟುಗಳನ್ನು ನೀಡಿ, 'ಥ್ಯಾಂಕ್ಯೂ... ಥ್ಯಾಂಕ್ಯೂ...' ಎಂದ ಆ ಬಿಳಿಯ. ಅಪ್ಪನ ಕೈಯ್ಯಿಂದ ಭಾರತದ ನೋಟನ್ನು ಕಸಿದುಕೊಂಡು, ಮುಖ ಅರಳಿಸಿ ಮತ್ತೆ ಮತ್ತೆ ನೋಡತೊಡಗಿದರು ಆ ಮಕ್ಕಳು. ಅವರು ಅತ್ತ ಹೋಗುತ್ತಿರುವಂತೆ, 'ಒಳ್ಳೆ ಬಕ್ರಾಗಳು' ಅನ್ನುತ್ತ ಮನದಲ್ಲೇ ನಕ್ಕ ನಿರಂಜನ.

ಈ ಬಾರಿಯ ಮಲೇಷಿಯಾ ಭೇಟಿ ನಿರಂಜನನಿಗೆ ಮಹತ್ವದ್ದು. ನೌಕರಿಗಾಗಿ ಎರಡು ಸಂದರ್ಶನಗಳನ್ನು ಆತ ಕೊಡುವವನಿದ್ದ. ಭಾರತದಿಂದಲೇ ಎಲ್ಲ ಕೋಆರ್ಡಿನೇಷನ್ ಮಾಡಿ, ಹೊರಡುವ ಮೊದಲೇ ಅಪಾಯಿಂಟ್ಮೆಂಟ್ ಪಡೆದುಕೊಂಡಿದ್ದ. ಅದಕ್ಕೆಂದೇ ತನ್ನ ಆಫೀಸಿನ ಕೆಲಸದ ನಂತರ ಏನೋ ವೈಯಕ್ತಿಕ ಕಾರಣ ನೀಡಿ ಎರಡು ದಿನ ಹೆಚ್ಚಿಗೆ ರಜೆ ತೆಗೆದುಕೊಂಡು ಮಲೇಷಿಯಾದಲ್ಲೇ ಉಳಿದಿದ್ದ. ಯೋಜನೆಯ ಪ್ರಕಾರ ಅಂದು ಬೆಳಿಗ್ಗೆ ಒಂದು ಕಂಪನಿಯ ಇಂಟರ್ವ್ಯೂ ಕೂಡಾ ಅಟೆಂಡ್ ಮಾಡಿಯಾಗಿತ್ತು. ಸಂದರ್ಶನದ ನಂತರ ಈತನ ಅಪೇಕ್ಷಿತ ಸಂಬಳ, ಸೇರಲು ಬೇಕಾದ ಸಮಯ ಇತ್ಯಾದಿಗಳ ಬಗ್ಗೆ ವಿಚಾರಿಸಿ, 'ಯಾವುದೂ ತಿಳಿಸುತ್ತೇವೆ' ಎಂದಿದ್ದರು ಅವರು. ಇಂಟರ್ವ್ಯೂ ಚೆನ್ನಾಗೇ ಆಗಿದೆ ಎಂದು ನಿರಂಜನನಿಗೆ ಅನ್ನಿಸಿತ್ತಾದರೂ ನೌಕರಿ ಸಿಕ್ಕೇ ಬಿಡುತ್ತದೆ ಎಂಬ ಖಾತ್ರಿ ಇರಲಿಲ್ಲ.

ಈಗ ಎರಡನೇ ಕಂಪನಿಯ ಸಂದರ್ಶನಕ್ಕೆ ಹೊರಡಲು ಅನುವಾಗಿದ್ದ. ಹೆಸರಾಂತ, ದೊಡ್ಡ ಕಂಪನಿ ಅದು. ಪೆಟ್ರೋನಾಸ್ ಕಟ್ಟಡದ ಬಿ–ಬ್ಲಾಕಿನ ಐವತ್ತಾರನೇ ಮಹಡಿಯಲ್ಲಿ ಅದರ ಆಫೀಸು. ಅಂತಹ ಬೃಹತ್ ಕಟ್ಟಡ ಸಮುಚ್ಚಯದಲ್ಲಿ, ಹೋಗಬೇಕಾದ ಜಾಗ ಹುಡುಕಲು ಕಷ್ಟವಾಗಬಹುದೆಂದು ಒಂದು ತಾಸು ಮೊದಲೇ ಬಂದು ತಲುಪಿದ್ದ. ಇನ್ನೂ ಸಾಕಷ್ಟು ಸಮಯವಿದ್ದುದರಿಂದ ಹಾಗೇ ಆವರಣದಲ್ಲಿ ಸುತ್ತಾಡುತ್ತಿದ್ದ.

ಪೆಟ್ರೋನಾಸ್‌ನ ಆ ಆವಾರ ಪ್ರವಾಸಿಗರಿಗೆಂದೇ ಹೇಳಿ ಮಾಡಿಸಿದಂತಿತ್ತು. ಗ್ರಾನೈಟ್ ನೆಲದ ನಡುವೆ ಅಲ್ಲಲ್ಲಿ ಹುಲ್ಲು ಹಾಸು, ಕಟ್ಟಡದ ಬಣ್ಣಕ್ಕೆ ಹೊಂದಿಕೆಯಾಗುವ ಹೂ ಬಿಡುವಂಥದ್ದನ್ನೇ ಆಯ್ದು ತಂದು ನೆಟ್ಟ ಗಿಡಗಳು, ವಿವಿಧಾಕಾರದಲ್ಲಿ ಚಿಮ್ಮುತ್ತಿರುವ ಕಾರಂಜಿ. ಅತ್ತಿತ್ತ ಓಡಾಡುತ್ತಿರುವ ಜಗತ್ತಿನ ನಾನಾ ದೇಶಗಳ ಜನ. ಹೆಚ್ಚಿನವರೆಲ್ಲಾ ಫೋಟೋ ತೆಗೆಯುವುದರಲ್ಲೇ ತಲ್ಲೀನ. ಇವನ ಎದುರಿಗೇ, ಯುವ ಜೋಡಿಯೊಂದು ಫೋಟೋ ಕಲಾಪ ನಡೆಸಿತ್ತು. ಆಕೆ ಕೂಲಿಂಗ್ ಗ್ಲಾಸ್ ಹಾಕಿದ ತನ್ನ ಮುಖವನ್ನು ತುಸುವೇ ಎತ್ತಿ, ಒಂದು ಕೈ ತೊಡೆಯ ಮೇಲೆ, ಇನ್ನೊಂದನ್ನು ಸೊಂಟದ ಮೇಲೂ ಇಟ್ಟು ಆಕರ್ಷಕ ಭಂಗಿಯಲ್ಲಿ ನಿಂತಿದ್ದಳು. ಗೆಳೆಯ ಫೋಟೋ ತೆಗೆಯುತ್ತಿದ್ದ. ತೆಗೆದ ಫೋಟೋವನ್ನು ಆಕೆ ಬಂದು ನೋಡಿ, ಏನೇನೋ ಜಗಳಾಡಿ ಆತನ ಬೆನ್ನಿಗೊಂದು ಗುದ್ದಿ ಮತ್ತೆ ಹೋಗಿ ನಿಲ್ಲುತ್ತಿದ್ದಳು. ಅವರ ಚೆಲ್ಲಾಟದ ಹಾವಭಾವ ಗಮನಿಸುತ್ತಿದ್ದ ನಿರಂಜನನಿಗೆ, ಹುಡುಗಿಯ ಕಪ್ಪು ಕನ್ನಡಕದ ಮೇಲೆ ಪ್ರತಿಫಲಿಸುತ್ತಿರುವ ಜೋಡಿ ಕಟ್ಟಡಗಳ ಪ್ರತಿಬಿಂಬದೊಟ್ಟಿಗೇ ಫೋಟೋ ತೆಗೆಯಲು ಅವರು ಪ್ರಯತ್ನಿಸುತ್ತಿರುವುದು ಗೊತ್ತಾಗಿ ಮುಗುಳ್ನಕ್ಕ.

ಇನ್ನೂ ತುಸು ಹೊತ್ತು ಅಲ್ಲಿಯೇ ಕಳೆಯಬೇಕಿತ್ತು ಆತನಿಗೆ. ಹತ್ತಿರದ ಬೆಂಚಿನ ಮೇಲೆ ಕುಳಿತು, ಮೊಬೈಲಿನಲ್ಲಿ 'ಪೆಟ್ರೋನಾಸ್–ಗೆಸ್ಟ್'ನ ಉಚಿತ ವೈಫೈಗೆ ಲಾಗಿನ್ ಆದ. ನೂರು ರೂಪಾಯಿ ಕೊಟ್ಟು ಎರಡು ಡಾಲರ್ ಪಡೆದ ಘಟನೆಯನ್ನು ವಿವರಿಸಿ 'ಗಾಂಧಿಯಿಂದ ನನಗಾದ ಲಾಭ' ಎಂದು ಫೇಸ್‌ಬುಕ್ಕಿನಲ್ಲಿ ಹಾಕಿದ. ಏನೆಲ್ಲಾ ಕಮೆಂಟುಗಳು ಬರಬಹುದು ಎಂಬ ಆಲೋಚನೆಯಲ್ಲೇ ಒಂಥರಾ ಮಜ ಸಿಕ್ಕಿತು. ಪಕ್ಕದಲ್ಲೇ ವಿಶಾಲವಾದ ನೀರು ಹಾಸಿನ ಕೊಳ. ಅಲ್ಲಾಡದೇ ತಾಟಸ್ಥ್ಯವಾಗಿದ್ದ ನೀರಲ್ಲಿ ಪೆಟ್ರೋನಾಸ್ ಇಮಾರತಿನ ಅವಳಿ ಗೋಪುರಗಳ ಪ್ರತಿಬಿಂಬ ಸ್ಪಷ್ಟವಾಗಿ ಕಾಣುತ್ತಿತ್ತು. ನೀರಿನ ಮೇಲ್ಮೈ ಗಾಳಿಗೆ ತುಸು ಅದುರಿದರೂ ಅಲೆಗಳೊಂದಿಗೆ ಪ್ರತಿಚ್ಛಾಯೆಯೂ ಚದುರಿ, ಮತ್ತೆ ಕೂಡಿ ಕಟ್ಟಡವಾಗಿ ನಿಲ್ಲುತ್ತಿತ್ತು. ಈ ಚಂದವನ್ನು ಕಾಣಲೆಂದೇ ನೀರಿನ ಕೊಳವನ್ನು ಹಾಗೆ ತಳಮಟ್ಟದಲ್ಲಿ ವಿನ್ಯಾಸ ಮಾಡಿರಬೇಕು. ಕತ್ತೆತ್ತಿ ಕಟ್ಟಡವನ್ನೊಮ್ಮೆ ನೋಡಿದ. ಇಂತಹ ಸಂಸ್ಥೆಗಳಲ್ಲಿ ಕೆಲಸ ಸಿಗುವುದೆಂದರೆ ಅದು ಅದೃಷ್ಟವೇ ಸರಿ.

ನೆಲ ಮಾಳಿಗೆಯಲ್ಲಿ ಕಾರು ಪಾರ್ಕ್ ಮಾಡಿ, ಲಿಫ್ಟಿನಲ್ಲಿ ರುಯ್ಯನೆ ಮೇಲೇರಿ ದಿನವೂ ಕೆಲಸಕ್ಕೆ ಹೋಗುವ ಕಲ್ಪನೆಗೇ ರೋಮಾಂಚನವಾಯಿತು. ಜೊತೆಗೇ ಸಂದರ್ಶನ ಎದುರಿಸಬೇಕಾದ ಸಣ್ಣ ನರ್ವಸ್‌ನೆಸ್ಸೂ ಶುರುವಾಯಿತು.

ಸಂದರ್ಶನಕ್ಕಾಗಿ ಸಾಕಷ್ಟು ಪೂರ್ವತಯಾರಿ ಮಾಡಿಕೊಂಡಿದ್ದ ನಿರಂಜನ. ಟೆಕ್ನಿಕಲ್ ವಿಷಯಗಳಷ್ಟೇ ಅಲ್ಲದೇ ಇತರೆ ಸಾಮಾನ್ಯ ಸಂಗತಿಗಳತ್ತಲೂ ಗಮನ ಹರಿಸಿದ್ದ. ಅಲ್ಲಿ ಹೋದೊಡನೆ ಭೇಟಿಯಾಗುವ ಜನರಲ್ಲಿ ಔಪಚಾರಿಕವಾಗಿ ಮಾತನಾಡಬಹುದಾದ ಮಲಯೂ ಭಾಷೆಯ ನಾಲ್ಕೈದು ಸಾಲುಗಳನ್ನು ಕಂಠಪಾಠ ಮಾಡಿಕೊಂಡಿದ್ದ. ಮಲೇಷಿಗರ ಭಾಷಾಭಿಮಾನದ ಬಗ್ಗೆ ತಿಳಿದಿತ್ತು ಆತನಿಗೆ. ಅವರ ಮೇಲೆ ಪ್ರಭಾವ ಬೀರಲು ಇದಕ್ಕಿಂತ ಒಳ್ಳೆಯ ಉಪಾಯ ಮತ್ಯಾವುದಿದೆ? ಗೂಗಲ್‌ನಲ್ಲಿ ಸುಲಭವಾಗಿ ಯಾವುದೇ ಭಾಷೆಯ ಅನುವಾದ ಸಿಗುತ್ತದಾದರೂ, ಅದನ್ನು ಪೂರ್ಣ ನಂಬುವ ಹಾಗಿಲ್ಲ. ಹೀಗಾಗಿ ಆಯ್ದುಕೊಂಡ ಸಾಲುಗಳನ್ನು ಕೆಲ ಪರಿಚಿತ ಮಲೇಷಿಯನ್ನರಲ್ಲೇ ಕೇಳಿ ಖಾತರಿ ಮಾಡಿಕೊಂಡಿದ್ದ.

೩

ನಿಗದಿತ ಸಮಯಕ್ಕಿಂತ ಹದಿನೈದು ನಿಮಿಷ ಮೊದಲೇ ಸ್ವಾಗತ ಕೋಣೆಯಲ್ಲಿ ಹಾಜರಿದ್ದ ನಿರಂಜನ. ಆತನನ್ನು ಒಳಗೆ ಕರೆಯುವ ತುಸು ಮೊದಲೂ, ಚೀಟಿಯಲ್ಲಿ ಬರೆದಿಟ್ಟುಕೊಂಡಿದ್ದ 'ಸುಲ್ಹಾಮತ್ ಪಾಗ್‌ಈ' 'ಆಪಾ ಖಾಬರ್' ಇತ್ಯಾದಿ ಸಾಲುಗಳನ್ನು ಮತ್ತೊಮ್ಮೆ ನೋಡಿ ಮನನ ಮಾಡಿಕೊಂಡ. 'ಗೊತ್ತಿರುವುದೇ ನಾಲ್ಕೈದು ಶಬ್ದಗಳು. ಕೈಕುಲುಕುತ್ತಿರುವಂತೇ ಹೇಳಿ ಬಿಡಬೇಕು. ಆಮೇಲೆ ಉಪಯೋಗಿಸುವ ಅವಕಾಶ ಸಿಗುತ್ತದೋ ಇಲ್ಲವೋ ಯಾರಿಗೆ ಗೊತ್ತು. ಅಲ್ಲದೇ ಫಸ್ಟ್ ಇಂಪ್ರೆಶನ್ ಈಸ್ ಬೆಸ್ಟ್ ಇಂಪ್ರೆಶನ್ ಅಲ್ಲವೇ?' ಅಂದುಕೊಂಡಿದ್ದ ಇವನನ್ನು ಎದುರುಗೊಂಡದ್ದು ಓರ್ವ ಚೈನೀಸ್.

"ಸುಲ್ಹಾಮತ್ ಪಾಗ್‌ಈ..." ಹೇಳಲೋ ಬೇಡವೋ ಎನ್ನುವ ಅಳುಕಿನಲ್ಲೇ ಹೇಳಿದ ನಿರಂಜನ.

"ಗುಡ್ ಮಾರ್ನಿಂಗ್" ಉತ್ತರಿಸಿದ ಚೈನೀಸು.

ಆತನೇ ಇಂಟರ್ವ್ಯೂ ಮಾಡುವ ವ್ಯಕ್ತಿಯೂ ಆಗಿದ್ದ. ಯಾವ ಔಪಚಾರಿಕ ಮಾತುಕತೆಗಳಿಗೂ ಆಸ್ಪದ ಕೊಡದೇ ನೇರ ವಿಷಯಕ್ಕಿಳಿದ. ಆತ ಕೇಳಿದ ಪ್ರಶ್ನೆಗಳೆಲ್ಲ ಈತನಿಗೇನೂ ಗೊತ್ತಿಲ್ಲ ಎಂದು ಸಾಬೀತು ಪಡಿಸಲೆಂದೇ ಕೇಳಿದಂತಿತ್ತು. ಭೂಮಿಯ ಅಡಿಯ ವಸ್ತುಗಳನ್ನು ಯಂತ್ರದ ಮೂಲಕ ಸೆರೆ ಹಿಡಿದು ರಚಿಸಿದ ಚಿತ್ರವೊಂದನ್ನು

ತನ್ನ ಐಪ್ಯಾಡಿನಲ್ಲಿ ತೆರೆದು ನಿರಂಜನನ ಎದುರಿಗಿಟ್ಟು, ಅದನ್ನು ವಿಶ್ಲೇಷಿಸುವಂತೆ ಹೇಳಿದ. ಸಿಕ್ಕಾಪಟ್ಟೆ ಕಾಂಪ್ಲಿಕೇಟೆಡ್ ಡ್ರಾಯಿಂಗ್ ಅದು. ತಾನು ಇದುವರೆಗೂ ಅಭ್ಯಸಿಸಿದ ಡ್ರಾಯಿಂಗಿಗಿಂತ ಬಹಳೇ ಭಿನ್ನವಾಗಿತ್ತು. ಉತ್ತರಿಸಲು ತಡವರಿಸಿದ ನಿರಂಜನ.

"ನಾವು ಇಲ್ಲಿ ಬಳಸುವ ಯಂತ್ರ ತುಂಬಾ ಉತ್ಕೃಷ್ಟ ದರ್ಜೆಯದು. ಸಫಸ್ಟಿಕೇಟೆಡ್ ಸಾಫ್ಟ್‌ವೇರ್ ಕೂಡಾ ಉಪಯೋಗಿಸುತ್ತೇವೆ" ಎಂದ ಚೈನೀಸ್. "ಹೋಗಲಿ, ಯಾವ ಟೆಕ್ನೀಕ್ ಬಳಸಿ ಈ ಚಿತ್ರ ತೆಗೆದದ್ದು ಹೇಳಬಲ್ಲೆಯಾ? ಹಾಗೂ ಇಲ್ಲಿ ಬಳಸಿದ ವಿಧಾನದಲ್ಲಿಯ ಅಡ್ವಾಂಟೇಜು ಹಾಗೂ ಲಿಮಿಟೇಷನ್ಸ್ ಏನು?" ಕೇಳಿದ, ಪ್ರಶ್ನೆ ಮುಂದುವರಿಸುತ್ತಾ.

ಸಾಮಾನ್ಯವಾಗಿ ಉಪಯೋಗಿಸುವ ವಿವಿಧ ವಿಧಾನಗಳ ಬಗ್ಗೆ ಮಾಹಿತಿ ಇತ್ತು ನಿರಂಜನನಿಗೆ. ತನಗೆ ತಿಳಿದಷ್ಟು ಹೇಳಿದ. ತಾನು ಕೊಡುತ್ತಿರುವ ವಿವರ ಸಮಾಧಾನ ತರುತ್ತಿದೆಯೋ ಇಲ್ಲವೋ ಎನ್ನುವುದನ್ನು ಆತನ ಚಹರೆ ಗಮನಿಸಿ ತಿಳಿದುಕೊಳ್ಳಲು ಯತ್ನಿಸಿ ಸೋತ. ಆ ನಿರ್ಭಾವುಕ ಮುಖ ಇವನನ್ನು ಮತ್ತಷ್ಟು ಗೊಂದಲಕ್ಕೀಡುಮಾಡಿತು. ಈತ ಮಾತನಾಡುವಾಗ ನಡುವೆ ತುಂಡರಿಸಿ ಮತ್ತೇನೋ ಕೇಳುತ್ತಿದ್ದ ಆತ. ಉತ್ತರಕ್ಕಾಗಿ ಈತ ತಡಕಾಡುತ್ತಿರುವ ನಡುವೆ,

"ನೀನು ನೆಲದ ಮೇಲೆ ಟಾರ್ಚ್ ಬಿಟ್ಟು ಭೂಮಿಯ ಒಳಗೆ ಏನಿದೆ ಎಂದು ಹೇಳುವವ ಅಲ್ಲ ತಾನೆ?" ಎನ್ನುತ್ತ ಕುಹಕವಾಡಿದ.

ಸಂದರ್ಶನದ ನಡುವೆ, ತಾನು ಭಾಷಾ ಮಲಯೂ ಕಲಿಯುತ್ತಿರುವುದಾಗಿ ತಿಳಿಸಿದ ನಿರಂಜನ.

"ಓಹ್..ದ್ಯಾಟ್ಸ್ ನೈಸ್. ನಾನೇ ಇನ್ನೂ ಕಲಿತಿಲ್ಲ" ಎಂದ ಚೈನೀಸ್.

ಇಂಟರ್ವ್ಯೂ ಮುಗಿಸಿ ಅಲ್ಲಿಂದ ವಾಪಸ್ಸಾಗುತ್ತ– 'ಎಂತಹಾ ದುರಹಂಕಾರ ಬೋಳಿಮಗನಿಗೆ. ತಾನೇ ದೊಡ್ಡ ಗೆಂಡೆ ಅಂದುಕೊಂಡಿದ್ದಾನೆ. ಇಡೀ ಮಲೇಷಿಯಾದಲ್ಲಿ ಇದೊಂದೇ ಕಂಪನಿಯಿರುವುದೋ... ಇದಲ್ಲದಿದ್ದರೆ ಇದರ ಅಪ್ಪನಂಥದ್ದು ಸಿಕ್ಕೀತು' ಎಂದುಕೊಳ್ಳುತ್ತಿರುವುದರ ಬೆನ್ನಲ್ಲೇ, 'ಮಲಯ್ ಬದಲು ಮಾಂಡರಿನ್ ಭಾಷೆ ಕಲಿಯಲು ಪ್ರಯತ್ನಿಸುತ್ತಿದ್ದೇನೆ ಎಂದು ಹೇಳಿಬಿಟ್ಟಿದ್ದರೆ ಅವನನ್ನು ಇಂಪ್ರೆಸ್ ಮಾಡಬಹುದಿತ್ತೇ?' ಎನ್ನುವ ಆಲೋಚನೆಯೂ ಬಂತು.

ಎಲ್ಲೇ ಕನ್ನಡಿ ಕಂಡರೂ ಒಮ್ಮೆ ತಲೆಗೂದಲು ಸರಿ ಮಾಡಿಕೊಳ್ಳುವ ಅಭ್ಯಾಸ ನಿರಂಜನನಿಗೆ. ಲಿಫ್ಟಿನಲ್ಲಿ ಆಳೆತ್ತರದ ಕನ್ನಡಿ ಎದುರಿಗೇ ಇದ್ದರೂ ಅದಕ್ಕೆ ಬೆನ್ನು ಮಾಡಿ ನಿಂತ. ಅರ್ಧ ನಿಮಿಷದಲ್ಲಿ ಹೈ-ಸ್ಪೀಡ್ ಲಿಫ್ಟು ಜುರ್ರನೆ ಇಳಿದು ಗ್ರೌಂಡ್ ಫ್ಲೋರ್ ತಲುಪಿತು.

೩

ಎರಡು ದಿನದ ಹೆಚ್ಚುವರಿ ರಜೆಯಲ್ಲಿ ಸಂದರ್ಶನಗಳೆಲ್ಲ ಮೊದಲನೇ ದಿನವೇ ಮುಗಿದುದ್ದರಿಂದ, ವಾಪಸ್ ಹೋಗುವವರೆಗೂ ಬಿಡುವೇ ಅವನಿಗೆ. ಹಿಂದಿರುಗುವ ವಿಮಾನವಿದ್ದದ್ದು ಮರುದಿನ ಸಂಜೆಗೆ. ಆವತ್ತು ಒಂದಿಷ್ಟು ಕೌಲಾಲಂಪುರ ನಗರ ಸುತ್ತಾಟ ಮಾಡಿ, ಮರುದಿನ 'ಗೆಂಟಿಂಗ್ ಹೈಲ್ಯಾಂಡ್ಸ್' ಹೋಗುವ ವಿಚಾರ ಅವನದು. ಗೆಂಟಿಂಗ್ ಹೋಗಬೇಕೆಂಬುದು ನಿರಂಜನನ ಯಾವತ್ತಿನ ಆಸೆ. ಮಲೇಷಿಯಾದ ಪ್ರಸಿದ್ಧ ಹಿಲ್ ಸ್ಟೇಷನ್ ಅದು. ಅಲ್ಲಿ ಏಷ್ಯಾದ ಅತೀ ಉದ್ದದ ಕೇಬಲ್ ಕಾರ್ ಇದೆ. ಏಳೆಂಟು ಸಾವಿರ ಕೋಣೆಗಳಿರುವ ಜಗತ್ತಿನ ಅತಿ ದೊಡ್ಡ ಹೊಟೇಲೂ ಇದೆ. ಎಲ್ಲಕ್ಕಿಂತ ಹೆಚ್ಚಾಗಿ ಗುಡ್ಡದ ನೆತ್ತಿಯ ಮೇಲೆ ಫೇಮಸ್ ಕೆಸಿನೋ ಒಂದಿದೆ. ಆದರೆ ಗೆಂಟಿಂಗ್ ಇರುವುದು ಕೌಲಾಲಂಪುರದಿಂದ ಸುಮಾರು ನೂರು ಕಿಲೋಮೀಟರ್ ಹೊರಗೆ. ಹೀಗಾಗಿ ಅಲ್ಲಿ ಹೋಗಿ ಕೆಸಿನೊದಲ್ಲಿ ಒಂದಿಷ್ಟು ಸಮಯ ಕಳೆದು ಬರಲು ಕನಿಷ್ಟ ಅರ್ಧ ದಿನವಾದರೂ ಬೇಕು. ಈ ಹಿಂದೆ ಬಂದಾಗಲೆಲ್ಲ ಒಮ್ಮೆಯೂ ಸಮಯ ಸಿಕ್ಕಿರಲಿಲ್ಲ.

'ಈಗ ಇಲ್ಲಿಂದ ಮೊದಲು ಅಕ್ವೇರಿಯಮ್, ನಂತರ ಚೈನಾ ಮಾರ್ಕೆಟ್...' ಎಂದು ಮನದಲ್ಲೇ ಯೋಜನೆ ಹಾಕುತ್ತ, ಪೆಟ್ರೋನಾಸ್ ಆವಾರದಿಂದ ಹೊರಬಿದ್ದ.

4

'ಉಬರ್', 'ಗ್ರಾಬ್' ಮುಂತಾದ ಹಲವು ಆನ್-ಲೈನ್ ಟ್ಯಾಕ್ಸಿ ಸೇವೆಗಳು ಮಲೇಷಿಯಾದಲ್ಲಿ ಸಾಕಷ್ಟು ಇದ್ದರೂ, ನಿರಂಜನ ಅವುಗಳನ್ನು ಬಳಸದೇ ಇರುವುದಕ್ಕೆ ಎರಡು ಕಾರಣಗಳಿವೆ. ಒಂದು- ಅವು ದುಬಾರಿ. ಎರಡನೆಯದು- ಬೇಕಾದಾಗೆಲ್ಲ ಅವನ್ನು ಬುಕ್ ಮಾಡಲು ಇವನ ಮೊಬೈಲಿನಲ್ಲಿ ಇಂಟರ್ನೆಟ್ ಇರುತ್ತಿರಲಿಲ್ಲ. ಮಲೇಷಿಯಾಕ್ಕೆ ಬಂದಾಗ ಅಲ್ಲಿಯ ಧ್ವನಿ-ಡಾಟಾ ಪ್ಯಾಕ್ ತೆಗೆದುಕೊಳ್ಳುವ ಅಭ್ಯಾಸ ಮಾಡಿಕೊಂಡಿಲ್ಲ ಆತ. ಹೆಚ್ಚಿನ ಸಾರ್ವಜನಿಕ ಜಾಗಗಳಲ್ಲಿ ಉಚಿತ ವೈಫೈ ಲಭ್ಯವಿರುತ್ತೆ. ತಾನು ಕೆಲಸ ಮಾಡುವ ಜಾಗ, ಉಳಿದುಕೊಂಡಿರುವ ಹೊಟೆಲ್ಲಿನಂತೂ ಅದು ಇದ್ದೇ ಇರುತ್ತೆ. ಹೀಗಾಗಿ ಡಾಟಾ ಪ್ಯಾಕಿಗೆ ಹಣ ವ್ಯಯಿಸುವನಲ್ಲ ಆತ. ಕೈ ಮಾಡಿ ಕರೆದು ನಿಲ್ಲಿಸುವ ಟ್ಯಾಕ್ಸಿಗಳೇ ಅವನಿಗೆ ಅನುಕೂಲ.

ಪೆಟ್ರೋನಾಸ್‌ನಿಂದ ಹೊರಬಂದವನೇ ಟ್ಯಾಕ್ಸಿಯೊಂದನ್ನು ತಡೆದು ನಿಲ್ಲಿಸಿ, 'ಅಕ್ವೇರಿಯಾ' ಅಂದ. ಡ್ರೈವರ ಸನ್ನೆಯಲ್ಲೇ ಕಾರಲ್ಲಿ ಕುಳಿತುಕೊಳ್ಳುವಂತೆ ತಿಳಿಸಿದ. ನೋಡಲು ಎಣ್ಣೆಗಪ್ಪು ಬಣ್ಣದಲ್ಲಿ ಭಾರತೀಯನಂತೆ ಕಾಣುತ್ತಿದ್ದ ಚಾಲಕನನ್ನು, "ಆರ್ ಯು ಇಂಡಿಯನ್?" ಎಂದು ಕೇಳಿದ ನಿರಂಜನ. ಸಹಜವಾಗಿ ಮಾತುಕತೆ ಶುರು ಮಾಡುವ ಉದ್ದೇಶವಿತ್ತು ಅವನಿಗೆ.

ಒಮ್ಮೆಲೇ ಅಸಮಾಧಾನಗೊಂಡ ಡ್ರೈವರ ಕಾರನ್ನು ರಸ್ತೆಯ ಬದಿಗೆ ಎಳೆದು ನಿಲ್ಲಿಸಿ, "ಯು ಗೆಟ್ ಡೌನ್ ಹಿಯರ್" ಆದೇಶಿಸಿದ. ಗೊಂದಲಗೊಂಡು ಡ್ರೈವರನ ಮುಖವನ್ನೇ ನಿರಂಜನ ನೋಡುತ್ತಿರುವಂತೆ, "ಆಯ್ ಸೇ ಗೆಟ್ ಡೌನ್" ಎಂದು ಚೀರಿದ ಆತ.

ಡ್ರೈವರನ ಅಚಾನಕ್ ವರ್ತನೆಗೆ ಬೆಚ್ಚಿ ಟ್ಯಾಕ್ಸಿಯಿಂದ ಹೊರಗಿಳಿದ ನಿರಂಜನ. ಬಾಗಿಲನ್ನು ರಪ್ಪನೆ ಎಳೆದುಕೊಂಡ ಡ್ರೈವರ ಕಿಟಕಿಯಿಂದ ಮುಖ ಹೊರಕ್ಕೆ ತೂರಿ 'ಆಯಾಮ್ ಮಲೇಷಿಯನ್, ಯು ಅಂಡರ್‌ಸ್ಟಾಂಡ್...' ಎಂದು ಎಚ್ಚರಿಕೆ ನೀಡುವ ರೀತಿಯಲ್ಲಿ ಹೇಳಿ, ರೊಂಯ್ ಎಂದು ಕಾರಿನ ವೇಗ ಹೆಚ್ಚಿಸಿ ಮರೆಯಾದ.

ಗಗನಚುಂಬಿ ಕಟ್ಟಡಗಳ ನಡುವಿನ ರಸ್ತೆಯ ಫುಟ್‌ಪಾತಿನ ಮೇಲೆ ಹೆಗಲಿನಲ್ಲೊಂದು ಬ್ಯಾಕ್‌ಪ್ಯಾಕು, ಕೈಯ್ಯಲ್ಲಿ ಟ್ರಾಲಿ ಬ್ಯಾಗು ಹಿಡಿದು ನಿಂತ ನಿರಂಜನ; ಯಾಕೆ ಏನಾಯಿತೆಂಬುದನ್ನು ವಿವೇಚಿಸುವಷ್ಟರಲ್ಲಿ ವೇಗದಿಂದ ಬಂದ ಟ್ಯಾಕ್ಸಿಯೊಂದು ಇವನೆದುರಿಗೆ ಗಕ್ಕನೆ ನಿಂತಿತು. ಮತ್ತೆ ಅವನೇ ಬಂದನೇನೋ ಎಂದು ಸಣ್ಣಗೆ ಎದೆ ಕಂಪಿಸಿತು. ಆದರೆ ಈತ ಬೇರೆಯವನಾಗಿದ್ದ.

"ವ್ಹೇರ್ ಯು ಗೋ? ಐ ಟೇಕ್ ಯು. ಪ್ಲೀಸ್ ಕಮ್" ಅಂದ.

ಆ ಸ್ಥಿತಿಯಿಂದ ತಕ್ಷಣದ ಬಿಡುಗಡೆ ಬೇಕಿತ್ತು ನಿರಂಜನನಿಗೆ. ಈತ ತುಸು ಹೊತ್ತಿನ ಮುಂಚೆ ಬೇರೊಂದು ಕಾರಿನಿಂದ ನಡು ರಸ್ತೆಯಲ್ಲಿ ಇಳಿದದ್ದನ್ನು ನೋಡಿದ್ದ ಹುಡುಗಿಯರ ಹಿಂಡೊಂದು ಅಲ್ಲೇ ಲಲ್ಲೆ ಹೊಡೆಯುತ್ತ ನಿಂತಿತ್ತು. ತಡಮಾಡದೇ ಟ್ಯಾಕ್ಸಿಯ ಒಳಕ್ಕೆ ತೂರಿಕೊಂಡ.

"ವ್ಹೇರ್ ಯು ವಾಂಟು ಗೋ, ಸರ್?" ಮೀಟರ್ ಹಾಕುತ್ತ ಕೇಳಿದ ಚಾಲಕ.

"ಅಕ್ವೇರಿಯಾ..." ನಿಟ್ಟುಸಿರು ಬಿಟ್ಟ ನಿರಂಜನ.

ಮಲೇಷಿಯಾದ ಟ್ಯಾಕ್ಸಿ ಚಾಲಕರ ಜೊತೆ ವಿಭಿನ್ನ ಅನುಭವಗಳಾಗಿವೆ ನಿರಂಜನನಿಗೆ. ಹೀಗೇ ಹಿಂದೊಮ್ಮೆ– ಕೆಳಗೆ ಕೆಂಪು, ಮೇಲಿನ ಭಾಗ ಹಳದಿ ಬಣ್ಣ ಹೊಂದಿದ್ದ ಟ್ಯಾಕ್ಸಿಯನ್ನು ಉದ್ದೇಶಿಸಿ 'ಯುವರ್ ಟ್ಯಾಕ್ಸಿ ಈಸ್ ಲೈಕ್ ಅವರ್ ಕನ್ನಡಾ ಫ್ಲಾಗ್' ಅಂದಿದ್ದಕ್ಕೆ; 'ಯೂ ಫ್ರಾಂ ಕೆನಡಾ? ಬಟ್ ಯೂ ಆರ್ ನಾಟ್ ಫೇರ್ ಕಲರ್...' ಎಂದು ಪ್ರತಿಕ್ರಿಯಿಸಿದ್ದ ಒಬ್ಬ. ತಾನು ಭಾರತದವನೆಂದೂ, ತನ್ನ ಭಾಷೆ ಕನ್ನಡವೆಂದು ಹೇಳಿದರೂ, 'ಬಟ್ ಇಂಡಿಯಾ ಲಾಂಗ್ವೇಜ್ ತಮಿಳ್ ಲಾ?' ಎಂದು ಮರು ಪ್ರಶ್ನಿಸಿದ್ದ. ಭಾರತದಲ್ಲಿ ತಮಿಳು ಬಿಟ್ಟೂ ಸಾವಿರಾರು ಭಾಷೆಗಳಿವೆ ಎಂಬುದನ್ನು ತಿಳಿಸಿ ಹೇಳಿದರೂ ನಂಬದೇ, ನಿರಂಜನನೇ ಸುಳ್ಳು ಹೇಳುತ್ತಿದ್ದಾನೆ ಎನ್ನುವ ರೀತಿಯಲ್ಲಿ 'ವೋ..ವೋ...' ಎಂದು ವಿಚಿತ್ರ ಸ್ವರ ತೆಗೆದು ದೇಹವನ್ನು ಅಲ್ಲಾಡಿಸಿದ್ದ. ಇನ್ನೊಮ್ಮೆ– ಮಲೇಷಿಯಾದ ಬಗ್ಗೆ ಏನೋ ಮಾಹಿತಿ ಕೇಳಿದ್ದಕ್ಕೆ 'ನೀನು ನಿನ್ನ ದೇಶಕ್ಕೆ ವಾಪಸ್ ಹೋಗುವವನು ತಾನೆ? ಇಲ್ಲಿಯೇ ಠಿಕಾಣಿ ಹೂಡಲು ಬಂದಿಲ್ಲ ಅಲ್ವಾ?' ಎಂದು ಕಟುವಾಗಿ ಪ್ರಶ್ನಿಸಿದ್ದ ಒಬ್ಬ ಡ್ರೈವರ.

ಆದರೆ ಅವೆಲ್ಲಕ್ಕಿಂತ ವಿಭಿನ್ನವಾದ ಇಂದಿನ ಘಟನೆಯಿಂದ ಸುಧಾರಿಸಿಕೊಳ್ಳುತ್ತಿರುವಷ್ಟರಲ್ಲೇ;

"ಆರ್ ಯು ಇಂಡಿಯನ್?"

ತೂರಿಬಂದ ಚಾಲಕನ ಈ ಪ್ರಶ್ನೆಗೆ ಗಲಿಬಿಲಿಗೊಂಡ ನಿರಂಜನ. ತುಸು ತಡೆದು,

"ಹೂಮ್ ಡು ಐ ಲುಕ್ ಲೈಕ್? ಯು ಟೆಲ್ ಮಿ"

"ಐ ಡೊಂಟ್ ನೊ. ಇಂಡಿಯಾ ಬಾಂಗ್ಲಾದೇಶ್ ಪಾಕಿಸ್ತಾನ್ ಆಲ್ ಲುಕ್ ಸೇಮ್" ಗಾಡಿ ಓಡಿಸುತ್ತಲೇ ಒಮ್ಮೆ ಹಿಂದಿರುಗಿ ನೋಡಿದಂತೆ ಮಾಡಿ, "ಯು ಮೇ ಬಿ ಫ್ರಮ್ ಇಂಡಿಯಾ?"

"ಯಸ್. ಇಂಡಿಯಾ" ಎಂದು ಉತ್ತರಿಸಿ ಚಾಲಕನ ಪ್ರತಿಕ್ರಿಯೆಗಾಗಿ ಕಾದ ನಿರಂಜನ. ಎದೆ ಮತ್ತೆ ಹೊಡೆದುಕೊಳ್ಳಲಾರಂಭಿಸಿತು.

"ಓ ನೈಸ್... ಐ ಗೆಸ್ಡ್" ಚಾಲಕನ ದನಿಯಲ್ಲಿ ಒಂಥರದ ವಿಶ್ವಾಸವಿತ್ತು. "ಯು ಸ್ಪೀಕ್ ತಮಿಳ್?"

"ನೋ. ಆಯ್ ಆಮ್ ಫ್ರಮ್ ಬ್ಯಾಂಗಲೂರ್. ಕೊಂಜಂ ಕೊಂಜಂ ತೆರಿಯಂ. ಬಟ್ ಐ ಕೆನ್ ಅಂಡರ್‌ಸ್ಟಾಂಡ್ ಫುಲ್ಲಿ"

"ಓ... ನೈಸ್ ಲಾ. ವೆರಿ ನೈಸ್"

ತುಸು ಸಮಾಧಾನವಾಯಿತು ನಿರಂಜನನಿಗೆ. ಡ್ರೈವರ ಸುಮಾರು ಮೂವತ್ತರ ಆಸುಪಾಸಿನವನಿರಬೇಕು. ಬಣ್ಣ, ಮಾತಿನ ಆಕ್ಸಂಟ್ ಗಮನಿಸಿದರೆ ಮಲೇಷಿಯನ್ ತಮಿಳ ಎಂಬುದು ಗೊತ್ತಾಗುತ್ತಿತ್ತು. ನೀನೆಲ್ಲಿಯವನು ಎಂದು ಪ್ರಶ್ನಿಸಬೇಕೆಂದುಕೊಂಡವನು, ಈ ದೇಶ–ಭಾಷೆಯ ಉಸಾಬರಿಯೇ ಬೇಡವೆಂದು, ಹೆಸರೇನೆಂದು ಕೇಳಿದ.

"ದುರೈ"

ಹೆಸರು ತಿಳಿದ ಮೇಲೆ ಮತ್ತೂ ಧೈರ್ಯ ಬಂತು ನಿರಂಜನನಿಗೆ.

"ಯು ಆಲ್ಸೊ ಫ್ರಮ್ ಇಂಡಿಯಾ?" ಕೇಳಿದ.

"ನೋ... ನೋ. ಆಯ್ ಆಮ್ ಮಲೇಷಿಯನ್"

"ಯಸ್ ಐ ನೋ. ಬಟ್ ಬೇಸಿಕಲಿ ಫ್ರಮ್ ಇಂಡಿಯಾ, ರೈಟ್?"

"ಮೇಬಿ ಲಾಂಗ್ ಲಾಂಗ್ ಬ್ಯಾಕ್. ಫೋರ್‌ಫಾದರ್ಸ್ ಕೇಮ್ ಫ್ರಾಮ್ ಇಂಡಿಯಾ. ಬಟ್ ಆಯ್ ಆಮ್ ಮಲೇಷಿಯನ್ ಸಿಟಿಜನ್."

ಅಲ್ಲಿಯ ಟ್ಯಾಕ್ಸಿ ಡ್ರೈವರುಗಳಿಗೆ ಪ್ರವಾಸಿಗರೊಂದಿಗೆ ಸಂವಹಿಸಲು ಅಗತ್ಯವಾದ ಇಂಗ್ಲೀಷ್ ಕಲಿಸುವ ಟ್ರೇನಿಂಗ್ ಸೆಂಟರುಗಳಿವೆ ಎಂಬುದನ್ನು ಬಲ್ಲ ನಿರಂಜನ. ಹಾಗೆ

ಸುಮಾರಾಗಿ ಇಂಗ್ಲೀಷ್ ಮಾತಾಡಬಲ್ಲನಾದರೂ ದುರೈ ತಮಿಳಿನಲ್ಲೇ ಮಾತುಕತೆ ಮುಂದುವರಿಸಿದ. ಆತನ ತಮಿಳು ಉಚ್ಚಾರಣೆ ಕೂಡಾ ವಿಭಿನ್ನವಾಗಿತ್ತು. ಅಲ್ಲಿಯ ಟ್ಯಾಕ್ಸಿ ಚಾಲಕರು ಹೊರಗಿನವರೊಂದಿಗೆ ಒಂದು ಅಂತರ ಕಾಯ್ದುಕೊಳ್ಳುವುದೇ ಹೆಚ್ಚು. ವ್ಯವಹಾರೇತರ ವಿಷಯವನ್ನೇನಾದರೂ ಮಾತನಾಡಿದರೆ ಉತ್ತರಿಸದೇ ಸುಮ್ಮನಿರುವವರು ಅಥವಾ ಸಿಡುಕುವವರನ್ನು ನೋಡಿದ್ದಾನೆ ನಿರಂಜನ. ಆದರೆ ದುರೈನ ನಡೆನುಡಿ ತೀರಾ ಭಿನ್ನವಾಗಿತ್ತು. ನೀನು ನಮ್ಮವನೇ ಎನ್ನುವ ಆತ್ಮೀಯತೆಯನ್ನು ಮಾತಲ್ಲಿ ತೋರುತ್ತಿದ್ದ. ನಿರಂಜನನಿಗೂ ಆತನೊಡನೆ ಮಾತಾಡಲು ನಿರಾಳವೆನಿಸಿತು.

"ಇಲ್ಲಿ ಟ್ರಾಫಿಕ್ ಜಾಮ್ ಆಗೋದೇ ಇಲ್ಲ ಅಲ್ವಾ?"

"ಆಗುತ್ತೆ ಸಾರ್. ಪೀಕ್ ಅವರ್‌ನಲ್ಲಿ ಸಿ.ಬಿ.ಡಿ ಏರಿಯಾಕ್ಕೆ ಹೋದ್ರೆ ಸಾಕಷ್ಟು ಜಾಮ್ ಇರುತ್ತೆ. ಇಂಡಿಯಾದಲ್ಲಿ ಸಿಕ್ಕಾಪಟ್ಟೆ ಟ್ರಾಫಿಕ್ ಅಲ್ವಾ ಸಾರ್?"

"ಯಪ್ಪಾ... ಅದನ್ನ ನೆನಸ್ಕೊಂಡ್ರೆ ಇಲ್ಲೂ ತಲೆ ಕೆಟ್ಟು ಹೋಗುತ್ತೆ ನಂಗೆ. ಟ್ರಾಫಿಕ್ ಜೊತೆ ಹಾಂಕಿಂಗ್ ಕೂಡಾ. ಅಬ್ಬಾ... ಅದೊಂದು ಆರ್ತನಾದ. ಇಲ್ಲೆಲ್ಲಾ ಮನ ಬಂದಹಾಗೇ ಹಾರ್ನ್ ಮಾಡೋಹಾಗೆ ಇಲ್ಲ ಅಲ್ವಾ?"

"ಹೌದು. ಅಗತ್ಯ ಇದ್ರಷ್ಟೇ ಹಾರ್ನ್ ಮಾಡ್ಬೇಕು. ಅಂದ್ಹಾಗೇ ಸರ್, ನೀವು ಚೆನ್ನೈಗೆ ಹೋಗಿದ್ದೀರಾ?"

"ಹೂಂ. ಸುಮಾರು ಸಲ ಹೋಗಿದೀನಿ. ಸಿಕ್ಕಾಪಟ್ಟೆ ಕಂಜಸ್ಟೆಡ್ ಊರು ಮಾರಾಯ. ಗಲೀಜು ಬೇರೆ"

"ನನಗೂ ಒಂದ್ಸಲಾ ಹೋಗ್ಬೇಕು ಸಾರ್. ನನಗೆ ಎರಡು ದೊಡ್ಡ ಆಸೆ ಇದೆ. ಜೀವನದಲ್ಲಿ ಒಮ್ಮೆಯಾದರೂ ಶಬರಿಮಲೈಗೆ ಹೋಗ್ಬೇಕು ಅನ್ನೋದು ಮೊದಲ್ನೇದು. ಮತ್ತೊಂದು, ಚೆನ್ನೈ ಥೇಟರಿನಲ್ಲಿ ಕುಳಿತು ಒಂದಾರೂ ರಜನೀ ಸಾರ್ ಸಿನೆಮಾ ನೋಡ್ಬೇಕು"

"ಹ..ಹ್ಹ..ಹ್ಹಾ. ಅಂದಹಾಗೇ ಇಲ್ಲಿಯೂ ರಜನಿ ಮೂವಿ ಬರುತ್ತಲ್ಲಾ?"

"ಹಾಂ, ಆದ್ರೆ ಅಲ್ಲಿ ನೋಡೋ ಮಜವೇ ಬೇರೆ ಅಲ್ವಾ? ಸರ್ ಇನ್ನೊಂದು ಕೇಳ್ಬೇಕಿತ್ತು; ಇಂಡಿಯಾದಲ್ಲಿ ಪೋಲೀಸರ ಜೊತೆನೂ ಜಗಳಾ ಆಡಬಹುದಂತೆ. ಅವರ ಮೇಲೂ ಕೇಸ್ ಹಾಕಿ ಕೋರ್ಟಿಗೆ ಎಳೀಬಹುದಂತೆ!"

"ನಮ್ ದೇಶದ ಪೋಲೀಸರ ಕಥೆ ಏನ್ ಕೇಳ್ತೀ ಮಾರಾಯ, ಬಿಟ್ ಹಾಕು. ಇಲ್ಲಿಯವರು ತುಂಬಾ ಸ್ಟ್ರಿಕ್ಟ್ ಅಲ್ವಾ?"

"ಹಾಂ... ಒಂಥರಾ ಸ್ಟ್ರಿಕ್ಟೇ. ಒಬ್ಬೊಬ್ಬರಿಗೆ ಒಂದೊಂದ್ ತರಾ. ಪೋಲೀಸರೆಲ್ಲಾ ಮಲಯೂಗಳೇ ಇಲ್ಲಿ. ಬೇರೆಯವರು ಆಗೋ ಹಾಗಿಲ್ಲ. ಅಂದಹಾಗೇ ಸರ್, ಇಂಡಿಯಾದಲ್ಲಿ ಶಾಲೆ ಮಕ್ಕಳಿಗೆ ಫ್ರೀ ಊಟಾ ಕೊಡ್ತಾರಂತೆ ಅಲ್ವಾ?".

ಹೀಗೇ ಮಾತಿನ ನಡುವೆ, "ನಿಮಗೇನಾದರೂ ಹೆಚ್ಚಿಗೆ ಟ್ಯಾಕ್ಸಿ ಬಿಲ್ ಬೇಕೆಂದರೆ ಹೇಳಿ, ಹಾಕಿಕೊಡುತ್ತೇನೆ" ಎಂದ ದುರೈ.

ಆಫೀಸು ಕೆಲಸದ ಮೇಲೆ ಪ್ರವಾಸಕ್ಕೆ ಬರುವವರು ವಾಸ್ತವವಾಗಿ ಆದ ಖರ್ಚು ವೆಚ್ಚಗಳಿಗಿಂತ ಹೆಚ್ಚಿನ ಬಿಲ್ ಹಾಕಿಸಿಕೊಂಡು ಹೋಗುವುದು ನಿರಂಜನನಿಗೆ ತಿಳಿಯದ ವಿಷಯವೇನಲ್ಲ. ಆದರೆ ಟ್ಯಾಕ್ಸಿ ಡ್ರೈವರನೊಬ್ಬ ನೇರವಾಗಿ ಈ ಆಫರ್ ನೀಡುತ್ತಾನೆ ಎಂಬುದನ್ನು ಊಹಿಸಿರಲಿಲ್ಲ.

"ಓಹ್... ಕಮಾನ್" ಎಂದು ಜೋರಾಗಿ ನಗುತ್ತ ದುರೈನ ಹೆಗಲನ್ನು ಮೆಲ್ಲಗೆ ತಟ್ಟಿದ ನಿರಂಜನ.

ದುರೈ ಇವನತ್ತ ತಿರುಗಿ ನೋಡಿ ಮುಗುಳ್ನಕ್ಕ.

ದುರೈ ಸಿಕ್ಕಿದ್ದು ನಿರಂಜನನಿಗೆ ಭಾರೀ ಒಳ್ಳೆಯದೆನಿಸಿತ್ತು. ಆತನೊಡನೆ ಮಾತನಾಡುತ್ತಾ ಮಲೇಷಿಯಾದ ವಿಷಯಗಳನ್ನೆಲ್ಲಾ ಸಂಗ್ರಹಿಸಬಹುದಿತ್ತು. ಹಾಗೆ ನೋಡಿದರೆ, ಟ್ಯಾಕ್ಸಿ ಡ್ರೈವರಗಳ ಬಗ್ಗೆ ಸದಾ ಒಂದು ಸಣ್ಣ ಸಂಶಯ ಇಟ್ಟೇ ಇರುವವ ಆತ. ಕೆಲವರು ತುಸು ಸಲಿಗೆ ಸಿಕ್ಕೊಡನೆ ತಮ್ಮ ಮನೆಯ ಸಮಸ್ಯೆಗಳನ್ನೂ, ಬಡತನವನ್ನೂ ಕರುಣಾಜನಕವಾಗಿ ವಿವರಿಸಿ ಗಿರಾಕಿಗಳ ಹತ್ತಿರ ಹಣ ಪೀಕಿಸಲು ಪ್ರಯತ್ನಿಸಬಹುದು ಎಂಬ ಗುಮಾನಿಯೂ ಅವುಗಳಲ್ಲಿ ಒಂದು. ಆದರೆ ದುರೈನ ನೋಡಿದರೆ ಆ ಥರದವನು ಅನ್ನಿಸುತ್ತಿರಲಿಲ್ಲ. ಒಂದೊಂದು ಜಾಗಕ್ಕೆ ಬೇರೆ ಬೇರೆ ಟ್ಯಾಕ್ಸಿಯಲ್ಲಿ ಹೋಗುವುದರ ಬದಲು; ಆ ದಿನದ ಅಷ್ಟೂ ತಿರುಗಾಟ, ಮರುದಿನ ಗೆಂಟಿಂಗ್ ಸುತ್ತಿಸಿ ವಾಪಸ್ ವಿಮಾನ ನಿಲ್ದಾಣಕ್ಕೆ ಡ್ರಾಪ್ ಮಾಡುವವರೆಗಿನ ಒಪ್ಪಂದ ಆತನೊಡನೇ ಮಾಡಿಕೊಳ್ಳುವ ವಿಚಾರ ಮಾಡಿದ ನಿರಂಜನ. ಹಾಗಾದಾಗ ಕಾರಿನ ಬಾಡಿಗೆ ಕೂಡಾ ಚೌಕಾಶಿ ಮಾಡಲು ಸಾಧ್ಯವಿತ್ತು. ನಿರಂಜನ ಅದರ ಪ್ರಸ್ತಾಪ ಮಾಡಿದಾಗ ದುರೈ ಖುಷಿಯಿಂದಲೇ ಒಪ್ಪಿಕೊಂಡ.

"ಆದರೆ ಒಂದು ಕಂಡೀಷನ್ನು. ನೀನು ನನಗೆ ಬೇಸಿಕ್ ಮಲಯ್ ಭಾಷೆಯ ಶಬ್ದಗಳನ್ನು ಹೇಳಿಕೊಡಬೇಕು"

"ಖಂಡಿತ ಸಾರ್"

ಅಕ್ವೇರಿಯಾ ನೋಡಿಬಂದು ಕಾರು ಹತ್ತಲು ಹಿಂದಿನ ಬಾಗಿಲು ತೆರೆಯಲು ಹೊರಟ ನಿರಂಜನನನ್ನು ತನ್ನ ಪಕ್ಕದ ಸೀಟಿನಲ್ಲೇ ಕೂರುವಂತೆ ಹೇಳಿದ ದುರೈ.

೪

ಈ ಬಾರಿಯಾದರೂ ಹೆಂಡತಿ ಮಗಳಿಗೆ ಏನಾದರೂ ಕೊಳ್ಳೋಣವೆಂದುಕೊಂಡಿದ್ದ ನಿರಂಜನ. ಮೊದಲ ಬಾರಿ ಮಲೇಷಿಯಾಕ್ಕೆ ಬಂದಾಗ ಬಣ್ಣ ಬಣ್ಣದ ಡಾಂಬರ್ ಗುಳಿಗೆಗಳನ್ನು ನೋಡಿ ಆಕರ್ಷಿತನಾಗಿ ಅದನ್ನೇ ಕೊಂಡೊಯ್ದಿದ್ದ. ನಿರಂಜನನಿಗೆ ಅದರ ವಾಸನೆ ಇಷ್ಟ ಎಂಬುದನ್ನು ಹೆಂಡತಿ ಸುಮತಿ ಬಲ್ಲವಳಾಗಿದ್ದರೂ, ವಿದೇಶದಿಂದ ಬರುವಾಗಲೂ ಅದೇ ತರುತ್ತಾನೆ ಎಂಬ ಕಲ್ಪನೆಯಿರಲಿಲ್ಲ. 'ಇದನ್ಯಾಕೆ ತಂದಿದ್ದೀಯಾ? ಇಂಡಿಯಾದಲ್ಲೇ ಸಿಗುತ್ತಲ್ಲ!' ಎಂದು ಆಕೆ ಅಚ್ಚರಿ ವ್ಯಕ್ತ ಪಡಿಸಿದಾಗ, 'ಇಲ್ಲಿ ಬಣ್ಣಬಣ್ಣದ ಗುಳಿಗೆಗಳೆಲ್ಲಿ ಸಿಗುತ್ತವೆ? ಇಲ್ಲಿ ಸಿಗುವುದು ಬರೀ ಬಿಳಿಯ ಬಣ್ಣದ್ದು' ಎಂದಿದ್ದ. 'ಬಣ್ಣದ್ದು ಇಲ್ಲೂ ಸಿಗುತ್ತೆ. ಹುಡುಕಬೇಕಷ್ಟೇ' ಅಂದಿದ್ದಳು ಆಕೆ.

ಎರಡನೇ ಬಾರಿ ಮಲೇಷಿಯಾದಿಂದ ವಾಪಸ್ ಬಂದವನ ಬ್ಯಾಗಿನಲ್ಲಿದ್ದ, ಜಿಂಕೆ ಗುರುತಿನ 'ಹ್ಯಾಪಿ ಡೀರ್' ಎಂದು ಬರೆದಿರುವ ಪ್ಯಾಕೆಟ್ ನೋಡಿ ಬಹಳೇ ಅಸಮಾಧಾನಗೊಂಡಿದ್ದಳು ಸುಮತಿ. ಚಂದನೆಯ ಪ್ಯಾಕೆಟ್ಟಿನಲ್ಲಿ, ಹೃದಯದ ಆಕಾರದಲ್ಲಿದ್ದ ವಿವಿಧ ಬಣ್ಣದ ಡಾಂಬರ್ ಗುಳಿಗೆಗಳಾಗಿದ್ದವು ಅವು.

"ಮತ್ತೆ ಇದನ್ನೇ ತಂದ್ಯಾ? ನೋಡಲು ಒಳ್ಳೆ ಚಾಕೋಲೇಟ್ ಥರಾ ಇದೆ"

"ನೋಡಲು ಚೆನ್ನಾಗಿದೆ ಅಂತಾನೇ ತಗೊಂಡಿದ್ದು. ಅದರ ಶೇಪ್ ಕೂಡಾ ಎಷ್ಟು ಕ್ಯೂಟಾಗಿದೆ ನೋಡು. ಐ ಕುಡ್ ನಾಟ್ ರೆಸಿಸ್ಟ್ ಬಯಿಂಗ್ ಇಟ್. ಇಂಥದ್ದು ಹುಡುಕಿದರೂ ಇಲ್ಲಿ ಸಿಗೊಲ್ಲ"

"ಒಂದು ವೇಳೆ ಚಾಕಲೆಟ್ ಅಂತಾ ತಿಳಿದು ಪುಟ್ಟಿಯೇನಾದರೂ ತಿಂದು ಬಿಟ್ಟಿದ್ದರೆ ಏನು ಮಾಡ್ತಿದ್ಯಾ?"

"ಅದೇಗಾಗುತ್ತೆ? ನಾಫ್ತಾಲಿನ್ ಬಾಲ್ಸ್ ಅಂತಾ ಬರೆದಿಲ್ವಾ ಅಲ್ಲೇ ಕೆಳಗೆ?"

"ಅದನ್ನೇನು ಅವಳಿಗೆ ಓದಲಾಗುತ್ತಾ? ಓದಿದರೂ ನಾಫ್ತಾಲಿನ್ ಬಾಲ್ಸ್ ಅಂದ್ರೆ ಏನೂಂತಾ ಅವಳಿಗೇನು ಗೊತ್ತು?"

"ಅವಳಿಗಲ್ಲವೇ ನಾನು ಓದಬಹುದೆಂದಿದ್ದು. ನಿನಗೆ ಹೇಳಿದ್ದು. ಯಾಕೆ, ನಿಮ್ಮಪ್ಪ ಅಕ್ಷರ ಕಲಿಸಿಲ್ವಾ ನಿಂಗೆ?"

ನಿರಂಜನ ಆ ದಿನ ಆಫೀಸಿನಿಂದ ಬರುವಷ್ಟರಲ್ಲಿ ಸುಮತಿ 'ಹ್ಯಾಪಿ ಡೀರ್' ಪ್ಯಾಕನ್ನು ಬಿಸಾಡಿಬಿಟ್ಟಿದ್ದಳು. ಅದಕ್ಕಾಗಿ ದೊಡ್ಡ ಜಗಳವೇ ಆಗಿತ್ತು ಅವರಿಬ್ಬರ ಮಧ್ಯೆ-

"ಬಿಸಾಡಬೇಕಿತ್ಯಾಕೆ, ಅಲ್ಲೆಲ್ಲಾದರೂ ಮೂಲೆಯಲ್ಲಿ ಎತ್ತಿಟ್ಟಿರಬಹುದಿತ್ತಲ್ಲ?"

"ಎತ್ತಿಟ್ಟು ಏನು ಮಾಡಲಿ? ಇವತ್ತಿನ ದಿನದಲ್ಲಿ ಈ ಡಾಂಬರ್ ಗುಳಿಗೆಗಳನ್ನು ಯಾರಾದರೂ ಎಲ್ಲಾದರೂ ಬಳಸುತ್ತಾರಾ?"

"ಯಾಕೆ ಬಳಸೊಲ್ಲ? ನಮ್ಮ ಆಫೀಸಿನ ಯುರಿನಲ್ಸಿನಲ್ಲಿ ಯಾವಾಗಲೂ ಹಾಕಿಟ್ಟಿರ್ತಾರೆ"

"ಥೂ. ಅದನ್ನೇ ಎತ್ತಿ, ನೀರಲ್ಲೊಮ್ಮೆ ತೊಳೆದು, ಕ್ರಿಸ್ಟಲ್ ಥರಾ ಇದೆ ಅನ್ನುತ್ತ ತಂದಿದ್ದರೂ ಇರಬಹುದು ನೀನು!"

ಇನ್ನೊಂದು ಬಾರಿ ಬಂದಿದ್ದಾಗ ಶಾಪಿಂಗಿಗೆ ಸಮಯವೇ ಇರಲಿಲ್ಲ. ಈ ಸಲ ಎರಡು ದಿನ ಹೆಚ್ಚುವರಿ ಬೇರೆ ಉಳಿದಿದ್ದಾನಾದ್ದರಿಂದ ಬಿಡುವಿರಲಿಲ್ಲ ಎನ್ನಲಾಗುವುದಿಲ್ಲ. 'ಚೈನಾ ಟೌನಿಗೆ' ಕರೆದುಕೊಂಡು ಹೋಗುವಂತೆ ದುರೈಗೆ ತಿಳಿಸಿದ.

೩

ಸುಮತಿಗೊಂದು ಬ್ಯಾಗು, ಪುಟ್ಟಿಗೊಂದು ಚೈನೀಸ್ ಡಾಲ್ ಕೊಂಡು; ಕಾರಿಗೆ ವಾಪಸ್ ಆಗಿ ಹೊರಡುವಾಗ ದುರೈನ ಹತ್ತಿರ ತನ್ನ ಶಾಪಿಂಗ್ ಅನುಭವ ಹೇಳಿಕೊಂಡ ನಿರಂಜನ. ಕೊಳ್ಳಲು ಒತ್ತಡ ಹೇರುವುದು, ಚೌಕಾಸಿಗೆ ಬಗ್ಗದಿರುವುದು ಇವೆಲ್ಲ ಇರಲಿ, ಕೊಳ್ಳದಿದ್ದರೆ ಅವಮಾನಿಸುವ ಅವರ ತಂತ್ರ ವಿಶಿಷ್ಟವೆನಿಸಿತ್ತು ಅವನಿಗೆ.

"ಒಂದು ಅಂಗಡಿಯವಳಂತೂ ನಾನು ಏನೂ ಕೊಳ್ಳದೇ ವಾಪಸ್ ಹೊರಟಾಗ, 'ಹೇ ಯೂ ಇಂಡಿಯನ್... ಪ್ರೂ ದ್ಯಾಟ್ ಯೂ ಆರ್ ಅ ಮ್ಯಾನ್' ಎಂದು ಹಿಂದಿನಿಂದ ಜೋರಾಗಿ ಕೂಗಿದ್ಳು ಮಾರಾಯಾ" ಎಂದ. "ಅವಳ ಅಂಗಡಿಯಲ್ಲಿ ಖರೀದಿಸಿ ನಾನು ಗಂಡಸೆಂದು ಸಾಬೀತು ಮಾಡಬೇಕಂತೆ!"

ಜೋರಾಗಿ ನಕ್ಕ ದುರೈ. "ತುಂಬಾ ಡೇಂಜರ್ ಸರ್ ಈ ಚೈನೀಸು. ಟೂರಿಸ್ಟುಗಳಿಗೆ ಅವರು ಹಾಗೇ ಮಾಡೋದು. ಇಲ್ಲಿ ಅಂತ ಅಲ್ಲ, ಇಡೀ ಮಲೇಷಿಯಾದಲ್ಲಿ ಅವರ ಪ್ರಾಬಲ್ಯ ಸಿಕ್ಕಾಪಟ್ಟೆ ಇದೆ. ಸಣ್ಣ ವ್ಯಾಪಾರದಿಂದ ಹಿಡಿದು ದೊಡ್ಡ ದೊಡ್ಡ ವ್ಯವಹಾರಗಳಲ್ಲೂ ಚೈನೀಸರನ್ನು ಮೀರಿಸುವವರಿಲ್ಲ. ಸರಕಾರದಲ್ಲೂ ಅವರು ಒಳ್ಳೊಳ್ಳೆ ಪೊಸೀಷನ್ನಿನಲ್ಲಿದ್ದಾರೆ."

ಬೆಳಿಗ್ಗೆ ಸಂದರ್ಶನ ಮಾಡಿದವನ ನೆನಪಾಯಿತು ನಿರಂಜನನಿಗೆ. "ಹೌದೌದು. ಸಿಕ್ಕಾಪಟ್ಟೆ ಶ್ರೂಡ್ ಜನ ಅವರು."

"ನಿಮ್ಮ ಇಂಡಿಯಾದಲ್ಲೂ ಇದಾರಾ ಸಾರ್ ಅವರು? ಜಗತ್ತಿನಲ್ಲಿ ಎಲ್ಲಾ ಕಡೇನೂ ತುಂಬ್ಕೊಂಡಿದಾರಂತೆ?"

"ನಮ್ಮಲ್ಲಿ ಚೈನೀಸ್ ಇಲ್ಲ. ಆದರೆ ನಾವು ಧರಿಸುವ ಅಂಡರ್‌ವೇರ್ ಕೂಡಾ ಚೈನೀಸ್ ಪ್ರಾಡಕ್ಟೇ"

"ವಸ್ತುಗಳು ಬಿಡಿ ಸಾರ್. ಆದರೆ ಚೈನಾದವರಿಗೆ ಎಂಟ್ರಿ ಕೊಟ್ಟಿಲ್ಲವಲ್ಲಾ ಅಲ್ಲಿ"

ಚೈನೀಸರ ವಸ್ತು ಬರುವುದಕ್ಕೂ ಹಾಗೂ ಅವರೇ ಖುದ್ದಾಗಿ ಬರುವುದಕ್ಕೂ ಇರುವ ವ್ಯತ್ಯಾಸ, ಅದರ ಸಾಧ್ಯತೆ ಬಾಧ್ಯತೆಗಳ ಬಗ್ಗೆ ಅವನೊಡನೆ ಚರ್ಚಿಸುವ ಮನಸ್ಸಿರಲಿಲ್ಲ ನಿರಂಜನನಿಗೆ.

"ಎಷ್ಟು ಪರ್ಸಂಟ್ ಚೈನೀಸ್ ಇದಾರೆ ಇಲ್ಲಿ?" ಎಂದು ಕೇಳುತ್ತ, ವಿಷಯಾಂತರ ಮಾಡಿದ.

"ಇಪ್ಪತ್ತೆರಡು–ಇಪ್ಪತ್ಮೂರು ಪರ್ಸಂಟ್ ಇದಾರೆ ಸರ್. ನಾವು ಇಂಡಿಯನ್ಸು ಏಳು ಪರ್ಸಂಟ್ ಇದೀವಿ. ಉಳಿದವರು ಮಲಯ್‌ಸು, ಹೆಚ್ಚುಕಮ್ಮಿ ಎಪ್ಪತ್ತು ಇದಾರೆ "

"ಇಂಡಿಯನ್ಸು, ಚೈನೀಸು ಎಲ್ಲರೂ ಮಲೇಷಿಯನ್ಸೇ ಅಲ್ವಾ?"

"ಹೌದು ಸಾರ್. ಎಲ್ಲರೂ ಮಲೇಷಿಯನ್ಸೇ. ಮಲೇಷಿಯನ್ ಇಂಡಿಯನ್, ಮಲೇಷಿಯನ್ ಚೈನೀಸ್.... ಹೀಗೆ. ಮಲಯ್ಸನ್ನ ಭೂಮಿಪುತ್ರಾಸ್ ಅಂತಾರೆ "

"ಮಲೇಷಿಯನ್ ಇಂಡಿಯನ್ಸ್ ಅಂದ್ರೆ ಪೂರಾ ತಮಿಳರೇನಾ?"

"ಹೂಂ..ಸರ್. ತೊಂಭತ್ತೈದು ಪರ್ಸಂಟ್ ತಮಿಳರೇ. ಉಳಿದಂತೆ ಬೆರಳೆಣಿಕೆಯಷ್ಟು ಪಂಜಾಬೀಸು, ಗುಜರಾತೀಸು ಇದಾರೆ"

"ಹೊರಗಿನವರು ಅಂತಾ ಯಾರೂ ಇಲ್ವಾ? ಸಾಕಷ್ಟು ವಿದೇಶಿಗರು ಕೆಲಸ ಮಾಡುತ್ತಿರಬೇಕಲ್ಲ ಇಲ್ಲಿ?"

"ಒಂದೆರಡು ಪರ್ಸಂಟ್ ಇರಬಹುದು ಸಾರ್. ಅದೂ ನಗರಗಳಲ್ಲಿ. ಅವರೆಲ್ಲ ಮಲೇಷಿಯನ್ ಸಿಟಿಜನ್ಸ್ ಅಲ್ಲ. ಎಕ್ಸ್ಪಾಟ್ಸ್ ಅಂತಾರಲ್ಲ... ಅವರುಗಳು"

ದುರೈ ಕರಾರುವಾಕ್ಕಾಗಿ ಉತ್ತರಿಸುತ್ತಿರುವುದು ಕಂಡು ಅಚ್ಚರಿಯಾಯಿತು ನಿರಂಜನನಿಗೆ.

"ಪರವಾಗಿಲ್ಲ. ಪಕ್ಕಾ ಲೆಕ್ಕ ಇಟ್ಟಿದೀಯಾ"

"ಇಲ್ಲಿ ಡ್ರೈವರುಗಳಿಗೆ ಈ ಮಾಹಿತಿ ಇರಲೇ ಬೇಕು ಸಾರ್. ಬಹಳಷ್ಟು ಟೂರಿಸ್ಟು ಇದೇ ಪ್ರಶ್ನೆ ಕೇಳ್ತಾರೆ"

ಸಂಜೆ ಏಳು ಗಂಟೆಗೇ ಕತ್ತಲಾಗಿತ್ತು. ರಸ್ತೆ ದೀಪಗಳೊಡನೆ, ವಾಹನದ ಹೆಡ್‌ಲೈಟುಗಳು ಪೈಪೋಟಿಗಿಳಿದಿದ್ದವು. ರಸ್ತೆ ಬದಿಯ ಅಂಗಡಿ, ಕಟ್ಟಡಗಳು, ಜಾಹೀರಾತು ಬೋರ್ಡುಗಳು ತಾವೇನು ಕಮ್ಮಿ ಎಂಬಂತೆ ನೂರಾರು ವರ್ಣಗಳ

ಬೆಳಕಿನಿಂದ ಜಗಮಗಿಸುತ್ತಿದ್ದವು. ಆ ಸೊಮ್ಮಿನ ಸೊಬಗನ್ನು ಸವಿಯುತ್ತ ನಿರಂಜನ ಮುದಗೊಂಡ. ಕೆಲ ಕಟ್ಟಡಗಳ ಎತ್ತರ ಅಂದಾಜಿಗೆ ಸಿಗದೇ ಕಿಟಕಿಯ ಗಾಜಿನ ಹತ್ತಿರ ಹೋಗಿ ಕತ್ತು ವಾಲಿಸಿ ಗೋಣೆತ್ತಿ ನೋಡುತ್ತಿದ್ದ. ದೂರದಲ್ಲಿರುವ ದೊಡ್ಡ ಫಲಕಗಳ ಬರಹ ಮಾತ್ರ ಸ್ಪಷ್ಟವಾಗಿ ಓದಲಾಗುತ್ತಿತ್ತು. ಹತ್ತಿರದ ಸಣ್ಣ ಬರಹಗಳು ಥಕ್ಕನೆ ಸರಿದು ಹೋಗುತ್ತಿದ್ದವು.

ನಡುವೆ ಒಂದು ಕಡೆ, ವಾಹನಗಳ ಉದ್ದದ ಸಾಲಿನ ತುದಿಯಲ್ಲಿ ಇವರ ಕಾರೂ ಹೋಗಿ ನಿಂತಿತು.

"ಇದೇನಿದು? ಮುಂದೆ ಯಾವುದಾದರೂ ಟೋಲ್ ಇದೆಯಾ ಅಥವಾ ಇಲ್ಲಿಯೂ ಟ್ರಾಫಿಕ್ ಜಾಮಾ?" ಆಶ್ಚರ್ಯದಿಂದ ಕೇಳಿದ ನಿರಂಜನ.

"ಈ ರಸ್ತೇಲಿ ಟೋಲ್ ಇಲ್ಲ. ಟ್ರಾಫಿಕ್ ಜಾಮ್ ಥರಾನೂ ಕಾಣ್ತಾ ಇಲ್ಲ. ಏನೋ ಚಕಿಂಗ್ ನಡೀತಾ ಇರಬೇಕು" ಅಂದ ದುರೈ, "ಶಿಟ್... ಶಿಟ್" ಅನ್ನುತ್ತಾ ಕೈ ಮುಷ್ಟಿ ಕಟ್ಟಿ ಸ್ಟಿಯರಿಂಗಿಗೆ ಗುದ್ದತೊಡಗಿದ.

"ಯಾಕೆ, ಅಂಥದ್ದೇನಾಯ್ತು? ತುಂಬಾ ಹೊತ್ತಾಗಬಹುದಾ?"

"ಹಾಗೇನೂ ಇಲ್ಲ. ಹತ್ತಿಪ್ಪತ್ ನಿಮಿಷ ಆಗ್ಬೋದು. ಆದ್ರೆ ಈ ಪೋಲೀಸ್ ಚಕಿಂಗ್ ಅಂದ್ರೆ ದೊಡ್ಡ ಕಿರಿಕಿರಿ"

"ಅದರಲ್ಲೇನು ಅಂತಾ ಕಿರಿಕಿರಿ? ನೀನೇನೂ ತಪ್ಪು ಮಾಡಿಲ್ಲಾ ತಾನೇ?"

"ನಾನೇನೂ ಮಾಡಿಲ್ಲ ಸಾರ್. ಆದ್ರೆ ನಿಮಗೆ ಗೊತ್ತಿಲ್ಲ. ಈ ಮಲೇಷಿಯನ್ ಪೋಲೀಸರೆಲ್ಲ ಮಲಯ್‌ಸು. ನಮ್ಮನ್ನ ನೋಡಿದ್ರೆ ಏನಾದ್ರೂ ಕಿರಿಕ್ ಮಾಡ್ತಾರೆ. ಸರಿ ಇಲ್ಲ ಇವರು"

ಕೈಯ್ಯಲ್ಲಿ ಟಾರ್ಚ್ ಹಿಡಿದಿದ್ದ ಪೋಲೀಸೊಬ್ಬ ಕಾರಿನ ಹತ್ತಿರ ಬರುತ್ತಿರುವಂತೆ ಕಿಟಕಿಯ ಗಾಜು ಇಳಿಸಿದ ದುರೈ.

ಪೋಲೀಸ ಮೊದಲು ದುರೈನ ಮುಖಕ್ಕೆ ಟಾರ್ಚನ್ನು ನೇರವಾಗಿ ಹಿಡಿದು, ಪಕ್ಕದಲ್ಲಿ ಕುಳಿತ ನಿರಂಜನನನ್ನೂ ಒಮ್ಮೆ ದುರುಗುಟ್ಟಿ ನೋಡಿದ. ನಂತರ ಕಾರಿನ ಒಳಗೆಲ್ಲಾ ಟಾರ್ಚನ್ನು ಆಡಿಸುತ್ತಾ,

"ಹೇ... ಇಟ್ಸ್ ಸೋ ಡಾರ್ಕ ಲಾ... ವ್ಹೆರ್ ಆರ್ ಯು ಬ್ರೋ? ಐ ಕಾಂಟ್ ಸೀ ಯು ಲಾ" ಅನ್ನುತ್ತ ಗಹಗಹಿಸಿ ನಕ್ಕ.

ದುರೈ ಟಾರ್ಚ್ ಬೆಳಕನ್ನು ಎದುರಿಸಲಾಗದೇ ಮುಚ್ಚಿದ ರೆಪ್ಪೆಯನ್ನು ತುಸುತುಸುವೇ ತೆರೆಯುತ್ತಾ, ಏನೂ ಪ್ರತಿಕ್ರಿಯಿಸದೆ ಸುಮ್ಮನಿದ್ದ. ನಿರಂಜನನಿಗೆ ಪೋಲೀಸ ಹಾಗೆ ಹೇಳಿದ್ಯಾಕೆ, ಆ ರೀತಿ ನಕ್ಕಿದ್ಯಾಕೆ ಎಂಬುದೊಂದೂ ಅರ್ಥವಾಗದೇ, ಪೆಚ್ಚುಪೆಚ್ಚಾಗಿ ನೋಡುತ್ತ ಕುಳಿತ.

ಪೋಲೀಸ ಹಾಗೂ ದುರ್ರೈ ನಡುವೆ ಮಲಯ್ ಭಾಷೆಯಲ್ಲಿ ಒಂದಿಷ್ಟು ಮಾತುಕತೆಗಳಾದವು. 'ಎಲ್ಲಿಗೆ ಹೋಗುತ್ತಿದ್ದಿ? ಜೊತೆಗಿರುವವರು ಯಾರು?' ಇತ್ಯಾದಿ ವಿಚಾರಣೆಗಳು ನಡೆದಿರಬಹುದು ಎಂದು ಊಹಿಸಬಹುದಿತ್ತು.

ನಂತರ– ಡಿಕ್ಕಿ ತೆಗೆಸಿ, ತಪಾಸಣೆ ಮಾಡಿ ಮುಂದಕ್ಕೆ ಹೋಗುವಂತೆ ಹೇಳಿದ ಪೋಲೀಸ.

೩

ಕಾರು ವೇಗ ಪಡೆದುಕೊಳ್ಳುತ್ತಿರುವಂತೆ, "ಏನಾಯ್ತು? ಏತಕ್ಕಂತೆ ವಿಚಾರಣೆ?" ಕೇಳಿದ ನಿರಂಜನ.

"ಹೀಗೇ ಯಾಕೋ. ಸುಮ್ಮನೆ" ತುಸು ಅನ್ಯಮನಸ್ಕನಾಗಿಯೇ ಉತ್ತರಿಸಿದ ದುರ್ರೈ.

"ಅಲ್ಲಾ. ಏನಾದರೂ ಕಾರಣ ಇರಬೇಕಲ್ಲ. ಏನು ಕೇಳಿದ ಆತ?"

"ಹೀಗೇ ಬಿಡಿ..." ದುರ್ರೈಗೆ ಮಾತನಾಡಲು ಇಷ್ಟವಿಲ್ಲ ಎನ್ನುವುದು ಉತ್ತರದ ಧಾಟಿಯಲ್ಲೇ ತಿಳಿಯುತ್ತಿತ್ತು.

ನಿರಂಜನ ಉಳಿದುಕೊಳ್ಳುವ ಜಾಗವಿದ್ದದ್ದು ನಗರದಿಂದ ತುಸು ಹೊರಗೆ. ಯಾವುದೋ ಒಳದಾರಿಯಲ್ಲಿ ದುರ್ರೈ ಕರೆದುಕೊಂಡು ಹೋಗುತ್ತಿರಬೇಕು. ಅಲ್ಲಲ್ಲಿ ಬೀದಿ ದೀಪಗಳು, ನಡುನಡುವೆ ಕಂಡು ಮರೆಯಾಗುವ ರಸ್ತೆ ಬದಿಯ ಕಟ್ಟಡದ ಬೆಳಕು ಬಿಟ್ಟರೆ ಅಕ್ಕಪಕ್ಕ ಕತ್ತಲು. ಕಾರಿನ ಡ್ಯಾಶ್ ಬೋರ್ಡಿನ ಮೂಲೆಯಲ್ಲಿ ಅಂಟಿಸಿದ್ದ ಗೊಂಬೆ ಪುಟಿಯುವಾಗೆಲ್ಲ ಸಣ್ಣಗೆ 'ಚಿರ್..ಚಿರ್..' ಸದ್ದು ಮಾಡುತ್ತಿತ್ತು.

ನಿರಂಜನನನ್ನು ಡ್ರಾಪ್ ಮಾಡಿ, ಬೆಳಿಗ್ಗೆ ಏಳಕ್ಕೇ ರೆಡಿಯಾಗಿರುವಂತೆ ತಿಳಿಸಿದ ದುರ್ರೈ. 'ಕಾರಿನ ಬಾಡಿಗೆ ಎಲ್ಲಾ ಒಟ್ಟಿಗೇ ಸೇರಿಸಿ ನಾಳೆಯೇ ಚುಕ್ತಾ ಮಾಡಲಾ?' ಎಂದು ಕೇಳಿದ್ದಕ್ಕೆ 'ನಾಳೆ ಕೊಡಿ ಪರವಾಗಿಲ್ಲ' ಎನ್ನುತ್ತ ಹೊರಟೇ ಬಿಟ್ಟ. ನಿರಂಜನನೇ ತಡೆದು ನಿಲ್ಲಿಸಿ, ಯಾವುದಕ್ಕೂ ಇರಲಿ ಎಂದು ಅವನ ಫೋನ್ ನಂಬರ್ ಪಡೆದುಕೊಂಡ.

5

ಕಂಪನಿಯ ಕೆಲಸವಿರುವ ಎರಡೂ ದಿನ, ಆಫೀಸಿನವರು ಕಾಯ್ದಿರಿಸಿದ ಹೋಟೇಲಿನಲ್ಲೇ ತಂಗಿದ್ದ ನಿರಂಜನ. ಇದು ಅವನ ವೈಯಕ್ತಿಕ ರಜೆಯಾದ್ದರಿಂದ, 'ಏರ್‌ಬಿಎನ್‌ಬಿ.ಕಾಮ್' ಮುಖಾಂತರ ಬೇರೆಯದೇ ರೂಮು ಬುಕ್ಕು ಮಾಡಿಕೊಂಡಿದ್ದ. ಹೋಮ್‌ಸ್ಟೇ ರೀತಿಯದ್ದು. ನಗರದಿಂದ ಹೊರಗಿದ್ದುದಕ್ಕೇ ಇರಬೇಕು, ರಾತ್ರಿಯ ಊಟ ಬೆಳಗಿನ ತಿಂಡಿ ಎರಡೂ ಸೇರಿ ತುಂಬಾ ಕಡಿಮೆ ಬೆಲೆಗೆ ಸಿಕ್ಕಿತ್ತು.

ಕಂಪೌಂಡಿನ ಒಳಗಿರುವ ವಿಶಾಲ ಇಂಡಿಪೆಂಡೆಂಟ್ ಮನೆ. ಮನೆ ಅನ್ನುವುದಕ್ಕಿಂತ ವಿಲ್ಲಾ ಅನ್ನಬಹುದೇನೋ. ಎದುರಿಗೆ ಸಣ್ಣ ಹುಲ್ಲುಹಾಸು, ಹೂವಿನ ಗಿಡಗಳು. ಕತ್ತಲೆಯಾದ್ದರಿಂದ ಸುತ್ತಲಿನ ಪರಿಸರ ಹೆಚ್ಚಾಗಿ ಕಾಣಿಸಲಿಲ್ಲ. ಅದರ ಮಾಲೀಕ ಕಣ್ಣದಾಸನ್ ಈತ ಬರುತ್ತಲೇ ಖುದ್ದಾಗಿ ಎದುರುಗೊಂಡು ಪರಿಚಯ ಮಾಡಿಕೊಂಡ. ಸಾಕಷ್ಟು ದೊಡ್ಡದಾದ ಸುಸಜ್ಜಿತ ಲಿವಿಂಗ್ ರೂಮು ಹೊಕ್ಕ ಕೂಡಲೇ ಐಷಾರಾಮಿ ಅನ್ನಿಸುವಂತಿತ್ತು. ಅಲ್ಲಿಂದಲೇ ಈತನ ಕೋಣೆಯ ಬಾಗಿಲಿತ್ತು. ಹೆಚ್ಚಿನ ಬಾರಿ ಫೋಟೋದಲ್ಲಿ ನೋಡಿ ಕಲ್ಪಿಸಿಕೊಂಡಿದ್ದ ರೂಮನ್ನು ಎದುರು ನೋಡಿದಾಗ ನಿರಾಶೆಯಾಗುತ್ತದೆ. ಹಾಗಾಗದೇ, ಕೋಣೆ ಚೆನ್ನಾಗಿಯೇ ಇದೆ ಅನ್ನಿಸಿತು ನಿರಂಜನನಿಗೆ. ಕೋಣೆಗಿಂತ ಹೆಚ್ಚಾಗಿ ಮನೆ ನೋಡಿ ಪ್ರಭಾವಿತನಾಗಿದ್ದ ಆತ.

"ಇದು ನಿಮ್ಮದೇ ಸ್ವಂತ ಮನೇನಾ?"

"ನೋ ನೋ. ನಾನೆಲ್ಲಿಂದ ಮನೆ ಖರೀದಿಸಲಿ ಇಲ್ಲಿ. ಕಂಪನಿಯವರು ಕೊಟ್ಟಿರೋದು" ಉತ್ತರಿಸಿದ ಕಣ್ಣದಾಸನ್.

ಹಾಗೇ ಮುಂದುವರಿದು ಮಾತನಾಡುತ್ತ ತನ್ನ ಬಗ್ಗೆ ಸುಮಾರು ಸಂಗತಿಗಳನ್ನು ಹೇಳಿದ– ಆತ ಮಧುರೈಯವನು. ಮಲೇಷಿಯಾದ ಖ್ಯಾತ ತೈಲೋತ್ಪಾದನಾ

ಕಂಪನಿಯೊಂದರಲ್ಲಿ ಕೆಲಸ ಮಾಡುತ್ತಾನೆ. ಆರು ವರ್ಷದಿಂದ ಅಲ್ಲಿದ್ದಾನೆ. ಹೆಂಡತಿ, ಹತ್ತನೇ ಕ್ಲಾಸು ಓದುತ್ತಿರುವ ಮಗ ಜೊತೆಯಲ್ಲೇ ಇದ್ದಾರೆ. ಮನೆಗೆಲಸದ ಜೊತೆ ಮತ್ತೇನಾದರೂ ಮಾಡುತ್ತಲಿರುವುದು ಆತನ ಹೆಂಡತಿಗೆ ಯಾವತ್ತಿನ ರೂಢಿ. ಮನೆಯ ಒಂದು ರೂಮನ್ನು 'ಏರ್‌ಬಿಎನ್‌ಬಿ'ಯಲ್ಲಿ ರಜಿಸ್ಟರ್ ಮಾಡಿಸಿಕೊಂಡು ಬಾಡಿಗೆಗೆ ಕೊಡುವ ಪ್ಲಾನ್ ಆಕೆಯದೇ. ಊಟ ತಿಂಡಿ, ನಿರ್ವಹಣೆ ಎಲ್ಲ ನೋಡಿಕೊಳ್ತಾಳೆ. ಅದರಲ್ಲಿ ಭಾರೀ ಆಸಕ್ತಿ ಆಕೆಗೆ.

'ನಾನು ಇಲ್ಲಿಗೆ ಶಿಫ್ಟ್ ಆದರೂ ಇಂಥದೇ ಮನೆ ಸಿಗಬಹುದೇ? ಇರಲಿಕ್ಕಿಲ್ಲ. ಈತ ಸುಮಾರು ದೊಡ್ಡ ಹುದ್ದೆಯಲ್ಲೇ ಇದ್ದಾನೆಂದು ಕಾಣುತ್ತದೆ, ಅದೂ ಆಯಿಲ್‌ಫೀಲ್ಡ್ ಕಂಪನಿ ಬೇರೆ' ಎಂಬ ಆಲೋಚನೆ ನಿರಂಜನನ ತಲೆಯಲ್ಲಿ ಸುಳಿದು ಹೋಯಿತು. ಸಾಕ್ಸ್ ಕಳಚದ ಕಾಲನ್ನು ಮಂಚದ ಮೇಲೆ ನೀಡಿಕೊಂಡು, ಬೆನ್ನನ್ನು ತಲೆದಿಂಬಿಗೆ ಆನಿಸಿ, ಕಣ್ಣದಾಸನ್‌ನೊಡನೆಯ ಸಂಭಾಷಣೆ ಮುಂದುವರಿಸಿದ.

"ನಾನೂ ಊಹಿಸಿದ್ದೆ. ನೀವು ಭಾರತೀಯರೇ ಅಂತಾ. ಆದರೆ ಇಲ್ಲಿಯ ಲೋಕಲ್ ಮಲೇಷಿಯನ್ ಇಂಡಿಯನ್ನೂ ಇದ್ದಾರಲ್ಲ..."

"ಅದೂ ನಿಜ. ಆದರೆ ಅವರ ಆಕ್ಸಂಟ್ ಕೇಳಿದ ಕೂಡಲೇ ಗೊತ್ತಾಗಿಬಿಡುತ್ತಲ್ಲ? ದೇ ಆಲ್ಸೊ ಸ್ಪೀಕ್ ಡಿಫರಂಟ್ ತಮಿಳ್. ಮೇಲ್ನೋಟಕ್ಕೆ ಒಂದೇ ಥರ ಕಾಣಿಸಿದರೂ ಸೂಕ್ಷ್ಮವಾಗಿ ನೋಡಿದರೆ ಗೊತ್ತಾಗುತ್ತೆ. ನೀವೂ ಬೇಕಾದರೆ ಗಮನಿಸಿ ನೋಡಿ ಮಲೇಷಿಯನ್ ತಮಿಳರ ಮುಖದ ಸ್ಟ್ರಕ್ಚರೇ ಬೇರೆ ಥರಾ ಇರುತ್ತೆ"

ಇಬ್ಬರೂ ಮಾತನಾಡುತ್ತಿರುವಾಗಲೇ ಹೆಂಗಸೊಬ್ಬಳು, ತೆಗೆದಿದ್ದ ಬಾಗಿಲನ್ನೇ 'ಟಕ್ ಟಕ್' ಬಡಿದು 'ಬರಲಾ?' ಎಂದು ಕೇಳಿ, ಅನುಮತಿಗೆ ಕಾಯದೇ ಒಳ ಬಂದಳು. ಆಕೆ 'ಬರಲಾ?' ಎಂದ ನಾಟಕೀಯ ಶೈಲಿಯಲ್ಲಿ ಸಲುಗೆ ಗೋಚರಿಸುತ್ತಿತ್ತು.

"ನಾನು ಕಣ್ಣದಾಸನ್ ಹೆಂಡತಿ, ಹೆಸರು ರೇವತಿ" ಎಂದು ಪರಿಚಯ ಮಾಡಿಕೊಂಡಳು. "ಊಟ ತಯಾರಿದೆ. ನೀವು ಎಂಟು ಗಂಟೆಗೆ ಚೆಕ್-ಇನ್ ಅಂತಾ ವೆಬ್‌ಸೈಟಿನಲ್ಲಿ ತಿಳಿಸಿದ್ರಲ್ವಾ, ಅದಕ್ಕೇ ಸ್ವಲ್ಪ ತಡವಾಗಿಯೇ ಅಡುಗೆ ಶುರು ಮಾಡಿದ್ದೆ. ಈಗ ಬಿಸಿ ಬಿಸಿಯಾಗಿದೆ. ನೀವು ಫ್ರೆಷ್ ಆಗಿ. ರೆಡಿಯಾದ ಕೂಡಲೇ ಅಲ್ಲೊಂದು ಬೆಲ್ ಇದೆ ನೋಡಿ, ಅದನ್ನು ಒತ್ತಿ. ಊಟ ತಂದುಕೊಡುತ್ತೇನೆ" ಎನ್ನುತ್ತಾ ಹೆಡ್‌ಬೋರ್ಡಿನ ಪಕ್ಕದಲ್ಲಿರುವ ಸ್ವಿಚ್ ತೋರಿಸಿದಳು. ಆಕೆ ಮಾತನಾಡುವ ಇಂಗ್ಲೀಷಿನಲ್ಲಿ ತಮಿಳಿನ ಧಾಳತೆ ಎದ್ದು ಕಾಣುತ್ತಿತ್ತು.

ಕಣ್ಣದಾಸನ್ ಕೋಣೆಯ ಸವಲತ್ತನ್ನೆಲ್ಲಾ ಒಮ್ಮೆ ವಿವರಿಸಿದ. ಅಟ್ಯಾಚ್ಡ್ ಟಾಯ್ಲೆಟ್ಟು, ಟೀವಿ ಏಸಿ ರಿಮೋಟು, ಮಿನಿ ಫ್ರಿಜ್ಜು, ನೀರಿನ ಬಾಟಲ್ಲು, ಚೀಟಿಯಲ್ಲಿ ಬರೆದಿಟ್ಟಿರುವ ವೈಫೈ ಪಾಸ್ವರ್ಡು... ಇತ್ಯಾದಿ.

"ಬೇಕಾದರೆ ನೀವು ನಮ್ಮ ಜೊತೇಲೇ ಊಟ ಮಾಡಬಹುದು. ಡೈನಿಂಗ್ ಹಾಲಿನಲ್ಲಿ. ಅಲ್ಲೇ ಫ್ರೆಷ್ ಆಗಿ ಬಡಿಸಿಕೊಂಡು, ಮಾತಾಡ್ತಾ ಉಣ್ಣಬಹುದು. ಡೋಂಟ್ ಹೆಸಿಟೇಟ್ ಟು ಫೀಲ್ ಹೋಮ್ಲಿ. ನಿಮಗೆ ಬೇಡಾ ಅಂದರೆ ಇಲ್ಲೇ ಕೋಣೆಗೇ ತಂದು ಕೊಡುತ್ತೇವೆ" ಅಂದ.

೩

ಕಣ್ಣದಾಸನ್ ಅತ್ತ ಹೋಗುತ್ತಲೇ- ಮೊದಲು ವೈಫೈ ಆನ್ ಮಾಡಿ, ಕೈಲಿ ಮೊಬೈಲು ಹಿಡಿದುಕೊಂಡೇ ಟಾಯ್ಲೆಟ್ಟಿಗೆ ಹೋಗಿ, ಸುತ್ತಲೂ ಕಣ್ಣಾಡಿಸಿದ ನಿರಂಜನ. ಸೋಪು, ಶಾಂಪೂ, ಕಂಡೀಷನರುಗಳೆಲ್ಲಾ ಇವೆಯೋ ಎಂದು ನೋಡಿದ. ಈ ಅಭ್ಯಾಸ ಅವನಿಗೆ ಯಾವತ್ತಿನಿಂದಲೂ ಇದೆ. ಹೊಟೇಲಿನ ಟಾಯ್ಲೆಟ್ಟಿನಲ್ಲಿಟ್ಟಿರುವ ಸಣ್ಣ ಸೋಪು, ಶಾಂಪೂ, ಹಲ್ಲುಜ್ಜುವ ಬ್ರಷ್ಷು, ಪೇಸ್ಟು ಎಲ್ಲವನ್ನೂ ಹೊರಡುವಾಗ ತೆಗೆದುಕೊಂಡು ಹೋಗುತ್ತಾನೆ. ಫ್ರೆಷ್ನರ್ ಇದ್ದರಂತೂ ಮತ್ತೂ ಖುಷಿ. ಟಾಯ್ಲೆಟ್ ಪೇಪರ್ ರೋಲನ್ನೂ ಬಿಡುವವನಲ್ಲ. ಮೂರ್ನಾಲ್ಕು ದಿನ ಹೊರಗಿದ್ದು ಬಂದನೆಂದರೆ ಮನೆಯ ಕಪಾಟಿನಲ್ಲಿ ಇಂಥ ವಸ್ತುಗಳ ಸಂಗ್ರಹವಾಗಿರುತ್ತಿತ್ತು. ಹೀಗೊಮ್ಮೆ- ಅವನ ಮಗಳು ಈತ ಎಲ್ಲಿಂದಲೋ ತಂದಿಟ್ಟಿದ್ದ ಬ್ರಷ್ಷಿನಲ್ಲಿ ಹಲ್ಲುಜ್ಜಿ, ಅದರ ಬ್ರಿಸಲ್ಸ್‌ಗಳೆಲ್ಲಾ ಕಿತ್ತು ಬಂದು, ಬಾಯಿಯಲ್ಲಿಯ ಪೇಸ್ಟ್ ನೊರೆಯೊಡನೆ ಬೆರೆತು, ಗಂಟಲಿಗೂ ಸಿಕ್ಕಿ, ಆಕೆ 'ವ್ಯಾಕ್ ವ್ಯಾಕ್' ಎಂದು ಕಾರಿ ರಂಪಾಟ ಮಾಡಿದ್ದಳು. ಕೋಪಗೊಂಡ ಸುಮತಿ ಸಂಗ್ರಹದಲ್ಲಿದ್ದ ಬ್ರಷ್ಷು ಬಾಚಣಿಕೆಗಳನ್ನೆಲ್ಲಾ ಕೆಲಸದವಳಿಗೆ ಕೊಟ್ಟುಬಿಟ್ಟಿದ್ದಳು. ಅದು ಗೊತ್ತಾಗಿ ನಿರಂಜನ ದೊಡ್ಡ ಗಲಾಟೆ ಮಾಡಿದ್ದ. 'ಇವೆಲ್ಲಾ ಎರಡು ಮೂರು ಸಲ ಮಾತ್ರ ಬಳಸುವಂಥವು. ಒಂದು ವಾರದಿಂದ ಹಾಕಿ ತಿಕ್ಕಿದರೆ ಮತ್ತೇನಾಗುತ್ತೆ?' ಎಂದು ಆತ. 'ಆಹಾ... ಹಾಗೇ ಆ ಶಾಂಪೂನೂ ತಲೆಗೆ ಹಾಕಿ ಕೂದಲೆಲ್ಲಾ ಉದುರಿ ಹೋದರೆ ಏನು ಮಾಡೊದು?' ಅಂತ ಆಕೆ. 'ಎಲ್ಲಾದರೂ ಎಂದಾದರೂ ಇವು ಉಪಯೋಗಕ್ಕೆ ಬರುತ್ತೆ. ನಿನಗೇನು ಗೊತ್ತು?' ಎಂದು ಹೆಂಡತಿಯನ್ನು ಮೂದಲಿಸುತ್ತ, ಕೆಲಸದವಳ ಹತ್ತಿರ ಅವನ್ನೆಲ್ಲ ವಾಪಸ್ ತರಿಸುವಂತೆ ತಾಕೀತು ಮಾಡಿದ್ದ ಈತ. 'ಅಪ್ಪಾ ದೊರೆ...' ಎನ್ನುತ್ತ ಎರಡೂ ಹಸ್ತ ರಪ್ಪನೆ ಬಡಿದು ಕೈಯೆತ್ತಿ ನಮಸ್ಕರಿಸಿದ್ದಳು ಸುಮತಿ.

ಕಣ್ಣದಾಸನ್ ಮನೆಯಲ್ಲಿ- ಹೊಟೇಲುಗಳಲ್ಲಿರುವಂತೆಯೆ, ಹೆಸರು ಮುದ್ರಿಸಿದ ಆಕರ್ಷಕ ಪುಟ್ಟ ಸೀಸೆಗಳಲ್ಲದಿದ್ದರೂ; 'ತೆಗೆದಿಟ್ಟುಕೊಳ್ಳಲೇನೂ ತೊಂದರೆ ಇಲ್ಲ' ಅನ್ನಿಸುವಂಥ ಶ್ಯಾಂಪೂ ಪ್ಯಾಕೆಟ್ಟು, ಸೋಪಿನ ಪೊಟ್ಟಣಗಳಿದ್ದವು.

ಇತ್ತ ಫೇಸ್‌ಬುಕ್ಕಿನಲ್ಲಿ, ಇವನ 'ಗಾಂಧಿಯಿಂದಾದ ಲಾಭ' ಪೋಸ್ಟಿಗೆ ವಿವಿಧ ಬಗೆಯ ಕಮೆಂಟುಗಳು ಬಂದಿದ್ದವು. 'ನೀನೇ ಪುಣ್ಯವಂತ. ನಾನಿನ್ನೂ ಲಾಭಕ್ಕಾಗಿ ಬಾಯ್ತೆರೆದು ಕುಳಿತಿರುವೆ' ಅಂತಾ ಒಬ್ಬ ಹೇಳಿದ್ದರೆ, 'ಇದು ನೀನು ಹೆಮ್ಮೆ ಪಡಬೇಕಾದ ವಿಷಯ' ಎಂದು ಇನ್ನೊಬ್ಬ. ಇನ್ನೊಂದೆಡೆ ಯಾರದೋ ಹೇಳಿಕೆಯ ಮೇಲೆ ನಾಲ್ಕು ಜನ ಸೇರಿ ಜಗಳಾಡಿ, ಕಮೆಂಟುಗಳ ಸಂಖ್ಯೆ ಐವತ್ತು ದಾಟಿತ್ತು.

ಕುಡಿಯಲು ನೀರು ಬಿಸಿ ಮಾಡಬೇಕಿತ್ತು. ಎಲೆಕ್ಟ್ರಿಕ್ ಕೆಟಲ್ಲಿನ ಮುಚ್ಚಳ ತೆರೆದು ಮೂತಿ ಇಣುಕಿಸಿ ಮೂಸಿ ನೋಡಿದ. ಯಾರ್‍ಯಾರು ಏನೇನೆಲ್ಲಾ ಅದರಲ್ಲಿ ಕುದಿಸುತ್ತಾರೆಂಬುದನ್ನು ಹೇಳಲಾಗುವುದಿಲ್ಲ. ಹಿಂದೊಮ್ಮೆ ತಂಗಿದ್ದ ಹೊಟೇಲಿನಲ್ಲಿ ಇವನೇ, ಸಾಕ್ಸು ಸಿಕ್ಕಾಪಟ್ಟೆ ವಾಸನೆಯಾಗಿದೆಯೆಂದು ಕೆಟಲ್ಲಲ್ಲಿ ಹಾಕಿ ಕುದಿಸಿದ್ದ. ಸಾಕ್ಸೇನೋ ಓಕೆ, ಇನ್ಯಾರಾದರೂ ಅಂಡರ್‌ವೇರನ್ನೇ ಕುದಿಸಿರಬಾರದು ಯಾಕೆ? ಹೀಗಾಗಿ ನೀರು ಸುರಿಯುವ ಮುನ್ನ ಕೆಟಲ್ಲನ್ನು ಎಚ್ಚರಿಕೆಯಿಂದ ಪರೀಕ್ಷಿಸುತ್ತಾನಾತ. ಇದು ಸ್ವಚ್ಛವಿತ್ತು.

ಉಗುರು ಬೆಚ್ಚಗಿನ ನೀರನ್ನು ನಿಧಾನ ಕುಡಿಯುತ್ತ, ಫೇಸ್‌ಬುಕ್ಕಿನ ಪೋಸ್ಟು ಕಮೆಂಟುಗಳನ್ನು ಓದತೊಡಗಿದ.

ಕಾರ್ಪೆಟ್ ಹಾಸಿದ ನೆಲ. ಕಂದು ಬಣ್ಣದ ಲೆದರ್ ಸೋಫಾ. ಟೀಪಾಯಿಯ ಮೇಲೆ ಒಂದೆರಡು ತಮಿಳು ಪುಸ್ತಕ. ದೊಡ್ಡ ಫ್ಲಾಟ್ ಟೀವಿ. ಪಕ್ಕದಲ್ಲಿ ಕಮಲ್ ಹಾಸನ್‌ನ ಯಾವುದೋ ಸಿನೆಮಾದ ಡಿವಿಡಿ. ಮಲೇಷಿಯಾದ ಮನೆ ಎಂದು ಹೇಳಬಹುದಾದ ವಿಶೇಷಕ್ಕಾಗಿ ನಿರಂಜನನ ಕಣ್ಣು ತಡಕಾಡಿತು. ಗೋಡೆಯ ಮೇಲಿನ ತೈಲಚಿತ್ರವೊಂದು ಗಮನ ಸೆಳೆಯಿತು. ನೆಲದಿಂದ ತುಸು ಎತ್ತರಕ್ಕಿರುವ ಗುಡಿಸಲು, ಅಕ್ಕ ಪಕ್ಕದಲ್ಲಿ ತೆಂಗಿನ ಮರಗಳು, ಕೋನ್ ಶೇಪ್ ಮಸಾಲೆ ದೋಸೆಯನ್ನು ತಲೆ ಮೇಲೆ ಇಟ್ಟುಕೊಂಡಂತೆ ಕಾಣುವ ಟೋಪಿ ಧರಿಸಿ ಹೊಲದಲ್ಲಿ ಕೆಲಸ ಮಾಡುತ್ತಿರುವ ಹೆಂಗಸರು. ಈ ವರ್ಣಚಿತ್ರದಲ್ಲಿ ಮಲೇಷಿಯನ್ ಪ್ರೆಸೆನ್ಸ್ ಇದೆ ಅನ್ನಿಸಿತು. ಅದರ ಪಕ್ಕದಲ್ಲೇ ಬಂಗಾರದ ಬಣ್ಣದ ಚೌಕಟ್ಟಿನ ಒಂದು ಸುಬ್ರಹ್ಮಣ್ಯನ ಫೋಟೋ. ಉಳಿದಂತೆ, ಡೈನಿಂಗ್ ಟೇಬಲ್ಲಿನ ಮೇಲೆ ಇಳಿ ಬಿಟ್ಟಿದ್ದ ವೃತ್ತಾಕಾರದ ಎಲ್‌ಇಡಿ ದೀಪ ಆಕರ್ಷಕವಾಗಿತ್ತು. ಪಾರದರ್ಶಕ ಗಾಜಿನ ಟಾಪ್ ಹೊಂದಿದ್ದ

ಟೇಬಲ್ಲಿನ ಅಡಿಭಾಗದ ಸಂದುಗಳಲ್ಲಿ ಅಲ್ಲಲ್ಲಿ ಕಸ ಸಿಕ್ಕಿಕೊಂಡಿತ್ತು. ಊಟವನ್ನು ಆಗಲೇ ಜೋಡಿಸಿಟ್ಟಿದ್ದಳು ರೇವತಿ.

ಮೂವರೂ ಒಟ್ಟಿಗೇ ಕುಳಿತರು. ಊಟ ಮಾಡುತ್ತಲೇ, ನಿರಂಜನ ತನ್ನ ವಿಷಯವನ್ನೆಲ್ಲ ಹೇಳಿದ. ಕಂಪನಿಯ ಕೆಲಸ, ನೌಕರಿ ಹುಡುಕುವ ಸಲುವಾಗಿ ಎರಡು ದಿನ ರಜೆ ತೆಗೆದುಕೊಂಡಿದ್ದು ಇತ್ಯಾದಿ. ಈ ನಡುವೆ, ಅಡುಗೆ ಹೇಗಾಗಿದೆ ಎಂಬುದಾಗಿ ಕೇಳಿದಳು ರೇವತಿ.

ಚಪಾತಿ. ಎರಡು ಬಗೆ ಪಲ್ಯ. ಅನ್ನ ಸಾಂಬಾರು, ರಸಂ ನೋಡುತ್ತಲೇ, 'ಮಲೇಷಿಯಾಕ್ಕೆ ಬಂದರೂ ಅದೇ ಊಟ ತಿನ್ನಬೇಕಾಗಿ ಬಂತಲ್ಲ' ಎಂದು ಮನದಲ್ಲೇ ಕೊರಗಿಕೊಂಡಿದ್ದ ನಿರಂಜನ.

"ಊಟವೇನೋ ಚೆನ್ನಾಗಿದೆ. ಆದರೆ ಸೌತ್ ಇಂಡಿಯನ್ನೇ ಮಾಡಿದ್ದೀರಲ್ಲ. ನಾನು ಮಲೇಷಿಯನ್ ಸ್ಟೈಲಿನದು ಒಂದಾದ್ರೂ ಇರುತ್ತೇನೋ ಅಂದ್ಕೊಂಡಿದ್ದೆ" ಅಂದ.

"ಓ..ಹೌದೇ? ನೀವು ಬುಕ್ ಮಾಡುವಾಗ, ಅಡ್ರೆಸ್ಸು ಬೆಂಗಳೂರು ಅಂತಾ ಕೊಟ್ಟಿದ್ರಲ್ವಾ, ಅದಕ್ಕೇ ನೀವು ಸೌಥ್ ಫುಡ್ ಪ್ರಿಫರ್ ಮಾಡ್ಬಹುದು ಅಂದ್ಕೊಂಡೆ"

"ಇಟ್ಸ್ ಓಕೆ. ಒಟ್ನಲ್ಲಿ ಮಲೇಷಿಯಾಕ್ಕೆ ಬಂದು 'ಏಟುಬಿ'ನಲ್ಲಿ ಉಂಡಾಂಗಾಯ್ತು ಅಷ್ಟೇ.

"ಓಹ್... ಆಯಾಮ್ ರಿಯಲಿ ಸಾರಿ. ಇಲ್ಲಿಯದೇ ಟಿಪಿಕಲ್ ಸ್ಟೈಲ್ ಅಂತಾ ಏನೂ ಇಲ್ಲ. ರೋಟಿ, ನೂಡಲ್ಸು ಹೀಗೇ ಎಲ್ಲವನ್ನೂ ತಿಂತಾರೆ. ಸ್ವಲ್ಪ ಪಾಪ್ಯುಲರ್ ಬ್ರೆಕ್‌ಫಾಸ್ಟ್ ಅಂದ್ರೆ– ಪಂದನ್ ಅನ್ನೋ ಎಲೆ ಸಿಗುತ್ತೆ; ಅದರಲ್ಲಿ ಬೇಯಿಸಿದ ಅನ್ನ, ಜೊತೆಗೆ ಏನಾದ್ರೂ ಕರಿ, ಹಸಿ ತರಕಾರಿ, ಜೊತೆಗೆ ಮೊಟ್ಟೆನೋ ಚಿಕನ್ನೋ ತಿನ್ನೋದು. ನಾಸೀ ಲೆಮಕ್ ಅಂತಾರೆ ಅದನ್ನ"

"ಪಂದನ್ ಲೀವ್ಸ್ ಜೊತೆ ತೆಂಗಿನ ಹಾಲನ್ನೂ ಹಾಕಿ ಬೇಯಿಸ್ತಾರಲ್ವಾ?" ಕೇಳಿದ ಕಣ್ಣದಾಸನ್, ಮುಖ್ಯವಾದುದನ್ನು ರೇವತಿ ಹೇಳಲಿಲ್ಲ ಅನ್ನುವ ಧಾಟಿಯಲ್ಲಿ.

"ಯಸ್... ದ್ಯಾಟ್ ಮೇಕ್ಸಿಟ್ ಅಥೆಂಟಿಕ್. ಅದನ್ನೇ ಮಾಡ್ತೀನಿ ಬೇಕಂದ್ರೆ"

"ಆಯ್ ಆಮ್ ಫೈನ್" ಅಂದ ನಿರಂಜನ.

"ಓಕೆ... ಅವರದೇ ಟೇಸ್ಟ್ ಬರುತ್ತೋ ಇಲ್ವೋ ಆದ್ರೆ ಟ್ರೈ ಮಾಡ್ತೀನಿ. ಪಂದನ್ ಲೀಫು ನನ್ನ ಮಗ ಮತಿ ಹತ್ರ ಹೇಳಿ ತರಸ್ತೀನಿ"

ಕಣ್ಣದಾಸನ್ ಪುನಃ ವಿಷಯಕ್ಕೆ ಬರುತ್ತಾ–

"ನಿಮ್ಮ ಕೆಲಸ ತುಂಬಾ ಇಂಟರೆಸ್ಟಿಂಗ್ ಆಗಿದೆ. ಮಲೇಷಿಯಾದಲ್ಲೇನು ಬಿಸಿನೆಸ್ಸು ನಿಮ್ಮ ಕಂಪನಿಯದು?"

"ಭೂಮಿಯ ಅಡಿಯ ಸ್ಕ್ಯಾನಿಂಗ್ ಮಾಡೋ ಕೆಲಸದ ಜೊತೆ ಆ ಯಂತ್ರಗಳನ್ನೂ ಮಾರ್ತೀವಿ ನಾವು. ಹಾಗೆ ಪೂರೈಕೆ ಮಾಡಿದ ಯಂತ್ರಗಳಿಗೆ ಒಂದು ವರ್ಷದ ಉಚಿತ ಸರ್ವೀಸ್ ಇರುತ್ತೆ. ಮಲೇಷಿಯಾದಲ್ಲಿ ನಮ್ಮ ಸಾಕಷ್ಟು ಕಸ್ಟಮರ್ ಇದಾರೆ. ಹೀಗಾಗಿ ಬರಬೇಕಾಗುತ್ತೆ"

"ವಿಚಿತ್ರ ಅನ್ಸುತ್ತೆ. ಭೂಮಿ ಒಳಗಿನ ಸರ್ವೇಗೆ ಇಷ್ಟೊಂದು ಡಿಮಾಂಡ್ ಇರೋದು"

"ಓಹ್... ನಿಮಗೆ ಗೊತ್ತಿಲ್ಲ. ಈ ದಿನಗಳಲ್ಲಿ ಭೂಮಿ ಮೇಲಿನ ಸರ್ವೇಗಿಂತ ಭೂಮಿ ಅಡಿಯ ಸರ್ವೇಗೇ ಹೆಚ್ಚು ಬೇಡಿಕೆ ಇರೋದು. ದೊಡ್ಡ ದೊಡ್ಡ ನಗರಗಳಲ್ಲಿ ಭೂಮಿಯ ಕೆಳಗೆ ಅದೆಷ್ಟು ಟ್ರಾಫಿಕ್ ಜಾಮ್ ಇದೆ ಗೊತ್ತಾ?

"ಟ್ರಾಫಿಕ್ ಜಾಮಾ?"

"ಟ್ರಾಫಿಕ್ ಅಂದ್ರೆ ವಾಹನಗಳದ್ದಲ್ಲ. ಎಲೆಕ್ಟ್ರಿಕ್ ಕೇಬಲ್ಲು, ಗ್ಯಾಸ್ ಲೈನು, ಓಎಫ್ಸಿ... ಅಬ್ಬಾ, ಕೇಳಬೇಡಿ. ನೂರಾರಿವೆ. ಮೊದಲೆಲ್ಲ ಇವು ಎರಡು ಮೂರು ಮೀಟರ್ ಕೆಳಗೆ ಇರುತ್ತಿದ್ವು, ಈಗ ಹೊಸ ಟೆಕ್ನಾಲಜಿ ಬಳಸಿ ಹತ್ತು ಹದಿನೈದು ಮೀಟರ್ ಕೆಳಗೂ ಹಾಕ್ತಾರೆ. ಅವುಗಳನ್ನು ಕಂಡುಹಿಡಿಯೋದೇ ದೊಡ್ಡ ಚಾಲೆಂಜು"

"ಈ ನಿಮ್ಮ ಯಂತ್ರ ಅದನ್ನೆಲ್ಲಾ ಡಿಟೆಕ್ಟ್ ಮಾಡುತ್ತಾ?"

"ಅಲ್ಲೇ ಇರೋದು ನಿಜವಾದ ಸ್ಕಿಲ್ಲು. ಈ ಯಂತ್ರದಿಂದ ಕಂಪ್ಯೂಟರಿಗೆ ಮಾಹಿತಿ ರವಾನೆ ಆಗುತ್ತೆ. ಆದರೆ ಆ ಮಾಹಿತಿಯನ್ನ ಇಂಟರ್‌ಪ್ರಿಟ್ ಮಾಡಿ, ಇದು ಇಂಥದ್ದೇ ಅಂತಾ ಹೇಳೋದಿದೆಯಲ್ಲ; ಅದು ಎಲ್ಲರಿಗೂ ಬರೊಲ್ಲ. ನನಗೆ ಅದರಲ್ಲಿ ಅನುಭವ ಇದೆ. ನಾನೊಂಥರಾ ಎಕ್ಸ್‌ಪರ್ಟ್ ಅದರಲ್ಲಿ"

"ಓಹ್... ಹಾಗಾ?"

"ಉದಾಹರಣೆಗೆ – ಈ ಏರ್‌ಪೋರ್ಟುಗಳಲ್ಲಿ ಬ್ಯಾಗುಗಳ ಸ್ಕ್ಯಾನ್ ಆಗೋದು ಕಂಪ್ಯೂಟರ್ ಪರದೆಯಲ್ಲಿ ಕಾಣ್ತಾ ಇರುತ್ತೆ ನೋಡಿ. ನಮಗಾದರೆ ಆ ಚಿತ್ರಗಳೆಲ್ಲಾ ಒಂದೇ ತರದ್ದು ಅನ್ಸುತ್ತೆ. ಆದರೆ ಅದೇ ಚಿತ್ರ ನೋಡಿ ಬ್ಯಾಗಿನ ಒಳಗೆ ಏನಿದೆ ಅಂತಾ ಸೆಕ್ಯೂರಿಟಿಯವರು ಕಂಡು ಹಿಡೀತಾರಲ್ವಾ? ಅದಕ್ಕೆ ವಿಶೇಷ ಪರಿಣಿತಿ ಬೇಕು. ಅದೇ ರೀತಿ ಇದೂ ಕೂಡಾ"

"ವೋವ್... ನೀವು ಒಂಥರಾ ಭೂಗರ್ಭದ ಒಳಗೇನಿದೆ ಅಂತಾ ಹೇಳೋ ಪಂಡಿತ ಅನ್ನಿ"

"ಮಜಾ ಇದೆ ನಿಮ್ಮ ಕೆಲಸ. ಕಣ್ಣಿಗೆ ಕಾಣದ್ದನ್ನ ಹುಡುಕೋದು" ಎನ್ನುತ್ತ ನಡುವೆ ಮಾತು ಸೇರಿಸಿದಳು ರೇವತಿ.

ರೇವತಿಯೂ ತನ್ನ ಮಾತನ್ನು ಆಸಕ್ತಿಯಿಂದ ಕೇಳುತ್ತಿದ್ದಾಳೆ ಎಂಬುದು

ಅರಿವಿಗೆ ಬರುತ್ತಿರುವಂತೆ ನಿರಂಜನನ ಆಂಗಿಕ ಭಾಷೆ, ಮಾತುಗಳೆಲ್ಲ ಥಟ್ಟನೊಂದು ಬದಲಾವಣೆಯನ್ನು ಕಂಡುಕೊಂಡವು.

"ಹೂಂ...ಹಾಗೇ ಅಲ್ವೇ? ಕಾಣದಿರೋದನ್ನೆ ಅರಸೋದಲ್ವೆ ಎಲ್ರೂ..." ರೇವತಿಯ ಮಾತಿಗೆ ಜತೆಗೂಡಿಸಿದ ಆತ.

"ಹೀಗೆ ಎಕರೆಗಟ್ಟಲೇ ಜಾಗಾನೇ ಸ್ಕ್ಯಾನಿಂಗ್ ಮಾಡಿದ್ರೂ ಅದರಡಿಯಲ್ಲಿ ಏನೂ ಇಲ್ಲದೇ ಇರಬಹುದಲ್ಲವೇ?"

"ಇದೆ ಅಂತಾ ನಂಬಿರೋದೇ ಹುಡುಕುವುದರ ಮೂಲ ಅಲ್ಲವೇ?" ಆಕೆಯನ್ನು ಇಂಪ್ರೆಸ್ ಮಾಡಲೆಂದೇ ದೊಡ್ಡ ಸ್ಟೇಟ್ಮೆಂಟ್ ನೀಡುವ ರೀತಿಯಲ್ಲಿ ಮಾತನಾಡಿದ್ದ ನಿರಂಜನ. ತನ್ನ ಈ ಡೈಲಾಗ್ ಬಗ್ಗೆ ಒಳಗೊಳಗೇ ಹೆಮ್ಮೆಯೆನಿಸಿತು. ರೇವತಿಯಿಂದ ಈಗ ಯಾವ ರೀತಿಯ ಪ್ರತಿಕ್ರಿಯೆ ಬರಬಹುದು ಎಂಬ ಆತನ ನಿರೀಕ್ಷೆಗೆ ಭಂಗ ತರುತ್ತಾ,

"ಇದೊಂಥರಾ ನಿಧಿ ಇದೆ ಅಂತಾ ಹುಡುಕ್ತಾರಲ್ಲ; ಹಾಗಾಯ್ತು" ಎನ್ನುತ್ತಾ ನಕ್ಕ ಕಣ್ಣದಾಸನ್.

ರೇವತಿಯೂ "ಹ... ಹ್ಹಾ... ಹೌದು" ಎಂದು ತಲೆದೂಗುತ್ತ, "ಬೈದವೇ, ನಿಮ್ಮ ಯಂತ್ರದಿಂದ ನಿಧಿ ಹುಡುಕೋಕ್ಕಾಗೊಲ್ವಾ? ಆಯ್ ಆಮ್ ಸೀರಿಯಸ್ಲಿ ಆಸ್ಕಿಂಗ್ ದಿಸ್" ಎನ್ನುವ ಪ್ರಶ್ನೆ ತೂರಿ ಬಿಟ್ಟಳು.

ನಿಧಿ ಎನ್ನುವ ಶಬ್ದ ಕೇಳಿದ ಕೂಡಲೇ, ನಾಲ್ಕೈದು ವರ್ಷದ ಹಳೆಯ ಘಟನೆಯೊಂದು ನೆನಪಾಗಿ ಜೋರಾಗಿ ನಗತೊಡಗಿದ ನಿರಂಜನ.

6

"ಈ ಕೂಡಲೇ ಇಲ್ಲಿಗೆ ಬರಬೇಕು ನೀನು. ರಾತ್ರಿ ಬಸ್ಸು ಹತ್ತು. ತುಂಬಾ ಮುಖ್ಯವಾದ ಸಂಗತಿಯೊಂದಿದೆ. ಫೋನಿನಲ್ಲೆಲ್ಲಾ ಹೇಳಲಾಗುವುದಿಲ್ಲ. ಗುಟ್ಟಿನ ವಿಷಯ"

ಹೀಗೊಂದು ದಿನ ಅನಿರೀಕ್ಷಿತವಾಗಿ ಲಕ್ಷ್ಮೀಪತಿ ಗೋಕರ್ಣದಿಂದ ಫೋನ್ ಮಾಡಿದಾಗ ಇಲ್ಲ ಎನ್ನಲಾಗಲಿಲ್ಲ ನಿರಂಜನನಿಗೆ. ಅವರು ನಿರಂಜನನ ಹತ್ತಿರದ ಸಂಬಂಧಿ. ವಯಸ್ಸು ಅರವತ್ತಾಗಿರಬಹುದು. ಇರುವ ಇಬ್ಬರು ಹೆಣ್ಣುಮಕ್ಕಳು ಮದುವೆಯಾಗಿ ನಗರ ಸೇರಿದ್ದಾಗಿದೆ. ಗಂಡು ಮಕ್ಕಳ ಮೇಲೆ ವ್ಯಾಮೋಹವುಳ್ಳ ಅವರಿಗೆ ನಿರಂಜನನೆಂದರೆ ಪ್ರೀತಿ, ಅಭಿಮಾನ. ಗೋಕರ್ಣ ಬಸ್ ನಿಲ್ದಾಣದ ಎದುರೇ ಐಸ್‌ಕ್ರೀಮ್ ಅಂಗಡಿ, ಅದರ ಮೇಲೇ ಏಳೆಂಟು ಕೋಣೆಗಳಿರುವ ಲಾಡ್ಜ್ ಇದೆ ಅವರದು.

ಏನಿರಬಹುದು ಸಂಗತಿ ಎಂದು ಆತಂಕ, ಕುತೂಹಲದಿಂದ ಹೋಗಿ ನೋಡಿದರೆ– ಅಘೋರಿಯ ವೇಷ ಭೂಷಣದ ವ್ಯಕ್ತಿಯೊಬ್ಬ ಕುಳಿತಿದ್ದಾನೆ ಅವರ ಮನೆಯಲ್ಲಿ. ಆತನನ್ನು ಅಲ್ಲಿಗೆ ಕರೆತಂದಿದ್ದವ ಕ್ಯಾಪತಿ. ಈ ಕ್ಯಾಪತಿಯ ಅಸಲಿ ಹೆಸರು ಶ್ರೀಪತಿ. ಒಂದಾನೊಂದು ಕಾಲದಲ್ಲಿ ಕ್ಯಾಸೆಟ್ ಅಂಗಡಿ ಇಟ್ಟುಕೊಂಡಿದ್ದ ಆತ ಕ್ಯಾಸೆಟ್ ಶ್ರೀಪತಿ ಎಂದು ಕರೆಯಲ್ಪಟ್ಟು, ಅದೂ ಉದ್ದವೆನಿಸಿ ಜನರ ಬಾಯಲ್ಲಿ ಕ್ಯಾಪತಿಯಾಗಿದ್ದ. ಕ್ಯಾಸೆಟ್ ಅಂಗಡಿ ಎಂದೋ ಮುಚ್ಚಿ ಹೋಗಿದ್ದರೂ, ಹೆಸರು ಖಾಯಂ ಆಗಿ ಉಳಿದಿತ್ತು. ಈಗ ಹರಿದ್ವಾರ, ಕಾಶಿ, ರಾಮೇಶ್ವರ ಎಂದೆಲ್ಲಾ ಅಡ್ಡಾಡುತ್ತ ಟ್ರೇಡಿಂಗ್ ಬಿಸಿನೆಸ್ ಮಾಡುತ್ತಾನೆ. ಐಸ್‌ಕ್ರೀಂ ಅಂಗಡಿಯ ಜೊತೆ ಪ್ರವಾಸಿಗರಿಗೆ ಗುಟ್ಟಾಗಿ ಗಾಂಜಾ ಪೂರೈಕೆ ಮಾಡುವ ವ್ಯವಹಾರವನ್ನೂ ಹೊಂದಿದ್ದ ಲಕ್ಷ್ಮೀಪತಿಗೆ

ಅವರ ಗಾಂಜಾ ನೆಟ್‌ವರ್ಕಿನ ಮುಖೇನ ಈ ಕ್ಯಾಪತಿಯ ಪರಿಚಯವಾಗಿದೆ. ಅವನ ಮೂಲಕ ಈ ಅಘೋರಿ. ಅಘೋರಿಯನ್ನು ಹರಿದ್ವಾರದಿಂದ ಕರೆತಂದಿರುವುದಾಗಿ ಹೇಳುತ್ತಾನೆ ಕ್ಯಾಪತಿ. ಅಘೋರಿಗೆ ಯಾವುದೇ ಭಾಷೆ ಬಾರದು. ಕೇವಲ ಸನ್ನೆಗಳಲ್ಲೇ ಸಂವಹಿಸುತ್ತಾನೆ.

ವಿಷಯ ಏನಂದ್ರೆ– ಆ ಅಘೋರಿಗೆ ನಿಧಿ ಎಲ್ಲಿದೆ ಅಂತಾ ಹೇಳುವ ಕಲೆ ಒಲಿದಿದೆ. ಅವನ ಪ್ರಕಾರ ಆಂಧ್ರಪ್ರದೇಶದ ಗಡಿ ಭಾಗದ ಬಯಲು ಸೀಮೆಯಲ್ಲೊಂದುಕಡೆ ಅಪಾರವಾದ ನಿಧಿ ಭೂಮಿಯಲ್ಲಿದೆ. ಅಘೋರಿಯ ಜೊತೆ ಹೋಗಿ ನಿಧಿಯನ್ನು ಹುಡುಕಿ ತೆಗೆದು ಕ್ಯಾಪತಿ ಹಾಗೂ ಲಕ್ಷ್ಮೀಪತಿ ಅರ್ಧರ್ಧ ಹಂಚಿಕೊಳ್ಳುವುದು ಯೋಜನೆ. 'ಅಘೋರಿಗೆ ನಿಧಿಯಲ್ಲೇನೂ ಆಸಕ್ತಿಯಿಲ್ಲ. ಹುಡುಕಿಕೊಟ್ಟಿದ್ದಕ್ಕೆ ಒಂದಿಷ್ಟು ಗಾಂಜಾ ಕೊಟ್ಟರಾಯಿತು' ಎಂದಿದ್ದಾನೆ ಕ್ಯಾಪತಿ.

ಲಕ್ಷ್ಮೀಪತಿ ನಿರಂಜನನನ್ನು ಕರೆಸಿದ್ದಕ್ಕೆ ಕಾರಣವಿದೆ. ಕ್ಯಾಪತಿಯ ಹತ್ತಿರ ಒಂದು ಯಂತ್ರವಿದೆ. ಅದು ನಿಧಿ ಸಂಶೋಧನಾ ಯಂತ್ರವಂತೆ. ಅಘೋರಿ ಜಾಗವನ್ನೇನೋ ತೋರಿಸುತ್ತಾನೆ, ಸಂಶಯವಿಲ್ಲ. ಅಘೋರಿ ತೋರಿದ ಜಾಗವನ್ನೇ ಈ ಯಂತ್ರವೂ ತೋರಿಸಿದರೆ ಅಲ್ಲೇ ನಿಧಿ ಇರುವುದು ಪಕ್ಕಾ ಆಗುತ್ತದೆ. ಆ ಯಂತ್ರದ ಖರೀದಿಗೆ ಲಕ್ಷ್ಮೀಪತಿ ಮೂರೂವರೆ ಲಕ್ಷ ಕೊಟ್ಟಿದ್ದಾರೆ. ಲೆಕ್ಕದ ಪ್ರಕಾರ ಕ್ಯಾಪತಿಯೂ ಯಂತ್ರದ ಅರ್ಧ ಹಣ ಕೊಡಬೇಕು. ಆದರೆ ಅವನ ಹತ್ತಿರ ಸದ್ಯಕ್ಕೆ ಹಣವಿಲ್ಲ. ಹೇಗೂ ನಿಧಿ ಸಿಗುತ್ತದಲ್ಲ. ಸಿಕ್ಕ ಮೇಲೆ ಯಂತ್ರದ ವೆಚ್ಚವನ್ನು ಇಬ್ಬರೂ ಹಂಚಿಕೊಂಡರಾಯಿತು ಎನ್ನುವ ಒಪ್ಪಂದ. ನಿಧಿಯ ಮುಂದೆ ಆ ಮೊತ್ತ ನಗಣ್ಯ ಕೂಡಾ. ನಿರಂಜನ ಈ ಭೂಮಿಯ ಕೆಳಗಿನ ಸರ್ವೇ ಮಾಡುವ ಕ್ಷೇತ್ರದಲ್ಲಿದ್ದಾನೆ ಎಂಬುದು ಲಕ್ಷ್ಮೀಪತಿಗೆ ಗೊತ್ತು. ಜೊತೆಯಿದ್ದರೆ ಯಾವುದಕ್ಕೂ ಅನುಕೂಲ ಎಂಬುದು ಅವರ ಅಭಿಪ್ರಾಯ.

ಸಣ್ಣ ಟ್ರಂಕಿನ ಸೈಝಿನ ಪ್ಲಾಸ್ಟಿಕ್ ಡಬ್ಬ ಅದು. ಮೇಲೆ ಒಂದಿಷ್ಟು ಬಟನ್ನಿನಂಥಾ ದೀಪಗಳು, ವಾಯರು, ಬಿರಡೆ ಎಲ್ಲವೂ ಇತ್ತು. ಆ ಡಬ್ಬದ ಯಂತ್ರ ನೋಡುತ್ತಲೇ, ಇದರಲ್ಲೆಲ್ಲಾ ನಿಧಿ ಹುಡುಕಲಾಗುವುದಿಲ್ಲ ಎಂಬುದಾಗಿ ಹೇಳಿದ ನಿರಂಜನ. ಯಂತ್ರದ ಮೇಲೆ ನಾವು ನಂಬಿಕೆಯನ್ನೇ ಇಟ್ಟಿಲ್ಲ, ಅದು ಸುಮ್ಮನೇ ಹೆಚ್ಚುವರಿ ಪರಿಶೀಲನೆಗಾಗಿ ಅನ್ನುವುದು ಪತಿದ್ವಯರ ವಾದ. ಭೂಗರ್ಭದಲಿರುವ ಚಿನ್ನದ ಅದಿರನ್ನು ಹುಡುಕುವವರೂ ಇಂಥಾ ಯಂತ್ರಗಳನ್ನೆಲ್ಲ ಬಳಸುವುದಿಲ್ಲ. ಅದಕ್ಕೆ ಬೇರೆಯದೇ ಟೆಕ್ನಾಲಜಿಯಿದೆ ಎಂದು ತಿಳಿ ಹೇಳಿದರೂ ಅವರಾರಿಗೂ ಮನವರಿಕೆಯಾಗಲಿಲ್ಲ.

ನಿರಂಜನನನ್ನೂ ಸೇರಿಸಿಕೊಂಡು ಇಬ್ಬರು ಕೂಲಿ ಆಳುಗಳ ಜೊತೆ, ಒಂದು ಇನ್ನೊವಾದಲ್ಲಿ ಆಂಧ್ರದ ಗಡಿಗೆ ಹೊರಡುವ ಎಲ್ಲಾ ತಯಾರಿಯನ್ನು ಅವರು ಈಗಾಗಲೇ ಮಾಡಿಟ್ಟುಕೊಂಡಿದ್ದರು. ಕ್ಯಾಪತಿಗೆ ನಿರಂಜನ ಅವರೊಡನೆ ಬರುವುದು

ಇಷ್ಟವಿರಲಿಲ್ಲ. 'ನಿಮಗ್ಯಾಕೆ ತೊಂದರೆ?' 'ಸುಮ್ಮನೇ ಆಫೀಸಿಗೇಕೆ ರಜೆ ಹಾಕ್ತೀರಿ?' ಎಂದೆಲ್ಲಾ ಹೇಳುತ್ತ ನಿರಂಜನನ ಹಿಂದೆಯೇ ಸುತ್ತುತ್ತಿದ್ದ. 'ಹೀಗೆ ಇಂಥ ಕೆಲಸಕ್ಕೆಲ್ಲಾ ಜಾಸ್ತಿ ಜನ ಹೋಗಬಾರದು, ಅದಕ್ಕೇ ಹೇಳಿದೆ. ಮತ್ತೇನೂ ಅಲ್ಲ' 'ನಿಮಗೂ ಬೇಕಾದರೆ ನಿಧಿಯ ಪರ್ಸಂಟೇಜ್ ಕೊಡುವ. ಬೆಂಗಳೂರಿಗೇ ತಲುಪಿಸುವ' ಎಂಬ ವರಸೆಯನ್ನೆಲ್ಲಾ ಉಪಯೋಗಿಸಿದ. ಆದರೆ ಲಕ್ಷ್ಮೀಪತಿಗೆ ನಿರಂಜನ ಜೊತೆಗೆ ಬರಲೇಬೇಕೆಂದಿತ್ತು. ಆತನ ಭೂಗರ್ಭ ಜ್ಞಾನದ ಮೇಲೆ ವಿಶ್ವಾಸ ಹಾಗೂ ಜೊತೆಗಿದ್ದರೆ ಒಂದು ಧೈರ್ಯ. ನಿನಗೂ ಪರ್ಸಂಟೇಜ್ ಕೊಡುತ್ತೇನೆ. ಬರಲೇ ಬೇಕು ಎಂದು ಅವರೂ ಒತ್ತಾಯಿಸಿದರು. ನಿರಂಜನನಿಗೂ ಇವರೇನು ಮಾಡುತ್ತಾರೆ ಎಂದು ನೋಡುವ ಕುತೂಹಲ.

ಕ್ಯಾಪತಿಯದೇ ಎಲ್ಲಾ ಜವಾಬ್ದಾರಿ. ಬೆಳಿಗ್ಗೆಯೇ ಗೋಕರ್ಣದಿಂದ ಹೊರಟು ಹನ್ನೆರಡು ತಾಸಿನ ದಾರಿ ಕ್ರಮಿಸಿ ಆಂಧ್ರದ ಅದ್ಯಾವುದೋ ಜಾಗ ತಲುಪಿದರು. ಆಗಲೇ ಕತ್ತಲಾಗಿತ್ತು. ನಂತರ ಮತ್ತರ್ಧ ತಾಸು ಬರೀ ಕುರುಚಲು ಗಿಡ ಅಲ್ಲಲ್ಲಿ ಸಣ್ಣ ಒಣಮರಗಳಿರುವ ಬಯಲಲ್ಲಿ ಧಡಕಿ ಹೊಡೆಯುತ್ತ ಗಾಡಿ ಓಡಿಸಿ ಒಂದೆಡೆ ನಿಂತರು. ನಿಧಿ ಶೋಧಕ್ಕೆ ಎಲ್ಲಾ ತಯಾರಿ ಮಾಡಿಕೊಂಡೇ ಬಂದಿದ್ದರು ಅವರು. ಗ್ಯಾಸ್ ದೀಪ ಉರಿಯಿತು. ಕ್ಯಾಪತಿ ಒಂದು ಆಯಕಟ್ಟಿನ ಜಾಗ ಆಯ್ದು, ಅಲ್ಲಿ ದೊಡ್ಡ ಜಮಖಾನ ಹಾಸಿದ. 'ಮೊದಲು ಪ್ರಸಾದದ ತಯಾರಿ ಆಗಲಿ' ಎಂದ. ಮಡಚಿ ರಬ್ಬರ್ ಬ್ಯಾಂಡ್ ಕಟ್ಟಿದ್ದ ಪ್ಲಾಸ್ಟಿಕ್ ಕವರೊಂದರಿಂದ ಬೊಗಸೆಯಷ್ಟು ಹಸಿರು ಬಣ್ಣದ ಒಣ ಸೊಪ್ಪಿನ ಪುಡಿಯನ್ನು ತೆಗೆದು ಪಾತ್ರೆಯಲ್ಲಿ ಹಾಕಿ, ನೀರು ಬೆರೆಸಿ ಕುದಿಯಲು ಇಡಲಾಯಿತು. ಸ್ಟೋ ಮೇಲೆ ಹಸಿರು ಸೊಪ್ಪು ಕೊತಕೊತ ಕುದಿಯುತ್ತಿರುವಂತೆ ಒಂದೊಂದೇ ಸಲಕರಣೆಗಳು ಕಾರಿನಿಂದ ಹೊರಬಂದವು. ಇನ್ನೊಂದು ಪಾತ್ರೆಯ ಬಾಯಿಗೆ ತೆಳುವಾದ ಅಂಗವಸ್ತ್ರ ಕಟ್ಟಿ, ಕುದಿದಾರಿದ ಸೊಪ್ಪಿನ ರಸವನ್ನು ಅಂಗವಸ್ತ್ರದ ಮೇಲೆ ಸುರಿದು ನಿಧಾನವಾಗಿ ಅಂಗೈಯಿಂದ ಉಜ್ಜುತ್ತ ಸೋಸಿದರು. ಎರಡನೇ ಬಾರಿ ಸೋಸುವಾಗ ಹಾಲು ಬೆರೆಸಿದರು. ಹೀಗೇ ನಾಲ್ಕೈದು ಸಲ ಸೋಸಿ ಹಿಂಡಿ ಪಾತ್ರೆಯಲ್ಲಿ ಸಂಗ್ರಹವಾದ ದ್ರಾವಣಕ್ಕೆ, ಸಕ್ಕರೆ, ಜೇನು, ಬಾದಾಮಿ ಪುಡಿ, ಯಾಲಕ್ಕಿ ಇತ್ಯಾದಿಯನ್ನೆಲ್ಲ ಸೇರಿಸಿದರು. ಪ್ರಸಾದ ಸಿದ್ಧವಾಯಿತು.

ನಂತರ ಅಲ್ಲಿಯೇ ಸಣ್ಣದೊಂದು ಮಂಟಪದ ತಯಾರಿ. ನಾಲ್ಕು ಕೋಲು ನೆಲದಲ್ಲಿ ಹುಗಿದು, ಅದಕ್ಕೆ ಹೂವಿನ ಹಾರ, ಮಡಿ ವಸ್ತ್ರವನ್ನೆಲ್ಲ ಕಟ್ಟಿ, ನಡುವೆ

ಆರು ತೆಂಗಿನ ಕಾಯಿಗಳನ್ನು ತ್ರಿಕೋನಾಕಾರ ಬರುವಂತೆ ಇಡಲಾಯಿತು. ಕ್ಯಾಪತಿ ಲಗುಬಗೆಯಿಂದ ಓಡಾಡುತ್ತ 'ಅದನ್ನು ತಾ' 'ಇದನ್ನು ಹೀಗೆ ಇಡಬೇಕು' ಎಂದೆಲ್ಲಾ ಆಳುಗಳಿಗೆ ಹೇಳುತ್ತಾ ಪೂರ್ಣ ಕೆಲಸ ನಿರ್ವಹಿಸುತ್ತಿದ್ದ. ಚಾಪೆಯ ಮೇಲೆ ಕುಳಿತಿದ್ದ ಅಘೋರಿ 'ಹೂಂ..ಹೀಂ...' ಅನ್ನುತ್ತ ಕೈ ಸನ್ನೆ ಮಾಡುತ್ತಿದ್ದ. ಅವನ ಮಾತು ತನಗೊಬ್ಬನಿಗೇ ಅರ್ಥವಾಗುತ್ತದೆ, ಅವನ ಅಪೇಕ್ಷೆಯ ಪ್ರಕಾರವೇ ಎಲ್ಲ ವ್ಯವಸ್ಥೆಯನ್ನೂ ತಾನು ಮಾಡುತ್ತಿರುವೆ ಎನ್ನುವುದು ಕ್ಯಾಪತಿಯ ಭಾವಭಂಗಿಯಲ್ಲಿ ಎದ್ದು ಕಾಣುತ್ತಿತ್ತು. ಲಕ್ಷ್ಮೀಪತಿ ತಮ್ಮ ದೊಡ್ಡ ಹೊಟ್ಟೆ ಹೊತ್ತುಕೊಂಡು ಏನು ಹೇಗೆ ಎಂಬುದು ತಿಳಿಯದಿದ್ದರೂ ತನ್ನದೂ ಮುಖ್ಯ ಪಾತ್ರವಿದೆ ಅನ್ನುವಂತೆ ಓಡಾಡುತ್ತಿದ್ದರು. ಯಾರಾದರೂ ಜೋರಾಗಿ ಮಾತಾಡಿದರೆ, ಏನೋ ಬೀಳಿಸಿ ಸಪ್ಪಳವಾದರೆ 'ಏ... ಮೆಲ್ಲ, ಮೆಲ್ಲ' ಅನ್ನುತ್ತಾ ಕ್ಯಾಪತಿ ಇಡೀ ಪ್ರಕ್ರಿಯೆಯನ್ನು ನಿಯಂತ್ರಿಸುತ್ತಿದ್ದ.

ಆರತಿ ನೈವೇದ್ಯಗಳು ಮುಗಿದು, ಎಲ್ಲರೂ ಹಣೆಗೆ ಕುಂಕುಮ ಹಚ್ಚಿಕೊಂಡು, ಪಾತ್ರೆಯಲ್ಲಿಯ ಪ್ರಸಾದವನ್ನು ಲೋಟಕ್ಕೆ ಬಗ್ಗಿಸಿ ಕುಡಿದರು. ನಿರಂಜನನಿಗೂ ಕುಡಿಯುವಂತೆ ಹೇಳಿದ ಕ್ಯಾಪತಿ. ಅವರು ಪ್ರಸಾದಕ್ಕೆ ಬೆರೆಸಿದ ಸೊಪ್ಪಿನ ಪುಡಿ ಗಾಂಜಾ ಎಂಬುದು ಗೊತ್ತಿತ್ತು ನಿರಂಜನನಿಗೆ. ನಿರಾಕರಿಸಿದ. 'ಹಾಗೆಲ್ಲಾ ಆಗೊಲ್ಲ, ಪ್ರತಿಯೊಬ್ಬರೂ ಪ್ರಸಾದ ಸೇವಿಸಲೇ ಬೇಕು. ಇಲ್ಲದಿದ್ದರೆ ಕೆಲಸ ಹದಗೆಡುತ್ತದೆ' ಎಂದು ಒತ್ತಾಯಿಸಿದ. ನಿರಂಜನನಿಗೆ ಕುಡಿಯಬೇಕೆಂಬ ಆಸೆ. ಈ ಪ್ರಸಾದಕ್ಕಾಗಿಯೇ ಆತ ಪ್ರತೀ ಶಿವರಾತ್ರಿ ಗೋಕರ್ಣಕ್ಕೆ ಹೋಗುತ್ತಿದ್ದ. ಆದರೆ ಆ ಡಬ್ಬದಿಂದ ನಿಧಿ ಹುಡುಕಲಾಗುವುದಿಲ್ಲ ಎಂಬುದನ್ನು ಸಾಬೀತು ಪಡಿಸಿ ತನ್ನ ವೃತ್ತಿ ಪ್ರಾವೀಣ್ಯತೆ ಮೆರೆಯುವುದೇ ಆ ಸಂದರ್ಭಕ್ಕೆ ಮುಖ್ಯ ಎಂದೆನಿಸಿತು. ಆದರೆ ಪಾಲಿಗೆ ಬಂದ ಪಂಚಾಮೃತವನ್ನು ಬಿಡಲೂ ಸಾಧ್ಯವಿಲ್ಲವಾದ್ದರಿಂದ, ಆನಂತರ ಕುಡಿಯಲೆಂದು ಬಾಟಲಿಯೊಂದರಲ್ಲಿ ತುಂಬಿಟ್ಟುಕೊಂಡ.

ನಂತರ– ಜಮಖಾನದ ನಡುವೆ ತೆಂಗಿನಕಾಯಿಯೊಂದನ್ನು ಇಡಲಾಯಿತು. ಅದರ ಮೇಲೆ ಅಗಲವಾದ ಹರಿವಾಣ. ಅದಕ್ಕೂ ಸಣ್ಣ ಪೂಜೆ. ಅಘೋರಿ ತೆಂಗಿನಕಾಯಿಯ ಮೇಲಿಟ್ಟಿದ್ದ ಹರಿವಾಣದಲ್ಲಿ ಪದ್ಮಾಸನ ಹಾಕಿ ಕುಳಿತ. ಏನೇನೋ ಬಡಬಡಿಸಿದ. ಕ್ಯಾಪತಿ ಬೇರೊಂದು ತೆಂಗಿನಕಾಯಿ ತೆಗೆದುಕೊಂಡು ನೆಲಕ್ಕೆ ಬಡಿದು ಒಡೆದ. ಹೋಳುಗಳನ್ನೆಲ್ಲ ಆರಿಸಿ ತಟ್ಟೆಯೊಂದರಲ್ಲಿ ಸಂಗ್ರಹಿಸಿದ. ಅವುಗಳಿಗೆ ಅರಿಷಿಣ ಕುಂಕುಮ ಬಳಿದು, ಅದರಲ್ಲಿಯ ಒಂದು ಹೋಳನ್ನು ತೆಗೆದು ಅಘೋರಿಯ ಕೈಲಿಟ್ಟ. ಅದನ್ನು ಮುಷ್ಟಿಯಲ್ಲಿ ಹಿಡಿದು ದೀರ್ಘವಾಗೊಮ್ಮೆ ಮೂಸಿದ ಅಘೋರಿ, ಹರಿವಾಣದೊಡಗೂಡಿ ಕುಂತಲ್ಲೇ ಗರಗರನೆ ತಿರುಗತೊಡಗಿದ. ಅದ್ಹೇಗೆ ಅಷ್ಟು ವೇಗವಾಗಿ ರೌಂಡ್ ಹೊಡೆಯುತ್ತಾನೆಂದು ನಿರಂಜನನಿಗೆ ಆಶ್ಚರ್ಯವಾಯಿತು.

ಒಂದಿಷ್ಟು ಸುತ್ತು ತಿರುಗಿ ಗಕ್ಕನೆ ನಿಂತ ಅಘೋರಿ, ಕೈಲಿದ್ದ ತೆಂಗಿನ ಹೋಳನ್ನು "ಹೂಂ..." ಎಂದು ಹೂಂಕರಿಸುತ್ತ ಒಂದೆಡೆ ಎಸೆದ. ಕ್ಯಾಪತಿ, ಕೈಯ್ಯಲ್ಲಿ ಸೂಟ್ಕೇಸ್ ಹಿಡಿಯುವಂತೆ ಡಬ್ಬದ ಯಂತ್ರವನ್ನು ಹಿಡಿದು ಆ ದಿಕ್ಕಿನತ್ತ ಓಡಿದ. ಎಲ್ಲರೂ ಅವನನ್ನೇ ಹಿಂಬಾಲಿಸಿದರು. ತೆಂಗಿನ ಚೂರು ಬಿದ್ದ ಜಾಗಕ್ಕೆ ಹೋಗುತ್ತಲೇ ಯಂತ್ರದ ಕೆಂಪು ದೀಪ ಬೆಳಗುತ್ತ 'ಬೀಪ್... ಬೀಪ್' ಶಬ್ದ ಮಾಡಿತು.

"ಯಸ್... ಯಸ್... ಇಲ್ಲೇ. ನೋಡಿ ಎಷ್ಟು ಎಕ್ಯೂರೇಟ್ ಆಗಿದೆ" ಎದ್ದು ಕಾಣುವ ಭಾವೋದ್ವೇಗವಿತ್ತು ಕ್ಯಾಪತಿಯ ದನಿಯಲ್ಲಿ.

ಕೂಲಿಗಳಿಬ್ಬರೂ ಹಾರೆ ಪಿಕಾಸಿಯಿಂದ ಅಗೆಯತೊಡಗಿದರು. ಒಂದು ತಾಸು ಅಗೆದರೂ ಏನೂ ಸಿಗಲಿಲ್ಲ. ಇನ್ನೊಂದು ಬದಿಗೆ ಟ್ರೈ ಮಾಡುವುದೆಂದಾಯಿತು. ಅಘೋರಿ ಮತ್ತೆ ತಿರುಗಿದ. ತೆಂಗಿನಕಾಯಿಯ ಹೋಳು ಬಿದ್ದಲ್ಲಿಯೇ ಯಂತ್ರವೂ ಬೀಪ್ ಎಂದಿತು. ಅಲ್ಲೂ ಏನೂ ಸಿಗಲಿಲ್ಲ. ನಡುವೆ ಒಮ್ಮೆ ಯಂತ್ರವನ್ನು ಲಕ್ಷ್ಮೀಪತಿ ಎತ್ತಿಕೊಂಡಾಗ, ನಿಮಗೆ ಗೊತ್ತಾಗೊಲ್ಲ ನಾನೇ ಹಿಡಿಯುತ್ತೇನೆಂದು ಅವರಿಂದ ಕಸಿದುಕೊಂಡಿದ್ದ ಕ್ಯಾಪತಿ.

ವಿವಿಧ ಶಬ್ದಗಳನ್ನು ಹೊರಡಿಸುತ್ತ ಹೂಂಕರಿಸುವ ಅಘೋರಿ, 'ಅದೋ ಅಲ್ಲಿ..' ಎನ್ನುತ್ತ ಯಂತ್ರ ಹಿಡಿದು ಓಡುವ ಕ್ಯಾಪತಿಯ ಆವೇಶ, ಸಟಸಟನೆ ಪಿಕಾಸಿ ಬೀಸಿ ಮಣ್ಣು ಗುಡ್ಡೆ ಹಾಕುವ ಆಳುಗಳು, ಕಾಲುಗಳ ಮೇಲೆ ಎರಡೂ ಕೈ ಊರಿ ಬಗ್ಗಿನಿಂತು 'ಅದೇನೋ ಠಣ್... ಅಂತಲ್ಲ' ಎಂದು ಬೆವರು ಒರೆಸಿಕೊಳ್ಳುವ ಲಕ್ಷ್ಮೀಪತಿ... ಇಡೀ ಸನ್ನಿವೇಶ ಅವರಿಗೇರಿರುವ ಅಮಲಿಗೆ ಸಾಕ್ಷಿಯಾಗಿತ್ತು.

ಹೀಗೇ ಬೆಳಿಗ್ಗೆ ನಾಲ್ಕು ಗಂಟೆಯವರೆಗೂ ಬೇರೆ ಬೇರೆ ಕಡೆ ಅಗೆದರೂ ನಿಧಿ ದಕ್ಕಲಿಲ್ಲ.

"ಅಘೋರಿ ನಿಧಿ ಇಲ್ಲಿದೆ ಅಂತಾ ಹೇಳಬಲ್ಲನೇ ಹೊರತು ಎಷ್ಟು ಆಳದಲ್ಲಿದೆ ಎಂದು ಹೇಳಲಾರ. ಆಳವನ್ನು ಕರಾರುವಾಕ್ಕಾಗಿ ಹೇಳುವ ಪವರ್‌ಫುಲ್ ಯಂತ್ರದೊಂದಿಗೆ ಮತ್ತೆ ಬರೋಣ. ಇದನ್ನು ಬದಲಿಗೆ ಕೊಟ್ಟು, ಆ ಯಂತ್ರಕ್ಕೆ ಹೆಚ್ಚೆಂದರೆ ಇನ್ನೊಂದು ಲಕ್ಷ ಖರ್ಚಾಗಬಹುದು" ಅಂದ ಕ್ಯಾಪತಿ.

ನಿರಂಜನ ಇಡೀ ಕತೆ ರಸವತ್ತಾಗಿ ಹೇಳಿ ಮುಗಿಸುತ್ತಿರುವಂತೆ ಕಣ್ಣದಾಸನ್ ಹಾಗೂ ರೇವತಿ ಜೋರಾಗಿ ನಗತೊಡಗಿದರು. ಊಟವೂ ಹೆಚ್ಚು ಕಮ್ಮಿ ಮುಗಿದಿತ್ತು. 'ಅಘೋರಿ ಬಾಬಾನಿಗೆ ನಿಜವಾಗಿಯೂ ಮಾತು ಬರುತ್ತಿರಲಿಲ್ಲವೇನು?' 'ರಾತ್ರಿ

ಊಟಾನಾದ್ರೂ ಕೊಡಿಸಿದ್ರೋ ಇಲ್ವೋ ನಿಮಗೆ ಆ ಪತಿ ಆಂಡ್ ಪತಿ?' ಹೀಗೆ ಹಲವಾರು ಪ್ರಶ್ನೆ, ಉತ್ತರಗಳ ನಂತರ–

"ಒಂದು ಅಂತರಂಗದ ಮಾತು ಹೇಳುತ್ತೇನೆ. ನಾನು ಅಂಡರ್‌ಗ್ರೌಂಡ್ ಸರ್ವೇ ಕೆಲಸ ಮಾಡುವಾಗ; ಎಂದಾದ್ರೂ ಒಂದು ದಿನ ಅಚಾನಕ್ಕಾಗಿ ನಿಧಿ ಸಿಕ್ಕಿ ಬಿಡಲಿ ಎನ್ನುವ ಆಸೆ ನನಗೂ ಇದೆ" ಎನ್ನುತ್ತ, ಪ್ಲೇಟಿನಲ್ಲಿ ಉಳಿದಿದ್ದ ಉಪ್ಪಿನ ಕಾಯಿ ರಸವನ್ನು ಬೆರಳಿಂದೆತ್ತಿ ನಾಲಿಗೆಗೆ ಸವರಿದ ನಿರಂಜನ.

೩

ಅಷ್ಟರಲ್ಲಿ– ಆರಡಿ ಎತ್ತರವಿದ್ದ, ಅಥ್ಲೆಟಿಕ್ ಮೈಕಟ್ಟಿನ ಹುಡುಗ ನೆಲಕ್ಕೆ ಚೆಂಡು ಅಪ್ಪಳಿಸುತ್ತ ಮನೆಯೊಳಗೆ ಬಂದ. ಮೈಯ್ಯೆಲ್ಲಾ ಬೆವರಿದ್ದ.

"ನನ್ನ ಮಗ. ಮತಿಅಲಗನ್ ಅಂತಾ. ಶಾಲೆ ಮುಗಿಸಿ ಬಂದು ದಿನಾ ಬಾಸ್ಕೆಟ್‌ಬಾಲ್ ಆಡಲು ಹೋಗ್ತಾನೆ" ಪರಿಚಯ ಮಾಡಿಕೊಟ್ಟ ಕಣ್ಣದಾಸನ್. ಹುಡುಗ 'ಹಾಯ್' ಅಂದ. ಹೊಸಬನನ್ನು ಮನೆಯಲ್ಲಿ ನೋಡಿದ ಆಶ್ಚರ್ಯವೇನೂ ಕಾಣಲಿಲ್ಲ ಅವನ ಮೊಗದಲ್ಲಿ.

ಮತಿಯನ್ನು ನೋಡುತ್ತಲೇ ತಗಾದೆ ಶುರು ಹಚ್ಚಿಕೊಂಡಳು ರೇವತಿ.

"ಈ ಸ್ಲೀವ್‌ಲೆಸ್ ಟೀಶರ್ಟ್ ಯಾವಾಗ ಹಾಕ್ಕೊಂಡು ಹೋದೆ? ನೋಡೇ ಇಲ್ಲ ನಾನು. ನಿನ್ನ ತೋಳ ಮೇಲಿನ ಆ ಟ್ಯಾಟೂ ತೋರಿಸಿಕೊಂಡು ಬೀದೀಲಿ ಅಲ್ಡಾಡ್ ಬೇಡಾ ಅಂತಾ ಎಷ್ಟ್ ಸಲಾ ಹೇಳಿಲ್ಲ ನಾನು ನಿನಗೆ, ಮತೀ?"

"ಏ ಸುಮ್ನಿರಮ್ಮ.... ಎಂಥಾ ಕಾಮಿಡಿ ಆಯ್ತು ಗೊತ್ತಾ ಇವತ್ತು? ಬಾಲು ಅದ್ಯಾರದೋ ಚಿಂಕಿಗಳ ಮೇಲೆ ಹೋಗಿ ಬಿತ್ತು. ಎತ್ತಿಕೊಂಡು ಬರಲು ಹೋದ್ರೆ ಗುರಾಯಿಸಿದ್ರು. ನಾನೂ ಗುರಾಯಿಸ್ದೆ. ಆಮೇಲೆ ನನ್ನ ಬೈಸೆಪ್ಸ್ ಮೇಲಿರೋ ಟ್ಯಾಟೂ ನೋಡಿ, ಒಮ್ಮೆಲೆ ಸುಮ್ಮನಾಗಿಬಿಟ್ರು.... ಗೊತ್ತಾ?"

"ಅದೇ ಕಣೋ... ಅದೇ... ನಾನು ಹೇಳಿದ್ದು ಬೇಡಾ ಅಂತಾ. ನಿನ್ನನ್ನ ಲೋಕಲ್ ತಮಿಳ್ ರೌಡಿ ಅಂದ್ಕೊಂಡು ಹೆದರಿರ್ತಾರೆ ಅವರು. ಅದೇ ರೀತಿ ಪೋಲೀಸವರೂ ಒಂದ್ ದಿನಾ ಮಿಸ್ಟೇಕ್ ಮಾಡ್ಕೊಂಡು ಎತ್ತಾಕೊಂಡು ಹೋಗಿ ತದಕಿದ್ರೆ ಅಂತಾ ಭಯ ನಂಗೆ"

"ಏ... ಹಾಗೆಲ್ಲಾ ಏನೂ ಆಗೊಲ್ಲ ಬಿಡಮ್ಮಾ"

"ಯಾಕಾಗೊಲ್ಲ? ಸುಮ್ಮನೆ ವಾದ ಬೇಡ. ಇನ್ಮುಂದೆ ಅರ್ಧ ತೋಳಿನ ಅಂಗಿ ಹಾಕ್ಕೊಂಡು ಮನೆ ಹೊರಗೆ ಹೋಗೋ ಹಾಗಿಲ್ಲ ನೀನು. ಇಫ್ ನಾಟ್, ಸುಟ್ಟಾದರೂ

ಸರಿ ಆ ಟ್ಯಾಟೂ ತೆಗೆದು ಹಾಕಿಸು"

"ಕಮಾನ್, ಮೊಮ್. ಇಟ್ಸ್ ಜಸ್ಟ್ ಆನ್ ಆರ್ಟ್. ಅಷ್ಟಕ್ಕೂ ನಾನೇನು 'ಬಾಬ್ ಮಾರ್ಲೆ' ಟ್ಯಾಟೂ ಹಾಕಿಸಿಕೊಂಡಿದೀನಾ?"

ಅವನ ತೋಳಿನ ಮೇಲಿನ ಟ್ಯಾಟೂ ಗಮನಿಸಿದ ನಿರಂಜನ. ತ್ರಿಶೂಲಕ್ಕೆ ಹಾವು ಸುತ್ತಿಕೊಂಡು ಮೂತಿ ಚಾಚಿತ್ತು. ಮುಚ್ಚಿದ ಬಾಯಿಂದ ಸೀಳು ನಾಲಿಗೆ ಹೊರಬಂದಿತ್ತು.

"ಸುಮ್ನೆ ತಲೆಹರಟೆ ಮಾತಾಡ್ಬೇಡ ನೀನು. ಆರ್ಟಂತೆ ಆರ್ಟು. ಕಲೆಯ ಬೆಲೆ ಅನ್ನೋದು ವ್ಯಕ್ತಿ, ಸ್ಥಳ, ಸಂದರ್ಭ ಇತ್ಯಾದಿಗಳ ಮೇಲೆ ಅವಲಂಬಿತವಾಗಿರುತ್ತೆ. ಮತ್ತೆ ಇನ್ನೊಂದು, ಪ್ಲೀಸ್ ಸ್ಟಾಪ್ ದಟ್ ಬಿಸಿನೆಸ್ ಆಫ್ ಸ್ಟೇರಿಂಗ್ ಅದರ್ಸ್, ಸೀರಿಯಸ್ಲಿ" ತುಸು ಗಡುಸಾಗೇ ಹೇಳಿದಳು ರೇವತಿ.

ಇಬ್ಬರೂ ಪಕ್ಕದ ಕೋಣೆಗೆ ಹೋಗಿ ಗುಸು ಗುಸು ಮುಂದುವರಿಸಿದರು. ಯಾರದೋ ಮೂರನೆಯವನ ಮುಂದೆ ಈ ವಿಷ್ಯ ತಗೊಂಡು ಯಾಕೆ ಬೈತೀಯಾ ಅಂಥಾ ಆತ ಅಮ್ಮನೊಡನೆ ಜಗಳಾಡುತ್ತಿದ್ದಾನೆ ಎಂಬುದು ಗೊತ್ತಾಗುತ್ತಿತ್ತು.

ಇತ್ತ ಕಣ್ಣದಾಸನ್ ನಿರಂಜನನೊಡನೆ ಮಾತು ಮುಂದುವರಿಸಿದ–

"ಅಂದಹಾಗೇ ಈಗ ನೆನಪಾಯ್ತು ನೋಡಿ. ನನ್ನ ಗೆಳೆಯನೊಬ್ಬ ಇದ್ದಾನೆ. ರಾಮ್‌ಮೋಹನ್ ಅಂತಾ. ಮಧುರೈನವನೇ. ಆಯಿಲ್ ಆಂಡ್ ಗ್ಯಾಸ್ ಇಂಡಸ್ಟ್ರೀಲೇ ಕೆಲಸ ಮಾಡೋದು ಆತ. ಸೀನಿಯರ್ ಪೊಸೀಷನ್ನಿನಲ್ಲಿ ಇದ್ದಾನೆ. ಅವರದೂ ಈ ಅಂಡರ್‌ಗ್ರೌಂಡ್ ಪೈಪ್‌ಲೈನ್ ಕೆಲಸಗಳೆಲ್ಲಾ ನಡೀತಾ ಇರುತ್ತೆ. ನಿಮ್ಮ ಪ್ರೊಫೈಲ್ ಸೂಟ್ ಆದರೂ ಆಗಬಹುದು ಅವರಿಗೆ. ಬೇಕಾದ್ರೆ ಕೇಳ್ತೀನಿ. ಅವನು ಊರಲ್ಲೇ ಇದ್ರೆ ಒಮ್ಮೆ ಭೇಟಿ ಮಾಡಿ ಹೋಗುವಿರಂತೆ"

ನಿರಂಜನನಿಗೆ ಮೈಯ್ಯಲ್ಲಿ ಸಣ್ಣದೊಂದು ಮಿಂಚಿನ ಸಂಚಾರವಾಯ್ತು.

"ಶ್ಯೂರ್... ಶ್ಯೂರ್... ಕೇಳಿ ನೋಡಿ, ಪ್ಲೀಸ್. ದ್ಯಾಟ್ ವಿಲ್ ಬಿ ವೆರೀ ನೈಸ್"

"ಸರಿ ಈಗಲೇ ಫೋನ್ ಮಾಡ್ತೀನಿ ಇರಿ. ನಿಮ್ಮ ರಿಟರ್ನ್ ಫ್ಲೈಟ್ ಎಷ್ಟು ಗಂಟೆಗೆ ನಾಳೆ?"

"ಸಂಜೆ ಏಳಕ್ಕೆ"

ಕಣ್ಣದಾಸನ್ ಗೆಳೆಯ ಮರುದಿನ ಮಧ್ಯಾಹ್ನ ಹನ್ನೆರಡರ ಹಾಗೆ ಭೇಟಿಯಾಗಲು ಒಪ್ಪಿದ್ದ. ಆದರೆ ಭೇಟಿ ಅಕಸ್ಮಾತ್ ಒಂದೆರಡು ಗಂಟೆ ತಡವಾದರೆ, ಆದಿನ ಸಂಜೆಯ ನಿರಂಜನನ ವಿಮಾನ ತಪ್ಪುವ ಸಾಧ್ಯತೆಯಿತ್ತು. ನಿರಂಜನ ಮನದಲ್ಲೇ ಲಾಭ ನಷ್ಟಗಳ

ಸಮಗ್ರ ಲೆಕ್ಕ ಹಾಕಿ, ಪ್ರಯಾಣ ಒಂದು ದಿನ ಮುಂದೂಡಲು ನಿರ್ಧರಿಸಿದ.

ಟಿಕೆಟ್ ಕೂಡಲೇ ರದ್ದುಗೊಳಿಸಬೇಕೆಂದು ತನ್ನ ಕೋಣೆಗೆ ಹೊರಡಲನುವಾದವನಿಗೆ ಅಲ್ಲೇ ಶೋಕೇಸಿನಲ್ಲಿದ್ದ ಚಂದದ ಗೊಂಬೆ ಕಣ್ಣಿಗೆ ಬಿತ್ತು. ಮೊಳಕಾಲು ಉದ್ದದ ಪೂರ್ಣ ತೋಳಿನ ಕುಸುರಿಯ ಬ್ಲೌಸು ಹಾಗೂ ಮಡಿಕೆ ಲಂಗ ತೊಟ್ಟ ಥೇಟ್ ಮಲೇಷಿಯನ್ ಟ್ರೆಡಿಷನಲ್ ಗೊಂಬೆ. 'ಅರೆ... ಈವರೆಗೂ ಇದನ್ನು ಗಮನಿಸಿಯೇ ಇರಲಿಲ್ಲವಲ್ಲ! ಅದ್ಯಾವುದೋ ಸುಡುಗಾಡು ಚೈನೀಸ್ ಡಾಲ್ ಬದಲು ಇಂಥದ್ದೇ ಯಾವುದಾದರೂ ಗೊಂಬೆ ಕೊಳ್ಳಬೇಕಿತ್ತು ಪುಟ್ಟಿಗೆ' ಅನ್ನಿಸಿತು.

ಇತ್ತ ಕೋಣೆಯಲ್ಲಿ ವಿಮಾನದ ಟಿಕೆಟ್ ಮುಂದೂಡುವ ಪ್ರಕ್ರಿಯೆಯಲ್ಲಿ ನಿರಂಜನ ತೊಡಗಿರುವಾಗಲೇ; ಅತ್ತ- ಪಂದನ್ ಎಲೆಗಳನ್ನು ತರಲು ಹೋಗಿದ್ದ ಮತಿಅಲಗನ್, "ಅಮ್ಮಾ... ರೂಬಿನಿ ಮತ್ತೂ ಶಣ್ಮುಗರತ್ನಮ್ ಅಂಕಲ್ ಬರ್ತಿದಾರೆ" ಅನ್ನುತ್ತ ಒಳ ಬಂದ.

7

"ನೀವು ಕೊಳಲು ನುಡಿಸುತ್ತೀರಾ?"

"ಇಲ್ಲ"

"ನಿಮ್ಮ ಕುಟುಂಬದಲ್ಲಿ ಯಾರಾದರೂ? ನಿಮ್ಮ ಚಿಕ್ಕಪ್ಪ, ದೊಡ್ಡಪ್ಪ, ಅಣ್ಣ ತಮ್ಮ?"

ಕೆಲ ಕ್ಷಣ ತಡೆದು, "ಇಲ್ಲ"

"ಪೂರ್ವಜರಲ್ಲಿ ಯಾರಾದ್ರೂ? ಅಜ್ಜ, ಅವನ ಅಣ್ಣ ತಮ್ಮಂದಿರು?"

ಅಜ್ಜನ ಪ್ರಸ್ತಾವನೆ ಬರುತ್ತಲೇ ತುಸು ಭಾವುಕನಾದ ಶಣ್ಮುಗರತ್ನಮ್. ಅಜ್ಜನ ಮುಖ ಅಷ್ಟಷ್ಟೇ ನೆನಪಿದೆ ಅವನಿಗೆ. ಮೂರುಸಂಜೆಯ ಹೊತ್ತಿಗೆ ಮನೆಯಂಗಳದಲ್ಲಿ ಮೂರ್ನಾಲ್ಕು ಹುಡುಗರನ್ನು ಕೂರಿಸಿಕೊಂಡು ಕಥೆ ಹೇಳುತ್ತಿದ್ದ ಆತ. ಯಾರ ಕತೆ ಹೇಳುತ್ತಿದ್ದ ಎನ್ನುವುದು ಸ್ಪಷ್ಟವಾಗಿ ನೆನಪಿಲ್ಲ. ಆತನ ಅಜ್ಜನೋ, ಮುತ್ತಜ್ಜನ ಕಡೆಯ ವ್ಯಕ್ತಿ ಇರಬೇಕು. 'ಅಯ್ಯನ್' ಎಂದು ಸಂಬೋಧಿಸುತ್ತಿದ್ದುದು ಮಾತ್ರ ನೆನಪಿದೆ. 'ಸಮುದ್ರದಲ್ಲಿ ತಿಂಗಳುಗಟ್ಟಲೆ ಪ್ರಯಾಣಿಸಿ ಮಲೇಷಿಯಾಕ್ಕೆ ಬಂದ ನಮ್ಮ ಅಯ್ಯನ್. ಇಲ್ಲಿ ಕೆಲಸ ಕೊಡುತ್ತೇವೆ ಎಂದು ಸಾವಿರಾರು ಜನರನ್ನು ಹಡಗಿನಲ್ಲಿ ಹತ್ತಿಸಿಕೊಂಡು ಬಂದಿದ್ದರು ಬಿಳಿಯ ಚರ್ಮದ ಜನ. ಹಡಗಿನ ಪ್ರಯಾಣ ನರಕ ಯಾತನೆಯಂತಿತ್ತು ಅವರಿಗೆ. ಖೈದಿಗಳಿಗಿಂತಲೂ ಕೆಟ್ಟದಾಗಿ ನಡೆಸಿಕೊಳ್ಳುತ್ತಿದ್ದರು. ಸರದಿಯಲ್ಲಿ ನಿಂತು ಊಟ ಪಡೆಯಬೇಕಿತ್ತು. ಒಮ್ಮೆ ಹೆಚ್ಚು ಊಟ ಕೇಳಿದ್ದಕ್ಕಾಗಿ ಅಯ್ಯನ್‌ನನ್ನು ಮನ ಬಂದಂತೆ ಥಳಿಸಿದ್ದರಂತೆ ಆ ಧೂರ್ತರು. ಇಲ್ಲಿಯ ನೆಲಕ್ಕೆ ಕಾಲಿಡುತ್ತಲೇ, ಎಲ್ಲರನ್ನೂ ಒಂದು ಗಾಡಿಯಲ್ಲಿ ಪ್ರಾಣಿಗಳನ್ನು ತುಂಬಿದಂತೆ ಒತ್ತಿ ತುರುಕಿ ಒಂದು ರಾತ್ರಿಯ ದಾರಿ ಕ್ರಮಿಸಿ ಬೆಳಗಿನ ಹೊತ್ತಿಗೆ ಯಾವುದೋ ರಬ್ಬರ್ ತೋಟಕ್ಕೆ ಕರೆತಂದಿದ್ದರು. ಅಲ್ಲಿ ತಲುಪುತ್ತಲೇ ಕೆಲಸ ಶುರು. ಇಡೀ ಒಂದು ದಿನದ ಕೂಲಿಯ ನಂತರವೇ ಆ ನೆಲದಲ್ಲಿ ಮೊದಲ ತುತ್ತು ಆಹಾರ ಸಿಕ್ಕಿದ್ದು.

ಅಯ್ಯನ್ ರಬ್ಬರ್ ತೋಟ ನೋಡುತ್ತಿರುವುದೇ ಮೊದಲ ಬಾರಿ. ಭಾಷೆಯೂ ಹೊಸದು. ಆದರೆ ಬಹು ಬೇಗ ಕೆಲಸ ಭಾಷೆಗಳೆರಡನ್ನೂ ಕಲಿತ. ದಿನವಿಡೀ ದುಡಿತ. ಎಸ್ಟೇಟಿನಲ್ಲಿಯೇ ವಾಸ. ಅಲ್ಲಿ ಕೆಲಸ ಮಾಡುವವರಾರಿಗೂ ಮನೆ ಅಂತ ಏನೂ ಇರಲಿಲ್ಲ. ಹತ್ತಿರದ ಗಿಡಗಂಟಿಗಳಿಂದಲೇ ಒಂದಿಷ್ಟು ರೆಂಬೆ ಸೊಪ್ಪುಗಳನ್ನೆಲ್ಲಾ ಸಂಗ್ರಹಿಸಿ ಮಾಡುಗಳನ್ನು ಮಾಡಿಕೊಂಡು ಅಲ್ಲೇ ಉಳಿಯುತ್ತಿದ್ದರು. ಅಯ್ಯನ್ ಶ್ರಮಜೀವಿ ಅಷ್ಟೇ ಅಲ್ಲ, ಬುದ್ಧಿವಂತನೂ ಆಗಿದ್ದ. ಕೆಲಸದ ನಡುವೆ ಸಮಯ ಸಿಕ್ಕಾಗಲೆಲ್ಲ ಹತ್ತಿರದ ಹಳ್ಳಿಗೆ ಹೋಗಿ, ಮೊಟ್ಟೆ ಕೋಳಿ ದವಸ ಧಾನ್ಯಗಳನ್ನು ಕೊಂಡು ತರುತ್ತಿದ್ದ. ದಪ್ಪ ಬಿದಿರಿನ ಗಳದ ಎರಡೂ ತುದಿಗೆ ಬುಟ್ಟಿ ಕಟ್ಟಿ, ಬಿದಿರನ್ನು ಹೆಗಲ ಮೇಲೆ ಬ್ಯಾಲನ್ಸ್ ಮಾಡುತ್ತಾ ಎಷ್ಟು ಸಾಧ್ಯವೋ ಅಷ್ಟು ಭಾರ ಹೊತ್ತು ತರುತ್ತಿದ್ದ. ಹಾಗೆ ತಂದ ಸಾಮಾನುಗಳನ್ನು ಎಸ್ಟೇಟಿನಲ್ಲಿ ಕೆಲಸ ಮಾಡುವ ಜನರಿಗೆ ಹೆಚ್ಚಿನ ಬೆಲೆಗೆ ಮಾರುತ್ತಿದ್ದ. ನೋಡಿ, ಅದೆಷ್ಟು ಚಾಲಾಕಿ ಆತ!

ಅವರು ವಾಸಿಸುವ ಜಾಗದಲ್ಲಿ ದೀಪ ಉರಿಸಲು ಬೆಂಕಿಯೂ ಸಿಗುತ್ತಿರಲಿಲ್ಲ. ಬೆಂಕಿ ಹುಟ್ಟಿಸಲು ಅವರದೇ ವಿಧಾನ ಬಳಸುತ್ತಿದ್ದರು...' ಎನ್ನುತ್ತಾ, ಆ ಜನ ಬೆಂಕಿ ಹೇಗೆ ಉತ್ಪಾದಿಸುತ್ತಿದ್ದರು ಎಂಬುದನ್ನು ಕಾರ್ಯರೂಪದಲ್ಲಿ ಖುದ್ದಾಗಿ ತೋರಿಸುತ್ತಿದ್ದ ಅಜ್ಜ. ಅವನ ಹತ್ತಿರ ಒಂದು ದಪ್ಪನೆಯ ಕಟ್ಟಿಗೆಯ ತುಂಡಿತ್ತು. ಅದನ್ನು ನೆಲಕ್ಕೆ ಗಟ್ಟಿಯಾಗಿ ಊರಿ, ಮತ್ತೊಂದು ಸಣ್ಣ ಕೋಲನ್ನು ತೆಗೆದುಕೊಂಡು ದಪ್ಪ ಕಟ್ಟಿಗೆಯ ಮೇಲೆ ಒಂದೇ ಜಾಗದಲ್ಲಿ ಗಸಗಸನೆ ಉಜ್ಜುತ್ತಿದ್ದ. ಶಣ್ಮುಗರತ್ನಮ್ ಹಾಗೂ ಅವನ ಸಂಗಾತಿಗಳು ಉಜ್ಜುವ ಜಾಗದ ಅತಿ ಸಮೀಪ ಕಾಗದದ ಸುರುಳಿಯನ್ನು ಹಿಡಿದಿಡುತ್ತಿದ್ದರು. ಅದರಲ್ಲಿ ಒಬ್ಬ ಮೆಲ್ಲನೆ ಬಾಯಿಂದ ಗಾಳಿ ಊದುತ್ತಿದ್ದ. ಹೀಗೆ ಅಜ್ಜ ವೇಗವಾಗಿ ಕೋಲನ್ನು ತಿಕ್ಕುತ್ತಿರುವ ನಡುವೆ ಹಠಾತ್ತಾಗಿ ಕಾಗದದ ಸುರುಳಿಗೆ ಬೆಂಕಿ ಹೊತ್ತಿಬಿಡುತ್ತಿತ್ತು. ಅದೊಂದು ಜಗತ್ತಿನ ಮಹಾ ಅದ್ಭುತದಂತೆ ಭಾಸವಾಗುತ್ತಿತ್ತು ಮಕ್ಕಳಿಗೆಲ್ಲ. ನಾವೇ ಮಾಡುತ್ತೇವೆನ್ನುತ್ತ ಕೋಲು ಹಿಡಿದು ಜಿದ್ದಿಗೆ ಬಿದ್ದು ಉಸಿರು ಬಿಗಿ ಹಿಡಿದು ಉಜ್ಜುತ್ತಿರುವ ಮಕ್ಕಳನ್ನು ನೋಡುತ್ತ ಅಜ್ಜ ಅದ್ಯಾವುದೋ ವಾದ್ಯ ನುಡಿಸುತ್ತ ಕೂರುತ್ತಿದ್ದ. ಅದು ಕೊಳಲಾಗಿತ್ತೇ? ಅಥವಾ ಬೇರ್ಯಾವುದೋ ವಾದ್ಯವೇ ಎಂಬುದು ಸರಿಯಾಗಿ ನೆನಪಿಗೆ ಬರುತ್ತಿಲ್ಲ ಶಣ್ಮುಗರತ್ನಮ್‌ನಿಗೆ.

"ನನ್ನ ತಾತ ನುಡಿಸುತ್ತಿದ್ದನೇನೋ. ಆದರೆ ಅದು ಕೊಳಲೇನೋ ಅಥವಾ ಬೇರೆ ಯಾವುದೋ ಎಂದು ನಿಖರವಾಗಿ ಹೇಳಲಾರೆ" ಉತ್ತರಿಸಿದ ಶಣ್ಮುಗರತ್ನಮ್.

"ಅದೇ ನೋಡಿ. ಈ ಫೋಟೋದಲ್ಲಿ ತಲೆಗೆ ಏನೋ ಸುತ್ತಿಕೊಂಡ ಈ ಎತ್ತರದ ವ್ಯಕ್ತಿ ಇದ್ದಾರಲ್ಲ, ಇವರ ಬಾಯಿ ನೋಡಿದರೆ ಕೊಳಲು ನುಡಿಸುವವರು ಎಂಬುದು ಗೊತ್ತಾಗುತ್ತದೆ"

'ಫೋಟೋದಲ್ಲಿರುವ ವ್ಯಕ್ತಿಯ ಬಾಯಿ ನೋಡಿ; ಅದೂ ಇಷ್ಟು ಹಳೆಯ ಮಸುಕಾದ, ಕಪ್ಪು ಬಿಳುಪು ಫೋಟೋದಲ್ಲಿರುವವ ಒಬ್ಬ ಕೊಳಲು ನುಡಿಸುತ್ತಿದ್ದ ಎಂಬುದನ್ನು ಹೇಳಲು ಸಾಧ್ಯವೇ?' ಎಂದು ಆಲೋಚಿಸಿದ ಶಣ್ಮುಗರತ್ನಮ್. ಆದರೆ ನಂಬಲೇ ಬೇಕು. ಏಕೆಂದರೆ ಹೇಳುತ್ತಿರುವವ ಫೋಟೋ ಡಿಟೆಕ್ಟಿವ್.

೪

ಶಣ್ಮುಗರತ್ನಮ್ ಮಲೇಷಿಯನ್ ಇಂಡಿಯನ್. ವಯಸ್ಸು ನಲವತ್ತು ದಾಟಿದೆ. ಕೆಮಿಕಲ್ ಫ್ಯಾಕ್ಟರಿಯೊಂದರ ಮಾಲೀಕ. ಇಪ್ಪತ್ತೈದರಿಂದ ಮೂವತ್ತು ಜನ ಅಲ್ಲಿ ಕೆಲಸ ಮಾಡುತ್ತಾರೆ. ವಿಶೇಷವಾದ ರಸಾಯನಿಕವೊಂದನ್ನು ತಯಾರಿಸುತ್ತದೆ ಅವನ ಕಂಪನಿ. ಅದನ್ನು ನೆಲದ ಮೇಲೆ ಚೆಲ್ಲಿದಾಗ, ಮಣ್ಣಿನ ಕಣಗಳ ನಡುವೆ ಇರುವ ಸೂಕ್ಷ್ಮ ರಂಧ್ರಗಳಲ್ಲಿ ಪಸರಿಸಿ ತಾಕಿದ ಮಣ್ಣನ್ನು ಕಲ್ಲಿನಂತೆ ಗಟ್ಟಿ ಮಾಡುವ ಗುಣವಿದೆ ಆ ದ್ರಾವಣಕ್ಕೆ. ರಸ್ತೆ ನಿರ್ಮಾಣದಲ್ಲಿ ವ್ಯಾಪಕವಾಗಿ ಅದನ್ನು ಬಳಸುತ್ತಾರೆ. ರಸ್ತೆಗಳು ಹೊಂಡ ಬೀಳಲು ಅದರ ಅಡಿಯಲ್ಲಿ ಹರಡಿರುವ ಮಣ್ಣು ಸರಿಯಾಗಿ ಕಾಂಪಾಕ್ಟ್ ಆಗದಿರುವುದೇ ಕಾರಣ. ಆ ಮಣ್ಣಿನ ಮೇಲೆ ಈ ಕೆಮಿಕಲ್ಲನ್ನು ಸಿಂಪಡಿಸಿದರೆ, ಅದು ಮಣ್ಣಿನ ಸಂದುಗೊಂದುಗಳಲ್ಲೆಲ್ಲಾ ಸಾಗಿ ತಳ ಸೇರುತ್ತದೆ. ಆ ಮುಖೇನ ಇಡೀ ಮಣ್ಣಿನ ಪದರ ಗಟ್ಟಿಯಾಗುತ್ತದೆ. ಇದು ಹೊಸ ತಂತ್ರಜ್ಞಾನವೇನೂ ಅಲ್ಲ. ಜಗತ್ತಿನ ಹಲವೆಡೆ ಬಳಕೆಯಲ್ಲಿದೆ. ಮಲೇಷಿಯಾದಲ್ಲಿ ಈ ರಸಾಯನಿಕ ದ್ರಾವಣ ಉತ್ಪಾದಕರಲ್ಲಿ ಶಣ್ಮುಗರತ್ನಮ್‌ನೂ ಒಬ್ಬ. 'ಮಲೇಷಿಯಾದ ರಸ್ತೆಗಳು ಗಟ್ಟಿಯಾಗಿರಲು ನನ್ನ ಕೊಡುಗೆಯೂ ಇದೆ' ಎಂದು ಆತ ತಮಾಷೆಯಾಗಿ ಹೇಳಿಕೊಂಡರೂ, ಆ ಕುರಿತು ಆತನಿಗೆ ಹೆಮ್ಮೆಯೂ ಇದೆ.

ಇತ್ತೀಚಿನ ಕೆಲವು ವರ್ಷಗಳಿಂದ ಆತ 'ಪಿಐಒ' (ಪರ್ಸನ್ ಆಫ್ ಇಂಡಿಯನ್ ಒರಿಜಿನ್) ಕಾರ್ಡ್ ಮಾಡಿಸಲು ಹೆಣಗಾಡುತ್ತಿದ್ದಾನೆ. ಅದಕ್ಕೆ ಬೇಕಾದ ಅತಿಮುಖ್ಯ ಡಾಕ್ಯುಮೆಂಟಾದ, ತನ್ನ ಪೂರ್ವಜರು ಭಾರತದಲ್ಲಿದ್ದರು ಎಂಬುದಕ್ಕೆ ಯಾವುದೇ ದಾಖಲೆ ಯಾ ಪ್ರಮಾಣ ಪತ್ರ ಹೊಂದಿಸಲು ಅವನಿಗೆ ಆಗುತ್ತಿಲ್ಲ. ಸಾಧ್ಯವಿರುವ ಎಲ್ಲಾ ವಿಧಾನಗಳನ್ನೂ ಪ್ರಯತ್ನಿಸಿ ನೋಡಿದ್ದಾನೆ. ಒಮ್ಮೆ- ಅಮೇರಿಕಾ ಮೂಲದ ಕಂಪನಿಯೊಂದು ಡಿ.ಎನ್.ಎ ಮುಖಾಂತರ ಯಾವುದೇ ವ್ಯಕ್ತಿಯ ಪೂರ್ವಜರ ಮಾಹಿತಿಯನ್ನೂ ದೊರಕಿಸಿಕೊಡಬಲ್ಲದು ಎನ್ನುವ ಮಾಹಿತಿ ತಿಳಿದು ಕೌಲಾಲಂಪುರದಲ್ಲಿರುವ ಅದರ ಶಾಖೆಗೂ ಹೋಗಿದ್ದ ಆತ. ಮುಂಗಡ ಹಣದ ಜೊತೆ ಈತನ ಡಿಎನ್‌ಎ ಸಾಂಪಲ್ಲನ್ನೂ ಪಡೆದುಕೊಂಡಿದ್ದ ಆ ಕಂಪನಿ; ಮೂರ್ನಾಲ್ಕು

ತಿಂಗಳು ಕಳೆದ ಮೇಲೆ, ಭಾರತದಲ್ಲಿರುವ ಅಶಿಸ್ತಿನ ವ್ಯವಸ್ಥೆ ಹಾಗೂ ರಾಜಕೀಯ ನೀತಿಗಳಿಂದಾಗಿ ನಮ್ಮ ಪ್ರಯತ್ನ ಕೈಗೂಡುತ್ತಿಲ್ಲ ಎಂಬುದಾಗಿ ತಿಳಿಸಿತ್ತು. ಕ್ಷಮೆ ಕೋರಿ, ಮುಂಗಡವನ್ನು ಹಿಂದಿರುಗಿಸಿತ್ತು. ಅದೇ ಸಂಸ್ಥೆಯಲ್ಲಿ ಕೆಲಸ ಮಾಡುವವನೊಬ್ಬ, 'ಈ ವಿಧದಲ್ಲಿ ಶ್ವೇತ ವರ್ಣೀಯರ ಇತಿಹಾಸ ಟ್ರೇಸ್ ಮಾಡಬಹುದು. ಹೆಚ್ಚುಕಮ್ಮಿ ಕರಾರುವಾಕ್ಕಾದ ದಾಖಲೆಗಳಿವೆ ಅವರಲ್ಲಿ. ಕಪ್ಪು, ಕಂದು ಬಣ್ಣದವರದು ಕಷ್ಟ' ಎಂದಿದ್ದ. ಇದು ಸಂಸ್ಥೆಯ ಅಧಿಕೃತ ಹೇಳಿಕೆ ಅಲ್ಲವೆಂದೂ, ಸುಮ್ಮನೇ ಮಾಹಿತಿಗಾಗಿ ತಿಳಿಸುತ್ತಿರುವೆ ಎಂಬ ಸ್ಪಷ್ಟೀಕರಣವನ್ನೂ ನೀಡಿದ. ಹಾಗಾದರೆ ಈ ಸಂಗತಿ ಸಂಸ್ಥೆಗೆ ಮೊದಲೇ ಗೊತ್ತಿರಲಿಲ್ಲವೇ? ಈ ನೆವದಲ್ಲಿ ಪ್ರತಿಯೊಬ್ಬರ ಡಿಎನ್‌ಎ ವಿವರಗಳನ್ನು ಸಂಗ್ರಹಿಸುವ ಹುನ್ನಾರವೂ ಆ ಅಮೇರಿಕನ್ ಕಂಪನಿಯದಿರಬಹುದೇನೋ ಅನ್ನಿಸಿ ಬಹಳೇ ಹತಾಶೆಯಾಗಿತ್ತು ಅವನಿಗೆ.

ಇನ್ನೊಮ್ಮೆ, ಭಾರತದ ಹರಿದ್ವಾರಕ್ಕೆ ಹೋದರೆ ಅಲ್ಲಿ ಈ ರೀತಿ ವಂಶವೃಕ್ಷದ ಬೇರು ಹುಡುಕುವಲ್ಲಿ ನಿಪುಣರಾದ ಪಂಡಿತರಿದ್ದಾರೆ ಎಂಬುದು ಗೊತ್ತಾಗಿ, ಆ ಕುರಿತು ವಿಚಾರಿಸಿದ್ದ. ಆದರೆ, ಆತನ ಮಿತ್ರನೊಬ್ಬ 'ಅಲ್ಲಿ ಮಾತ್ರ ಹೋಗಬೇಡ. ಕುಲ ಗೋತ್ರ ಜಾತಿ ಜಾತಕ ಎಂದು ತಲೆ ಕೆಡಿಸಿ, ಭಯ ಹುಟ್ಟಿಸುತ್ತಾರೆ. ಸುಮ್ಮನೇ ಹಣ ಪೋಲು' ಎಂದು ತನಗಾದ ಅನುಭವ ಹಂಚಿಕೊಂಡಿದ್ದ. ಫೇಸ್‌ಬುಕ್ ಗುಂಪು, ಇತರೆ ಸಾಮಾಜಿಕ ಜಾಲತಾಣಗಳಲ್ಲೂ ಪ್ರಯತ್ನಿಸದೇ ಬಿಟ್ಟಿಲ್ಲ ಆತ. ಆದರೆ ಅಲ್ಲಿ ಪ್ರಯೋಜನವಾಗುವ ಬದಲು ತನ್ನಂತಹದೇ ಇನ್ನೂ ಅನೇಕ ಆಕಾಂಕ್ಷಿಗಳ ಸಂಖ್ಯೆ ಹಾಗೂ ಅವರುಗಳ ವಿವಿಧ ಅಭೀಪ್ಸೆ ಕಂಡು ಕಂಗಾಲಾಗಿತ್ತು.

ಹೀಗಿರುವಾಗ– ಹಳೆಯ ಪುಸ್ತಕ ರಾಶಿಗಳ ನಡುವೆ; ಅಲ್ಲಲ್ಲಿ ನಶಿಸಿ ಮಾಸಿದ, ಕಪ್ಪುಬಿಳುಪಿನ ಫೋಟೋಗಳೆರಡು ಆತನಿಗೆ ಅಚಾನಕ್ಕಾಗಿ ಸಿಕ್ಕವು. ಇಂಥ ಪುರಾತನ ಫೋಟೋಗಳನ್ನು ಅಧ್ಯಯನ ಮಾಡಿ ಅದರ ಹೊತ್ತು–ಗೊತ್ತುಗಳನ್ನು ಕಂಡು ಹಿಡಿಯಲೆಂದೇ ಇರುವ ಫೊಟೋ ಡಿಟೆಕ್ಟಿವ್ ಬಳಿ ಹೋಗಿದ್ದ ಶಣ್ಮುಗರತ್ನಮ್. ಮುಗಾಂಬಿರಾಕ್ ಎನ್ನುವ ಹೆಸರಿನ ಆ ಫೋಟೋ ಪರೀಕ್ಷಕ, ಹಲವಾರು ಬಾರಿ ಅಲೆದಾಡಿಸಿ ಪ್ರತಿಬಾರಿಯೂ ಒಂದೊಂದು ಸುಳಿವು ಸಿಕ್ಕಂತೆ ತೋರುತ್ತ ಈತನನ್ನು ಪೇಚಿಗೆ ಸಿಲುಕಿಸುತ್ತಿದ್ದ. ಮೊದಲ ಬಾರಿ ನಿಮ್ಮ ಪೂರ್ವಜರು ಕೊಳಲು ನುಡಿಸುತ್ತಿದ್ದರೇ ಎಂದು ಕೇಳಿದ್ದರೆ, ಇನ್ನೊಮ್ಮೆ– 'ಇದರಲ್ಲಿ ಒಂದು ವ್ಯಕ್ತಿಯ ಮೂಗಿನ ಹೊಳ್ಳೆ ಒಂದಕ್ಕಿಂತ ಇನ್ನೊಂದು ಹೌದೋ ಅಲ್ಲವೋ ಅನ್ನುವಷ್ಟು ಸಣ್ಣದಿದೆ. ನಿಮ್ಮದೂ ಕೂಡಾ ಹಾಗೆಯೇ ಇದೆ. ಗಮನಿಸಿದ್ದೀರಾ? ಹೀಗಾಗಿ ಈ ಫೋಟೋ ನಿಮ್ಮ ಪೂರ್ವಜರದ್ದೇ ಯಾರದೋ ಎಂಬುದು ಖಾತ್ರಿ' ಎಂದಿದ್ದ. ಗೋಡೆಗೆ ಅಂಟಿಸಿದ ನೂರಾರು ಫೋಟೋಗಳು, ಮೇಜಿನ ಮೇಲೆ ಅಸ್ತವ್ಯಸ್ತವಾಗಿ ಪೇರಿಸಿಟ್ಟಿರುವ

ಪುಸ್ತಕಗಳು, ಟೇಬಲ್ ಲ್ಯಾಂಪು, ಏನೇನೋ ಬರೆದು ಗೀಜಿಟ್ಟ ಹಾಳೆಗಳ ನಡುವೆ ಸದಾ ಹುದುಗಿ, ಕೈಯ್ಯಲೊಂದು ದೊಡ್ಡ ಭೂತಗನ್ನಡಿ ಹಿಡಿದು ಕುಳಿತಿರುತ್ತಿದ್ದ ಆ ಪರೀಕ್ಷಕ. ವಯಸ್ಸು ಅರವತ್ತು ದಾಟಿರಬಹುದು. ತಲೆ ಹೆಚ್ಚುಕಡಿಮೆ ಬೋಳಾಗಿದ್ದರೂ, ಮೀಸೆ ಮಾತ್ರ ಭರ್ಜರಿಯಾಗಿತ್ತು. ಅದನ್ನು ಬೆರಳುಗಳಿಂದ ನಯವಾಗಿ ಹುರಿಗೊಳಿಸುತ್ತಾ, ತಲೆ ತುಸು ಬಾಗಿಸಿ, ಒಂದೇ ಕಣ್ಣಿನ ಹುಬ್ಬನ್ನು ಮೇಲಕ್ಕೆತ್ತಿ ಮಾತನಾಡುವ ಅವನ ಶೈಲಿಗೆ ಅದೇನೋ ಆಕರ್ಷಣೆಯಿತ್ತು. ತಾನು ಯಾವ್ಯಾವ ಫೋಟೋ ರಹಸ್ಯಗಳನ್ನು ಹೇಗೇಗೆ ಬೇಧಿಸಿದೆ, ತನ್ನ ಸಹಾಯದಿಂದ ಅದೆಷ್ಟು ವಕೀಲರು ಎಂತೆಂಥಾ ಕೇಸುಗಳನ್ನು ಗೆದ್ದರು ಎಂಬುದನ್ನು ಬಂದವರಲ್ಲೆಲ್ಲ ರಸವತ್ತಾಗಿ ವರ್ಣಿಸುತ್ತಿದ್ದ. ನನ್ನ ಸಂಗ್ರಹದಲ್ಲಿರುವ ಕೆಲವು ಅಪರೂಪದ ಫೋಟೋಗಳು ಮತ್ತೆಲ್ಲೂ ಸಿಗುವುದಿಲ್ಲ ಎಂಬುದೇ ಅವನಿಗೆ ಹೆಮ್ಮೆ. ಆತನ ಟೇಬಲ್ ಲ್ಯಾಂಪಿನ ಪ್ರಖರ ಬೆಳಕು ಕಪ್ಪುಬಿಳುಪಿನ ಫೋಟೋಗಳ ಮೇಲೆ ಬಿದ್ದಾಗ, ಅವುಗಳಿಗೆ ಸಿಗುತ್ತಿದ್ದ ಹೊಸ ಹೊಳಪನ್ನು ನೋಡಿ ಮುದಗೊಳ್ಳುತ್ತಿದ್ದ ಶಣ್ಮುಗರತ್ನಮ್.

ಆ ಫೋಟೋ ಪತ್ತೇದಾರನಿಂದ ಅಂಥ ಮೋಸವೇನೂ ಆಗಲಿಲ್ಲ ಶಣ್ಮುಗರತ್ನಮ್‌ನಿಗೆ. ಕೊನೇಪಕ್ಷ, ತನಗೆ ದೊರಕಿರುವ ಆ ಛಾಯಾಚಿತ್ರಗಳ ಮುಖೇನ ತನ್ನ ಭಾರತದ ನಂಟನ್ನು ಸ್ಥಾಪಿಸಲು ಸಾಧ್ಯವಿಲ್ಲ ಎಂಬ ಸಂಗತಿಯಾದರೂ ಮನದಟ್ಟಾಗಿತ್ತು. ಮುಗಾಂಬಿರಾಕ್‌ನನ್ನು ಭೇಟಿಯಾಗಲು ಹೋಗಿದ್ದ ಆ ದಿನ ಸರಿಯಾಗಿ ನೆನಪಿದೆ ಅವನಿಗೆ–

ಮಧ್ಯಾಹ್ನದ ಹೊತ್ತಿಗೇ ಮೋಡ ಕವಿದ ವಾತಾವರಣವಿತ್ತು. ಕಾರು ನಿಲ್ಲಿಸಿ ಕಟ್ಟಡದತ್ತ ಹೋಗುತ್ತಿರುವಾಗ ಮುಗಾಂಬಿರಾಕ್ ಕಚೇರಿಯಿಂದ ಯಾರೋ ಮೂವರು ಹೊರಬರುತ್ತಿದ್ದರು. ಜೀನ್ಸ್ ಪ್ಯಾಂಟು ತೊಟ್ಟು ಫ್ರೆಂಚ್ ಗಡ್ಡ ಬಿಟ್ಟಿದ್ದವನೊಬ್ಬ, ಧರಿಸಿದ ಕೋಟಿನಿಂದಾಗಿ ವಕೀಲ ಅನ್ನಬಹುದಾದವನೊಬ್ಬ ಹಾಗೂ ತನ್ನ ದೇಹಕ್ಕೆ ವಿಚಿತ್ರವೆನಿಸುವ ದೊಗಳೆ ದಿರಿಸಿನ ಕೃಶದೇಹೀ ಮುದುಕ. ಅವರುಗಳೂ ಶಣ್ಮುಗರತ್ನಮ್‌ನೂ ಎದುರುಬದುರಾಗುವ ಘಳಿಗೆಯಲ್ಲಿ ಆಗಸದಲ್ಲಿ ಜೋರಾಗೊಮ್ಮೆ ಗುಡುಗಿತು. ಗುಡುಗಿನ ಸದ್ದು ಕೇಳಿದ್ದೇ ಆ ಮುದುಕ ಹೌಹಾರಿ, ನಿಂತಲ್ಲೇ ಒಮ್ಮೆ ಚಂಗನೆ ನೆಗೆದು ಎದುರಿದ್ದ ಶಣ್ಮುಗರತ್ನಮ್‌ನನ್ನು ಡಿಕ್ಕಿ ಹೊಡೆದು ಮುಂದಕ್ಕೆ ಹೋಗಿ ಪಾರ್ಕಿಂಗ್ ಜಾಗದಲ್ಲಿ ಏನೋ ಹುಡುಕುವವನಂತೆ ಅತ್ತಿಂದಿತ್ತ ಓಡತೊಡಗಿದ. ಆತಂಕ ಗಡಿಬಿಡಿಯೆರಡೂ ಎದ್ದು ಕಾಣುತ್ತಿತ್ತು ಆ ಚಲನೆಯಲ್ಲಿ. ಇವನ್ಯಾಕೆ ಒಮ್ಮೆಲೇ ಹೀಗಾಡುತ್ತಿದ್ದಾನೆ ಎಂದು ಎಲ್ಲರೂ ಅಚ್ಚರಿಪಡುತ್ತಿರುವಂತೆ, ಅಲ್ಲಿಯೇ ಗಿಡವೊಂದರ ಬುಡದಲ್ಲಿದ್ದ ಕಲ್ಲೊಂದನ್ನು ತೆಗೆದುಕೊಂಡು ತನ್ನ ಬೆರಳನ್ನು ಎರಡೆರಡು ಬಾರಿ ಜಜ್ಜಿಕೊಂಡ ಮುದುಕ.

'ಅರೆ... ಅದೇನು ಮಾಡುತ್ತಿರುವೆ..' ಎನ್ನುತ್ತ ಅವನ ಜೊತೆಗಾರರಿಬ್ಬರೂ ಅತ್ತ ದೌಡಾಯಿಸಿದರು. ರಕ್ತ ಸೋರುತ್ತಿರುವ ತನ್ನ ಬೆರಳನ್ನು ಎತ್ತಿ ಹಿಡಿದು ಆಕಾಶದತ್ತ ತೋರಿಸುತ್ತ ಏನೇನೋ ಜೋರಾಗಿ ಬಡಬಡಿಸತೊಡಗಿದ ಆತ. ತನಗೆ ಸಂಬಂಧವಿಲ್ಲದ, ಆದರೂ ಎದುರಿಗೇ ನಡೆಯುತ್ತಿರುವ ಈ ವಿಚಿತ್ರ ಘಟನೆಗೆ ಹೇಗೆ ಪ್ರತಿಕ್ರಿಯಿಸಬೇಕೆಂದು ತಿಳಿಯದೇ ಶಣ್ಮುಗರತ್ನಮ್ ಗೊಂದಲಗೊಂಡು ನಿಂತಿರುವಂತೆಯೇ; ಆ ಇಬ್ಬರೂ ಮುದುಕನ ರಟ್ಟೆ ಹಿಡಿದು ಅನಾಮತ್ತಾಗಿ ಎತ್ತಿಕೊಂಡು ತಮ್ಮ ಕಾರಿನತ್ತ ಸಾಗಿದರು. ಆದಾಗ್ಯೂ ಮುದುಕ ಅವರಿಂದ ಬಿಡಿಸಿಕೊಳ್ಳಲು ಸೆಣಸಾಡುತ್ತ, ಆ ನಡುವೆಯೇ ತನ್ನ ರಕ್ತಸಿಕ್ತ ಕೈಯ್ಯನ್ನು ಬಾನೆಡೆಗೆ ಚಾಚಿ ಏನನ್ನೋ ಹೇಳುತ್ತಿದ್ದ.

ಯಾವುದೋ ಬುಡಕಟ್ಟು ಜನಾಂಗಕ್ಕೆ ಸೇರಿದ ಮುದುಕನಾತ ಎಂಬುದನ್ನು ಬಲ್ಲ ಶಣ್ಮುಗರತ್ನಮ್. ಆದರೆ ಹಾಗ್ಯಾಕೆ ಮಾಡಿದ ಎಂಬುದು ಅರ್ಥವಾಗಲಿಲ್ಲ.

ಅಂದೇ, ಶಣ್ಮುಗರತ್ನಮ್‌ನಿಗೆ ನಿರಾಶೆಯಾಗುವ ಸಂಗತಿಯನ್ನು ಹೇಳಿದ್ದ ಮುಗಾಂಬಿರಾಕ್. ಶಣ್ಮುಗರತ್ನಮ್ ನೀಡಿರುವ ಫೋಟೋಗಳನ್ನು ಕೂಲಂಕಷವಾಗಿ ಪರೀಕ್ಷಿಸಿರುವುದಾಗಿಯೂ, ಅದರಲ್ಲಿಯ ಹೆಂಗಸೊಬ್ಬಳು ಧರಿಸಿರುವ ದೊಡ್ಡ ಪಾವಲಿ ಸರ ಮಲೇಷಿಯಾದ ಪಶ್ಚಿಮ ಕರಾವಳಿ ಭಾಗದಲ್ಲಿ ಏಳೆಂಟು ದಶಕಗಳ ಹಿಂದೆ ಬಳಸಲ್ಪಡುತ್ತಿತ್ತು ಎಂಬುದನ್ನು ಖಚಿತಪಡಿಸಿದ್ದ.

ಇತ್ತೀಚಿನ ದಿನಗಳಲ್ಲಿ ವಿಚಿತ್ರ ತೋಚಿಕೆಯೊಂದು ಶುರುವಾಗಿದೆ ಶಣ್ಮುಗರತ್ನಮ್‌ನಿಗೆ. ಯಾರದೋ ಫೋನ್ ಬಂತೇನೋ ಅನ್ನಿಸುತ್ತದೆ. ನೋಡಿದರೆ ಯಾವ ಮಿಸ್ ಕಾಲೂ ಇರುವುದಿಲ್ಲ. ಮನೆಯ ಬಾಗಿಲು ತಟ್ಟಿದಂತೆ ಅನ್ನಿಸುತ್ತದೆ. 'ಯಾರೋ ಬಂದಿರಬೇಕು ನೋಡು' ಎಂದು ಹೆಂಡತಿಯನ್ನು ಕದ ತೆರೆಯಲು ಕಳಿಸಿ ಹಲವು ಬಾರಿ ಬಯ್ಯಿಸಿಕೊಂಡಿದ್ದಾನೆ ಆತ. ಹೀಗೇ ಯಾವುದೋ ಕೆಲಸದ ನಡುವೆ ಅಥವಾ ಆಫೀಸಿನಲ್ಲಿ ಕುಳಿತಾಗ, ಒಬ್ಬನೇ ಕಾರ್ ಓಡಿಸುತ್ತಿರುವಾಗ, 'ಅವನೊಬ್ಬ ಹಾಗಿರದೇ ಇದ್ದಿದ್ದರೆ ನಾವು ಇಂದು ಈ ಸ್ಥಿತಿಯಲ್ಲಿ ಇರುತ್ತಿರಲಿಲ್ಲ. ಇತರರ ಹಾಗೇ ಎಸ್ಟೇಟುಗಳಲ್ಲಿ ಕೂಲಿ ಮಾಡಿಕೊಂಡೇ ಇರುತ್ತಿದ್ದೇವೇನೋ....' ಎಂದು ಅಜ್ಜ ಅಯ್ಯನ್ ಬಗ್ಗೆ ಹೇಳುತ್ತಿದ್ದ ಮಾತು ಧುತ್ತನೆ ನೆನಪಾಗುತ್ತದೆ. ಅಜ್ಜನ ಮುಖವೇ ಸ್ಪಷ್ಟವಿಲ್ಲ ಅವನಿಗೆ. ಇನ್ನು ಈ ಅಯ್ಯನ್ ಯಾರು, ಹೇಗಿದ್ದ ಎನ್ನುವ ಲವಲೇಶದ ಕಲ್ಪನೆಯೂ ಇಲ್ಲ. ಆದರೆ ಆ ಅಯ್ಯನ್‌ಗೆ ಕೊಂಡಿಯಾಗಬಹುದಾಗಿದ್ದ ಅಜ್ಜನ ಮೇಲಿನ ಕುತೂಹಲ

ಮಾತ್ರ ಮಾಸಿಲ್ಲ. ಕೇಳಿ ತಿಳಿಯೋಣವೆಂದರೆ ಅಜ್ಜನನ್ನು ಬಲ್ಲ ಅಪ್ಪ ಅಮ್ಮ ಯಾರೂ ಈಗಿಲ್ಲ. ತನ್ನೊಡನೆ ಕೂಡಿ ಅಜ್ಜನ ಕಥೆ ಕೇಳುತ್ತಿದ್ದ ಹುಡುಗರು ಯಾರು ಎಂಬುದೂ ಅವನಿಗೆ ಸರಿಯಾಗಿ ಜ್ಞಾಪಕವಿಲ್ಲ. ಆತನ ಸಾಕಷ್ಟು ದಾಯಾದಿ ಅಣ್ಣತಮ್ಮಂದಿರು ಮಲೇಷಿಯಾದಲ್ಲೇ ಇರುವವರಾದರೂ ಅವರಿಗೆ ಅಜ್ಜನ ನೆನಪು ಇವನಷ್ಟೂ ಇಲ್ಲ.

ಸಿಕ್ಕಿರುವ ಎರಡು ಫೋಟೋಗಳನ್ನೂ ಟೀಪಾಯಿಯ ಮೇಲಿಟ್ಟು, ಬಿಸಿಯಾದ ತೆಹ್ ತರೀಕ್ ಕುಡಿಯುತ್ತ ಅದನ್ನೇ ಗಮನಿಸುತ್ತಾನೆ. ಆರು ಜನ ಗಂಡಸರು ಸಾಲಾಗಿ ನಿಂತಿದ್ದಾರೆ ಒಂದು ಫೋಟೋದಲ್ಲಿ. ಯಾರ ಮುಖ ಪರಿಚಯವೂ ಇಲ್ಲ. ಅವರ ಹಿಂದಿರುವ ಪರದೆಯಲ್ಲಿನ ಚಿತ್ರ ಯಾವುದೆಂದು ಸ್ಪಷ್ಟವಿಲ್ಲ. ಆ ಕಾಲದ ಮನೆಯಿರಬಹುದೇ ಅದು? ಹಳೆಯ ಕಾಲದ ಮಲೇಷಿಯಾದ ಮನೆಗಳ ವಿನ್ಯಾಸದ ಬಗ್ಗೆ ಅಜ್ಜ ಹೇಳುತ್ತಿದ್ದುದು ನೆನಪಾಗುತ್ತದೆ– 'ನೆಲದಿಂದ ಐದಾರು ಫೂಟು ಎತ್ತರದಲ್ಲಿ ಕಂಬಗಳ ಆಧಾರದ ಮೇಲೆ ನಿಂತಿರುತ್ತಿದ್ದ ಮನೆಗಳು. ಭೂಮಿಗೂ ಮನೆಯ ನೆಲಕ್ಕೂ ನಡುವೆ ಗ್ಯಾಪ್ ಇರುತ್ತಿತ್ತು. ಅಲ್ಲಿ ಗಾಳಿಯಾಡುತ್ತ ಮನೆಯ ನೆಲ ಸದಾ ತಂಪಿರುತ್ತಿತ್ತು. ಮನೆಯೊಳಗೆ ಗೋಡೆಗಳೇ ಇಲ್ಲ. ಅಡುಗೆ ಮನೆ, ಮಲಗುವ ಕೋಣೆ ಇವೆಲ್ಲ ಕೇವಲ ಆಯಾ ಜಾಗಗಳಾಗಿ ಗುರುತಿಸಲ್ಪಡುತ್ತಿದ್ದವೇ ಹೊರತು ಕೋಣೆಗಳಾಗಿ ಅಲ್ಲ. ಹೀಗಾಗಿ ಮನೆಯ ತುಂಬಾ ಆಹ್ಲಾದಕರವಾದ ಗಾಳಿ ಬೆಳಕು ತುಂಬಿರುತ್ತಿತ್ತು. ಈಗಿನ ಆಧುನಿಕ ಮನೆಗಳು ಮೇಲ್ನೋಟಕ್ಕೆ ಮಾತ್ರ ಹಳೆಯ ವಿನ್ಯಾಸವನ್ನು ಉಳಿಸಿಕೊಂಡಿವೆ. ಆದರೆ ಒಳಾಂಗಣದಲ್ಲಿ ನಡುಗೋಡೆಗಳೆದ್ದಿವೆ. ಮನೆಯಲ್ಲಿ ತುಂಬಿರುವ ವಸ್ತುಗಳು, ಪೀಠೋಪಕರಣಗಳು ಶಾಖವನ್ನು ಸಂಗ್ರಹಿಸಿಟ್ಟುಕೊಂಡು ಹೊರಸೂಸುತ್ತವೆ. ಮನೆಯನ್ನು ತಂಪಾಗಿಸಲು ನಾವು ಈಗ ಯಂತ್ರಗಳನ್ನು ಬಳಸುತ್ತಿದ್ದೇವೆ.'

ಇನ್ನೊಂದು ಫೋಟೋದಲ್ಲೂ ಆರು ಜನರಿದ್ದಾರೆ. ಕೊನೆಯಲ್ಲಿ ಒಬ್ಬ ಹೆಂಗಸು. ಅವಳ ಕೈಲೊಂದು ಮಗು. ನಡುವೆ ನಿಂತ ಎತ್ತರದ ವ್ಯಕ್ತಿಯ ಮೂಗಿನ ಹೊಳ್ಳೆಯೊಂದು ಚಿಕ್ಕದಿದೆ ಅನ್ನುತ್ತಾನೆ ಆ ಫೋಟೋ ತಜ್ಞ, ಆತನೇ ತನ್ನ ಅಜ್ಜನಿರಬಹುದೇ? ಅಥವಾ ಹೆಂಗಸಿನ ಕೈಲಿರುವ ಮಗು ಅಜ್ಜನೇ? ಅಥವಾ ಅಪ್ಪನೇ? ಹೀಗೇ ವಿಚಾರಿಸುತ್ತ, ತನ್ನ ಮೂಗನ್ನು ನಿಧಾನವಾಗಿ ಸವರಿಕೊಳ್ಳುತ್ತಾನೆ ಆತ. ಕೈಲಿರುವ ಕಪ್ಪಿನಿಂದ ಒಂದೊಂದೇ ಗುಟುಕು ತೆಹ್ ತರೀಕ್ ಹೀರುತ್ತಿರುವಂತೆ ಅವನ ಎದೆಯೂ ಹಂತ ಹಂತವಾಗಿ ಖಾಲಿಯಾದಂತೆ ಭಾಸವಾಗುತ್ತದೆ.

ಇದೇ ಫೋಟೋ ಅಂತಲ್ಲ; ಯಾವುದೇ ಹಳೆಯ ಕಪ್ಪುಬಿಳುಪು ಫೋಟೋಗಳನ್ನು ನೋಡಿದರೂ, ಅದರಲ್ಲಿರುವ ವ್ಯಕ್ತಿಗಳೆಲ್ಲ ಖುಷಿಯಾಗಿರುವಂತೆ ಅವನಿಗೆ ಅನ್ನಿಸುತ್ತದೆ.

8

ವರ್ಷದಿಂದೀಚೆಗೆ ಶಣ್ಮುಗರತ್ನಮ್‌ನ ಕುಟುಂಬಕ್ಕೂ ಕಣ್ಣದಾಸನ್ ಕುಟುಂಬಕ್ಕೂ ಆದ ಪರಿಚಯ ಈಗ ಗೆಳೆತನಕ್ಕೆ ತಿರುಗಿದೆ. ಮನೆಗಳೂ ಹತ್ತಿರವಿರುವುದರಿಂದ ಆಗಾಗ ಬಂದು ಹೋಗುವುದೂ ವಿರಳವಲ್ಲ. ಈ ಮಲೇಷಿಯನ್ನರು ವಿದೇಶೀಯರೊಂದಿಗೆ ಬೆರೆಯುವುದು ಅಷ್ಟೇನೂ ಸಾಮಾನ್ಯವಲ್ಲ; ಇಬ್ಬರೂ ತಮಿಳರೇ ಆಗಿದ್ದರೂ ಕೂಡಾ. ಹಾಗಂತ ಇಲ್ಲವೇ ಇಲ್ಲ ಅಂತಲೂ ಇಲ್ಲ. ಅಂತಹ ಕೆಲವು ಅಪರೂಪಗಳಲ್ಲಿ ಇವರ ಸಂಬಂಧವೂ ಒಂದು.

ಕಣ್ಣದಾಸನ್ ಮನೆಗೆ ಬರುತ್ತಲೇ– ತಾನು ಊಟ ಮಾಡಿಯೇ ಬಂದಿರುವುದಾಗಿಯೂ, ಇಲ್ಲಿ ಹರಟುತ್ತ ಕುಳಿತರೆ ವೇಳೆ ಕಳೆದುದೇ ಗೊತ್ತಾಗುವುದಿಲ್ಲವಾದ್ದರಿಂದ ತಡವಾಗಿಯೇ ಹೋಗುವಂತೆ ಹೆಂಡತಿ ತಿಳಿಸಿದ್ದಾಗಿ ಹೇಳಿದ ಶಣ್ಮುಗರತ್ನಮ್. 'ಹೆಂಡತಿಯನ್ನೂ ಕರಕೊಂಡು ಬರಬೇಕಿತ್ತು' ಎಂದು ರೇವತಿ, 'ಮನೆಯಲ್ಲೇ ಊಟ ಮಾಡಿ ಬಂದದ್ದು ತಪ್ಪು' ಎಂದು ಕಣ್ಣದಾಸನ್ ಪುಕಾರು ತೆಗೆದರು. ಜೊತೆಯಲ್ಲೇ ಬಂದಿದ್ದ ಶಣ್ಮುಗರತ್ನಮ್‌ನ ಎಂಟು ವರ್ಷದ ಮಗಳು ರೂಬಿನಿ 'ಅಣ್ಣ ಅಣ್ಣ' ಅನ್ನುತ್ತ ಮತಿಅಲಗನ್‌ನ ಹಿಂದೆ ಸುತ್ತತೊಡಗಿದಳು. ಅವನೆಂದರೆ ಆಕೆಗೆ ಬಲು ಇಷ್ಟ.

ಶಣ್ಮುಗರತ್ನಮ್ ಭಾರತದ 'ಪಿಐಒ' ಕಾರ್ಡ್ ಪಡೆಯಲು ಪ್ರಯತ್ನಿಸುತ್ತಿರುವುದು ತಿಳಿದಿದ್ದ ಆತನ ಯಾರೋ ಸಂಬಂಧಿಕರು ಕೆಲವು ಅತಿ ಹಳೆಯ ಪತ್ರಗಳನ್ನು ಅವನಿಗೆ ತಂದು ಕೊಟ್ಟಿದ್ದಾರೆ. ಹೆಚ್ಚುಕಡಿಮೆ ಶಿಥಿಲಾವಸ್ಥೆಯಲ್ಲಿರುವ ಅವು ಅವರಿಗೂ ಹೀಗೇ ಅಚಾನಕ್ಕಾಗಿ ದೊರಕಿವೆ. ಪತ್ರಗಳನ್ನೆಲ್ಲ ಕೂಲಂಕಷವಾಗಿ ಓದಿ, ಏನೇನೋ

ತಾಳೆ ಹಾಕಿದಾಗ, ತಮಿಳುನಾಡಿನ ಯಾವ ಹಳ್ಳಿಯಲ್ಲಿ ಆತನ ಪೂರ್ವಿಕರು ವಾಸವಿದ್ದಿರಬಹುದು ಎನ್ನುವ ಸುಳಿವು ಶಣ್ಮುಗರತ್ನಮ್‌ನಿಗೆ ಸಿಕ್ಕಿದೆ. ಆ ಊರಲ್ಲಿ ಒಂದಲ್ಲಾ ಒಬ್ಬರಾದರೂ ಈತನಿಗೆ ಸಂಬಂಧ ಪಟ್ಟವರು ಇರಬಹುದು, ಅವರನ್ನು ಸಂಪರ್ಕಿಸಿದರೆ ಏನಾದರೂ ಲೀಡ್ ದೊರೆಯಬಹುದು ಎಂಬುದು ಅವನ ಆಸೆ. ಕಣ್ಣದಾಸನ್ ತಮಿಳುನಾಡಿನ ಕಾಂಟಾಕ್ಟ್ ಮೂಲಕ ಆ ಹಳ್ಳಿಯವರನ್ನು ಸಂಪರ್ಕಿಸಲು ಸಾಧ್ಯವೇ ಎಂದು ವಿಚಾರಿಸಲು ಆತ ಮನೆಗೆ ಬಂದಿದ್ದಾನೆ.

ಕೋಣೆಯ ಬಾಗಿಲು ತೆರೆದಿತ್ತಾದ್ದರಿಂದ ಅವರ ಮಾತುಕತೆಗಳು ನಿರಂಜನನಿಗೆ ಸ್ಪಷ್ಟವಾಗಿ ಕೇಳುತ್ತಿದ್ದವು. ತಮಿಳು ಮಿಶ್ರಿತ ಇಂಗ್ಲೀಷಿನಲ್ಲಿ ಜೋರಾದ ದನಿಯಲ್ಲಿ ಮಾತುಕತೆ ನಡೆದಿತ್ತು. ಅತ್ತ ಅರ್ಧ ಕಿವಿಯಿಟ್ಟುಕೊಂಡೇ ನಿರಂಜನ ಮರುದಿನ ರಾತ್ರಿಗೆ ಮರಳುವ ಟಿಕೆಟ್ ಮಾಡಿಕೊಂಡ. ನೇರ ಬೆಂಗಳೂರಿಗೆ ಹೋಗದೆ ಶ್ರೀಲಂಕಾದಲ್ಲಿ ಆರು ತಾಸು ಕಾಯಬೇಕಿದ್ದ ವಿಮಾನದ ದರ ಉಳಿದುದಕ್ಕಿಂತ ಸೋವಿಯಿತ್ತು. ಬೆಲೆಯೂ ಕಡಿಮೆ, ಜೊತೆಗೆ ಇನ್ನೊಂದು ದೇಶದ ನೆಲದಲ್ಲೂ ಕಾಲಿಟ್ಟಂತಾಯಿತು ಎಂದು ಅದನ್ನೇ ಕಾಯ್ದಿರಿಸಿದ. ನಂತರ ದುರ್ಗೈಗೆ ವಾಟ್ಸಾಪ್ ಕರೆ ಮಾಡಿ– ಕಾರಣಾಂತರಗಳಿಂದ ಪ್ರಯಾಣವನ್ನು ಒಂದು ದಿನ ಮುಂದೂಡಿದ್ದೇನೆ. ನಾಳೆಯ ಬದಲು ನಾಡಿದ್ದು ಬರುವಂತೆ ಹೇಳಿದ.

ಅಷ್ಟರಲ್ಲಿ ಕಣ್ಣದಾಸನ್ ಆತನ ಕೋಣೆಯ ಬಾಗಿಲಲ್ಲಿ ನಿಂತು, “ಐಸ್‌ಕ್ರೀಮ್ ತಿನ್ನೋಣವಂತೆ ಬನ್ನಿ. ನನ್ನ ಫ್ರೆಂಡ್ ಕೂಡಾ ಬಂದಿದ್ದಾನೆ, ಪರಿಚಯಿಸುತ್ತೇನೆ” ಎಂದು ಕರೆದ.

“ವಿಕಿಪೀಡಿಯಾದಲ್ಲಿ ಈ ಹಳ್ಳಿಯಲ್ಲಿ ಇರುವವರೇ ನೂರಿಪ್ಪತ್ತು ಜನ ಅಂತಾ ತೋರಿಸ್ತಿದೆ. ವಿದ್ಯುತ್ ಸಂಪರ್ಕವೂ ಇದ್ದ ಹಾಗಿಲ್ಲ ಈ ಊರಿಗೆ” ಫೋನನ್ನೇ ದಿಟ್ಟಿಸುತ್ತ ಹೇಳಿದ ಕಣ್ಣದಾಸನ್.

“ಹೂಂ, ನಾನಾಗಲೇ ಅವನ್ನೆಲ್ಲಾ ನೋಡಿದ್ದೇನೆ. ಅದಕ್ಕೇ, ಯಾರಾದರೂ ಅಲ್ಲಿಯವರೇ ಅಥವಾ ಅಕ್ಕಪಕ್ಕದ ಊರವರು ಸಿಕ್ಕರೆ ಸಂಪರ್ಕ ಸಾಧಿಸಬಹುದು” ಶಣ್ಮುಗರತ್ನಮ್ ತನ್ನ ಆಲೋಚನೆ ಅರುಹಿದ.

ಅವರಿಬ್ಬರ ಮಾತಿನ ನಡುವೆ ನಿರಂಜನ, "ಈ ಪಿಐಓ ಕಾರ್ಡ್ ಇದ್ರೆ ನೀವುಗಳು ವೀಸಾ ಇಲ್ಲದೇ ಭಾರತಕ್ಕೆ ಬರಬಹುದಾ? ಎಷ್ಟು ದಿನ ಬೇಕಾದ್ರೂ ಅಲ್ಲಿ ಇರಬಹುದು ಅಲ್ವಾ?" ಕೇಳಿದ.

"ಹೂಂ... ಹೌದು. ಆದ್ರೆ ನಾವು ಬರೋದು ಅಷ್ಟರಲ್ಲೇ ಇದೆ ಬಿಡಿ. ಏನೋ ಸುಮ್ನೆ, ಒಂದು ಬೇಸ್ ಅಂತಾ ಇರುತ್ತಲ್ಲ ಅನ್ನೋಕಷ್ಟೇ. ಯಾರಿಗೆ ಗೊತ್ತು, ಮುಂದೆ ಏನಾದರೂ ಉಪಯೋಗಕ್ಕೆ ಬರಲೂಬಹುದು" ಅಂದ ಶಣ್ಮುಗರತ್ನಮ್.

"ಈ ಕಾರ್ಡ್ ಕೊಡಿಸೋ ಏಜಂಟುಗಳಿಲ್ವಾ? ನೀವೇ ಯಾಕೆ ಒದ್ದಾಡಬೇಕು?" ನಿರಂಜನನ ಪ್ರಶ್ನೆ.

"ಓ... ಬೇಕಷ್ಟಿದ್ದಾರೆ. ನಮ್ಮ ಮುತ್ತಜ್ಜನ ಚಿಕ್ಕಪ್ಪನೋ, ದೊಡ್ಡಪ್ಪನೋ ಎಂದೆಲ್ಲ ನಕಲಿ ದಾಖಲೆ ಸೃಷ್ಟಿಸಿ ಬೇಕಾದರೂ ಕೊಡ್ತಾರೆ. ಆದರೆ ಅವರಲ್ಲಿ ಹೋಗಲು ಭಯ. ಸಿಕ್ಕಿಬಿದ್ದರೆ ಮುಂದೆಂದೂ ಕಾರ್ಡಿಗೆ ಅಪ್ಲೈ ಮಾಡೋ ಹಾಗೇ ಇಲ್ಲ. ಈಗಂತೂ ಪಿಐಓ ಬದಲು 'ಓಐಸಿ' ಕೊಡಲು ಶುರು ಮಾಡಿದ ಮೇಲೆ ಸ್ಕ್ರೂಟಿನಿ ತುಂಬಾ ಜಾಸ್ತಿ ಆಗಿದೆ. ಅದೆಲ್ಲಕ್ಕಿಂತ ಮುಖ್ಯವಾಗಿ, ಆ ರೀತಿ ಸುಳ್ಳಿನಿಂದ ಕಾರ್ಡ್ ಮಾಡಿಸಿಕೊಂಡ್ರೆ ಸಂಬಂಧವೂ ನಕಲಿಯಾಗೆ ಉಳಿದುಬಿಡುತ್ತಲ್ಲ"

"ಹೇಗಿರುತ್ತೆ ಈ ಕಾರ್ಡು? ಇಂಡಿಯನ್ ಪಾಸ್‌ಪೋರ್ಟ್ ಥರಾನೇನಾ?"

"ಹಾಂ... ಸೇಮ್ ಅದೇ ಥರಾ. ಪಾಸ್‌ಪೋರ್ಟ್ ಅಂತಾ ಬರೆದಿರೋ ಜಾಗದಲ್ಲಿ 'ಓವರ್‌ಸೀಸ್ ಸಿಟಿಜನ್ ಆಫ್ ಇಂಡಿಯಾ ಕಾರ್ಡ್' ಅಂತಾ ಬರೆದಿರುತ್ತೆ ಅಷ್ಟೇ"

"ಯು ಮೀನ್, ಈವನ್ ದ ಕಲರ್ ಈಸ್ ಸೇಮ್?"

"ಯಸ್"

ಇವರುಗಳು ಮಾತನಾಡುತ್ತಿರುವಾಗ ಮತಿಅಲಗನ್ ಮತ್ತು ರೂಬಿನಿ ನಡುವೆ ಆಟ ಜೋರಾಗಿ ನಡೆದಿತ್ತು. ಕಣ್ಣಾಮುಚ್ಚೆಯೋ, ಮುಟ್ಟಾಟವೋ ಆಡುತ್ತಿರಬೇಕು. ಕೇಕೆ ಹಾಕುತ್ತಾ ರೂಬಿನಿ ನಿರಂಜನನ ಕೋಣೆಗೆ ಓಡುತ್ತಿದ್ದಳು. ಮತಿ ಹೋಗಿ ಅವಳನ್ನು ಹಿಡಿದುಕೊಂಡು ಬರುತ್ತಿದ್ದ. ಇದನ್ನು ಗಮನಿಸಿದ ರೇವತಿ,

"ಅಂಕಲ್ ಕೋಣೆಗೆ ಹೋಗಬೇಡ ಪುಟ್ಟಾ. ಇಲ್ಲೇ ಆಡ್ಕೋ" ಎಂದು ರೂಬಿನಿಗೆ ಹೇಳುತ್ತಾ "ನೀನಂತೂ ಅವಳು ಬಂದ್ರೆ ಸಣ್ಣ ಮಕ್ಕಳ ಹಾಗೇ ಆಡ್ತೀಯಾ" ಎಂದು ಮಗನಿಗೂ ಬೈದಳು.

ನಿರಂಜನ "ಪರವಾಗಿಲ್ಲ ಬಿಡಿ. ಚಿಕ್ಕ ಮಕ್ಕಳಲ್ವಾ? ನನ್ನ ಮಗಳೂ ಹೀಗೇನೇ. ಇದೇ ಹೈಟು, ಇಷ್ಟೇ ದಪ್ಪ" ಎಂದ. "ಎಷ್ಟನೇ ಕ್ಲಾಸು ಇವಳು?"

"ಎರಡು..."

"ಓ... ನನ್ನ ಮಗಳೂ ಸೆಕೆಂಡೇ"

ಮಾತುಕತೆ ಮತ್ತೆ 'ಒಐಸಿ'ಯತ್ತ ತಿರುಗಿತು–

"ಏನೂ ಆಗಲಿಲ್ಲ ಅಂದ್ರೆ ಕೊನೆಗೆ ನೀನೇ ಆ ಊರಿಗೆ ಹೋಗಿ ಬಂದರಾಯ್ತು ಬಿಡು" ಬೇಕಾದಷ್ಟು ದಾರಿಗಳಿವೆ ಎನ್ನುವ ಆಶಾಭಾವದಲ್ಲಿ ಹೇಳಿದ ಕಣ್ಣದಾಸನ್.

"ಅಯ್ಯೋ.... ನಾನು ಹೋದರೆ ಸಮಸ್ಯೆಯೇ ಆದೀತು. ಅದು ಹೇಗೋ ಏನೋ, ನಾನು ಪರದೇಶದವ ಅಂತಾ ಅಲ್ಲಿಯವರಿಗೆ ಗೊತ್ತಾಗಿಬಿಡುತ್ತೆ. ಆಮೇಲೆ ಸಲೀಸಾಗಿ ಆಗಬಹುದಾದ ಕೆಲಸವೂ ಜಟಿಲವಾಗಿಬಿಡುತ್ತದೇನೋ ಅನ್ನೋ ಆತಂಕ ನನಗೆ" ಎನ್ನುತ್ತಾ ಶಣ್ಮುಗರತ್ನಮ್ ತನ್ನ ಹಿಂದಿನ ಭಾರತ ಪ್ರವಾಸದ ಅನುಭವವೊಂದನ್ನು ಹೇಳಿಕೊಂಡ–

ಮಧುರೈ ಹೊಟೇಲೊಂದರಲ್ಲಿ ಹೆಂಡತಿಯೊಡನೆ ತಿಂಡಿ ತಿನ್ನುತ್ತಾ ಕುಳಿತಿದ್ದಾಗ, ಇವರು ಏನೂ ಕೇಳದೇ ಅಲ್ಲಿಯ ವ್ಹೇಟರ 'ನಾನೂ ಎರಡು ವರ್ಷ ಮಲೇಷಿಯಾದಲ್ಲಿದ್ದೆ' ಅಂದನಂತೆ. ಚಿದಂಬರಂನ ಅಂಗಡಿ ಸಾಲುಗಳ ಎದುರು ನಡೆದು ಬರುತ್ತಿರುವಾಗ, ರಸ್ತೆ ವ್ಯಾಪಾರಿಯೊಬ್ಬ ಕೀಚೈನೊಂದನ್ನು ಇವರ ಎದುರು ಹಿಡಿದು 'ಓನ್ಲಿ ಟೂ ರಿಂಗಿಟ್' ಎಂದನಂತೆ. ಅದೂ ಹೋಗಲಿ, ಪಕ್ಕಾ ತಮಿಳರ ಸ್ಟೈಲಿನಲ್ಲಿ ಆತನ ಹೆಂಡತಿ ಸೀರೆ ಉಟ್ಟು ದೇವಸ್ಥಾನದಲ್ಲಿ ಪೂಜೆ ಮಾಡಿಸಲು ಹೋದರೆ ಅಲ್ಲಿಯ ಪೂಜಾರಿ 'ಇನ್ನೆಷ್ಟು ದಿನ ಇರುತ್ತೀರಿ ಭಾರತದಲ್ಲಿ? ಮತ್ಯಾವ್ಯಾವ ದೇವಸ್ಥಾನಗಳನ್ನೆಲ್ಲ ನೋಡಿದಿರಿ?' ಎಂದು ಕೇಳಿದನಂತೆ. 'ನಾವಾಗೇ ಏನೂ ಹೇಳದೇ ಇವರಿಗೆಲ್ಲಾ ನಾವು ಮಲೇಷಿಯಾದವರು ಅಂತಾ ಹೇಗೆ ಗೊತ್ತಾಗುತ್ತೆ?' ಎಂಬುದು ಅವನ ಅಚ್ಚರಿಯ ಪ್ರಶ್ನೆ.

'ನಿಮ್ಮ ಮಾತಿನ ಆಕ್ಸಂಟಿನಲ್ಲೇ ಗೊತ್ತಾಗಿರುತ್ತೆ' 'ನಮ್ಮ ಪ್ರವಾಸೀ ತಾಣದಲ್ಲಿಯ ಜನ ಯಾರು ಎಲ್ಲಿಯವರು ಎಂಬುದನ್ನು ಕಂಡುಹಿಡಿಯುವಲ್ಲಿ ಪರಿಣಿತರು' ಎಂದೆಲ್ಲಾ ಕಣ್ಣದಾಸನ್ ಘಟನೆಯನ್ನು ವಿಶ್ಲೇಷಿಸುತ್ತಿರುವಂತೆ,

"ಅದಿರಲಿ. ನಿಮಗೆ ಇನ್ನೂ ಒಂದು ಮಜಾ ಹೇಳ್ತೀನಿ ಕೇಳಿ" ಎನ್ನುತ್ತ ಶಣ್ಮುಗರತ್ನಮ್, ತಾನು ಭಾರತದಿಂದ ಹಿಂದಿರುಗುವಾಗ ಏನಾಯಿತು ಎಂಬುದನ್ನು ವಿವರಿಸಿದ– "ಸೀರೆಯ ದಿರಿಸಿನಲ್ಲೇ ಇದ್ಲು ನನ್ ಹೆಂಡ್ತಿ. ಕೌಲಾಲಂಪುರ ಏರ್‌ಪೋರ್ಟ್‌ನಲ್ಲಿ ಸ್ವದೇಶೀಯರ, ಅಂದ್ರೆ ಮಲೇಷಿಯನ್ನಿಗೆ ಅಂತಾನೇ ಪ್ರತ್ಯೇಕ ಇಮಿಗ್ರೇಷನ್ ಕೌಂಟರಿದೆ. ನಾವು ಅದರತ್ತ ಹೋಗ್ತಾ ಇದ್ರೆ, ಪೋಲೀಸನೊಬ್ಬ ತಡೆದು 'ಇದು ನಿಮಗಲ್ಲ, ಆ ಕಡೆ ಹೋಗಿ' ಅಂದ. ನಾವು ಭಾರತೀಯರು ಅಂದ್ಕೊಂಡಿದ್ದ ಆತ. ನಾನು ನನ್ನ ಪಾಸ್‌ಪೋರ್ಟ್ ಎತ್ತಿ ತೋರಿಸಿದ ಮೇಲೆ ಸುಮ್ಮನಾದ. ಭಾರತಕ್ಕೆ ಹೋದ್ರೆ ಹಾಗೆ, ಇಲ್ಲಿ ಹೀಗೆ. ಇದನ್ನ ದುರಂತ ಅನ್ನೋದೋ, ವಿಪರ್ಯಾಸವೋ?" ಎನ್ನುತ್ತ ಸಣ್ಣ ನಿಟ್ಟುಸಿರು ಬಿಟ್ಟ.

ಇದುವರೆಗೂ ಅವರಿಬ್ಬರ ಸಂಭಾಷಣೆ ಸುಮ್ಮನೇ ಆಲಿಸುತ್ತ ಕುಳಿತಿದ್ದ ನಿರಂಜನ, "ಯಾವ ಕಲರು ನಿಮ್ಮ ಪಾಸ್‌ಪೋರ್ಟ್?" ಕೇಳಿದ.

"ರೆಡ್"

"ಹ್ಮ್... ಹಾಗಾಗಿ ನೋಡಿದ ಕೂಡಲೇ ಗೊತ್ತಾಗಿ ಸುಮ್ಮನಾಗಿರ್ತಾನೆ.

ಮತಿಅಲಗನ್ ಮತ್ತು ರೂಬಿನಿ ತಮ್ಮ ಆಟ ಬದಲಾಯಿಸಿದ್ದರು. ಕಣ್ಣಿಗೆ ಬಟ್ಟೆ ಕಟ್ಟಿ ಮುಟ್ಟುವ ಆಟ ಶುರುವಾಗಿತ್ತು. ಮತಿ ರೂಬಿನಿಯನ್ನು ಹಿಡಿಯಲು ಕಷ್ಟಪಡುತ್ತಿದ್ದ. ಆದರೆ ಆಕೆಯ ಕಣ್ಣಿಗೆ ಬಟ್ಟೆ ಕಟ್ಟುವಾಗ ಬೇಕಂತಲೇ ತುಸು ಕಾಣುವಂತೆ ಕಟ್ಟಿ ಬೇಗ ಸಿಕ್ಕಿ ಬೀಳುತ್ತಿದ್ದ. ಆಕೆ ಕೇಕೆ ಹಾಕಿ ನಗುತ್ತಿದ್ದಳು. ಇವರ ಆಟವನ್ನು ನೋಡುತ್ತಿದ್ದ ಕಣ್ಣದಾಸನ್ ನಿರಂಜನನನ್ನು ಉದ್ದೇಶಿಸಿ–

"ಮಕ್ಕಳಿಗೆ ಮಾತ್ರ ಕಣ್ಮುಚ್ಚಿ ಹುಡುಕಿದ್ರೂ ಬೇಕಾದದ್ದು ಸಿಕ್ಕಿಬಿಡುತ್ತೆ ನೋಡಿ, ಅಲ್ವಾ?" ಅಂದ. ಶಣ್ಮುಗರತ್ನಮ್ ಬರುವುದಕ್ಕೂ ಮುಂಚೆ ತಾವುಗಳು ಮಾತಾಡುತ್ತಿದ್ದ ವಿಷಯಕ್ಕೆ ಸಂಬಂಧಿಸಿದ ಡೈಲಾಗ್ ಇದು ಎನ್ನುವುದು ಆತ 'ಅಲ್ವಾ?' ಎಂದು ಕೇಳಿದ ದನಿಯಲ್ಲಿ ಅಡಕವಾಗಿತ್ತು.

"ಹ... ಹ್ಞಾ... ಹೌದು"

"ಹೌದು. ಯಾಕಂದ್ರೆ ಏನು ಹುಡುಕುತ್ತಿದ್ದೇವೆ ಅನ್ನೋದು ಅವರಿಗೆ ಮೊದಲೇ ಗೊತ್ತಿರುತ್ತೆ" ಅಂತಾ ಮಾತು ಸೇರಿಸಿದ ಶಣ್ಮುಗರತ್ನಮ್. ರೂಬಿನಿ ಕಾಣಿಸುವಂತೆ ಕಣ್ಣು ಕಟ್ಟಿಕೊಂಡು ಮತಿಯನ್ನು ಸುಲಭದಲ್ಲಿ ಹಿಡಿಯುತ್ತಿದ್ದಾಳೆ ಎಂಬುದು ಎಲ್ಲರಿಗೂ ತಿಳಿದಿದೆ ಎನ್ನುವ ಅರ್ಥ ಅವನ ಮಾತಿನಲ್ಲಿತ್ತು.

ರಾತ್ರಿ ಆಗಲೇ ಹನ್ನೊಂದಾಗಿತ್ತು. ಹೊರಡುವಾಗ ಶಣ್ಮುಗರತ್ನಮ್ ನಿರಂಜನನಿಗೆ ತನ್ನ ವಿಸಿಟಿಂಗ್ ಕಾರ್ಡು ನೀಡಿದ.

"ಅಂದಹಾಗೇ, ಸಾಧ್ಯವಾದರೆ ನೀವೂ ನೋಡಿ ಮಿಸ್ಟರ್ ನಿರಂಜನ್, ನಾ ಹೇಳಿದ ಊರಿನ ಬಗ್ಗೆ. ನಿಮ್ಮ ಪರಿಚಯದವರಲ್ಲಿ ಯಾರಿಗಾದರೂ ಗೊತ್ತಿದ್ದರೂ ಇರಬಹುದು"

"ಶೂರ್... ಯಾಕಾಗಬಾರದು? ನನಗೂ ಸಾಕಷ್ಟು ತಮಿಳು ಫ್ರೆಂಡ್ಸ್ ಇದಾರೆ. ವಿಚಾರಿಸುತ್ತೇನೆ"

"ತುಂಬಾ ಉಪಕಾರವಾಗುತ್ತೆ. ಥ್ಯಾಂಕ್ಯೂ ವೆರಿ ಮಚ್. ಊರಿನ ಹೆಸರು ಮರೆತು ಹೋಗಬಹುದು ನಿಮಗೆ. ನನ್ನ ವಿಸಿಟಿಂಗ್ ಕಾರ್ಡ್ ಮೇಲೆಯೇ ಬರೆದು

ಕೊಡುತ್ತೇನೆ, ಕೊಡಿ"

ಕೈಲಿದ್ದ ಕಾರ್ಡನ್ನು ಹಲ್ಲಿನ ಸಂದಿ ಸ್ವಚ್ಛಗೊಳಿಸಲು ಬಾಯಿಯ ಹತ್ತಿರ ತೆಗೆದುಕೊಂಡು ಹೋಗುತ್ತಿದ್ದ ನಿರಂಜನ ತಕ್ಷಣ ಎಚ್ಚರಗೊಂಡು ಕಾರ್ಡು ವಾಪಸ್ ಕೊಟ್ಟ. ಕಿಸೆಯಿಂದ ಪೆನ್ನು ತೆಗೆದು ಕಾರ್ಡಿನ ಹಿಂದೆ ಊರಿನ ಹೆಸರು ಉಚ್ಚರಿಸುತ್ತ ಬರೆದು ಕೊಟ್ಟ ಶಣ್ಮುಗರತ್ನಮ್.

"ಅದರಲ್ಲೇ ನನ್ನ ಫೋನ್ ನಂಬರೂ ಇದೆ. ಏನೇ ಸಣ್ಣ ಕುರುಹು ಸಿಕ್ಕರೂ ನನಗೆ ವಾಟ್ಸಾಪ್ ಮಾಡಿ. ನಾನೇ ಕಾಲ್ ಮಾಡುತ್ತೇನೆ" ಅಂದ.

ಅವರನ್ನು ಬೀಳ್ಕೊಡಲು ರಸ್ತೆಯವರೆಗೂ ಹೋದ ಕಣ್ಣದಾಸನ್ ಅನ್ನು ನಿರಂಜನನೂ ಹಿಂಬಾಲಿಸಿದ. ಶಣ್ಮುಗರತ್ನಮ್‌ನ 'ಆಡಿ ಕ್ಯೂ-ಸೆವೆನ್' ಕಾರನ್ನು ನೋಡಿ, ಮನದಲ್ಲೇ 'ಜೋರಾಗಿದ್ದಾನೆ ಪಾರ್ಟಿ' ಅಂದುಕೊಂಡ.

'ಓಕೆ ಬಾಯ್' ಎಂದ ಶಣ್ಮುಗರತ್ನಮ್‌ನಿಗೆ, 'ಸೆಲಾಮತ್ ಮಲಮ್' ಎಂದು ಉತ್ತರಿಸಿದ.

"ಅರ್ರೇ... ಮಲಯೂ ಭಾಷೆ ಬೇರೆ ಕಲಿತು ಬಿಟ್ಟಿದ್ದೀರಿ!"

"ಹೂಂ... ಒಂದೆರಡು ಶಬ್ದಗಳಷ್ಟೇ"

"ವೋವ್... ಗ್ರೇಟ್. ನಿಮ್ಮ ಭಾಷೆಯಲ್ಲಿ ಏನಂತಾರೆ?"

"ಗುಡ್ ನೈಟ್"

"ಅದು ಇಂಗ್ಲೀಷಾಯಿತು. ನಿಮ್ಮ ಭಾಷೆ... ಐ ಮೀನ್ ಬೆಂಗಳೂರು ಭಾಷೆಯಲ್ಲಿ ಏನಂತಾರೆ?"

"ಓ... ಕನ್ನಡದಲ್ಲಾ? ಶುಭರಾತ್ರಿ ಅಂತಾರೆ. ಆದರೆ ಅದನ್ನು ಯಾರೂ ಬಳಸುವುದಿಲ್ಲ."

"ಓಹ್... ಓಕೆ. ಸುಬರಾತ್ರಿ... ಟೇಕ್ ಕೇರ್"

9

ಮನೆಯ ಹತ್ತಿರದಲ್ಲೇ ಚೆಂದದೊಂದು ಉದ್ಯಾನ ಇರುವುದಾಗಿ ಹೇಳಿದ್ದಳು ರೇವತಿ. ಮರುದಿನ ತಡಮಾಡಿ ಎದ್ದು, ಬೆಳಕು ಹರಿದ ನಂತರ ಅಲ್ಲಿಗೆ ವಿಹಾರಕ್ಕೆ ಹೋಗಿದ್ದ ನಿರಂಜನ. ಉದ್ಯಾನವನ ನಿಜಕ್ಕೂ ಸುಂದರವಾಗಿತ್ತು. ನಡುವಲ್ಲಿ ಸಣ್ಣದೊಂದು ಕೊಳ. ಅದಕ್ಕೆ ವಿಭಿನ್ನ ವಿನ್ಯಾಸದ ಸೇತುವೆ. ಇನ್ನೊಂದೆಡೆ ಕಿರಿದಾದ ಕಾಂಕ್ರೀಟ್ ಕಾಲುಹಾದಿಯ ಎರಡೂ ಪಕ್ಕದಲ್ಲಿ ದಟ್ಟವಾಗಿ ಬೆಳೆದ ಕಡುಗೆಂಪು ಬಣ್ಣದ ದಾಸವಾಳಗಳು. ನಡೆದು ಹೋಗುವಾಗ ಮುಖಕ್ಕೂ ಭುಜಕ್ಕೂ ತಾಕುತ್ತಿತ್ತು. ಬೆಳಿಗ್ಗೆಯೇ ದಾರಿಯನ್ನು ಗುಡಿಸಿ ಸ್ವಚ್ಛಮಾಡಿರಬೇಕು. ಒಣಗಿದ ಎಲೆಗಳಾಗಲೀ, ಕೊಳೆತ ಹೂಗಳಾಗಲೀ ಒಂದೂ ಬಿದ್ದಿರಲಿಲ್ಲ. ಹೂಗಳ ನಡುವೆ ಮುಖ ಹುದುಗಿಸಿ ಸೆಲ್ಫಿ ತೆಗೆದುಕೊಂಡ ಈತ. ಫೇಸ್‌ಬುಕ್ಕಿನ ತಾತ್ಕಾಲಿಕ ಪ್ರೊಫೈಲ್ ಫೋಟೋಕ್ಕೆ ಚೆನ್ನಾಗಿದೆ. ಆದರೆ ಸರಿಯಾಗಿ ವಿವರ ನೀಡಬೇಕು. ಇಲ್ಲದಿದ್ದರೆ ಲಾಲ್‌ಬಾಗಿನ ಫ್ಲವರ್ ಶೋದಲ್ಲಿ ತೆಗೆಸಿಕೊಂಡ ಫೋಟೋ ಅಂದುಕೊಂಡು ಬಿಡುತ್ತಾರೆ. 'ಮಲೇಷಿಯಾದ ರಾಷ್ಟ್ರೀಯ ಪುಷ್ಪ. ನಾವು ಮಾಮೂಲಿ ನೋಡುವ ದಾಸವಾಳದ ಹೂಗಳಿಗಿಂತ ಇದರ ಪಕಳೆಗಳು ಅಗಲವಾಗಿ ದೊಡ್ಡದಿವೆ. ಬಣ್ಣವೂ ಅಚ್ಚುಗೆಂಪು' ಎಂಬ ಒಕ್ಕಣಿಕೆ ಬರೆದು ಆಗಲೇ ಹಾಕಿದ.

ಪಾರ್ಕಿನಲ್ಲಿ ಹೆಚ್ಚಿನ ಜನರೇನೂ ಇರಲಿಲ್ಲ. ನಾಲ್ಕೈದು ಜನರ ಯುರೋಪಿಯನ್ ಗುಂಪೊಂದು ಸೈಕಲ್ ಹೊಡೆಯುತ್ತಿತ್ತು. ಬೆರಳೆಣಿಕೆಯಷ್ಟು ಮಧ್ಯ ವಯಸ್ಕ ಮಲೇಷಿಯನ್ನರು ಅಲ್ಲಲ್ಲಿ ಜಾಗಿಂಗ್ ಮಾಡುತ್ತಿದ್ದರು. ಇನ್ನೊಂದೆಡೆ ಹುಲ್ಲು ಹಾಸಿನ ಮೇಲೆ ಚೈನೀಸರ ಸಣ್ಣ ಗುಂಪೊಂದು ವಿಚಿತ್ರವಾಗಿ ಅಂಗಾಂಗಗಳನ್ನು ಅಲ್ಲಾಡಿಸುತ್ತಾ ನಿಂತಿತ್ತು. ಅವರಿಗೊಬ್ಬ ಗುರುವೂ ಇದ್ದ. ಯಾವುದೋ ನೃತ್ಯವನ್ನು ಸ್ಲೋ ಮೋಷನ್ನಿನಲ್ಲಿ ಮಾಡುತ್ತಿರುವಂತಿತ್ತು ಅವರ ಚಲನೆಯ ಭಂಗಿ. ನಡುನಡುವೆ ರಾಗವಾಗಿ ಏನನ್ನೋ ಹಾಡುತ್ತಿದ್ದರು. ಒಂದೆರಡು ನಿಮಿಷ ನಿಂತು ಅದನ್ನೇ

ನೋಡಿದ ನಿರಂಜನ. ಯಾವುದೋ ವಿಭಿನ್ನ ಚೈನೀಸ್ ವ್ಯಾಯಾಮ ಅದು ಎಂಬುದು ತಿಳಿಯಿತು. ನಂತರ ಹೀಗೇ ಅಡ್ಡಾಡುತ್ತ, ಪಾರ್ಕಿನಲ್ಲಿಯ ಕಸದ ಬುಟ್ಟಿಗಳನ್ನು ನೋಡಿ ಫೋಟೋ ತೆಗೆದುಕೊಂಡ. 'ಇವೇ ಎಷ್ಟೊಂದು ಚೆನ್ನಾಗಿವೆ. ನಮ್ಮ ಬಿಬಿಎಂಪಿಯವರಿಗೆ ತೋರಿಸಿದರೆ, ಇದು ಕಸದ ಡಬ್ಬವೇ ಅಲ್ಲ. ಯಾವುದೋ ಮಾಲ್‌ನಲ್ಲಿ ಐಸ್‌ಕ್ರೀಮ್ ಇಡುವ ಕೋಲ್ಡ್ ಸ್ಟೋರ್ ಇರಬೇಕು ಅಂತಾ ವಾದ ಮಾಡಬಹುದು' ಅನ್ನಿಸಿತು.

ಹಿಂದಿರುಗಿ ಬರುವಾಗ ದಾರಿಯಲ್ಲಿ ಯಾವುದೋ ಒಂದು ಶಾಲೆ. ಶಾಲೆಗೆ ಮಕ್ಕಳನ್ನು ಬಿಡಲು ಬಂದ ಪಾಲಕರ ಕಾರುಗಳಿಂದಾಗಿ ಎದುರಿನ ರಸ್ತೆ ಜಾಮ್ ಆಗಿತ್ತು. ಬಿಎಂಡಬ್ಲ್ಯು ಲೆಕ್ಸಸ್‌ಗಳಂಥ ಐಷಾರಾಮಿ ಕಾರುಗಳನ್ನು ನೋಡಿ 'ಯಾವುದಪ್ಪಾ ಈ ಶಾಲೆ' ಎಂದು ಅಚ್ಚರಿ ಪಡುತ್ತಿರುವಂತೆ, ಸಮವಸ್ತ್ರ ಧರಿಸಿ ಹೋಗುತ್ತಿರುವ ಸಣ್ಣ ಕಂಗಳ ಪುಟ್ಟ ಪುಟ್ಟ ಚೀನೀ ಹುಡುಗರು ಕಂಡರು.

ಕಣ್ಣದಾಸನ್ ಹಾಗೂ ರೇವತಿಯೊಡನೆ ತಿಂಡಿ ತಿನ್ನುತ್ತಾ ಈ ವಿಷಯ ಪ್ರಸ್ತಾವಿಸಿದ ನಿರಂಜನ.

"ಇದು ತುಂಬಾ ಪಾಷ್ ಏರಿಯಾ ಅನ್ನಿಸುತ್ತೆ, ಅಲ್ವಾ?"

"ಹೌದು. ಇಂಥಾ ಜಾಗದಲ್ಲೆಲ್ಲಾ ಇಂಡಿಯನ್ನಿಗೆ ಮನೆಯೇ ಸಿಗುವುದಿಲ್ಲ. ನಮ್ಮದೇನೋ ಕಂಪನಿ ಕೊಟ್ಟಿದ್ದರಿಂದ ಪರವಾಗಿಲ್ಲ" ಹೇಳಿದಳು ರೇವತಿ.

"ಇಂಡಿಯನ್ನಿಗೆ ಮನೆ ಕೊಡಲು ಸ್ವಲ್ಪ ಹಿಂಜರೀತಾರೆ ಈ ದೇಶದಲ್ಲಿ" ಕಣ್ಣದಾಸನ್ ಮಾತು ಸೇರಿಸಿದ.

"ಹಾಂ..? ಯಾಕೆ?" ಆಶ್ಚರ್ಯವಾಯಿತು ನಿರಂಜನನಿಗೆ.

"ಭಾರತೀಯರು ಅಡುಗೆಯಲ್ಲಿ ಮಸಾಲೆ ಪದಾರ್ಥ ಹೆಚ್ಚು ಬಳಸ್ತಾರಂತೆ. ಅದರ ಕಡು ವಾಸನೆ ಆಗೊಲ್ಲ ಇವರಿಗೆ... ಅದಕ್ಕೇ"

"ಜನ ಮನೆ ಬಿಟ್ಟು ಹೋದರೂ, ಮಸಾಲೆ ವಾಸನೆ ಮಾತ್ರ ಹೋಗೊಲ್ಲ. ಪರಮನೆಂಟಾಗಿ ಮನೆಯಲ್ಲಿ ಉಳಿದುಬಿಡುತ್ತೆ ಅಂತಾರೆ" ಅನ್ನುತ್ತಾ ನಕ್ಕಳು ರೇವತಿ.

"ಮಸಾಲೆ ವಾಸನೆ ಬಿಡಿ. 'ಇಂಡಿಯನ್ಸ್ ಸ್ಮೆಲ್' ಅಂತಾ ಹಂಗಸ್ತಾರೆ ಅನ್ನೋದನ್ನೂ ಕೇಳಿದ್ದೇನೆ" ಹೇಳಿದ ಕಣ್ಣದಾಸನ್.

"ಬೈದವೇ, ಹೇಗಿದೆ ನನ್ನ ಮಲೇಷಿಯನ್ ರೆಸಿಪಿ?" ತಾನು ಮಾಡಿದ್ದ ನಾಸೀ ಲೆಮಕ್ ಬಗ್ಗೆ ಕೇಳಿದಳು ರೇವತಿ.

ಅನ್ನ ಒಂಥರಾ ಅಂಟಂಟಾಗಿತ್ತು. ಬೇರೆಯದೇ ವಾಸನೆ. ಅದರೊಡನೆ ಮಸಾಲೆ ಪಲ್ಯ ಸೇರಿಸಿ ತಿಂದಾಗ ರುಚಿಯೆನಿಸಿತ್ತು. ಪಲ್ಯ ಮಲೇಷಿಯನ್ ಶೈಲಿಯದು ಇರಲಿಕ್ಕಿಲ್ಲ ಎನ್ನುವ ಸಂಶಯ ಬಂತು. ಅದನ್ನೆಲ್ಲಾ ಕೆಣಕುವುದು ಬೇಡವೆಂದು, "ಸೂಪರ್ ಆಗಿದೆ. ಡಿಫರಂಟ್ ಟೇಸ್ಟು" ಎಂದ. "ಆದರೆ ಮಸಾಲೆ ಜಾಸ್ತಿ ಇಲ್ಲ ನೋಡಿ..." ಎಂದು ತಮಾಷೆ ಮಾಡಿದ.

ಕಣ್ಣದಾಸನ್ ಗೆಳೆಯ ರಾಮ್‌ಮೋಹನನ ಆಫೀಸಿಗೆ ಪಬ್ಲಿಕ್ ಬಸ್ಸಿನಲ್ಲಿ ಹೋಗಬಹುದೆಂಬ ಐಡಿಯಾ ಕೊಟ್ಟವಳು ರೇವತಿಯೇ. ಟ್ಯಾಕ್ಸಿಯವರು ಮೀಟರ್ ಹಾಕುವುದಿಲ್ಲ, ಬಾಯಿಗೆ ಬಂದ ರೇಟು ಕೇಳುತ್ತಾರೆ. ಅದರ ಬದಲು ಮೂವತ್ತು ರಿಂಗಿಟ್ಟಿನ ಒಂದು 'ಟಚ್ ಎನ್ ಗೋ' ಕಾರ್ಡು ತೆಗೆದುಕೊಂಡರೆ ಬಸ್ಸಲ್ಲಿ ಇಡೀ ಕೌಲಾಲಂಪುರ ಸುತ್ತಿ ವಾಪಸ್ ಬರಬಹುದು. ಕಣ್ಣದಾಸನ್ ಮನೆ ಏರ್‌ಪೋರ್ಟಿಗೆ ಹೋಗುವ ದಾರಿಯಲ್ಲೇ ಇದೆ. ಹೇಗೂ ಕೋಣೆ ಮತ್ಯಾವುದೇ ಗೆಸ್ಟ್‌ಗಳಿಗೆ ಬುಕ್ ಆಗಿಲ್ಲ. ನಿರಂಜನ ತನ್ನ ಲಗೇಜನ್ನು ಅಲ್ಲಿಯೇ ಇಟ್ಟು, ರಾಮ್‌ಮೋಹನನ ಭೇಟಿಯ ನಂತರ ಮನೆಗೆ ಬಂದು ಫ್ರೆಶ್ ಆಗಿ, ಅಲ್ಲಿಂದಲೇ ವಿಮಾನ ನಿಲ್ದಾಣಕ್ಕೆ ಹೋದರಾಯಿತು.

ರೇವತಿಯ ಈ ಸಲಹೆ ಬಹಳೇ ಹಿಡಿಸಿತ್ತು ನಿರಂಜನನಿಗೆ. ಸಮಯದ ಅಭಾವ ಇದ್ದಿದ್ದರೆ ಟ್ಯಾಕ್ಸಿ ಅವಲಂಬಿಸಬೇಕಿತ್ತೇನೊ. ಅದಂತೂ ಇಲ್ಲ. ಲಗೇಜ್ ಕೂಡಾ ಹೊತ್ತು ತಿರುಗಬೇಕಿಲ್ಲ. ಬೋನಸ್ ಆಗಿ ದುಡ್ಡಿನ ಉಳಿತಾಯ ಬೇರೆ. ಹೀಗಾಗಿ ಬ್ಯಾಕ್‌ಪ್ಯಾಕ್ ಒಂದನ್ನೇ ಏರಿಸಿಕೊಂಡು ಹೊರಟ. ಈತ ಬಸ್ ಏರಿ, ಕಾರ್ಡನ್ನು ದ್ವಾರದ ಬಳಿ ಸ್ವೈಪ್ ಮಾಡಿ ಒಳಬರುತ್ತಿರುವಂತೆ ಚಾಲಕ ಮಲಯೂದಲ್ಲಿ ಏನೋ ಹೇಳಿದ. ತನ್ನನ್ನೂ ಲೋಕಲ್ ಎಂದೇ ತಿಳಿದುಕೊಂಡಿರಬಹುದೆಂದು ಒಂಥರಾ ಖುಷಿಯಾಯ್ತು ನಿರಂಜನನಿಗೆ. ಆತ ಹೇಳಿದ್ದೇನೆಂದು ತಿಳಿಯದಿದ್ದರೂ, 'ಆಪಾ ಖಬರ್' ಎಂದ ಹಲ್ಲು ಕಿರಿಯುತ್ತ. ಯಾರು ಏನೇ ಹೇಳಿದರೂ, 'ಹೇಗಿದ್ದೀರಿ?' ಎಂದು ವಾಪಸ್ ಕೇಳಿದರೆ ತೊಂದರೆಯೇನಿಲ್ಲ ಅನ್ನುವ ಧೈರ್ಯ ಅವನಿಗೆ. ಇಂಥ ಸಂದರ್ಭಗಳಲ್ಲೆಲ್ಲ ತುಸು ತಪ್ಪಿದರೂ ಆದೀತು. ಇಲ್ಲದಿದ್ದರೆ ಭಾಷೆ ಕಲಿಯುವುದಾದರೂ ಹೇಗೆ?

ಚಾಲಕ ಇವನನ್ನು ವಿಚಿತ್ರವಾಗಿ ನೋಡಿ, ಮತ್ತಿನ್ನೇನೋ ಹೇಳುತ್ತ ಹಿಂದೆ ಹೋಗಿ ಕುಳಿತುಕೊಳ್ಳುವಂತೆ ಕೈ ಮಾಡಿ ತೋರಿಸಿದ.

ಬೆಂಗಳೂರಿನ ಏರ್‌ಪೋರ್ಟ್ ಬಸ್ಸುಗಳಂಥದ್ದೇ ವಾಹನ; ಅದಕ್ಕಿಂತಲೂ ತುಸು ಉದ್ದ. ಬಸ್ಸಲ್ಲಿ ಅಷ್ಟೇನೂ ಜನರಿರಲಿಲ್ಲ. ಹಿಂದುಗಡೆ ಎತ್ತರದಲ್ಲಿರುವ ಸೀಟನ್ನೇ

ಆಯ್ದುಕೊಂಡು ಕುಳಿತ. ಮೇಲಿರುವ ಬಿರಡೆ ತಿರುವಿ ಏಸಿ ಹೆಚ್ಚು ಮಾಡಿಕೊಂಡ. ಬಸ್ ಪ್ರಯಾಣವೇ ಒಂಥರಾ ಖುಷಿ ಅನ್ನಿಸಿತು. ಎತ್ತರದಲ್ಲಿ ಕುಳಿತಿದ್ದನಾದ್ದರಿಂದ ಸುತ್ತಲಿನದೆಲ್ಲ ಇನ್ನೂ ಚೆನ್ನಾಗಿ ಕಾಣುತ್ತಿತ್ತು. ರಸ್ತೆಗೂ ಫುಟ್‌ಪಾತಿಗೂ ನಡುವೆ ಉದ್ದಕ್ಕೂ ಇದ್ದ ಬ್ಯಾರಿಕೇಡುಗಳು; ಝೀಬ್ರಾ ಕ್ರಾಸಿಂಗಿನಲ್ಲಿ ಮಾತ್ರ ಇರುತ್ತಿರಲಿಲ್ಲ. ಫುಟ್‌ಪಾತಿಗೂ ನೀಟಾದ ಗ್ರನೈಟ್ ಹಾಸು ಅಥವಾ ಬಣ್ಣಬಣ್ಣದ ಸಿಮೆಂಟ್ ಕಲ್ಲುಗಳು. ರಸ್ತೆಗಳು ಕಾಂಕ್ರೀಟಿನದೇ ಇರಬೇಕು, ಕಪ್ಪು ಮೇಲ್ಮೈ ಹೊಂದಿರಲಿಲ್ಲ. ಎರಡೂ ಬದಿಯಲ್ಲಿ ವಿವಿಧ ವಿನ್ಯಾಸದ ಕಟ್ಟಡಗಳು. ಎದುರಿನ ಕಟ್ಟಡದ ಬಣ್ಣ ಈ ಬದಿಯ ಬಿಲ್ಡಿಂಗಿನ ಗಾಜಿನ ಮೇಲೆ ಪ್ರತಿಫಲಿಸಿ ಫಳಫಳಿಸುತ್ತಿತ್ತು. ಅಲ್ಲಲ್ಲಿ ಕಾಣುವ ಹಸಿರು, ನಡುವೆ ಪುಟ್ಟ ಉದ್ಯಾನಗಳು ಬಸ್ಸಿನ ವೇಗಕ್ಕೆ ತಕ್ಕಂತೆ ದಾಟಿ ಹೋಗುತ್ತಿದ್ದವು.

'Sephoria Elektroniks', 'WOLO Telifon' ಇತ್ಯಾದಿ ಬೋರ್ಡುಗಳತ್ತ ಆತನ ಲಕ್ಷ ಹರಿಯಿತು. ಆತ ಯಾವತ್ತೋ ಗಮನಿಸಿದ್ದಾನೆ. ಮಲೇಷಿಯಾದಲ್ಲಿಯ ಎಲ್ಲ ಬೋರ್ಡುಗಳೂ ಇಂಗ್ಲೀಷ್ ಲಿಪಿಯಲ್ಲೇ ಇರುತ್ತವೆ. ಭಾಷಾ ಮಲಯೂವನ್ನು ಬರೆಯುವುದೂ ಅವರು ಇಂಗ್ಲೀಷ್ ಲಿಪಿಯಲ್ಲಿಯೇ. ಹೀಗಾಗಿ ಎಲ್ಲೇ ಹೋದರೂ ಅಲ್ಲಿ 'ಓದು' ಕಷ್ಟವೇ ಅಲ್ಲ. ಇವರ‍್ಯಾಕೆ ಮಲಯೂ ಲಿಪಿಯನ್ನು ಬಳಸುವುದಿಲ್ಲ ಎಂದು ಆತ ಆಲೋಚಿಸಿದ್ದೂ ಇದೆ. ಅವರದೇನೇ ಸುಡುಗಾಡು ಕಾರಣವಿರಲಿ, ಅದರಿಂದ ನನ್ನಂಥವರಿಗೆ ಅನುಕೂಲವೇ. ಮಲಯೂ ಮಾತನಾಡಲೊಂದು ಕಲಿತುಕೊಂಡರೆ ಸಾಕು, ಪೂರ್ಣ ಯುದ್ಧ ಗೆದ್ದಂತೆ. ಅಲ್ಲದೇ, ಇಂಗ್ಲೀಷಿನ ಸ್ಪೆಲ್ಲಿಂಗನ್ನು ಮಲೇಷಿಯನ್ನರು ತಮ್ಮ ಆಡು ಮಾತಿಗೆ ಒಗ್ಗಿಸಿಕೊಂಡಿರುವ ರೀತಿ ಅವನಿಗೆ ಒಂದು ವರದಂತೇ ಕಂಡಿದೆ. ಟೆಕ್ನಾಲಜಿಯನ್ನು ಅವರು Teknologi ಎಂದು ಸುಲಭದಲ್ಲಿ ಬರೆದುಬಿಡುತ್ತಾರೆ. ತನಗೆ ಪ್ರತೀ ಬಾರಿಯೂ ಆಗುವ 'ಸಪರೇಟ್' ಸ್ಪೆಲ್ಲಿಂಗು s-e-p-a-r-a-t-e ನೋ ಅಥವಾ s-a-p-e-r-a-t-e ಯೋ ಎನ್ನುವ ಗೊಂದಲಕ್ಕೆ ಇಲ್ಲಿ ಆಸ್ಪದವೇ ಇಲ್ಲ. ಭಾಷೆಯೆಂದರೆ ಹೀಗಿರಬೇಕು.

ರಾಮ್‌ಮೋಹನನ ಆಫೀಸಿಗೂ ಹಿಂದಿನ ದಿನ ಹೋದ ಪೆಟ್ರೋನಾಸ್ ಕಟ್ಟಡದ ಆಫೀಸಿಗೂ ಹೋಲಿಸುವಂತೆಯೇ ಇರಲಿಲ್ಲ. ಹಳೆಯ ಬಿಲ್ಡಿಂಗಿನ ನಾಲ್ಕನೇ ಮಹಡಿ. ಲಿಫ್ಟಿಗೆ 'ದುರಸ್ತಿಯಲ್ಲಿದೆ' ಎನ್ನುವ ಬೋರ್ಡಿತ್ತಾದ್ದರಿಂದ ಮೆಟ್ಟಿಲು ಹತ್ತಿಯೇ ಬಂದ ನಿರಂಜನ. ಹೊಕ್ಕ ಕೂಡಲೇ ಸಣ್ಣ ಕೋಣೆ. ಮೂಲೆಯಲ್ಲೊಂದು ಉದ್ದನೆ

ಟೇಬಲ್ಲು. ಈ ಟೀಕ್‌ವುಡ್ಡಿಗೆ ಹೋಲುವ ಲ್ಯಾಮಿನೇಶನ್ ಇರುವ ಯಾವುದೇ ಪೀಠೋಪಕರಣಗಳನ್ನು ಕಂಡರೂ ನಿರಂಜನನಿಗೆ ಅಲರ್ಜಿ. ಅದು ಒಳಾಂಗಣ ವಿನ್ಯಾಸಕ್ಕೆ ಯಾವುದೇ ಪಾಷ್ ಲುಕ್ ಕೊಡುವುದಿಲ್ಲ ಹಾಗೂ ಹಳೆಯ ಸರಕಾರಿ ಕಚೇರಿಗಳನ್ನು ನೆನಪಿಸುತ್ತದೆ ಎನ್ನುವುದು ಅವನ ಅನಿಸಿಕೆ. ಟೇಬಲ್ಲಿನ ಮೇಲೆ ಹೂ ಕುಂಡವೊಂದಿತ್ತು. ಪ್ಲಾಸ್ಟಿಕ್ ಹೂವುಗಳು ಎಂಬುದು ನೋಡಿದ ಕೂಡಲೇ ಗೊತ್ತಾಗುತ್ತಿತ್ತು. ಅಲ್ಲೇ ಒಂದು ಕಂಪ್ಯೂಟರು, ಪ್ರಿಂಟರ್ರು, ಟೆಲಿಫೋನು... ಹೀಗೆ ಮಲ್ಟಿಪರ್ಪಸ್ ಟೇಬಲ್ಲು ಅದು. ಟೇಬಲ್ಲಿನ ಹಿಂದೆ ಕುರ್ಚಿಯಲ್ಲಿ ಕುಳಿತಿದ್ದ ಹುಡುಗಿ ಈತ ಬರುತ್ತಿರುವಂತೆ ನಗುತ್ತಾ "ಕಣ್ಣದಾಸನ್ ಅವರ ಫ್ರೆಂಡಾ?" ಎಂದು ಕೇಳಿದಳು. ಆಫೀಸನ್ನು ನೋಡಿ ನಿರಾಶನಾಗಿದ್ದ ನಿರಂಜನನಿಗೆ ಈಗ ತುಸು ಸಮಾಧಾನವಾಯಿತು. "ಸರ್ ಒಳಗಿದ್ದಾರೆ ಹೋಗಿ" ಅಂದಳು.

ಒಳಗಿನ ಪಾರ್ಟೀಶನ್ ಗೋಡೆಗಳಿಗೂ ಟೀಕ್ ಲ್ಯಾಮಿನೇಶನ್ನೇ. ಕಿರು ಕಾರಿಡಾರು, ಪಕ್ಕದಲ್ಲಿ ಮೂರ್ನಾಲ್ಕು ವರ್ಕ್ ಸ್ಟೇಶನ್ನು. ಯಾರೂ ಇರಲಿಲ್ಲ ಅಲ್ಲಿ. ತೆರೆದ ಕಪಾಟಿನಲ್ಲಿ ಫೈಲು ಪುಸ್ತಕಗಳನ್ನೆಲ್ಲಾ ಅಸ್ತವ್ಯಸ್ತವಾಗಿ ಜೋಡಿಸಿಟ್ಟಿದ್ದರು. ಇರುವ ಎರಡು ಕ್ಯಾಬಿನ್ನಿನಲ್ಲಿ ಒಂದು ಖಾಲಿಯಿತ್ತು. ಇನ್ನೊಂದರಲ್ಲಿ ಕಣ್ಣದಾಸನ್ ಗೆಳೆಯ ಇದ್ದ. 'ಆಯ್ ಆಮ್ ರಾಮ್' ಎಂದು ಪರಿಚಯ ಮಾಡಿಕೊಂಡ.

ಎಲ್ಲರೂ ಫೀಲ್ಡ್ ವರ್ಕಿಗೆ ಹೋಗಿರುವುದರಿಂದ ಆಫೀಸು ಖಾಲಿ ಹೊಡೆಯುತ್ತಿರುವುದಾಗಿ ಹೇಳಿದ. ಪಕ್ಕದ ಕ್ಯಾಬಿನ್ನು ಕಂಪನಿಯ ಮಾಲೀಕನದೆಂದೂ, ಆತ ಆಫೀಸಿಗೆ ಬರುವುದೇ ಕಡಿಮೆ, ಎಲ್ಲ ವ್ಯವಹಾರಗಳನ್ನೂ ತಾನೇ ನೋಡಿಕೊಳ್ಳುವುದು ಎಂಬುದಾಗಿ ತಿಳಿಸಿದ. ಕಣ್ಣದಾಸನ್ ತನ್ನೊಳ್ಳೆಯ ಫ್ರೆಂಡ್ ಅಂದ. ತಾನು ಮಲೇಷಿಯಾಕ್ಕೆ ಬಂದಾಗಿನಿಂದ ಹಿಡಿದು ಇಲ್ಲಿಯ ವರೆಗಿನ ಕಥೆಯನ್ನೆಲ್ಲ ಅರುಹಿದ. ತನ್ನ ಕಂಪನಿಯ ಕಾರ್ಯವೇನು ಎಂಬುದನ್ನು ಸ್ಪಷ್ಟವಾಗಿ ಹೇಳಲಿಲ್ಲ. ಗ್ಯಾಸ್ ಪೈಪ್‌ಲೈನುಗಳ ಜೋಡಣೆ, ಜಾಯಿಂಟುಗಳ ಪರೀಕ್ಷೆ ಇತ್ಯಾದಿಗಳೆಲ್ಲಾ ನಿರಂಜನನಿಗೆ ಸರಿಯಾಗಿ ಅರ್ಥವಾಗಲಿಲ್ಲ. ತನ್ನ ವೃತ್ತಿಯ ಅನುಭವ ಇವರಿಗೆ ಅಗತ್ಯವಿರಲಿಕ್ಕಿಲ್ಲ ಎಂದೇ ಅನ್ನಿಸತೊಡಗಿತು. ರಾಮ್‌ಮೋಹನನೂ ನಿರಂಜನನ ಕೆಲಸದ ಬಗ್ಗೆ ಒಂದೇ ಒಂದು ಪ್ರಶ್ನೆಯನ್ನೂ ಕೇಳಲಿಲ್ಲ. ಈತನೇ ವಿವರಿಸ ಹೋದರೂ 'ಇಂಟರಸ್ಟಿಂಗ್.... ಇಂಟರಸ್ಟಿಂಗ್' ಅನ್ನುತ್ತಿದ್ದನೇ ಹೊರತು ಆಸಕ್ತಿಯನ್ನೇನೂ ತೋರುತ್ತಿರಲಿಲ್ಲ. ತನ್ನ ಸಾಧನೆಗಳ ಬಗ್ಗೇ ಹೆಚ್ಚು ಮಾತಾಡಿದ. ನಡುನಡುವೆ ಕನ್ನಡಕವನ್ನು ಮೇಲೆ ಕೆಳಗೆ ಅಲ್ಲಾಡಿಸುವುದು, ಒಮ್ಮೆ ತೆಗೆದು ಟೇಬಲ್ಲಿನ ಮೇಲಿಡುವುದು ಮತ್ತೆ ಹಾಕಿಕೊಳ್ಳುವುದು ಮಾಡುತ್ತಾ ಮಾತನಾಡುವ ಅವನ ಶೈಲಿಯಲ್ಲಿ; ಆತನಿಗೆ ಕನ್ನಡಕ ಹಾಕಿದಾಗ ಸರಿಯಾಗಿ ಕಾಣುತ್ತದೋ ಅಥವಾ ತೆಗೆದಾಗಲೋ ಎಂಬ ಗೊಂದಲವಾಗುತ್ತಿತ್ತು.

ತನ್ನ ಬಗ್ಗೆ ಏನನ್ನೂ ವಿಚಾರಿಸದಿರುವುದಕ್ಕೆ ನಿರಂಜನನಿಗೆ ಆಶ್ಚರ್ಯ ಅಸಮಾಧಾನಗಳೆರಡೂ ಒಟ್ಟೊಟ್ಟಿಗೇ ಆಯಿತು. 'ನನ್ನ ಪ್ರೊಫೈಲ್ ನಿಮ್ಮ ಯಾವುದಾದ್ರೂ ಕೆಲಸಕ್ಕೆ ಸೂಟ್ ಆಗುತ್ತೋ?' ಎಂದು ತಾನೇ ಮುಂದಾಗಿ ಕೇಳಿದಾಗ 'ನೋಡೋಣ... ನೋಡೋಣ' ಅನ್ನುತ್ತ ನಿಖರ ಉತ್ತರವನ್ನೂ ನೀಡಲಿಲ್ಲ ರಾಮ್‌ಮೋಹನ. 'ನಾನು ಕಲಿತದ್ದು ಎಮ್.ಸಿ.ಎ, ಇಲ್ಲೇನು ಮಾಡುತ್ತಿದ್ದೇನೆ ನೋಡು' ಎಂದು ಮರು ಸವಾಲೆಸೆದ. ಹೀಗೆ ಅದು ಇದು ಮಾತನಾಡಿ, ಚಹ ತರಿಸಲೇ ಎಂದು ಎರಡೆರಡು ಬಾರಿ ಕೇಳಿಯೂ ತರಿಸದೆ, ಯಾವುದೂ ಕಣ್ಣದಾಸನ್‌ನಲ್ಲಿ ಮಾತನಾಡುತ್ತೇನೆ ಎನ್ನುತ್ತ ಬೀಳ್ಕೊಟ್ಟ.

"ಎದುರು ಡೆಸ್ಕಿನ ಹುಡುಗಿಯ ಹತ್ತಿರ ನಿನ್ನ ಪಾಸ್‌ಪೋರ್ಟ್ ಕಾಪಿ ಕೊಟ್ಟು ಹೋಗು. ಯಾವುದಕ್ಕೂ ಇರಲಿ" ಅಂದ.

ರಿಸೆಪ್ಷನ್ ಟೇಬಲ್ಲಿಗೆ ಬಂದು ನಿರಂಜನ ಬ್ಯಾಕ್‌ಪ್ಯಾಕಿನ ಝಿಪ್ಪಿನಲ್ಲಿ ಕೈ ಹಾಕಿದರೆ ಪಾಸ್‌ಪೋರ್ಟ್ ಇರಲಿಲ್ಲ ಅಲ್ಲಿ!

10

ಪಾಸ್‌ಪೋರ್ಟ್ ಹುಡುಕಲು ಲಭ್ಯ ಸಾಧ್ಯತೆಗಳನ್ನೆಲ್ಲಾ ಪ್ರಯತ್ನಿಸಿದ್ದ ನಿರಂಜನ. ಈಗ ಇಂಡಿಯನ್ ಎಂಬಸಿಯನ್ನು ಎಡತಾಕುವುದೊಂದೇ ಕೊನೆಯ ಆಯ್ಕೆಯಾಗಿತ್ತು. ಎಂಬಸಿಗೆ ಹೋಗಿ ಇನ್ನೊಂದು ಪಾಸ್‌ಪೋರ್ಟ್ ಪಡೆದುಕೊಳ್ಳುವುದು ಯಾರೂ ಮಾಡದ ಸಾಹಸವೇನೂ ಅಲ್ಲ ಎಂಬುದನ್ನು ಬಲ್ಲ ಆತ. ವೀಸಾ ಸಮಸ್ಯೆಯೂ ಇರಲಿಲ್ಲ. ಅವನ ಮಲೇಷಿಯಾ ವೀಸಾ ಒಂದು ವರ್ಷದ್ದು. ಆತನ ಆತಂಕ ಬೇರೆಯದೇ ಆಗಿತ್ತು. ರಾಮ್‌ಮೋಹನನ ಭೇಟಿಯ ಸಲುವಾಗಿ ರಿಟರ್ನ್ ಟಿಕೆಟ್ ಮುಂದೂಡುವಾಗ, 'ಆಹಾರ ವ್ಯತ್ಯಯವಾಗಿ ಆರೋಗ್ಯ ಕೆಟ್ಟು ಆಸ್ಪತ್ರೆ ಸೇರಿರುವೆ' ಎಂಬುದಾಗಿ ಆಫೀಸಿಗೆ ಮೆಸೇಜ್ ಕಳಿಸಿದ್ದ. ಈಗ ಅನಾರೋಗ್ಯವನ್ನು ಮುಂದುವರಿಸಬೇಕು ಅಥವಾ ಪಾಸ್‌ಪೋರ್ಟ್ ಕಳೆದ ಸಂಗತಿ ಹೇಳಬೇಕು. ಅದಕ್ಕಿಂತ ಮುಖ್ಯವಾಗಿ, ಅಲ್ಲಿ ಹೆಚ್ಚುವರಿಯಾಗಿ ಉಳಿಯುವ ಅಷ್ಟೂ ದಿನಗಳ ವೆಚ್ಚ ಅವನದೇ ತಾನೆ? ಎಂಬಸಿಯಿಂದ ಹೊಸ ಪಾಸ್‌ಪೋರ್ಟ್ ಬರಲು ಎಷ್ಟು ದಿನಗಳಾಗುತ್ತೋ. ಅಲ್ಲಿಯವರೆಗೆ ಸುಖಾಸುಮ್ಮನೆ ಖರ್ಚು; ಕಡಿಮೆಯೇನೂ ಆಗುವುದಿಲ್ಲ ಅದು. ಮತ್ತೊಮ್ಮೆ ವಿಮಾನದ ಟಿಕೆಟ್ ಕ್ಯಾನ್ಸಲ್ ಮಾಡಬೇಕು.

ಎಂಬಸಿಯಂತಹ ಸರಕಾರೀ ಕಚೇರಿಗಳಿಗೆ ಹೋಗುವುದೆಂದರೆ ಒಂಥರಾ ಹಿಂಸೆ ಅವನಿಗೆ. ಉಸಿರುಗಟ್ಟಿಸುವ ವಾತಾವರಣವಿರುತ್ತೆ ಅಲ್ಲಿ. ಗೊತ್ತಿಲ್ಲದ ಪ್ರೊಸೀಜರುಗಳು. ಏನು ಮಾಡಬೇಕು, ಹೇಗೆ ಮಾಡಬೇಕು ಎನ್ನುವುದನ್ನು ಯಾರೂ ಸರಿಯಾಗಿ ಹೇಳುವುದಿಲ್ಲ. ಗೇಟಿನಲ್ಲಿಯ ಸೆಕ್ಯೂರಿಟಿ ಗಾರ್ಡನಿಂದಲೇ ಶುರುವಾಗಿ ಎದುರಾಗುವ ಧಿಮಾಕು ಮುಖಗಳು. ಎರಡನೇ ಪ್ರಶ್ನೆ ಕೇಳಲು ಹಿಂಜರಿಯಬೇಕು, ಆಥರದ ಪ್ರತಿಕ್ರಿಯೆಗಳು. ಏನೇ ಮಾಡಿದರೂ ತಾನು ಮಾಡುತ್ತಿರುವುದು ಸರಿಯಿಲ್ಲವೇನೋ ಎನ್ನುವ ಆತಂಕವೇ ಕಾಡುತ್ತಿರುತ್ತದೆ.

ನಿರೀಕ್ಷೆಯಂತೆ, ಎಂಬಸಿಯಲ್ಲಿ ಕೇಳಿದ ಯಾವ ಡಾಕ್ಯುಮೆಂಟುಗಳೂ ಈತನಲ್ಲಿರಲಿಲ್ಲ. ಪೋಲೀಸ್ ದೂರು ನೀಡಿ, ಅದರ ವರದಿಯನ್ನು ಅರ್ಜಿಯೊಂದಿಗೆ ಲಗತ್ತಿಸಬೇಕಿತ್ತು. ಜೊತೆಗೆ ಕಳೆದುಹೋದ ಪಾಸ್‌ಪೋರ್ಟ್ ಕಾಪಿ, ಫೋಟೋಗಳು, ಅಫಿಡವಿಟ್ಟು ಇತ್ಯಾದಿ. ಏಳುನೂರು ರಿಂಗಿಟ್ ಫೀ. ಇವೆಲ್ಲ ಕೊಟ್ಟಮೇಲೆ ಡುಪ್ಲಿಕೇಟ್ ಪಾಸ್‌ಪೋರ್ಟ್ ಯಾವಾಗ ಸಿಗಬಹುದು ಅನ್ನುವುದರ ನಿಖರ ಮಾಹಿತಿಯೂ ದೊರೆಯಲಿಲ್ಲ. ನಾಲ್ಕು, ಆರು, ಹತ್ತು ದಿನಗಳಾದರೂ ಆಗಬಹುದು.

'ಈಗಾಗಲೇ ಕಳೆದು ಹೋಗಿರುವ ಪಾಸ್‌ಪೋರ್ಟಿನ ಪ್ರತಿ ತಂದುಕೊಡಿ ಅನ್ನುತ್ತಾರಲ್ಲ, ಇದೆಂಥ ಮೂರ್ಖ ಲಾಜಿಕ್ ಇವರದು' ಎಂದು ಹಳಿಯುತ್ತ ಕಾಗದಪತ್ರಗಳ ವ್ಯವಸ್ಥೆ ಮಾಡಲು ಅಣಿಯಾದ.

ಮೂರ್ನಾಲ್ಕು ಕಿಲೋಮೀಟರುಗಳ ದೂರದಲ್ಲಿ ಒಂದು ಪೋಲೀಸ್ ಠಾಣೆಯಿದೆ ಎಂಬುದನ್ನು ಕೇಳಿ ತಿಳಿದಿದ್ದ ನಿರಂಜನ. ಸುಮಾರು ಟ್ಯಾಕ್ಸಿಗಳು, ಈತ ತಾನು ಎಲ್ಲಿಗೆ ಹೋಗಬೇಕೆಂಬುದನ್ನು ಹೇಳಿದಕೂಡಲೇ ತಿರಸ್ಕರಿಸಿ ಹೋಗಿ ಬಿಡುತ್ತಿದ್ದರು. ಉಬರ್ ಅಥವಾ ಗ್ರಾಬ್ ಟ್ಯಾಕ್ಸಿ ಪ್ರಯತ್ನಿಸಬಹುದಿತ್ತು. ಆದರೆ ಮೊಬೈಲಿಗೆ ಆಪ್ ಡೌನ್ಲೋಡ್ ಮಾಡಿಕೊಂಡು, ಹೊಸ ಮೊಬೈಲ್ ಸಂಖ್ಯೆಗೆ ಒಟಿಪಿ, ಇತ್ಯಾದಿಗಳನ್ನೆಲ್ಲ ಮಾಡುವ ವ್ಯವಧಾನ ಹಾಗೂ ಸಮಯ ಎರಡೂ ಇರಲಿಲ್ಲ ಅವನಿಗೆ. ಅಷ್ಟರಲ್ಲೇ ಕೊನೆಗೂ ಒಬ್ಬ ಟ್ಯಾಕ್ಸಿಯವ ಬರಲು ಒಪ್ಪಿಕೊಂಡ. ಮಲಯ್ ಆತ.

"ಎಷ್ಟೆಲ್ಲ ಟ್ರೈ ಮಾಡಿದೆ. ಯಾರೂ ಬರುತ್ತಿರಲಿಲ್ಲ" ಒಳಗೆ ಕೂರುತ್ತ ಹೇಳಿದ ನಿರಂಜನ.

"ಹೂಂ... ಹೌದು. ಹತ್ತಿರದ ಜಾಗ ಅಂದರೆ ಇವರು ಮೀಟರ್ ಹಾಕುವುದಿಲ್ಲ. ಮನಬಂದ ಬಾಡಿಗೆ ಕೇಳುತ್ತಾರೆ. ಲೋಕಲ್ ಜನರನ್ನ ಕಂಡರೆ ಹತ್ತಿಸಿಕೊಳ್ಳುವುದಿಲ್ಲ. ಯಾಕೆಂದರೆ ಅವರುಗಳು ಇವರೊಡನೆ ಬಾಡಿಗೆ ಚೌಕಾಸಿ ಮಾಡ್ತಾರೆ ಅಂತ"

ಮೈಯ್ಯೆಲ್ಲಾ ಉರಿಯಿತು ನಿರಂಜನನಿಗೆ. 'ನಾನು ಲೋಕಲ್ ಅಲ್ಲ ಮಾರಾಯ' ಅಂತಾ ಹೇಳೋಣವೆಂದುಕೊಂಡ. ಆದರೆ ಅವುಗಳನ್ನೆಲ್ಲಾ ಚರ್ಚಿಸುವ ಮೂಡಿರಲಿಲ್ಲ.

"ಆದರೆ ನಿಮ್ಮನ್ನ ನೋಡಿದರೆ ಟೂರಿಸ್ಟ್ ಅನ್ಸುತ್ತೆ" ಎಂದು ಡ್ರೈವರನೇ ಅಂದು, ತನ್ನ ಮಾತು ಮುಂದುವರಿಸಿದ– "ಯಾವ ದೇಶದಲ್ಲಿ ಚಾಲಕರು ಮೀಟರು ಹಾಕುವುದಿಲ್ಲವೋ, ನಿಗದಿಗಿಂತ ಬಾಡಿಗೆ ಹೆಚ್ಚು ಕೇಳುತ್ತಾರೋ ಆ ದೇಶ ಮುಂದುವರಿದಿಲ್ಲ ಅಂತಾನೇ ಅರ್ಥ ಅಂತಾ ನಮ್ಮ ಮಾಲೀಕ ಹೇಳುತ್ತಿರುತ್ತಾನೆ. ಈ

ನಮ್ಮ ಡ್ರೈವರುಗಳಿಗೆ ಅದೆಲ್ಲಾ ಕ್ಯಾರೇ ಇಲ್ಲ.... ಮರ್ಯಾದೆ ತೆಗೀತಾರೆ. ಇಲ್ಲಿ ವಿದೇಶೀ ಪ್ರವಾಸಿಗರನ್ನು ಹೇಗೆ ನಡೆಸಿಕೊಳ್ಳಬೇಕು ಅನ್ನುವುದರ ಬಗ್ಗೆ ನಿಯಮಾವಳಿಯೇ ಇದೆ. ಟೂರಿಸ್ಟುಗಳ ಮುಂದೆ ಕಿಮಿಕ್ ಗಿಮಿಕ್ ಅನ್ನೋ ಹಾಗಿಲ್ಲ. ಆದರೂ..."

ನಿರಂಜನ "ಯಾ... ಯಾ..." ಅನ್ನುತ್ತ ಆತನ ಮಾತಿನಲ್ಲಿ ಹೆಚ್ಚಿನ ಆಸಕ್ತಿ ತೋರಲಿಲ್ಲ. ಡ್ರೈವರ ಮಾತನಾಡುತ್ತಿರುವಾಗಲೇ, ಹೆಂಡತಿಗೆ ಕರೆ ಮಾಡಿದ. ತಾನು ಸಿಲುಕಿ ಹಾಕಿಕೊಂಡಿರುವ ಸಮಸ್ಯೆ ವಿವರಿಸಿದ. ಕಪಾಟಿನಲ್ಲಿರುವ ಕೆಂಪು ಫೈಲಿನಲ್ಲಿ ಪಾಸ್‌ಪೋರ್ಟ್ ಕಾಪಿ ಇದೆ. ಅದರ ಫೋಟೋ ತೆಗೆದು ತಕ್ಷಣ ವಾಟ್ಸಾಪ್ ಮಾಡುವಂತೆ ಹೇಳಿದ.

"ಅಯ್ಯೋ ಅದ್ಹೇಗೆ ಕಳೆದುಕೊಂಡೆ? ನೀನು ಅಂಥಾ ವಿಷಯದಲ್ಲೆಲ್ಲಾ ಯಾವತ್ತೂ ಪರ್ಟಿಕ್ಯುಲರ್ ಅಲ್ವಾ? ಈಗೇನು ಮಾಡ್ತೀಯಾ..." ಎನ್ನುತ್ತ ಆತಂಕ ವ್ಯಕ್ತಪಡಿಸಿದ ಸುಮತಿಗೆ,

"ಮೊದಲು ಹೇಳಿದ ಕೆಲಸ ಮಾಡು ಮಾರಾಯ್ತಿ" ಎಂದು ಗದರಿದ.

ಹಾಗೆ ನೋಡಿದರೆ ನಿರಂಜನ ಪಕ್ಕಾ ಪ್ಲಾನಿಂಗ್ ಮನುಷ್ಯ. ವಾರಾಂತ್ಯಕ್ಕೆ ನಂದಿ ಬೆಟ್ಟಕ್ಕೆ ಹೋಗಿ ಬರುವುದೇ ಇರಲಿ, ಎಲ್ಲವೂ ಪರ್ಫೆಕ್ಟ್ ಆಗಿರುವಂತೆ ಯೋಜನೆ ಹಾಕುವವ ಅವ. ದೂರ ಪ್ರಯಾಣದ ಸಂದರ್ಭದಲ್ಲಂತೂ, ಟಿಕೆಟ್ಟಿನ ಎರಡೆರಡು ಪ್ರಿಂಟ್‌ಔಟ್ ತೆಗೆದು ಒಂದೊಂದನ್ನು ಒಂದೊಂದು ಚೀಲದಲ್ಲಿ ಇಟ್ಟಿರುತ್ತಿದ್ದ. ಅಪ್ಪಿ ತಪ್ಪಿ ಒಂದು ಕಳೆದು ಹೋದರೆ, ಮತ್ತೊಂದು ಇರಲಿ ಎಂದು. 'ಗೋಯಿಂಗ್' 'ರಿಟರ್ನ್' ಎಂದು ಬರೆದಿದ್ದ ಲಕೋಟೆಗಳು ಪ್ರತ್ಯೇಕವಾಗಿರುತ್ತಿದ್ದವು. ಹೊಟೆಲ್ ಕಾಯ್ದಿರಿಸಿದ ಚೀಟಿಗಳು ಮತ್ತೊಂದು ಲಕೋಟೆಯಲ್ಲಿ. ದುಡ್ಡನ್ನು ಯಾವತ್ತೂ ಒಂದೇ ಪರ್ಸಿನಲ್ಲಿ ಇಡುತ್ತಿರಲಿಲ್ಲ. ಮನೆಯಲ್ಲಿ ಆತ ಕಾಗದಪತ್ರಗಳನ್ನು ಜೋಡಿಸಿಡುವ ಶಿಸ್ತೇ ಅನುರೂಪ. ಆದಾಯ ತೆರಿಗೆ ಫೈಲುಗಳು, ಜೀವವಿಮೆಯ ಕಂತಿನ ರಿಸಿಟ್ಟುಗಳು, ಬ್ಯಾಂಕ್ ಪಾಸ್‌ಬುಕ್ಕುಗಳು... ಹೀಗೆ ಎಲ್ಲವುದಕ್ಕೂ ಬೇರೆ ಬೇರೆ ಬಣ್ಣದ ಫೈಲುಗಳು. ಎಲ್ಲದರಲ್ಲೂ ವರ್ಷಾನುಕ್ರಮದಲ್ಲಿ ಜೋಡಣೆ. ತುಸು ಮುಖ್ಯ ಡಾಕ್ಯುಮೆಂಟಾಗಿದ್ದರೆ ಅದಕ್ಕೆ ಪ್ರತ್ಯೇಕ ಪ್ಲಾಸ್ಟಿಕ್ ಹೊದಿಕೆ. ಅವನಿಗೂ ಸುಮತಿಗೂ ಈ ವಿಷಯಕ್ಕೇ ಅನೇಕ ಬಾರಿ ಜಗಳವಾಗಿದ್ದಿದೆ.

ಒಮ್ಮೆ ಮಗಳ ಜನ್ಮ ಪ್ರಮಾಣಪತ್ರ ಹೊರ ತೆಗೆದು ಫೋಟೋಕಾಪಿ ಮಾಡಿ ಒರಿಜಿನಲ್ಲನ್ನು ವಾಪಸ್ ಇಡುವಾಗ ಬೇರೆ ಫೈಲಿನಲ್ಲಿ ಇಟ್ಟಿದ್ದಳು ಸುಮತಿ. ಹಳದಿ ಫೈಲಿನಲ್ಲಿರಬೇಕಾದದ್ದು ನೀಲಿ ಫೈಲಿಗೆ ಹೇಗೆ ಬಂತು ಎಂದು ಕ್ಯಾತೆ ತೆಗೆದಿದ್ದ ನಿರಂಜನ. ಫೈಲಿನ ಬಣ್ಣಕ್ಕೂ ಕಾಗದ ಪತ್ರಕ್ಕೂ ಏನು ಸಂಬಂಧ? ಸುರಕ್ಷಿತವಾಗಿ ಇಡೋದಷ್ಟೇ ಮುಖ್ಯ ಅನ್ನೋದು ಆಕೆಯ ಅಂಬೋಣ.

"ಸಂಬಂಧ ಇದೆ. ಆಯಾ ಡಾಕ್ಯುಮೆಂಟಿನ ಮೌಲ್ಯ ಹಾಗೂ ಆದ್ಯತೆಗನುಗುಣವಾಗಿ ಅದಕ್ಕೊಂದೊಂದು ಬಣ್ಣದ ಫೈಲು ನಿಕ್ಕಿ ಮಾಡಿ ಇಟ್ಟಿರುವೆ. ಅದು ಬದಲಾಗುವ ಹಾಗಿಲ್ಲ"

"ಅಂದ್ರೆ ನೀನು ಹೇಳೋದು, ಫೈಲಿನ ಬಣ್ಣ ಬದಲಾದರೆ ಕಾಗದಪತ್ರದ ಮೌಲ್ಯ, ಆದ್ಯತೆ ಬದಲಾಗುತ್ತೆ ಅಂತಾನಾ?"

"ನಿನ್ನ ಕುರ್ತಾಕ್ಕೆ ಯಾವುದೇ ಬಣ್ಣದ ಲೆಗ್ಗಿನ್ಸ್ ಆದರೂ ಆಗುತ್ತಾ? ಹತ್ತತ್ತು ಬೇರೆ ಬೇರೆ ಬಣ್ಣದ ಲೆಗ್ಗಿನ್ಸು ಹಿಡಿದಿಡಿದು ನೋಡ್ತೀಯಾ?"

"ಕಮಾನ್... ಎರಡು ಸಂಬಂಧವೇ ಇಲ್ಲದ ವಿಷಯಗಳನ್ನು ಮಾತಾಡ್ತಿದೀಯಾ. ಅದೇ ಬೇರೆ ಇದೇ ಬೇರೆ"

ಅಲ್ಲಿಂದ ಶುರುವಾದದ್ದು ಸುಮತಿಯ ಚಡ್ಡಿ, ಬ್ರಾಗಳ ಬಣ್ಣದವರೆಗೂ ಹೋಗಿ, ಯಾವುದೇ ತಾರ್ಕಿಕ ಅಂತ್ಯವಿಲ್ಲದೇ ಕೊನೆಗೊಂಡಿತ್ತು.

ಹೀಗಿರುವಾಗ; ಮಲೇಷಿಯಾದಲ್ಲಿ ಪಾಸ್‌ಪೋರ್ಟ್ ಕಳೆದು ಹೋದದ್ದು ಸಮಸ್ಯೆಯಾಯಿತು ಎನ್ನುವ ಕಾರಣವೊಂದೇ ಅಲ್ಲ, ಅದು ದೊಡ್ಡ ಅವಮಾನದ ಸಂಗತಿಯೂ ಆಗಿತ್ತು ನಿರಂಜನನಿಗೆ. ಮೇಲಾಗಿ ಖರ್ಚಿನ ಬಾಬ್ತು.

ಮೂರ್ನಾಲ್ಕು ನಿಮಿಷಗಳಲ್ಲಿ ಹೆಂಡತಿಯ ವಾಟ್ಸಾಪ್ ಬಂತು. ಅದನ್ನು ನೋಡಿದ್ದೇ ನಿರಂಜನನಿಗೆ ಕೋಪ ಉಕ್ಕಿತು. ಡೊಂಕು ಕೋನದಲ್ಲಿದ್ದ ಹಾಳೆ. ಮಧ್ಯದ ಮಡಿಕೆ ಉಬ್ಬಿತ್ತು. ಸಾಲದೆಂಬಂತೆ ಸುತ್ತಲೂ ಸೋಫಾ ಕವರಿನ ಚಿತ್ತಾರಗಳು.

"ಹಾಳೆಯನ್ನು ನೀಟಾಗಿ ಇಟ್ಟು ಒಂದು ಫೋಟೋ ತೆಗೆದು ಕಳಿಸಲಿಕ್ಕೆ ಬರುವುದಿಲ್ಲವಲ್ಲ ಮಾರಾಯ್ತಿ. ಸದ್ಯ ಬೀದಿಯಲ್ಲಿರೋ ನಾಯಿಯ ಬಾಲವೂ ಅರ್ಧ ಬರುವಂತೆ ಸೇರಿಸಿ ಫೋಟೋ ತೆಗೆದಿಲ್ಲ ನೋಡು" ಫೋನು ಮಾಡಿ ಬೈದ.

"ಸಾರಿ... ಸಾರಿ. ಮತ್ತೊಮ್ಮೆ ಟ್ರೈ ಮಾಡ್ತೇನೆ. ಸ್ವಲ್ಪ ಟೈಮ್ ಕೊಡು. ಅರ್ಜಂಟಲ್ಲಿ ತೆಗೆದೆ. ಅದಕ್ಕೇ ಹಾಗಾಗಿದೆ" ಗಂಡ ಟೆನ್ಷನ್ನಿನಲ್ಲಿ ಇರುವುದು ತಿಳಿದಿತ್ತು ಅವಳಿಗೆ.

"ಇನ್ನೂ ಅರ್ಧ ಗಂಟೆ ತೆಗೆದುಕೋ ಪರ್ವಾಗಿಲ್ಲ. ಆದರೆ ಸರಿಯಾಗಿ ಇರಬೇಕು. ಅದರ ಪ್ರಿಂಟ್‌ಔಟ್ ತೆಗೆದು ಎಂಬಸಿಗೆ ಕೊಡಬೇಕು, ಗೊತ್ತಾಯ್ತಾ?. ಸುಮ್ಮನೆ ಮಜಾಕ್ಕೆ ಕಳಿಸಲು ಕೇಳ್ತಾ ಇಲ್ಲ ನಾನು"

"ಕಳಿಸ್ತೇನೆ... ಕಳಿಸ್ತೇನೆ. ಒಂದ್ ಸೆಕೆಂಡ್ ಇರು, ಪುಟ್ಟಿ ನಿನ್ ಹತ್ರ ಮಾತಾಡ್ಬೇಕಂತೆ"

"ಈಗ್ಯಾತಕ್ಕೆ? ರಾತ್ರಿ ನಾನೇ ಮಾಡ್ತೇನೆ ಹೇಳು ಆಕೆಗೆ"

"ಒಂದು ನಿಮಿಷ ಮಾತಾಡಿ ಇಟ್ಟಿಡು... ಆಗಿಂದ ಹಟ ಮಾಡ್ತಿದಾಳೆ"

"ಆಯ್ತು... ಕೊಡು"

"..."

"ಹಾಯ್ ಪುಟ್ಟಾ, ಬಂದ್ಯಾ ಸ್ಕೂಲಿಂದಾ?"

"ಅಪ್ಪಾ ನಿನ್ನ ಪಾಸ್‌ಪೋರ್ಟ್ ಕಳೆದೋಯ್ತಾ?"

"ಹೂಂ ಹೌದು..."

"ಪಾಸ್‌ಪೋರ್ಟ್ ಕಳೆದೋದ್ರೆ ನಿಂಗೆ ಅಲ್ಲಿಂದ ವಾಪಸ್ ಬರೋಕಾಗೊಲ್ಲ ಅಂದ್ಳು ಅಮ್ಮ. ಹೌದಾ ಅಪ್ಪಾ?"

"ಹೂಂ..."

"ಒಳ್ಳೇದೇ ಆಯ್ತಲ್ಲ. ನೀನು ಅಲ್ಲೇ ಇದ್ಬಿಡು. ನಾವೇ ಅಲ್ಲಿ ಬರ್ತೀವಿ. ಫಾರೆನ್ನಲ್ಲಿ ಇದ್ರೆ ಚೆನ್ನಾಗಿರುತ್ತೆ ಅಂತಾ ಯಾವಾಗ್ಲೂ ಹೇಳ್ತಿದ್ಯಲ್ಲಾ ಅಪ್ಪಾ..."

11

ಕಡು ನೀಲಿ ಬಣ್ಣದ ಬೋರ್ಡಿನ ಮೇಲೆ, 'ಬಲಾಯ್ ಪೋಲೀಸ್ ಡಂಗ್ ವಾಂಗಿ' ಎಂದು ಲೋಹದ ಹಾಳೆಗಳನ್ನು ಕೊರೆದು ಬರೆದ ಅಕ್ಷರಗಳು. ಹೆಸರು ಬರೆದಿರದಿದ್ದರೆ ಅದು ಪೋಲೀಸ್ ಸ್ಟೇಷನ್ ಇರಬಹುದು ಎಂದೂ ಗೊತ್ತಾಗುತ್ತಿರಲಿಲ್ಲ. ಯಾವುದೋ ಖಾಸಗೀ ಬ್ಯಾಂಕು ಪ್ರವೇಶಿಸಿದಂತಿತ್ತು. ಕಡಿಮೆ ಎತ್ತರದ ಟೇಬಲ್ಲು. ಅದರ ಮೇಲೆ ಗಾಜಿನಿಂದ ಪ್ರತ್ಯೇಕಿಸಲ್ಪಟ್ಟ ನಾಲ್ಕು ಕೌಂಟರುಗಳು. ಪ್ರತಿಯೊಂದಕ್ಕೂ ದೊಡ್ಡದಾಗಿ ಬರೆದ ಸಂಖ್ಯೆ. ಪ್ರತಿ ಕೌಂಟರಿನ ಎದುರೂ ಎರಡು ಕುರ್ಚಿ. ಹಿಂಬದಿಯ ಗೋಡೆಯ ಮೇಲೆ ಕಟ್ಟಿಗೆಯ ಫ್ರೇಮಿನ ಫೋಟೋಗಳು. ಯಾವುದೋ ನಾಯಕರದ್ದೋ, ರಾಜಕಾರಣಿಗಳದ್ದೋ ಇರಬೇಕು. ನಡುವೆ ಗುಣಾಕಾರ ಚಿಹ್ನೆಯಲ್ಲಿ ಜೋಡಿಸಿಟ್ಟ ಬಾವುಟಗಳು. ಒಂದು ದೇಶದ್ದು. ಇನ್ನೊಂದು ಪೋಲೀಸ್ ಇಲಾಖೆಯ ಲಾಂಛನ ಹೊಂದಿದ್ದು. ದೊಡ್ಡ ಪೋಲೀಸ್ ಠಾಣೆಯೇನೂ ಅಲ್ಲ ಅದು ಎಂಬುದು ಗೊತ್ತಾಗುತ್ತಿತ್ತು. ಆದರೆ ಸಾಕಷ್ಟು ವಿಶಾಲವಾಗಿತ್ತು.

ಒಳ ಹೋಗುವಾಗ ಎದೆ ಸಣ್ಣಗೆ ಹೊಡೆದುಕೊಳ್ಳುತ್ತಿತ್ತು ನಿರಂಜನನಿಗೆ. ಎರಡು ಕೌಂಟರುಗಳಲ್ಲಿ ನೀಲಿ ಬಣ್ಣದ ಸಮವಸ್ತ್ರ ಧರಿಸಿದ್ದ ಪೋಲೀಸರು ಕಂಪ್ಯೂಟರಿನಲ್ಲಿ ತಲ್ಲೀನರಾಗಿದ್ದರು. ಅಲ್ಲಿ ತನ್ನ ಭಾಷಾ ಮಲಯೂ ಪ್ರಾವೀಣ್ಯತೆ ತೋರಿಸಲು ಹೋಗಲಿಲ್ಲ ನಿರಂಜನ. ಎಡವಟ್ಟು ಮಾಡಿಕೊಳ್ಳುವ ಧೈರ್ಯವಿರಲಿಲ್ಲ. "ಹಲ್ಲೋ ಸರ್... ಅಕ್ಚುವಲಿ ಐ ಲಾಸ್ಟ್ ಮೈ ಪಾಸ್‌ಪೋರ್ಟ್...." ಎಂದು ಈತ ಮಾತು ಶುರು ಮಾಡುತ್ತಿರುವಂತೆ, 'ಪಕ್ಕದ ಕೌಂಟರಿಗೆ ಹೋಗು' ಎಂದು ಸನ್ನೆ ಮಾಡಿ ತೋರಿಸಿದ ಪೋಲೀಸ. ಅಲ್ಲಿ ಯಾರೂ ಇರಲಿಲ್ಲ. ಬರುವವರೆಗೂ ಕಾಯಬೇಕಿತ್ತು. ಸ್ಟೇಶನ್ನಿನ ಹಾಲಿನಲ್ಲಿ ಕಾಯಲು ಲೋಹದ ಸಾಲು ಕುರ್ಚಿಗಳಿದ್ದವು. ನೋಡಲು ಬೆಳ್ಳಿಯ ಕುರ್ಚಿಯಂತೆ ಕಾಣುತ್ತಿತ್ತು. ವಿನ್ಯಾಸವೂ ಆಕರ್ಷಕ. ಹೋಗಿ ಕುಳಿತ.

ಕೌಂಟರಿನ ಹಿಂದುಗಡೆ ಪೋಲೀಸ್ ದಿರಿಸಿನ ನಾಲ್ಕಾರು ಜನ ಅಲ್ಲಿಂದಿಲ್ಲಿ ಓಡಾಡುವುದು, ಮಾತನಾಡುವುದು ನಡೆಯುತ್ತಲೇ ಇತ್ತು. ಅವರಲ್ಲಿ ಇಬ್ಬರು ಮಹಿಳೆಯರೂ ಇದ್ದರು. ಕೌಂಟರಿನ ಒಬ್ಬ ಎದ್ದು ಹೋಗಿ ಇನ್ನೊಬ್ಬ ಬರುವುದು, ಇಬ್ಬರೂ ಸೇರಿ ಒಂದೇ ಕಂಪ್ಯೂಟರಿನಲ್ಲಿ ಏನೋ ನೋಡುತ್ತ ಪಿಸಿಪಿಸಿ ನಗುವುದು ನಡೆದಿತ್ತಾದರೂ, ಈತ ಹೋಗಬೇಕಿದ್ದ ಕೌಂಟರಿಗೆ ಮಾತ್ರ ಯಾರೂ ಬಂದಿರಲಿಲ್ಲ. ಬದಿಯ ಗೋಡೆಗಿದ್ದ ದೊಡ್ಡ ಟಿವಿ ಪರದೆಯ ಮೇಲೆ ವ್ಯಕ್ತಿಗಳ ಫೋಟೋ, ಒಂದಿಷ್ಟು ವಿವರಗಳು ಒಂದಾದ ಮೇಲೆ ಒಂದರಂತೆ ಸ್ಲೈಡ್ ಆಗುತ್ತಿತ್ತು. 'ವಾಂಟೆಡ್' ವ್ಯಕ್ತಿಗಳ ಅಥವಾ ಖೈದಿಗಳ ವಿವರವಿರಬೇಕು ಎಂಬುದು ಮೇಲ್ನೋಟಕ್ಕೇ ಗೊತ್ತಾಗುತ್ತಿತ್ತು. ಮಲಯೂ ಭಾಷೆಯಾದರೂ ಲಿಪಿ ಯಾವತ್ತಿನಂತೆ ಇಂಗ್ಲೀಷಿನಲ್ಲೇ ಇತ್ತು. ಅದ್ಯಾವುದನ್ನೂ ಓದುವ ಮೂಡ್ ಇಲ್ಲದಿದ್ದರೂ, ಮಾಡಲು ಬೇರೇನೂ ಇಲ್ಲವಾದ್ದರಿಂದ ಹೀಗೇ ಗಮನಿಸುತ್ತಾ ಹೋದ ನಿರಂಜನ.

1. ನಮಾ ಜೆಲರನ್ : ವಿಸ್ವಲಿಂಗಮ್ ಸೆತುಕುಮಾರನ್ ಅರಿವಾ

ಜಂಟಿನಾ: ಲೆಲಾಕಿ

ಲಹಿರ್ ತಾರಿಖ್: 10/03/1986

ಅಲಾಮತ್: ನಂ–61, ಜಲನ್ ಡಾಟೋ, ತಮನ್ ಸಂಟೋಸಾ, ಕಲಂಗ್ 326

ರಿಪೋರ್ಟ್ ನಂ: ಕಲಂಗ್ RPT–23456/2008

2 ನಮಾ ಜೆಲರನ್: ಅರುಲ್ ಕಂಡಾ ಕಂದಸ್ವಾಮಿ

ಜಂಟಿನಾ: ಲೆಲಾಕಿ

ಲಹಿರ್ ತಾರಿಖ್: ....

....

....

ಹೀಗೇ ಎಷ್ಟೋ ಫೋಟೋಗಳು ಜಾರಿಹೋದಮೇಲೆ ನಡುವೆ, 'ಲೀ ಚೆನ್ ಚಿನ್ ವೋಂಗ್' ಎನ್ನುವ ಹೆಸರು ಬರುತ್ತಿರುವಂತೆ, 'ಅರ್ರೆ... ಇಷ್ಟರವರೆಗೆ ಬರೀ ಇಂಡಿಯನ್ ಹೆಸರುಗಳೇ ಇತ್ತಲ್ಲ...' ಎಂದು ಆಶ್ಚರ್ಯವಾಯಿತು. ಸರಿ, ಯಾರ್‍ಯಾರು ಎಷ್ಟೆಷ್ಟಿದ್ದಾರೆ ಎಂದು ನೋಡುವ ಕುತೂಹಲದಲ್ಲಿ ಹಾಗೇ ಓದುತ್ತಾ ಹೋದಂತೆ– 'ನಮಾ ಜೆಲರನ್' ಅಂದರೆ ಹೆಸರು. 'ಜಂಟಿನಾ' ಅಂದರೆ ಲಿಂಗ. 'ಲಹಿರ್ ತಾರಿಖ್' ಅಂದರೆ ಹುಟ್ಟಿದ ದಿನಾಂಕ. 'ಅಲಾಮತ್' ಅಂದರೆ ವಿಳಾಸ ಎನ್ನುವ ಮಲಯೂ ಭಾಷೆಯ ಶಬ್ದಗಳೆಲ್ಲಾ ತನ್ನಿಂತಾನೇ ಅರ್ಥವಾಗತೊಡಗಿದವು.

ಅಷ್ಟರಲ್ಲಿ– ಹೊರಗಡೆಯಿಂದ ಇಬ್ಬರು ಪೋಲೀಸರು ಕಡುಗಪ್ಪು ಬಣ್ಣದ ಯುವಕನೊಬ್ಬನನ್ನು ಎಳೆದುಕೊಂಡು ಬಂದರು. ನೋಡಿದ ಕೂಡಲೇ ಮಲೇಷಿಯನ್ ತಮಿಳನೆನ್ನಬಹುದಿತ್ತು. ಕಾರ್ಗೋ ಪ್ಯಾಂಟು, ತೋಳಿಲ್ಲದ ಕೆಂಪು ಬಣ್ಣದ ಬನಿಯನ್ ಧರಿಸಿದ್ದ ಆತ. ಒಂದೇ ಕಿವಿಗೆ ಓಲೆ. ಒಂದು ಕೈಯ್ಯಲ್ಲಿ ದಪ್ಪ ಕಡಗ. ತಲೆಯ ಮೇಲ್ಭಾಗದಲ್ಲಿ ಮಾತ್ರ ಲಂಬವಾಗಿ ನಿಂತ ಕೂದಲಿನ ಪಂಚ್ ಹೇರ್‌ಸ್ಟೈಲು. ಹೋತದ ಗಡ್ಡ. ತೋಳ ಮೇಲಿನ ಹಚ್ಚೆ ಚರ್ಮದ ಬಣ್ಣದೊಡನೆ ಮೇಳೈಸಿದ್ದರೂ ಅಲ್ಲಲ್ಲಿಯ ತುಸು ರಂಗಿನಿಂದಾಗಿ ಎದ್ದುಕಾಣುತ್ತಿತ್ತು. ಭುಜದವರೆಗೂ ಇಳಿಬಿದ್ದ ಗುಂಗುರು ಕೂದಲಿನ, ಸಿಗಾರ ಸೇದುತ್ತಿರುವ ಬಾಬ್ ಮಾರ್ಲೆಯ ಮುಖದ ಚಿತ್ರದ ಹಚ್ಚೆಯದು. ಹಣೆಯ ಮೇಲೆ ಎದ್ದು ಕಾಣುವ ಗಾಯದ ಕಲೆಯಿತ್ತು. ಪೋಲೀಸರೂ ಆತನೂ ಮಲಯುವಿನಲ್ಲಿ ಏನೇನೋ ಜೋರಾಗಿ ಮಾತನಾಡುತ್ತಿದ್ದರು. ಅವರು ಹೇಳಿದ್ದಕ್ಕೆ ಈತ ಅಲ್ಲಗಳೆಯುತ್ತ ಪುರಾವೆಗಳನ್ನು ಕೊಡುತ್ತಿರುವುದು ಗೊತ್ತಾಗುತ್ತಿತ್ತು. ಠಾಣೆಯ ಹಾಲಿನ ಮಧ್ಯದಲ್ಲೇ ನಿಂತು ವಾದಿಸುತ್ತಿದ್ದರು ಅವರು. ನಡುವೆ, ಅವರಲ್ಲೊಬ್ಬ ಪೋಲೀಸ, "#$$#$% ಮಚ್ಚಾ..." ಎನ್ನುತ್ತ ಅಲ್ಲೇ ಪಕ್ಕದಲ್ಲಿ ಕುಳಿತಿದ್ದ ನಿರಂಜನನನ್ನು ವಾರೆಗಣ್ಣಿನಿಂದ ನೋಡಿ ವಿಚಿತ್ರ ನಗೆ ಬೀರಿದ. ಏನೋ ವ್ಯಂಗ್ಯದ ಮಾತಾಡಿ ತನ್ನತ್ತ ನೋಡಿದ್ದಾನೆ ಎಂಬುದು ತಿಳಿಯಿತು ನಿರಂಜನನಿಗೆ. ಉಳಿದದ್ದೆಲ್ಲ ಮಲಯೂವೇ ಆಗಿದ್ದು ಕೊನೆಯಲ್ಲಿ ಹೇಳಿದ 'ಮಚ್ಚಾ' ಎನ್ನುವ ಶಬ್ದವಷ್ಟೇ ಅರ್ಥವಾಗಿತ್ತು ಇವನಿಗೆ. ಅದೂ ತಮಿಳರು ಕರೆಯುವ ಮಚ್ಚಾವೋ ಅಥವಾ ಬೇರೆಯದೋ ಎನ್ನುವುದು ಸ್ಪಷ್ಟವಿರಲಿಲ್ಲ. ಪೋಲೀಸ ನನ್ನ ಕುರಿತೇ ಕುಹಕವಾಡಿದನೋ, ಅಥವಾ ತಾನಾಡಿದ ಮಾತಿಗೆ ನನ್ನಿಂದ ಮೆಚ್ಚುಗೆ ಬಯಸುತ್ತಿದ್ದಾನೋ ಎಂಬುದೂ ತಿಳಿಯಲಿಲ್ಲ. ಒಂದು ಪೇಲವ ಮುಖ ಭಾವ ಹೊತ್ತು ಅವರುಗಳನ್ನೇ ನೋಡುತ್ತ ಕುಳಿತ.

ಕೆಲ ನಿಮಿಷದ ವಾದದ ನಂತರ ಆ ಯುವಕನ ಕತ್ತು ಹಿಡಿದು ತಳ್ಳುತ್ತ ಒಳಗೆಲ್ಲೋ ಕರೆದೊಯ್ದರು ಅವರು. ಕೆಲ ಕ್ಷಣ ಮೌನ. ನಂತರ ಒಮ್ಮೆಲೇ 'ಯಪ್ಪಾ... ತಾಯೇ...' ಅನ್ನುವ ಆಕ್ರಂದನ ಒಳಗಿಂದ ಕೇಳಿ ಬಂತು. ಹಿಂದೆಯೇ, ಕಲ್ಲು ಹೊಡೆಸಿಕೊಂಡ ನಾಯಿ ಮರಿಯಂತೆ 'ಕುಂಯ್ಯೋ... ಕುಂಯ್ಯೋ' ಕೂಗು. ಆಗ ಎದುರಿನ ಕೌಂಟರಿನಲ್ಲಿ ಕುಳಿತ ಪೋಲೀಸನ ತುಟಿ ಸಣ್ಣಗೆ ಅರಳಿದ್ದನ್ನು ಗಮನಿಸಿದ ನಿರಂಜನ.

ಅಲ್ಲೇ ಪಕ್ಕದ ಟೀಪಾಯಿಯ ಮೇಲೆ ಒಂದಿಷ್ಟು ಪತ್ರಿಕೆ, ಮ್ಯಾಗಝಿನ್ನುಗಳಿದ್ದರೂ ಅದನ್ಯಾರು ಓದುತ್ತಾರೆಂದು ಬಿಟ್ಟಿದ್ದ ಆತ. ಕಾಯುವುದು ಪೀಡೆಯೆನ್ನಿಸತೊಡಗಿದ

ಮೇಲೆ ಅಲ್ಲಿಯ ಇಂಗ್ಲೀಷ್ ಪತ್ರಿಕೆಯೊಂದನ್ನು ಎತ್ತಿಕೊಂಡು ಪುಟ ತಿರುವಿದ. ಸುದ್ದಿಯಲ್ಲಿ ಯಾವುದೇ ಆಸಕ್ತಿ ಇರಲಿಲ್ಲ ಅವನಿಗೆ. ಒಳ ಪುಟದಲ್ಲಿ 'ಥ್ರೀ ಔಟ್ ಆಫ್ ಫೈವ್ ಮಲೇಷಿಯನ್ ಪೋಲೀಸ್ ಸ್ಟೇಷನ್ಸ್ ಆರ್ ಅಂಡರ್‌ಸ್ಟಾಫ್ಡ್' ಅನ್ನುವ ಸಾಲು ಗಮನ ಸೆಳೆಯಿತು. ಮಲೇಷಿಯಾದ ಯಾವ್ಯಾವ ಭಾಗದಲ್ಲಿ ಎಷ್ಟೆಷ್ಟು ಠಾಣೆಗಳಿವೆ, ಎಲ್ಲೆಲ್ಲಿ ಸಮಸ್ಯೆಯಿದೆ. ಎಷ್ಟೆಷ್ಟು ಕೇಸುಗಳು ಇತ್ಯರ್ಥವಾಗದೇ ಉಳಿದಿವೆ. ಅದಕ್ಕೆ ಮುಖ್ಯ ಪೋಲೀಸ್ ಅಧಿಕಾರಿ ಏನು ಹೇಳುತ್ತಾನೆ, ಸಂಬಂಧಿತ ಮಂತ್ರಿಯ ಹೇಳಿಕೆ ಏನು... ಇತ್ಯಾದಿ. ಸರಕಾರೀ ಶಾಲೆಯಲ್ಲಿ ಶಿಕ್ಷಕಿಯಾಗಿರುವ ಆತನ ದೊಡ್ಡಮ್ಮ 'ನಮ್ಮ ಶಾಲೆ ಅಂಡರ್ ಸ್ಟಾಫ್ಡು' ಎಂದು ಯಾವಾಗಲೂ ಅಲವತ್ತುಕೊಳ್ಳುವುದು ನೆನಪಾಯಿತು ಅವನಿಗೆ. ಗಿಜಿಗುಡುತ್ತಿರುವ ಕೆನರಾ ಬ್ಯಾಂಕಿನ ಶಾಖೆಯಲ್ಲೊಮ್ಮೆ ತನ್ನ ಕೆಲಸ ತಡವಾದುದಕ್ಕೆ ಮ್ಯಾನೆಜರನೊಟ್ಟಿಗೆ ಜಗಳಕ್ಕಿಳಿದಿದ್ದ ಈತ. ಆಗ ಆ ಮ್ಯಾನೇಜರ 'ಏನು ಮಾಡೊದ್ರೀ. ಇಲ್ಲಿ ಅಂಡರ್ ಸ್ಟಾಫು. ಮೂರು ಜನರ ಕೆಲಸ ನಾನೊಬ್ಬನೇ ಮಾಡುತ್ತೇನೆ ಗೊತ್ತ?' ಎಂದಿದ್ದ.

'ಇದು ಉದ್ದೇಶಪೂರ್ವಕ ನಿರ್ಲಕ್ಷ. ಬೇಕಂತಲೇ ಕಾಯಿಸುತ್ತಿದ್ದಾರೆ ಬೋಳಿಮಕ್ಕಳು... ಭಾರತದಲ್ಲಾಗಿದ್ದರೆ ಸೀದಾ ಹಿರಿಯ ಪೋಲೀಸ್ ಅಧಿಕಾರಿಯ ಕೋಣೆಗೇ ನುಗ್ಗಿ ಆವಾಜ್ ಹಾಕುತ್ತಿದ್ದೆ. ಅಥವಾ ಅಂಥ ಅವಕಾಶವೇ ಬರುತ್ತಿರಲಿಲ್ಲವೇನೋ. ನೂರು ರೂಪಾಯಿ ಕೊಟ್ಟರೆ ರಿಪೋರ್ಟು ಹತ್ತು ನಿಮಿಷದಲ್ಲಿ ರೆಡಿಯಾಗುತ್ತಿತ್ತು' ಅಸಹನೆ ಹೆಚ್ಚಾಗತೊಡಗಿತು.

'ಇನ್ನೂ ಎಷ್ಟು ಹೊತ್ತು? ಫೋಟೋ ಕಳಿಸಲು ಬೆಳಗು ಮಾಡುತ್ತೀಯೋ ಹೇಗೆ?' ಕೆಂಪು ಮೂತಿಯ ಹುಬ್ಬೇರಿಸಿದ ಇಮೋಜಿಯೊಂದಿಗೆ ಸುಮತಿಗೆ ಮೆಸೇಜ್ ಕಳಿಸಿದ. 'ಮೊಬೈಲ್ ಕೊಳ್ಳುವಾಗ ಡಬಲ್ ಕ್ಯಾಮರಾ ಬೇಕು ಎಂದೆಲ್ಲಾ ಹೇಳಿದ್ದೆ. ಅದರ ಉಪಯೋಗ ಈಗಾದರೂ ಆಗಲಿ. ಸರಿಯಾದ ಫೋಟೋ ಕಳಿಸು. ಅಥವಾ ಕ್ಯಾಮರಾ ಇರುವುದು ಕೇವಲ ಸೆಲ್ಫಿ ತೆಗೆದುಕೊಳ್ಳಲಿಕ್ಕೆ ಮಾತ್ರ ಅಂತಾ ನೀನು ತಿಳಿದುಕೊಂಡಿದ್ದೀಯೋ' ಹೀಗೆ ಒಂದರ ಹಿಂದೆ ಒಂದು ಮೆಸೇಜು ಕುಟ್ಟಿದ.

ಅತ್ತಕಡೆಯಿಂದ ಪಾಸ್‌ಪೋರ್ಟಿನ ಹತ್ತಾರು ಬೇರೆ ಬೇರೆ ಫೋಟೊಗಳು ಟೊಂಯ್... ಟೊಂಯ್... ಎಂದು ಬರತೊಡಗಿದವು. ಕೊನೆಯಲ್ಲಿ– 'ಇದರಲ್ಲಿ ಯಾವುದು ಸರಿಯೆನಿಸುತ್ತೋ ಅದನ್ನೇ ಆರಿಸಿಕೊ' ಎನ್ನುವ ಸುಮತಿಯ ಮೆಸೇಜು.

ಈತನ ಕೌಂಟರಿನ ಪೋಲೀಸನಿಗೆ ಭಾಷೆಯ ಸಮಸ್ಯೆ. ತುಸು ಹೊತ್ತು ಕೇಳಿ ಅರ್ಥವಾಗದೇ, ಮತ್ತೊಬ್ಬನನ್ನು ಕರೆದು ತಂದು, ತನ್ನ ಜಾಗದಲ್ಲಿ ಕೂರಿಸಿ ಹೋದ. ಇವನಿಗೆ ಇಂಗ್ಲೀಷೇನೋ ಸುಮಾರು ಅರ್ಥವಾಗುತ್ತಿತ್ತು. ಆದರೆ– ನಡುವೆ ಎದ್ದು ಹೋಗಿ ದೊಡ್ಡ ಮಗ್ಗಿನಲ್ಲಿ ಏನೋ ಕುಡಿಯಲು ತೆಗೆದುಕೊಂಡು ಬಂದದ್ದು, ಮತ್ತೊಮ್ಮೆ ಹೋದವ ಒಳಕೋಣೆಯಲ್ಲಿ ಕುಳಿತಿದ್ದ ಲೇಡೀ ಪೋಲೀಸ್ ಅಧಿಕಾರಿಯೊಡನೆ ತಮಾಷೆ ಮಾಡಿ ನಗುತ್ತಾ ಸಮಯ ವ್ಯಯಿಸಿದ್ದು, ಆ ನಂತರ ಮೂರ್ನಾಲ್ಕು ಫೋನ್ ಕರೆಗಳು... ಇವೆಲ್ಲವುಗಳ ನಡುವೆ ಆತ ರಿಪೋರ್ಟು ಸಿದ್ಧಪಡಿಸಿ, ನಿರಂಜನನ ಸಹಿ ಹಾಕಿಸಿಕೊಂಡು, ಛಪ್ಪೆ ಹೊಡೆದು ಕೊಡುವುದರಲ್ಲಿ ಮುಕ್ಕಾಲು ತಾಸಾಯಿತು. ರಿಪೋರ್ಟು ಅರ್ಧ ಪುಟವಿತ್ತು.

ಎಲ್ಲ ಮುಗಿಸಿಕೊಂಡು ಬರುವಷ್ಟರಲ್ಲಿ ಎಂಬಸಿ ಮುಚ್ಚಿತ್ತು. ಮರುದಿನ ಅಲ್ಲಿಗೆ ಮತ್ತೆ ಬರಬೇಕೆಂಬ ಯೋಚನೆಗೇ ಒಂಥರಾ ಹಿಂಸೆಯಾಯಿತು. ಜೋರಾಗಿ ಹಸಿವಾಗುತ್ತಿತ್ತು. ಏನಾದರೂ ತಿನ್ನೋಣವೆಂದರೆ ಹತ್ತಿರದಲ್ಲೆಲ್ಲೂ ಯಾವುದೇ ರೆಸ್ಟೋರಂಟುಗಳು ಕಾಣಲಿಲ್ಲ. ತಾನು ಮುಂಚಿನ ದಿನ ತಂಗಿದ್ದ ಹೊಟೇಲಿನಲ್ಲಿ ಬೆಳಗಿನ ಉಪಹಾರ ಮಾಡುವಾಗ ಟೇಬಲ್ಲಿನ ಮೇಲಿದ್ದ ಬಟರ್ ಹಾಗೂ ಜಾಮಿನ ಸಣ್ಣ ಸಣ್ಣ ಪೊಟ್ಟಣಗಳನ್ನು ಎತ್ತಿಟ್ಟುಕೊಂಡದ್ದು ಬ್ಯಾಕ್‌ಪ್ಯಾಕಿನಲ್ಲೇ ಇರುವುದು ನೆನಪಾಯಿತು. ಯಾವುದಾದರೂ ಅಂಗಡಿಯಲ್ಲಿ ಬನ್ ಅಥವಾ ಬ್ರೆಡ್ ಕೊಂಡರೆ ಆ ಕ್ಷಣದ ಹಸಿವು ನೀಗಿಸಿಕೊಳ್ಳಬಹುದು. ಈ ರೀತಿ ಹೊಟೇಲಿನಲ್ಲಿ ಎತ್ತಿಟ್ಟುಕೊಳ್ಳುವ ಸಣ್ಣ ಪುಟ್ಟ ವಸ್ತುಗಳು ಹೇಗೆಲ್ಲಾ ಉಪಯೋಗಕ್ಕೆ ಬರುತ್ತವೆ ಎಂಬುದ ನೆನೆದು ಆ ಪರಿಸ್ಥಿತಿಯಲ್ಲಿಯೂ ಒಂಥರಾ ಸೊಗಸೆನಿಸಿತು.

ಬ್ರೆಡ್ ಖರೀದಿಸಿದ ಸೂಪರ್ ಮಾರ್ಕೆಟ್ಟಿನ ಎದುರಿಗೇ ಬಸ್ ನಿಲ್ದಾಣ ಇತ್ತು. 'ಟಚ್ ಎನ್ ಗೋ' ಕಾರ್ಡಿನಲ್ಲಿ ಉಳಿದಿರುವ ಹಣವನ್ನು ಕೂಡಾ ಖರ್ಚು ಮಾಡಬೇಕಿತ್ತು. ಕಣ್ಣದಾಸನ್ ಮನೆಯಿರುವ ಏರಿಯಾಕ್ಕೆ ಹೋಗುವ ಬಸ್ ಹಿಡಿದ ನಿರಂಜನ. ಬಸ್ಸಿನಲ್ಲಿ ಬೆರಳೆಣಿಕೆಯ ಜನರಷ್ಟೇ ಇದ್ದರು. ಹಿಂದುಗಡೆಯಿರುವ ಎತ್ತರದ ಸೀಟಿನಲ್ಲಿ ಹೋಗಿ ಕುಳಿತರೆ ತಾನು ತಿನ್ನುವುದು ಎಲ್ಲರಿಗೂ ಕಾಣಬಹುದೆಂದು,

ನಡುವಿನ ಭಾಗವೊಂದನ್ನು ಆಯ್ದುಕೊಂಡ. ಈತ ಬ್ರೆಡ್ ಪೊಟ್ಟಣ ತೆರೆದು ಜಾಮ್ ಹಚ್ಚಿ ತಿನ್ನಲು ಶುರು ಮಾಡಿದ ಸ್ವಲ್ಪ ಹೊತ್ತಿನಲ್ಲಿಯೇ, ಸಹಪ್ರಯಾಣಿಕನೊಬ್ಬ ಎದ್ದು ಇವನತ್ತ ಬಂದು ಬಸ್ಸಿನಲ್ಲಿ ತಿನ್ನಬಾರದೆಂದೂ, ವಾಸನೆ ಬರುತ್ತದೆಂದೂ ಹೇಳಿದ. 'ಬ್ರೆಡ್ಡು ಜಾಮಿನಲ್ಲಿ ಎಂಥ ಮಹಾ ವಾಸನೆ?' ಎಂದು ನಿರಂಜನನಿಗೆ ಅನ್ನಿಸಿದರೂ ಏನೂ ಮಾಡಲಾಗದೇ ಅರ್ಧ ತಿಂದ ಬ್ರೆಡ್ಡನ್ನು ಪೊಟ್ಟಣಕ್ಕೆ ತುರುಕಿದ. ಆ ವ್ಯಕ್ತಿ ತನ್ನ ಸೀಟಿಗೆ ಹೋಗಿ ಕುಂತಮೇಲೂ, ಪರೀಕ್ಷಿಸುವಂತೆ ಇವನತ್ತ ಆಗಾಗ ತಿರುಗಿ ನೋಡುತ್ತಿದ್ದ.

ಬಸ್ಸಲ್ಲೇ ಕುಳಿತು ಒಂದೊಂದೇ ಕೆಲಸ ಮಾಡತೊಡಗಿದ ನಿರಂಜನ–

ಹೊಟ್ಟೆ ಕೆಟ್ಟು ಆಸ್ಪತ್ರೆ ಸೇರಿದ್ದೆನಲ್ಲ, ವಾಪಸ್ ಬರುವಾಗ ಪಾಸ್‌ಪೋರ್ಟ್ ಕಳೆದು ಹೋಯಿತು. ಎಂಬಸಿಗೆ ದೂರು ನೀಡುತ್ತಿರುವೆ. ಡುಪ್ಲಿಕೇಟ್ ಪಾಸ್‌ಪೋರ್ಟ್ ಸಿಗುವವರೆಗೂ ಇಲ್ಲೇ ಇರಬೇಕಾಗುತ್ತೆ ಎಂದು ತನ್ನ ಅಸಹಾಯಕತೆ ತೋಡಿಕೊಂಡು ಆಫೀಸಿನ ಹಿರಿಯ ಅಧಿಕಾರಿಗೆ ಮೆಸೇಜ್ ಕಳಿಸಿದ. ಜೊತೆಗೇ, ಪೋಲೀಸ್ ರಿಪೋರ್ಟಿನ ಫೋಟೋವನ್ನೂ ಕಳಿಸಿದ. ತುಸು ಹೊತ್ತಿನ ನಂತರ ಅತ್ತ ಕಡೆಯಿಂದ ಮುಗುಳು ನಗೆಯ ಇಮೋಜಿ ಬಂತು.

ಅದೇ ರಿಪೋರ್ಟನ್ನು ಸುಮತಿಗೂ ಫಾರ್ವರ್ಡ್ ಮಾಡಿ, ಯಾವಾಗ ವಾಪಸ್ ಬರಲಾಗುತ್ತೋ ಗೊತ್ತಿಲ್ಲ ಅಂದ. ನಂತರ ದುರ್ರೈಗೆ ಕರೆ ಮಾಡಿ ನಾಳೆ ಬರುವುದು ಬೇಡ, ಯೋಜನೆ ಏನೆಂಬುದನ್ನು ಸದ್ಯದಲ್ಲೇ ತಿಳಿಸುವುದಾಗಿ ಹೇಳಿದ.

ಮೊದಲ ಬಾರಿ ಪಾಸ್‌ಪೋರ್ಟು ಅಂಚೆಯಲ್ಲಿ ಮನೆಗೆ ಬಂದಾಗ ಸಂಭ್ರಮ ಪಟ್ಟಿದ್ದ ನಿರಂಜನ. ಕಡುನೀಲಿ ಬಣ್ಣದ ಹೊದಿಕೆಯ ಒಳಗಿನ ತಿಳಿ ನೀಲಿ ಕಾಗದವನ್ನು ಎರಡು ಬೆರಳುಗಳ ನಡುವೆ ಹಿಡಿದು ಮೆಲ್ಲನೆ ಉಜ್ಜುತ್ತ, ಹಾಳೆಯ ದಪ್ಪವನ್ನು ಅನುಭವಿಸಿದ್ದ. ಪಾಸ್‌ಪೋರ್ಟನ್ನು ಅಗಲಿಸಿ ಮೂಗಿನ ಸಮೀಪ ಹಿಡಿದು ಆಘ್ರಾಣಿಸಿದ್ದ. ಯಾವ ಪುಸ್ತಕಗಳಿಗೂ ಇಲ್ಲದ ಒಂದು ವಿಶಿಷ್ಟ ವಾಸನೆ ಅದರಲ್ಲಿರುವಂತೆ ಆತನಿಗೆ ಭಾಸವಾಗಿತ್ತು. ಇಲ್ಲಿ ಈಗ– ಎಂತಹದೋ ನಿರ್ವಾತ. ಒಂಥರಾ ಬೇಜಾರು. ಪಾಸ್‌ಪೋರ್ಟ್ ಕಳೆದಿದೆ ನಿಜ. ಅದು ನಾಳೆಯಲ್ಲಾ ನಾಡಿದು ಸಿಗುತ್ತದೆ ಎಂಬುದೂ ನಿಜ. ಆದರೆ ಅದಕ್ಕೂ ಮೀರಿದ, ಅಥವಾ ಅದಕ್ಕೆ ಸಂಬಂಧವೇ ಇಲ್ಲದ ಖಾಲಿ ಖಾಲಿ ಭಾವ ಬಸ್ ಪ್ರಯಾಣದುದ್ದಕ್ಕೂ ನಿರಂಜನನನ್ನು ಕಾಡುತ್ತಿತ್ತು. ಛಳಿಯಾಗುತ್ತಿದೆಯೆಂದು, ಮೇಲಿರುವ ಏಸಿಯ ಬಿರಡೆ ತಿರುವಿ ಪೂರ್ಣ ಮುಚ್ಚಿದ. ಆದರೂ ಸಣ್ಣದೊಂದು ತಂಪು ಗಾಳಿಯ ಎಳೆ ಆತನ ಮುಖಕ್ಕೇ ಬಡಿಯುತ್ತಿತ್ತು. ಈ ನಡುವೆ ಎರಡು ಬಾರಿ ಪರ್ಸು, ಮೊಬೈಲು ಅಲ್ಲೇ ಇದೆಯೋ ಎಂದು ಮುಟ್ಟಿ ನೋಡಿಕೊಂಡ.

ಆಗಲೇ ಕತ್ತಲಾವರಿಸಿತ್ತು. ನೂರಾರು ಗಗನಚುಂಬಿ ಕಟ್ಟಡಗಳ ಝಗಮಗದ ನಡುವೆ, ಆಗಸಕ್ಕೆ ಚಿಮ್ಮಿ ನಿಂತ ಪೆಟ್ರೋನಾಸ್ ಜೋಡಿ ಕಟ್ಟಡಗಳು ದೂರದಲ್ಲಿ ಕಾಣುತ್ತಿದ್ದವು. ಅದರ ತುತ್ತತುದಿಯಲ್ಲಿ ಮಿನುಗುತ್ತಿರುವ ಬೆಳಕಿನ ಬಿಂದು ನಕ್ಷತ್ರವೋ ಅಥವಾ ಕಟ್ಟಡದ ಲೈಟನಿಂಗ್ ಅರೆಸ್ಟರಿನ ದೀಪವೋ ಎಂದು ಗೊಂದಲವಾಗುತ್ತಿತ್ತು.

೩

ರೂಮು ಸೇರುವಾಗ ಸಾಕಷ್ಟು ಸುಸ್ತಾಗಿದ್ದ ನಿರಂಜನ. ಝಿಪ್ ಹಾಕದೇ ಹಾಗೇ ಮೇಲಿಂದ ಮುಚ್ಚಿಟ್ಟಿದ್ದ ಟ್ರಾಲಿ ಬ್ಯಾಗು ಮುರಿದ ಬೀಗದ ಜೊತೆ ಮಂಚದ ಮೇಲಿತ್ತು. ಒಂದೆರಡು ಬಟ್ಟೆಗಳು ಬ್ಯಾಗಿನಿಂದ ಹೊರಗಿಣುಕಿದ್ದವು. ಈತ ಮತ್ತೆ ಬ್ಯಾಗಿನ ಒಳಗಿನ ಹೊರಗಿನ ಖಾನೆಗಳಲ್ಲೆಲ್ಲಾ ಒಂದು ಸುತ್ತು ಕೈ ಆಡಿಸಿದ. ಬಟ್ಟೆಗಳನ್ನೆಲ್ಲಾ ಮತ್ತೆ ಹೊರತೆಗೆದು ಪ್ಯಾಂಟು ಅಂಗಿಯ ಕಿಸೆಗಳನ್ನು ಪರಿಶೀಲಿಸಿದ. ನಂತರ ಟೇಬಲ್ಲಿನ ಡ್ರಾವರ್ ಎಳೆದ, ಮಂಚದ ಪಕ್ಕದ ಸೈಡ್ ಟೇಬಲ್ಲು, ಕಪಾಟು, ತಲೆದಿಂಬಿನ ಅಡಿ... ಹೀಗೆ. ಬಾತ್‌ರೂಮಿಗೆ ಹೋಗಿ ವಾಷ್‌ಬೇಸಿನ್ನಿನ ಕಟ್ಟೆಯನ್ನೂ ನೋಡಿ ಬಂದ.

ಅಷ್ಟರಲ್ಲಿ ಕಣ್ಣದಾಸನ್ ಹಾಗೂ ರೇವತಿ ಕೋಣೆಗೆ ಬಂದರು. ನಡೆದ ಘಟನೆಗಳೆಲ್ಲದರ ಬಗ್ಗೆ ಸಣ್ಣ ಮಾತುಕತೆಯಾಯಿತು. 'ಪಾಸ್‌ಪೋರ್ಟ್ ಬರುವವರೆಗೂ ಕಾಯಬೇಕಲ್ಲ, ಅವರೇ ಕನಿಷ್ಟ ನಾಲ್ಕು ದಿನ ಅನ್ನುತ್ತಿದ್ದಾರೆ. ಅದು ಎಂಟಾದರೂ ಆಗಬಹುದು, ಹತ್ತೂ ಆಗಬಹುದು' ಎಂದು ತನ್ನ ಆತಂಕ ವ್ಯಕ್ತಪಡಿಸಿದ ನಿರಂಜನ. ಸದ್ಯಕ್ಕಂತೂ ಯಾವುದೇ ಬುಕ್ಕಿಂಗ್ ಇಲ್ಲವಾದುದರಿಂದ ನಿರಂಜನ ಅವರ ಮನೆಯಲ್ಲೇ ಇರಲು ಅಡ್ಡಿಯಿಲ್ಲ ಎನ್ನುವ ಕಣ್ಣದಾಸನ್ ಮಾತು ಅವನಿಗೆ ಅಂಥ ಸಮಾಧಾನವನ್ನೇನೂ ನೀಡಲಿಲ್ಲ. ಎಲ್ಲಿರಬೇಕು ಅನ್ನುವುದಕ್ಕಿಂತ, ಇರಬೇಕಲ್ಲ ಎನ್ನುವುದೇ ಆತನ ಸಮಸ್ಯೆಯಾಗಿತ್ತು. ರೇವತಿ ತನಗೆ ಸಂಬನಾದನ್ ಅನ್ನುವ ಅಲ್ಲಿಯ ಲೋಕಲ್ ತಮಿಳು ಲೀಡರ್ ಒಬ್ಬನ ಪರಿಚಯ ಇರುವುದಾಗಿಯೂ, ಅವನಿಗೆ ಸರಕಾರೀ ಲೆವಲ್ಲಿನಲ್ಲಿ ಸಾಕಷ್ಟು ಕಾಂಟಾಕ್ಟ್ ಇದೆ. ಯಾರದಾದರೂ ಮುಖಾಂತರ ಇಂಡಿಯನ್ ಎಂಬಸಿಗೆ ಹೇಳಿಸಿ ಪಾಸ್‌ಪೋರ್ಟ್ ಆದಷ್ಟು ಬೇಗ ಸಿಗುವಂತೆ ಮಾಡಲು ಶಕ್ಯವೋ ಎಂಬುದಾಗಿ ವಿಚಾರಿಸುತ್ತೇನೆ ಅಂದಳು. ಅದರ ಸಾಧ್ಯಾಸಾಧ್ಯತೆಗಳ ಬಗ್ಗೆ ಮೂವರೂ ಚರ್ಚಿಸಿದರು. ಅಲ್ಲಿಯ ಎಂಬಸಿಗಳಲ್ಲಿ ಡುಪ್ಲಿಕೇಟ್ ಪಾಸ್‌ಪೋರ್ಟ್ ಪಡೆಯುವುದು ಅಂಥಾ ದೊಡ್ಡ ಕೆಲಸವೇನೂ ಅಲ್ಲವೆಂದೂ, ಸರಿಯಾದ ವಶೀಲಿಯಿದ್ದರೆ ಒಂದೆರಡೇ ದಿನದಲ್ಲಿ ಸಿಗಲೂ ಬಹುದು ಎಂಬ ಅಭಿಪ್ರಾಯ ಬಂತು.

ರೇವತಿ ಕೂಡಲೇ ಸಂಬನಾದನ್‌ನಿಗೆ ಫೋನ್ ಮಾಡಿದಳು. ಆತ ಮರುದಿನ ಬೆಳಿಗ್ಗೆ ಬಂದು ಭೇಟಿಯಾಗಲು ಹೇಳಿದ. ಎಂಬಸಿಗೆ ಹೋಗಿ ಪಾಸ್‌ಪೋರ್ಟ್ ಅರ್ಜಿ ಸಲ್ಲಿಸುತ್ತ ಸಮಯ ವ್ಯಯಿಸುವ ಬದಲು, ಮೊದಲು ಸಂಬನಾದನ್‌ನನ್ನೇ ಸಿಕ್ಕು ಆತನ ಸಲಹೆಯ ಮೇರೆಗೆ ಮುಂದುವರಿಯುವುದು ಉತ್ತಮವೆಂದು ನಿರ್ಣಯವಾಯಿತು.

"ನನ್ನ ಕಾರಿದೆ. ಐ ವಿಲ್ ಟೇಕ್ ಯು ದೇರ್. ಐ ನೋ ಹಿಮ್ ವೆರಿ ವೆಲ್" ಎಂದಳು ರೇವತಿ.

ಸಂಬನಾದನ್ ಹಾಗೂ ರೇವತಿಯ ಪರಿಚಯಕ್ಕೆ ಹಿನ್ನೆಲೆಯಿದೆ.

12

"ಅಲ್ಲಾ, ಈ ಡೋಬರ್ಮನ್ ನಾಯಿ ಸಾಕಿದ್ಯಾಕೆ? ನಿಮಗೆ ಸಂಭಾಳಿಸಲು ಸಾಧ್ಯವಾಗುವ ಯಾವುದಾದರೂ ಕ್ಯೂಟಾಗಿರುವ ಪಪ್ಪಿ ಸಾಕುವದಲ್ಲವಾ?" ರೇವತಿಯನ್ನು ಕೇಳಿದ್ದ ಸಂಬನಾದನ್.

ಕಾಲಿಗೆ ಏನೋ ಸೋಂಕು ತಗುಲಿ ನರಳುತ್ತಿದ್ದ ತನ್ನ ಸಾಕುನಾಯಿಯನ್ನು ಪೆಟ್ ಕೇರ್ ಸೆಂಟರಿಗೆ ಹಸ್ತಾಂತರಿಸಲು ಬಂದಿದ್ದಳು ಆಕೆ. ಸಂಬನಾದನ್ ಆ ಪ್ರದೇಶದ ಮಲೇಷಿಯನ್ ತಮಿಳರ ಪ್ರಚಲಿತ ನಾಯಕ. ಅಲ್ಲದೇ ಇತರೇ ಸಾಕಷ್ಟು ಬಿಸಿನೆಸ್ಸುಗಳೂ ಇವೆ. ಡಾಗ್ಸ್ ಆಂಡ್ ಕ್ಯಾಟ್ಸ್ ಹೋಟೇಲು, ಪೆಟ್ ಟ್ಯಾಕ್ಸಿ ಸರ್ವೀಸ್‌ಗಳನ್ನೆಲ್ಲಾ ನಡೆಸುತ್ತಾನೆ. ತಾನು ಸದಸ್ಯಳಾಗಿರುವ ಮಹಿಳಾ ಸಂಘದ ಕಾರ್ಯಕ್ರಮಗಳಿಗೆ ಸಂಬನಾದನ್‌ನನ್ನು ಆಗಾಗ ಅತಿಥಿಯಾಗಿ ಕರೆಸುತ್ತಾರಾದ್ದರಿಂದ ಆತ ರೇವತಿಗೆ ಹಳೆಯ ಪರಿಚಯ.

ಇಷ್ಟೆಲ್ಲಾ ತಾಪತ್ರಯವಾಗಬಹುದು ಎಂಬುದು ಆಕೆಗೂ ಗೊತ್ತಿರಲಿಲ್ಲ. ನಾಯಿ ಸಾಕುವ ಸಲಹೆ ಕೊಟ್ಟಿದ್ದು ಆಕೆಯ ಗೆಳತಿ ಜೀಜಿ ಜೋಸೆಫ್. ಆಸ್ಟ್ರೇಲಿಯಾದಲ್ಲಿ ನೆಲೆಸಿದ್ದಾಳೆ. ಈಗಲೂ ಸಂಪರ್ಕದಲ್ಲಿರುವ ರೇವತಿಯ ಕಾಲೇಜು ದಿನಗಳ ಕೆಲವೇ ಕೆಲವು ಗೆಳತಿಯರಲ್ಲಿ ಆಕೆಯೂ ಒಬ್ಬಳು. ನಾಯಿ ಸಾಕುವುದು ಅಂದಾದಮೇಲೆ ಮತಿಅಲಗನ್ ಇಷ್ಟಪಟ್ಟ ಡೋಬರ್ಮನ್ನನ್ನೇ ತರಬೇಕು ತಾನೇ? ಅಷ್ಟಕ್ಕೂ ನಾಯಿ ಸಾಕುತ್ತಿರುವುದೇ ಅವನ ಸಲುವಾಗಿ. ತಂದ ನಾಲ್ಕೈದು ತಿಂಗಳಿಗೇ ದೊಡ್ಡದಾಗಿ ಬೆಳೆದಿದ್ದ ಅದರ ಬಲ ಮುಂಗಾಲಿನ ಪಾದಕ್ಕೆ ಅದೇನೋ ಸೋಂಕಾಗಿ ಹುಣ್ಣಾಗಿತ್ತು. ನಾಯಿ ನೆಲದ ಮೇಲೆ ಪಾದವಿಡದಂತೆ ನೋಡಿಕೊಳ್ಳಬೇಕು ಎಂದಿದ್ದರು ಡಾಕ್ಟರರು. ಹೀಗಾಗಿ ಅಂಗಳದಲ್ಲೊಂದು ಕುರ್ಚಿ ಬಂತು. ಕುರ್ಚಿಯ ಮೇಲೆ ಕೂರುವ ರೂಢಿಯುಳ್ಳ ನಾಯಿಯಲ್ಲ ಅದು. ಅದನ್ನು ಕಲಿಸುವಷ್ಟರಲ್ಲಿ ರೇವತಿ ಹೈರಾಣಾಗಿ ಹೋಗಿದ್ದಳು. ಸಾಲದೆಂಬಂತೆ, ನಾಯಿಯನ್ನು ಕೈಯ್ಯಲ್ಲಿ ಎತ್ತಿಕೊಂಡು ಹೊರಗಡೆ ಸುತ್ತಾಡಿ ಬರುವದನ್ನು ಅಭ್ಯಾಸ ಮಾಡಿಸಿಬಿಟ್ಟಿದ್ದ ಕಣ್ಣದಾಸನ್. ಅವನಿಲ್ಲದಾಗಲೂ ಅದೇ ರೀತಿ ಮಾಡುವಂತೆ ರೇವತಿಯನ್ನು ಪೀಡಿಸುತ್ತಿತ್ತು ಅದು. ಅಸಾಧ್ಯದ

ಕೆಲಸವಾಗಿತ್ತದು ಆಕೆಗೆ. ಜೊತೆಗೆ ನಾಯಿ ಪಡುತ್ತಿರಬಹುದಾದ ಸಂಕಟವನ್ನು ನೋಡಲೂ ತ್ರಾಸಾಗುತ್ತಿತ್ತು.

ಕಾಲಿನ ಸೋಂಕು ಕಡಿಮೆಯಾಗುವ ಲಕ್ಷಣಗಳು ಕಾಣುತ್ತಿರಲಿಲ್ಲ. ಕ್ಯಾನ್ಸರ್ ಆಗಿರುವ ಸಾಧ್ಯತೆ ಇದೆ ಅಂದಿದ್ದರು ವೈದ್ಯರು. ಮನೆಯ ಅಷ್ಟೂ ಜವಾಬ್ದಾರಿಯ ಜೊತೆ ಈ ನಾಯಿಯ ಶುಶ್ರೂಷೆ ಬಹಳೇ ಕಷ್ಟವಾಗುತ್ತಿತ್ತು ರೇವತಿಗೆ. ಕಣ್ಣದಾಸನ್ ಇದ್ದರೆ ಹೇಗೂ ನಿಭಾಯಿಸಬಹುದಿತ್ತು. ಆದರೆ ಆತ ಬರುವುದು ಆರು ವಾರಕ್ಕೊಮ್ಮೆ.

ಕಣ್ಣದಾಸನ್ ತೈಲೋತ್ಪಾದನಾ ಕ್ಷೇತ್ರದ ಉದ್ಯೋಗಿ. ಸೇಫ್ಟೀ ಆಫೀಸರುಗಳನ್ನು ಟ್ರೇನ್ ಮಾಡುವುದು ಅವನ ಕೆಲಸ. ಲಂಡನ್ನಿನಲ್ಲಿ ಉನ್ನತ ವ್ಯಾಸಂಗವನ್ನೂ ಮಾಡಿರುವ ಅವನಿಗೆ ಆ ಕ್ಷೇತ್ರದಲ್ಲಿ ಸಾಕಷ್ಟು ಬೇಡಿಕೆಯಿದೆ. ಮಲೇಷಿಯಾದ ಈ ಕಂಪನಿಯ ಕೆಲಸಕ್ಕೆ ಸುಲಭದಲ್ಲಿ ಆಯ್ಕೆಯಾಗಿದ್ದ ಆತ. ಆದರೆ ಆ ಖುಷಿ ಹೆಚ್ಚು ದಿನ ಇರಲಿಲ್ಲ. ಸೇರಿದ ತಿಂಗಳೊಪ್ಪತ್ತಿನಲ್ಲೇ ಕಣ್ಣದಾಸನ್ ಅನ್ನು ಆಯಿಲ್ ರಿಗ್ಗಿಗೆ ವರ್ಗ ಮಾಡಿತ್ತು ಕಂಪನಿ. ಆತನ ನೇಮಕಾತಿಯಾದದ್ದು ಕೌಲಾಲಂಪುರದಲ್ಲಿರುವ ಅವರ ಮುಖ್ಯ ಕಚೇರಿಗೆಂದು. ಆಯಿಲ್ ಫೀಲ್ಡಿನ ಕೆಲಸ ಅಂತಾಗಿದ್ದರೆ ಆತ ಒಪ್ಪುತ್ತಲೂ ಇರಲಿಲ್ಲ. ಆದರೆ ಅನಿವಾರ್ಯ ಕಾರಣಗಳಿಂದಾಗಿ ಕೆಲವು ವರ್ಷಗಳ ಮಟ್ಟಿಗೆ ಆತ ರಿಗ್ಗಿನಲ್ಲಿ ಕೆಲಸ ಮಾಡಲೇ ಬೇಕೆಂದು ಕಂಪನಿ ಬೇಡಿಕೆ ಇಟ್ಟಿತ್ತು. ಆರು ವಾರಗಳ ಕೆಲಸ ಹಾಗೂ ಎರಡು ವಾರ ರಜೆ. ಈ ಎರಡು ವಾರಗಳನ್ನು ಆತ ಕುಟುಂಬದೊಡನೆ ಕಳೆಯಬಹುದಿತ್ತಾದರೂ, ಆರು ವಾರಗಳು ಸತತವಾಗಿ ಕೌಲಾಲಂಪುರದಿಂದ ಸಾವಿರ ಕಿಲೋಮೀಟರು ದೂರದಲ್ಲಿರುವ, ಸಮುದ್ರದ ನಡುವಿನ ರಿಗ್ಗಿನಲ್ಲಿ ದುಡಿಯಬೇಕಿತ್ತು. ಇದು ಆತನಿಗೆ ಸುತರಾಂ ಇಷ್ಟವಿಲ್ಲದಿದ್ದರೂ ಒಪ್ಪಿಕೊಳ್ಳದೇ ಗತ್ಯಂತರವಿರಲಿಲ್ಲ. ಮಧುರೈನ ಮನೆಯ ಎಲ್ಲಾ ಸಾಮಾನುಗಳನ್ನೂ ಮಾರಿ ಆತ ಅದನ್ನು ಮೂರು ವರ್ಷದ ಭೋಗ್ಯಕ್ಕೆ ನೀಡಿ ಬಂದಿದ್ದ. ಇಲ್ಲಿ ಮತಿಅಲಗನ್ನನ್ನು ಅಂತಾರಾಷ್ಟ್ರೀಯ ಶಾಲೆಯೊಂದರಲ್ಲಿ ದಾಖಲು ಮಾಡಿ ಈಗಷ್ಟೇ ಅದು ಆರಂಭವಾಗಿತ್ತು. ಹೀಗಿರುವಾಗ ಕೆಲಸ ಬೇಡವೆಂದು ವಾಪಸ್ ಹೋಗುವುದಾದರೂ ಹೇಗೆ? ಸಾಲದೆಂಬಂತೆ ಈಗ ಸಿಗುತ್ತಿರುವ ಸಂಬಳ ಕಡಿಮೆಯೇನಲ್ಲ.

ಕಣ್ಣದಾಸನ್‌ನ ಈ ಆರು–ಎರಡು ವಾರಗಳ ನೌಕರಿಯ ನೇರ ಹೊಡೆತ ಬಿದ್ದದ್ದು ರೇವತಿಗೆ. ವಿದೇಶಕ್ಕೆ ಬಂದು ಒಂದುವರೆ ತಿಂಗಳಾಗಿಲ್ಲ. ರೀತಿ ರಿವಾಜು, ನೆರೆ ಹೊರೆ ಏನೂ ಗೊತ್ತಿಲ್ಲ. ಮೊದಲು ನೋಡಿದಾಗ ಅದ್ಭುತ ಅನ್ನಿಸಿದ್ದ ನಾಲ್ಕು ಬೆಡ್‌ರೂಮಿನ

ಬಂಗಲೆಯೇ ಈಗ ದೊಡ್ಡ ಅನಾನುಕೂಲ ಅನ್ನಿಸಿತ್ತು. ಅಪಾರ್ಟ್‌ಮೆಂಟಿನ ಮನೆಯಾಗಿದ್ದರೆ ಅಕ್ಕಪಕ್ಕದವರಾದರೂ ಸಲಹೆ ಸಹಾಯಕ್ಕೆ ಸಿಗುತ್ತಿದ್ದರೇನೋ. ಕಣ್ಣದಾಸನ್‌ನೊಂದಿಗೆ ಸಾಧ್ಯವಾಗುವುದು ಫೋನ್ ಸಂಪರ್ಕ ಮಾತ್ರ. ರಿಗ್ಗಿನಲ್ಲಿ ನೆಟ್‌ವರ್ಕ್ ಸರಿಯಾಗಿ ಇರುತ್ತಿರಲಿಲ್ಲ. ಅತಿ ಅಗತ್ಯ ಸಂದರ್ಭಗಳಲ್ಲಿ ಫೋನ್ ಮಾಡಿದರೆ ಆತ ಸಿಗುತ್ತಾನೆ ಅನ್ನುವಂತಿರಲಿಲ್ಲ. ಯಾವುದಾದರೂ ಅಪವೇಳೆಯಲ್ಲಿ ಪುರುಸೊತ್ತಾದಾಗ ಸಿಗ್ನಲ್ ಸಿಕ್ಕರೆ ಆತ ಫೋನು, ಮೆಸೇಜು ಮಾಡುತ್ತಿದ್ದ. ವಾರದಲ್ಲೊಂದು ದಿನ ಇಪ್ಪತ್ತು ನಿಮಿಷ ಸ್ಕೈಪ್ ಕರೆ ಮಾಡುತ್ತಿದ್ದ. ಮಾತಾಡಬೇಕಾದ ಮುಖ್ಯ ವಿಷಯ ಹದಿನೆಂಟನೇ ನಿಮಿಷಕ್ಕೆ ನೆನಪಾಗುತ್ತಿತ್ತು ರೇವತಿಗೆ. ಆದರೆ ಇಪ್ಪತ್ತಕಿಂತ ಒಂದು ನಿಮಿಷ ಹೆಚ್ಚಿಗೆ ಮಾತಿಗೂ ಅವಕಾಶವಿರಲಿಲ್ಲ. ರಿಗ್ಗಿನಲ್ಲಿ ಸ್ಕೈಪ್ ಬಳಸಲು ಜನ ಸರದಿಯಲ್ಲಿ ನಿಂತಿರುತ್ತಿದ್ದರು.

ದಿನಸಿಯನ್ನೆಲ್ಲ ಆನ್‌ಲೈನಿನಲ್ಲಿ ತರಿಸಿಕೊಂಡು, ತರಕಾರಿಯನ್ನು ಹತ್ತಿರದ ಫ್ರೆಷ್ ಮಾರ್ಟಿನಿಂದ ಖರೀದಿಸಿ; ಕಣ್ಣದಾಸನ್ ಇರುವ ಎರಡು ವಾರಗಳಲ್ಲಿ ಸಿನೆಮಾ ಸುತ್ತಾಟ ಶಾಪಿಂಗು ಇತ್ಯಾದಿ ಮಾಡುತ್ತಾ ಜಾಲಿಯಾಗಿರಬಹುದೆಂಬುದು ಹೊರನೋಟಕ್ಕೆ ಕಾಣುವ ಜೀವನ ಶೈಲಿಯಷ್ಟೇ. ಕಣ್ಣದಾಸನ್ ಮೊದಲ ಬಾರಿ ರಜೆಗೆ ಬಂದು ವಾಪಸ್ ಹೋದ ದಿನದ ರಾತ್ರಿ ಮತಿಅಲಗನ್ನನಿಗೆ ವಿಪರೀತ ಜ್ವರ ಬಂದಿತ್ತು. ಆನ್‌ಲೈನಿನಲ್ಲಿ ಹತ್ತಿರ ಏರಿಯಾದ ಕ್ಲಿನಿಕ್ಕುಗಳ ದೂರವಾಣಿ ಸಂಖ್ಯೆ ಹುಡುಕಿ ಕರೆ ಮಾಡಿದರೆ ಹೆಚ್ಚಿನವುಗಳಲ್ಲಿ ಉತ್ತರವಿಲ್ಲ. ಯಾವುದೋ ಒಂದು ಕ್ಲಿನಿಕ್ಕು, ಹುಡುಗನನ್ನು ಕರೆತರುವಂತೆ ಹೇಳಿತು. ಆದರೆ ಆ ಮಧ್ಯರಾತ್ರಿಯಲ್ಲಿ ಹೋಗುವುದಾದರೂ ಹೇಗೆ? ಸಾಲದ್ದಕ್ಕೆ ಜೋರಾದ ಮಳೆ ಬೇರೆ. ಮೊಬೈಲಿನ ನಂಬರುಗಳನ್ನು ಸ್ಕ್ರಾಲ್ ಮಾಡಿದರೆ ಅದರಲ್ಲಿರುವುದೆಲ್ಲಾ ಭಾರತದ ಸಂಖ್ಯೆಗಳೇ. ಉಬರ್–ಗ್ರಾಬ್ ಟ್ಯಾಕ್ಸಿಗಳೆಲ್ಲವೂ 'ನಾಟ್ ಅವ್ವೈಲೇಬಲ್'. ಮಳೆಯಲ್ಲಿ ಹೊರ ಹೋಗಬೇಕಾಗಬಹುದಾದ ಮುಂದಾಲೋಚನೆ ಇಲ್ಲವಾಗಿತ್ತಾದ್ದರಿಂದ ಮನೆಯಲ್ಲಿ ಕೊಡೆಯೂ ಇರಲಿಲ್ಲ. ಚಾದರವನ್ನು ಮೈಗೆ ಸುತ್ತಿಕೊಂಡು, ಬಕೆಟ್ಟನ್ನು ತಲೆಯ ಮೇಲೆ ಮಗುಚಿ ಹಿಡಿದು ಪಕ್ಕದ ಬಂಗಲೆಯ ಸಹಾಯ ಕೇಳಲು ಹೋಗಿದ್ದಳು ರೇವತಿ. ಅದಕ್ಕೆ ಆರಡಿ ಎತ್ತರದ ಕಟ್ಟಿಗೆಯ ಹಲಗೆಗಳ ಗೇಟು. ಎದುರು ನಿಂತರೆ ಮನೆಯೇ ಕಾಣುತ್ತಿರಲಿಲ್ಲ. ಆ ಅಪರಾತ್ರಿಯಲ್ಲಿ ಮಲಗಿದವರನ್ನು ಏಳಿಸಲು ಹಿಂಸೆಯೆನಿಸಿದರೂ, ನಿರುಪಾಯವಾಗಿ ಪಕ್ಕದಲ್ಲಿರುವ ಬೆಲ್ಲನ್ನು ಎಷ್ಟೇ ಒತ್ತಿದರೂ ಗೇಟು ತೆಗೆಯಲಿಲ್ಲ. ಇನ್ನೊಂದು ಮನೆಗೆ ಹೋದರೆ ಗೇಟಿಗೆ ಬೀಗ ಹಾಕಿತ್ತು; ಬೆಲ್ಲು ಇರಲಿಲ್ಲ.

ಮತಿಅಲಗನ್ನನ ಹಣೆಗೆ ತಣ್ಣೀರು ಪಟ್ಟಿ ಅದ್ದಿ ಅದ್ದಿ ಇಡುತ್ತಾ ಬೆಳಗಿಗಾಗಿ ಉಸಿರು ಹಿಡಿದು ಕಾದಿದ್ದಳು ಆಕೆ.

ಅದ ನಂತರದ ಒಂದೇ ವಾರಕ್ಕೆ ಡ್ರೈವಿಂಗ್ ಕ್ಲಾಸ್ ಸೇರಿದ್ದಳು.

ಈ ಬಾರಿಯ ರಜೆಗೆ ಬಂದಾಗ ಹೊಸದೊಂದು ಐಡಿಯಾ ತಂದಿದ್ದ ಕಣ್ಣದಾಸನ್. ಆರು ವಾರಗಳು ಬೇರೆ ಬೇರೆಯಾಗಿದ್ದಾಗ ಗಂಡ ಹೆಂಡತಿ ಇಬ್ಬರೂ ಪ್ರತಿ ದಿನ ಏನಾದರೊಂದಿಷ್ಟನ್ನು ಹಾಳೆಯಲ್ಲಿ ಬರೆದು, ಸಂಗ್ರಹಿಸಿಡುವುದು. ವಾಪಸ್ ಹೋಗುವಾಗ ಕಣ್ಣದಾಸನ್ ತನ್ನದನ್ನು ಕೊಟ್ಟು ರೇವತಿ ಬರೆದಿದ್ದನ್ನು ತೆಗೆದುಕೊಂಡು ಹೋಗುವುದು. ಅನುಪಸ್ಥಿತಿಯಲ್ಲಿ ಒಂದೊಂದೇ ಹಾಳೆ ತೆಗೆದು ಓದುವುದು. ಇದನ್ನು ರಿಗ್ಗಿನಲ್ಲಿ ಸಾಕಷ್ಟು ಜನ ಮಾಡುತ್ತಾರೆ, ಭಾವನಾತ್ಮಕವಾಗಿ ಇದು ಬಹಳೇ ಸಹಾಯಕಾರಿ ಎಂದು ಇಬ್ಬರಿಗೂ ಅನ್ನಿಸಿತ್ತು. ಅದೆಷ್ಟು ಶ್ರದ್ಧೆಯಿಂದ ರೇವತಿ ಇದನ್ನು ಮಾಡಿದಳೆಂದರೆ; ಕೆಲಸದ ಒತ್ತಡದಲ್ಲಿ ಒಮ್ಮೊಮ್ಮೆ ಬರೆಯಲು ಮರೆತರೂ, ರೇವತಿ ಹಿಂದಿನ ದಿನದ್ದನ್ನೂ ಸೇರಿಸಿ ಮರುದಿನ ಬರೆಯುತ್ತಿದ್ದಳು. ಒಮ್ಮೊಮ್ಮೆ ಏನೂ ಬರೆಯಲು ತೋಚದಿದ್ದರೆ 'ಐ ಮಿಸ್ ಯು' 'ಐ ಲವ್ ಯು' ಎಂದಷ್ಟೇ ಬರೆದು, ಒಂದೇ ಒಂದು ದಿನವೂ ತಪ್ಪಿಸಬಾರದೆಂಬ ನಿಯಮ ಪಾಲಿಸಿದಳು. ಆದರೆ ಕಣ್ಣದಾಸನ್ ಬರುವಾಗ 'ನನಗೆ ಬರೆಯಲಾಗಲೇ ಇಲ್ಲ' ಅಂದುಬಿಟ್ಟ, 'ಹಾಗಾದರೆ ತಾನು ಬರೆದದ್ದನ್ನು ಕೊಡುವುದಿಲ್ಲ' ಎಂದು ರೇವತಿ ತಕರಾರು ತೆಗೆದರೂ, ಒತ್ತಾಯ ಮಾಡಿ ತೆಗೆದುಕೊಂಡು ಹೋದ.

ಆ ಪ್ರದೇಶದ ಇಂಡಿಯನ್ ಲೇಡೀಸ್ ಅಸೋಸಿಯೇಷನ್ನಿನ ಸದಸ್ಯೆಯಾದಮೇಲೆ ಒಂದಿಷ್ಟು ಜನರ ಪರಿಚಯವಾಯಿತಾದರೂ ಯಾವುದೂ ಗೆಳೆತನವಾಗಿ ಬದಲಾಗಲೇ ಇಲ್ಲ. ಚೆನ್ನೈ ಮೂಲದ ಸಮವಯಸ್ಕ ಮಹಿಳೆಯೊಬ್ಬಳ ಜೊತೆ ತುಸು ಆತ್ಮೀಯತೆ ತೋಚಿ, ಕುಟುಂಬ ಸಮೇತ ಒಬ್ಬರ ಮನೆಗೊಬ್ಬರು ಹೋಗಿ ಬರುವವರೆಗೂ ಮುಂದುವರಿದ ಅವರ ಸಂಬಂಧ ಬೆಳೆದಷ್ಟೇ ವೇಗದಲ್ಲಿ ಕಡಿದೂ ಹೋಯಿತು. ಚೆನ್ನೈಯ ಆ ಮಹಿಳೆ ತನ್ನಿಂದ ತಪ್ಪಿಸಿಕೊಳ್ಳಲು ಪ್ರಯತ್ನಿಸುತ್ತಿರುವುದು ರೇವತಿಯ ಗಮನಕ್ಕೆ ಬಂದಿತ್ತು. ಆಕೆಯ ಗಂಡ ತನ್ನ ಮೇಲೆ ಸಣ್ಣ ಅನುಕಂಪ ಹೊಂದಿರುವುದು ಹಾಗೂ ಅಗತ್ಯ ಬಿದ್ದಾಗೆಲ್ಲ ಸಹಾಯಕ್ಕೆ ಬರುವುದನ್ನು ಆಕೆ ಸಹಿಸುತ್ತಿಲ್ಲ ಎಂಬುದು ರೇವತಿಗೆ ಅರಿವಾಗಲು ಹೆಚ್ಚು ದಿನ ಬೇಕಾಗಲಿಲ್ಲ. ತಾನಾಗೇ ಅವರನ್ನು ದೂರ ಮಾಡಿದಳು. ಅನುಕಂಪವೂ ಆಕೆಗೆ ರೇಜಿಗೆ ಹುಟ್ಟಿಸುತ್ತಿತ್ತು.

ವಾಟ್ಸಾಪಿನಲ್ಲಿ ಚಾಟ್ ಮಾಡುವಾಗ ಭಾರತದಲ್ಲಿಯ ಗೆಳತಿಯೊಬ್ಬಳು, 'ನೀನೇ ಲಕ್ಕಿ ಕಣೆ. ಅವಿವಾಹಿತಳಿಗಿರುವ ಬಿಂದಾಸ್ ಸ್ವಾತಂತ್ರ್ಯವೂ ಇದೆ. ಮದುವೆಯಾದ

ಹೆಂಗಸಿಗೆ ಸಿಗುವ ಆರ್ಥಿಕ ಭದ್ರತೆಯೂ ಇದೆ' ಎಂದು ಕಮೆಂಟ್ ಮಾಡಿದಾಗ ಆಕೆಗೆ ಕಿರಿಕಿರಿಯಾಗುತ್ತಿತ್ತು. ಅದಕ್ಕಿಂತ ಹೆಚ್ಚು ಆಕೆ ಮೈ ಉರಿದುಕೊಳ್ಳುತ್ತಿದ್ದುದು, ಪಾಲಕರೊಡನೆ ಮಾತನಾಡುವಾಗ; ಪ್ರತಿ ಬಾರಿಯೂ ಅವರು 'ಸ್ವಲ್ಪ ದಿನ. ರೂಢಿಯಾಗುತ್ತೆ ಬಿಡು' 'ಹೇಗಾದರೂ ಅಡ್ಜಸ್ಟ್ ಮಾಡಿಕೋ, ಎಲ್ಲ ಸರಿ ಹೋಗುತ್ತೆ' ಎನ್ನುವ ಸಮಾಧಾನದ ಮಾತುಗಳನ್ನು ಹೇಳಿದಾಗ. ಯಾವುದಾದರೂ ಗೋಡೆಗೆ ಹೋಗಿ ತಲೆ ಜಜ್ಜಿಕೊಳ್ಳಲೇ ಅನ್ನಿಸುತ್ತಿತ್ತು ಆಕೆಗೆ.

'ನಾಯಿಯನ್ನು ಕೊಟ್ಟುಬಿಟ್ಟೆ' ಎಂದು ಆಸ್ಟ್ರೇಲಿಯಾದ ಗೆಳತಿ ಜೇಜಿ ಜೋಸೆಫ್‌ಳಿಗೆ ಹೇಳಿದಾಗ, ಆಕೆ ರೇವತಿಯ ಮೂರ್ಖತನದ ಬಗ್ಗೆ ನಗಾಡಿದ್ದಳು. 'ಅದೆಂಥಾ ನೀನು ಹೋಗಿ ಹೋಗಿ ಆ ಡೊಬರ್ಮನ್ನನ್ನು ಸಾಕಿದ್ದು? ಹಾಸಿಗೆಯಲ್ಲಿ ಮಲಗಿಸಿಕೊಂಡು ಸವರಲು ಯಾವುದಾದರೂ ರೇಶಿಮೆ ರೋಮವುಳ್ಳ ಮುದ್ದಾದ ನಾಯಿ ಸಾಕಿಕೋ ಎಂದು ನಾನು ಬಾಯಿ ಬಿಟ್ಟು ಹೇಳಬೇಕಿತ್ತಾ?' ಎಂದು ಟೀಕಿಸಿ, 'ನಾನು ನಿನ್ನ ಮಗನ ಸಲುವಾಗಿಯಷ್ಟೇ ಹೇಳಿದ್ದಲ್ಲ... ಒಳ್ಳೆ ಗುಗ್ಗು ನೀನು' ಎಂಬುದಾಗಿ ಹಂಗಿಸಿದ್ದಳು. ನಂತರ ಆಕೆ, 'ಮೀಟ್‌ಅಪ್ ಡಾಟ್ ಕಾಮ್ ಅನ್ನೋ ವೆಬ್‌ಸೈಟಿದೆ ಅದರಲ್ಲಿ ರಜಿಸ್ಟರ್ ಮಾಡಿಕೋ. ಸಾಕಷ್ಟು ಪ್ರೈವಸಿ ಕೂಡಾ ಇರುತ್ತೆ ಅದರಲ್ಲಿ' ಎನ್ನುವ ಸಲಹೆಗಳನ್ನೆಲ್ಲ ಕೊಡಲು ಶುರುಮಾಡಿದ ಮೇಲೆ, ಅವಳೊಡನೆ ಚಾಟ್ ಮಾಡುವುದನ್ನು ಬಿಟ್ಟಿದ್ದಳು ರೇವತಿ. ದಿನವಿಡೀ ಕೆಲಸದ ನಂತರ, ರಾತ್ರಿ ಊಟವಾದಮೇಲೆ ಒಂದೈದು ನಿಮಿಷ ಟಿವಿ ನೋಡಲು ಸೋಫಾದಲ್ಲಿ ಬೆನ್ನು ಚಾಚಿದಾಗ ಪಕ್ಕದಲ್ಲಿ ಯಾರೂ ಇಲ್ಲದ ನಿರ್ವಾತವನ್ನು ಇತರರೂ ಅರ್ಥಮಾಡಿಕೊಳ್ಳಬೇಕು ಎಂದು ಬಯಸುವುದೇ ಎಲ್ಲಕ್ಕಿಂತ ಮೂರ್ಖತನ ಎಂದು ಆಕೆಗೆ ಅನ್ನಿಸತೊಡಗಿತ್ತು.

ಕಣ್ಣದಾಸನ್‌ನೂ ಎರಡು ವಾರಕ್ಕೆಂದು ಬಂದಾಗ, ಮಾಮೂಲಿಗಿಂತ ತುಸು ಹೆಚ್ಚೇ ಮಾತಾಡುತ್ತಿದ್ದ. ತನ್ನ ಗಿಲ್ಟನ್ನು ಹೋಗಲಾಡಿಸಿಕೊಳ್ಳಲು ಹಾಗೆ ಮಾಡುತ್ತಿದ್ದಾನೆಂಬುದು ಈಕೆಗೆ ಚುಚ್ಚುತ್ತಿತ್ತು. ಮನೆಯ ಅಷ್ಟೂ ಕೆಲಸವನ್ನು ಎರಡೇ ವಾರದಲ್ಲಿ ಮುಗಿಸಿಬಿಡುವ ತರಾತುರಿ ಅವನಿಗೆ. ಕಾರು ಸರ್ವೀಸ್ ಕೊಡುವುದಾಗಲೀ, ಬ್ಯಾಂಕಿನ ಕೆಲಸವಾಗಲಿ ಎಲ್ಲವೂ ಆಗಲೇ ಆಗಬೇಕು. ಏನೂ ಸಿಗದಿದ್ದರೆ, ಬಾಲ್ಕನಿಯ ಕುಂಡದಲ್ಲಿ ನೆಡಲು ಹೊಸ ಹೂವಿನ ಗಿಡವನ್ನು ತರುತ್ತೇನೆಂದು ಹೊರಟು ಬಿಡುತ್ತಿದ್ದ. ಹೀಗಾಗಿ, ರಜೆಗೆ ಬಂದಾಗ ಆತ ಕೈಗೆತ್ತಿಕೊಳ್ಳಬಹುದಾದ ಕೆಲಸಗಳನ್ನೆಲ್ಲ ತಾನೇ ಮುಂಚಿತವಾಗಿ ಮುಗಿಸಿಡಲು ಪ್ರಯತ್ನಿಸುತ್ತಿದ್ದಳು ರೇವತಿ. ಎಲ್ಲಾ ಕುಂಡದ ಗಿಡಗಳೂ ಹಸಿರಿನಿಂದ

ನಳನಳಿಸುತ್ತಿರುವಂತೆ ನೋಡಿಕೊಳ್ಳುತ್ತಿದ್ದಳು. ಇಷ್ಟೆಲ್ಲಾ ಮಾಡಿಟ್ಟರೆ, ಒಮ್ಮೊಮ್ಮೆ ಆತನಿಗೆ ಹೆಡ್ ಆಫೀಸಿನಲ್ಲಿ ಏನೋ ಕೆಲಸ ಬಂದು ಹೋಗಬೇಕಾಗಿ ಬರುತ್ತಿತ್ತು!

ಒಂಟಿತನ ಒಂದುಕಡೆಯಾದರೆ, ಗಂಡನ ರೊಟೇಶನ್ ಪದ್ಧತಿಯಿಂದಾಗಿ ತನ್ನ ರುಟೀನ್ ತಪ್ಪುವುದು ಮತ್ತೊಂದು ಸಮಸ್ಯೆ. ಕಣ್ಣದಾಸನ್ ಇಲ್ಲದ ಆರು ವಾರಗಳು ಹಾಗೂ ಆತನಿರುವ ಎರಡು ವಾರಗಳ ನಡುವಿನ ಜೀವನ ಶೈಲಿಯ ಪಲ್ಲಟವನ್ನು ಸಂಭಾಳಿಸುವುದು ಸುಲಭದ ಮಾತಲ್ಲ ಎಂಬುದು ಕಣ್ಣದಾಸನ್‌ನನ್ನೂ ಸೇರಿ ಇತರೆ ಯಾವ ಹಿತೈಷಿಗಳಿಗೂ ಅರ್ಥವಾಗುತ್ತಿರಲಿಲ್ಲ. ಇದೊಂದು ಸಿಂಗಲ್ ಪೇರಂಟಿಂಗ್ ಸಮಸ್ಯೆ ಎನ್ನುವ ರೀತಿಯಲ್ಲಿಯೇ ಅವರೆಲ್ಲರೂ ನೋಡುತ್ತಿದ್ದರು. ಒಮ್ಮೆ ಹೇಗಾಯಿತೆಂದರೆ- ಮಹಿಳಾ ಸಂಘದ ಕಾರ್ಯಕ್ರಮವೊಂದರಲ್ಲಿ ನಾಟಕ ಪ್ರದರ್ಶನ ನೀಡುವುದಿತ್ತು. ರೇವತಿಯದು ಅದರಲ್ಲಿ ಬಲು ಮುಖ್ಯ ಪಾತ್ರ. ಕಣ್ಣದಾಸನ್‌ನ ಮನೆಯಲ್ಲಿರುವ ಎರಡು ವಾರಗಳ ಸಮಯ ಹಾಗೂ ನಾಟಕದ ತಾಲೀಮು ಒಂದಕ್ಕೊಂದು ಕ್ಲಾಷ್ ಆಗದ ರೀತಿಯಲ್ಲಿಯೇ ಎಲ್ಲವನ್ನೂ ಯೋಜಿಸಲಾಗಿತ್ತು. ಆದರೆ ಅದೇ ಬಾರಿ ಆತ ರಜೆಗೆ ಬರಲು ಮಾಮೂಲಿಗಿಂತ ಒಂದು ವಾರ ತಡವಾಯಿತು. ಬಲುದಿನದ ನಂತರ ಗಂಡ ಮನೆಯಲ್ಲಿರುವಾಗ ಈಕೆ ದಿನವೂ ಮೂರ್ನಾಲ್ಕು ಗಂಟೆಗಳ ತಾಲೀಮಿಗೆ ಹೋಗುವುದಾದರೂ ಹೇಗೆ? ನಂತರ ಅದೇ ನಾಟಕವನ್ನು ಪ್ರೇಕ್ಷಕಿಯಾಗಿ ಕುಂತು ನೋಡುವಾಗ ಅನುಭವಿಸಿದ ಸಂಕಟಕ್ಕೆ ಎಡೆಯುಂಟೇ?

ಹೀಗೇ- ಸ್ಕೈಪಿನ ಪರದೆಯಲ್ಲಿ ಕಾಣುವ ಕಣ್ಣದಾಸನ್ ಮುಖವನ್ನು ಬೆರಳುಗಳಿಂದ ಮುಟ್ಟುತ್ತ, ಫೋನಿನ ವಾಲ್ಯೂಮನ್ನು ಸದಾ ಗರಿಷ್ಟ ಮಟ್ಟದಲ್ಲಿ ಇಟ್ಟುಕೊಳ್ಳುತ್ತ, ಮುಂದಿನ ಕರೆಯಲ್ಲಿ ಗಂಡನೊಡನೆ ಮಾತನಾಡಬೇಕಾದ ಅಗತ್ಯ ಸಂಗತಿಗಳನ್ನು ನೋಟ್‌ಬುಕ್ಕಿನಲ್ಲಿ ಬರೆದಿಟ್ಟುಕೊಳ್ಳುತ್ತ, ಕಣ್ಣದಾಸನ್ ಅತ್ತ ಹೋದ ಮಾರನೇ ದಿನವೇ ಇಲ್ಲಿ ಖಾಯಿಲೆ ಬೀಳುವ ಮಗನನ್ನು ದವಾಖಾನೆಗೆ ಒಯ್ಯುತ್ತ, 'ಎಲ್ಲರೂ ಬದುಕುತ್ತಿರುವ ನಾರ್ಮಲ್ ಲೈಫು ನನ್ನದೂ ಆಗಬೇಕು ಎನ್ನುವ ನಿಯಮವೆಲ್ಲಿದೆ?' ಎಂದು ಪ್ರಶ್ನೆ ಕೇಳಿಕೊಂಡು ಅಲ್ಲಲ್ಲೇ ಗಟ್ಟಿಯಾಗುತ್ತ ನಾಲ್ಕು ವರ್ಷಗಳನ್ನು ತಳ್ಳಿದ್ದಾಳೆ ಆಕೆ.

ಕಣ್ಣದಾಸನ್ ಕೌಲಾಲಂಪುರದ ಹೆಡ್ ಆಫೀಸಿಗೆ ವರ್ಗವಾಗಿ ಬಂದು ಈಗ ಎರಡು ವರ್ಷಗಳಾಗಿವೆಯಷ್ಟೇ.

13

ಸಂಬನಾದನ್ ತನಗೆ ಹೇಗೆ ಪರಿಚಯ ಎಂಬುದರಿಂದ ಶುರುಮಾಡಿ, ತಾನು ಮಲೇಷಿಯಾಕ್ಕೆ ಬಂದ ಆರಂಭದ ವರ್ಷಗಳ ಕತೆಯನ್ನು ನಿರಂಜನನಿಗೆ ಕಾರ್ ಓಡಿಸುತ್ತ ಹೇಳಿದಳು ರೇವತಿ. ಎಲ್ಲವನ್ನೂ ಅಲ್ಲದಿದ್ದರೂ ಅನುಭವಿಸಿದ ಪಾಡನ್ನು ಅಷ್ಟಷ್ಟೇ ವಿವರಿಸಿದಳು.

ಮನೆಯಲ್ಲಿರುವಾಗ ನೈಟಿಯಲ್ಲಷ್ಟೇ ಆಕೆಯನ್ನು ನೋಡಿದ್ದ ನಿರಂಜನನಿಗೆ, ಜೀನ್ಸ್ ಮೇಲೆ ಶಾರ್ಟ್ ಕುರ್ತಾ ಧರಿಸಿ ಗಾಢ ಕೆಂಪು ಬಣ್ಣದ ಲಿಪ್ಸ್ಟಿಕ್ ಬಳಿದು ಕೂಲಿಂಗ್ ಗ್ಲಾಸ್ ಹಾಕಿ ಮಲೇಷಿಯಾದ ರಸ್ತೆಗಳಲ್ಲಿ ಕಾರನ್ನು ಸಲೀಸಾಗಿ ಓಡಿಸುತ್ತಿರುವ ರೇವತಿ ಬೇರೆಯದೇ ಹೆಣ್ಣಾಗಿ ಕಂಡಳು. ತುಸು ದಪ್ಪವೇ ಅನ್ನಬಹುದಾಗಿದ್ದ ಆಕೆಯ ಮೈಕಟ್ಟು, ದಿರಿಸಿನ ಬದಲಾವಣೆಯಿಂದಾಗಿ ಪಡೆದುಕೊಂಡಿದ್ದ ಹೊಸ ರೂಪ ನಿರಂಜನನ ಮನಸ್ಸನ್ನು ಒಂಥರಾ ಕಲಕಿತ್ತು. ಪಕ್ಕಕ್ಕೇ ಕುಳಿತಿದ್ದನಾದ್ದರಿಂದ ಚಾಕಲೇಟ್ ಪರಿಮಳದ ಪರ್ಫ್ಯೂಮ್ ಹಿತವಾಗಿ ಮೂಗಿಗೆ ಬಡಿಯುತ್ತಿತ್ತು. ಗೋಣು ತುಸು ಬಲಕ್ಕೆ ತಿರುಗಿಸಿದರೂ ಎಲ್ಲಕ್ಕಿಂತ ಮುಂದೆ ಆಕೆಯ ಎದೆ ಭಾಗವೇ ಕಾಣುತ್ತಿತ್ತು. ರೇವತಿಯ ಹಳೆಯ ಸಾಹಸದ ಕತೆಗಳನ್ನು ಆಲಿಸುವ ಮನಸ್ಥಿತಿಯಲ್ಲಿ ಆತ ಇಲ್ಲವಾಗಿದ್ದರೂ, ಅನ್ಯಮನಸ್ಕನಾಗಿಯೇ ಕೇಳುತ್ತ, ಆ ನೆವದಲ್ಲಿ ಆಗಾಗ ಬಲಬದಿಗೆ ದೃಷ್ಟಿ ಹಾಯಿಸುತ್ತಿದ್ದ. ಮಾತಿನ ನಡುವೆ ಒಮ್ಮೊಮ್ಮೆ ಅವಳೂ ಈತನೆಡೆ ತಿರುಗಿದರೆ, ಮುಖ ಸಂವಹನಕ್ಕೆ ಅವಕಾಶವನ್ನೇ ಕೊಡದೇ ಥಕ್ಕನೆ ಎದುರಿನ ರಸ್ತೆ ನೋಡುತ್ತಿದ್ದ.

ಇವಳೇಕೆ ನನ್ನ ಪಾಸ್‌ಪೋರ್ಟ್ ಬಗ್ಗೆ ಇಷ್ಟೊಂದು ಕಾಳಜಿ ತೋರುತ್ತಿದ್ದಾಳೆ? ಬಸ್ಸಿನಲ್ಲಿ ಹೋಗುವ ಸಲಹೆ ನೀಡಿದವಳು ಅವಳೇ. ಅದರ ಗಿಲ್ಟೇ ಕಾಡುತ್ತಿರಬೇಕು.

ಹಾಗೆ ನೋಡಿದರೆ ಇವಳೇ ಎಲ್ಲಕ್ಕೂ ಕಾರಣ. ಸುಮ್ಮನೇ ಟ್ಯಾಕ್ಸಿಯಲ್ಲಿ ಹೋಗಿದ್ದಿದ್ದರೆ ರಗಳೆಯೇ ಇರಲಿಲ್ಲ ಅಂದುಕೊಳ್ಳುತ್ತ; ಆ ಸಂಬನಾದನ್ ಎನ್ನುವವ ತನ್ನನ್ನು ನೇರ ಎಂಬಸಿಗೆ ಕರಕೊಂಡು ಹೋಗಿ, ಅಲ್ಲಿಯೇ ಅರ್ಜಿ ಕೊಡಿಸಿ, ಅವರು ಮರುದಿನವೇ ಬಂದು ಪಾಸ್‌ಪೋರ್ಟ್ ತೆಗೆದುಕೊಳ್ಳಲು ಹೇಳುವಂಥ ಸಾಧ್ಯತೆಗಳನ್ನೆಲ್ಲ ಮನದಲ್ಲಿ ಯೋಚಿಸುತ್ತಿದ್ದ.

೩

ಮೂರ್ನಾಲ್ಕು ಅಂತಸ್ತುಗಳ ಸಾಲು ಕಟ್ಟಡಗಳು, ಎಲ್ಲದರಲ್ಲೂ ಕೆಳಗಡೆ ಅಂಗಡಿಗಳಿದ್ದರೆ ಮೇಲಿನ ಮಹಡಿಗಳೆಲ್ಲಾ ಆಫೀಸುಗಳು. ಅವುಗಳಲ್ಲೇ ಒಂದರಲ್ಲಿ ಸಂಬನಾದನ್‌ನ ಕಚೇರಿ. ರಸ್ತೆಯ ಪಕ್ಕದ ಮರಗಳ ಎಲೆಗಳು ಅಲ್ಲಲ್ಲಿ ಉದುರಿದ್ದವು ಅನ್ನುವುದ ಬಿಟ್ಟರೆ ಆ ಇಡೀ ಪ್ರದೇಶ ಸ್ವಚ್ಛವಾಗಿತ್ತು. ಪಾರ್ಕಿಂಗಿನಲ್ಲಿದ್ದ ಒಂದೇ ಒಂದು ಖಾಲಿ ಜಾಗದಲ್ಲಿ 'ನಮ್ಮ ಲಕ್ ಚೆನ್ನಾಗಿದೆ' ಎನ್ನುತ್ತ ಕಾರು ನಿಲ್ಲಿಸಿದಳು ರೇವತಿ. ಪಾರ್ಕಿಂಗ್ ಟಿಕೆಟ್ ಯಂತ್ರಕ್ಕೆ ಹೋಗಿ ಟೊಕ್ ಟೊಕ್ ಎಂದು ಗುಂಡಿ ಒತ್ತಿದರೂ ಯಾವುದೇ ಪ್ರತಿಕ್ರಿಯೆ ಬರಲಿಲ್ಲ. ಯಂತ್ರ ಹಾಳಾದಂತಿದೆ ಎನ್ನುತ್ತ ನಿರಂಜನನತ್ತ ನೋಡಿ ಮುಗುಳ್ನಕ್ಕಳು. ಅಲ್ಲೇ ಪಕ್ಕದಲ್ಲಿದ್ದ ರಸ್ತೆ ಸೂಚನಾ ಫಲಕವೊಂದು ನಡು ಮುರಿದುಕೊಂಡು ವಾಲಿತ್ತು. ಯಾರೋ ಕಾರನ್ನು ರಿವರ್ಸ್ ಪಾರ್ಕಿಂಗ್ ಮಾಡುವಾಗ ಗುದ್ದಿದ್ದಾರೆ ಎಂಬುದನ್ನು ಊಹಿಸಬಹುದಿತ್ತು.

ಇವರು ಹೋಗಿ ಒಂದರ್ಧ ಗಂಟೆ ಕಾದಾದ ಮೇಲೆ ಸಂಬನಾದನ್ ಆಗಮನವಾಯಿತು. ಅಂಗಿಯ ಮೇಲಿನ ಎರಡು ಗುಂಡಿಗಳನ್ನು ಬಿಚ್ಚಿ, ಕುತ್ತಿಗೆಗೆ ದಪ್ಪ ಚಿನ್ನದ ಚೈನು, ಕೈಯ್ಯ ಮೂರು ಬೆರಳಿಗೆ ವಿವಿಧ ಬಣ್ಣದ ಹರಳಿನ ಉಂಗುರ ಧರಿಸಿದ್ದ ಆತ ತಮಿಳು ಸಿನೆಮಾಗಳಲ್ಲಿ ಖಳನಾಯಕನ ಪಕ್ಕ ನಿಲ್ಲುವ ಪುಡಿ ರೌಡಿಯಂತೆ ಕಾಣುತ್ತಿದ್ದ. ಈಗಾಗಲೆ ಅವನಿಗಾಗಿ ಕಾಯುತ್ತಿದ್ದ ಒಂದಿಬ್ಬರೊಡನೆ ಮೊದಲು ವ್ಯವಹಾರ ಮುಗಿಸಿಬಿಡುತ್ತೇನೆ ಎಂದು ರೇವತಿಗೆ ಹೇಳಿ ತನ್ನ ಕ್ಯಾಬಿನ್ನಿಗೆ ಹೋದ. ನಂತರ ಇವರನ್ನು ಒಳಗೆ ಕರೆದು, ಏನು ಎಂತ ಎಂದೆಲ್ಲಾ ಒಂದಿಷ್ಟು ಮಾತುಕತೆಯಾದಮೇಲೆ ಯಾರ್‍ಯಾರಿಗೋ ಮೂರ್ನಾಲ್ಕು ಫೋನುಗಳನ್ನು ಮಾಡಿದ. ಆತನ ಫೋನಿನ ಸಂಭಾಷಣೆಗಳು ಮಲಯೂ ಹಾಗೂ ತಮಿಳು ಎರಡರಲ್ಲೂ ಇತ್ತಾದ್ದರಿಂದ, ಏನು ನಡೆಯುತ್ತಿದೆ ಎಂಬುದು ಪೂರ್ಣ ಅರ್ಥವಾಗದಿದ್ದರೂ ಯಾರದೋ ಭೇಟಿಗೆ ಪ್ರಯತ್ನಿಸುತ್ತಿದ್ದಾನೆ ಎಂಬುದು ತಿಳಿಯುತ್ತಿತ್ತು. ಆತ ಮೊಬೈಲ್ ಪರದೆಯ ಮೇಲೆ ಬೆರಳಾಡಿಸುವ ರೀತಿ, ಅತ್ತಕಡೆಯ ಫೋನ್

ಕಾರ್ಯನಿರತವಾಗಿದ್ದರೆ ತೋರುವ ಅಸಹನೆ, ಇವನ್ನೆಲ್ಲಾ ನೋಡಿದರೆ ತುಂಬಾ ಗಡಿಬಿಡಿಯ ಮನುಷ್ಯನಂತೆ ಕಾಣುತ್ತಿದ್ದ.

ಮಲೇಷಿಯಾದ ಮಾಜಿ ಮಂತ್ರಿಯೊಬ್ಬನನ್ನು ಭೇಟಿಯಾಗಲು ಹನ್ನೆರಡು ಗಂಟೆಗೆ ಸಮಯ ಸಿಕ್ಕಿದೆಯೆಂದೂ, ಆತನ ಹತ್ತಿರ ಹೋದರೆ ನಮ್ಮ ಕೆಲಸ ಆಗುತ್ತದೆಂದು ಹೇಳಿದ ಸಾಂಬನಾದನ್. 'ನನಗೆ ನಡುವೆ ಒಂದಿಷ್ಟು ಬಿಡಿಗೆಲಸವಿದೆ. ಅದನ್ನು ಮುಗಿಸಿ ನೇರ ಅಲ್ಲಿಗೇ ಬರುವೆ, ನೀವುಗಳು ಹನ್ನೆರಡರ ಒಳಗೆ ಮಂತ್ರಿಯ ಆಫೀಸಿನಲ್ಲಿರಿ' ಎಂಬುದಾಗಿ ತಿಳಿಸಿದ. ರೇವತಿ ಹೋಗಬೇಕಾದ ಸ್ಥಳ, ರೂಟು ಇತ್ಯಾದಿಗಳನ್ನೆಲ್ಲ ಕೇಳಿಕೊಂಡಳು.

ದಾರಿಯ ನಡುವೆ ರೇವತಿ, ಅರ್ಜಂಟ್ ಸಾಮಾನು ಖರೀದಿ ಎಂದು ಸೂಪರ್ಮಾರ್ಕೆಟ್ಟು, ಸಣ್ಣ ಕೆಲಸ ಎನ್ನುತ್ತ ಬ್ಯಾಂಕು, ನಂತರ ಕಾರಿಗೆ ಪೆಟ್ರೋಲು ಎನ್ನುತ್ತಾ ಅಲ್ಲಲ್ಲಿ ನಿಂತಳು. ನನ್ನ ಕೆಲಸದ ನಡುವೆ ತನ್ನದನ್ನೂ ಎಲ್ಲ ಮಾಡಿಕೊಳ್ಳುತ್ತಿದ್ದಾಳೆ ಎಂದು ನಿರಂಜನನಿಗೆ ಕಿರಿಕಿರಿಯೆನ್ನಿಸಿತು.

ಕೌಲಾಲಂಪುರದ ಹೃದಯ ಭಾಗದ ಗಗನಚುಂಬಿ ಕಟ್ಟಡವೊಂದರ ತುತ್ತತುದಿಯ ಮಾಳಿಗೆಯಲ್ಲಿತ್ತು ಮಾಜಿ ಮಂತ್ರಿಯ ಕಚೇರಿ. ಎಣಿಕೆಯಂತೆ ಇವರು ಹೋಗುವಾಗ ಸಂಬನಾದನ್ ಅಲ್ಲಿರಲಿಲ್ಲ. ಅಷ್ಟೇನೂ ವಿಶಾಲವಲ್ಲದ ಕಾಯುವ ಕೋಣೆಯಲ್ಲಿ ಹತ್ತಾರು ಜನರು ಅವರವರದೇ ಗುಂಪುಗಳಲ್ಲಿ ಕುಳಿತೂ ನಿಂತೂ ಇದ್ದರು. ಅವರಲ್ಲೊಬ್ಬನಲ್ಲಿ ವಿಚಾರಿಸಿದಾಗ ಮಂತ್ರಿಗಳು ಒಳಗೆ ಇರುವುದಾಗಿ ತಿಳಿಸಿದ. ಕಚೇರಿಯ ಪ್ರವೇಶ ದ್ವಾರದಲ್ಲೇ ವ್ಯಕ್ತಿಯೊಬ್ಬನ ಆರಡಿಯ ಕಟ್‌ಔಟ್ ನಿಲ್ಲಿಸಲಾಗಿತ್ತು. ತಮಿಳಿನಲ್ಲಿ ಏನನ್ನೋ ಬರೆದಿದ್ದ ಕಂಠವಸ್ತ್ರವನ್ನು ಸುತ್ತಿಕೊಂಡು ಕೈಮುಗಿದು ನಿಂತಿದ್ದ ಆ ವ್ಯಕ್ತಿಯೇ ಒಳಗಿರುವ ಮಾಜಿ ಮಂತ್ರಿ ಎಂಬುದನ್ನು ಊಹಿಸಬಹುದಿತ್ತು. ಪಕ್ಕಾ ತಮಿಳು ರಾಜಕಾರಣಿಯ ಭಂಗಿಯಲ್ಲಿ ಲುಂಗಿ ಹಾಗೂ ಅಂಗಿ ಧರಿಸಿ ನಿಂತಿದ್ದ ಅವನ ಹಣೆಯ ಮೇಲಿದ್ದ ಬಿಳಿಯ ಭಸ್ಮ ಪೇಂಟಿಂಗೋ ಅಥವಾ ಕಟೌಟಿನ ಮೇಲೆ ಹಚ್ಚಿದ ನಿಜವಾದ ಭಸ್ಮವೋ ಎಂಬ ಸಂಶಯ ಬರುವಂತಿತ್ತು. ಆ ಕಾಯುವ ಕೋಣೆಯ ನಡುವೆ, ನವಿಲಿನ ಮೇಲೆ ಪದ್ಮಾಸನ ಹಾಕಿ ಕುಳಿತ ಆರು ಮುಖದ ಕಾರ್ತಿಕೇಯನ ಕಂಚಿನ ಪುತ್ಥಳಿ. ಪಾದದಲ್ಲಿ ದಾಸವಾಳದ ಹೂವು, ಪಕ್ಕದಲ್ಲಿ ಅಗರಬತ್ತಿಯ ಬೂದಿ ಮುರುಕಲು ಕಡ್ಡಿಯಂತೆ ಬಿದ್ದಿತ್ತು.

ಆ ವಾತಾವರಣ ನೋಡಿಯೇ ಕನಿಷ್ಟ ಒಂದೆರಡು ತಾಸಾದರೂ ಕಾಯಬೇಕಿಲ್ಲಿ ಎನ್ನಿಸಿ ಮನಸ್ಸಿಗೆ ಹಿಂಸೆಯಾಯಿತು ನಿರಂಜನನಿಗೆ. ನೇರವಾಗಿ ಹೋಗಿ ಕಿಟಕಿಯತ್ತ ನಿಂತ. ಅಗಲವಾದ ಗಾಜಿನಿಂದ ಕೌಲಾಲಂಪುರ ನಗರದ ವಿಹಂಗಮ ನೋಟ ಕಾಣುತಿತ್ತು. ಯಾವುದೇ ಕಟ್ಟಡಗಳ ಟೆರೇಸೂ ಖಾಲಿ ಇರಲಿಲ್ಲ. ಹೆಚ್ಚಿನವುಗಳ ಮೇಲೆ ದೊಡ್ಡ ಫ್ಯಾನುಗಳ ಶೀತಲ ಯಂತ್ರಗಳಿದ್ದರೆ, ಕೆಲವುಕಡೆ ಈಜುವ ಕೊಳ, ಟೆರೇಸ್ ಗಾರ್ಡನ್ನುಗಳಿದ್ದವು. ಅಲೊಂದು ಇಲ್ಲೊಂದು ನಿರ್ಮಾಣ ಹಂತದಲ್ಲಿರುವ ಕಟ್ಟಡಗಳು, ಅವುಗಳ ನೆತ್ತಿಯ ಮೇಲೆ ಹತ್ತಿ ಕೂತು ಕಬಂಧ ಬಾಹುವನ್ನು ಉದ್ದಕ್ಕೆ ಚಾಚಿದಂತೆ ಟವರ್ ಕ್ರೇನುಗಳು ಕಾಣುತ್ತಿದ್ದವು. ಆ ಕಟ್ಟಡಗಳ ಸಂದಿಯಲ್ಲಿ ಕಷ್ಟಪಟ್ಟು ನುಸುಳಿಕೊಂಡಿದ್ದಂಥ ರಸ್ತೆಗಳು. ಮೊನ್ನೆ ಸಂದರ್ಶನಕ್ಕೆಂದು ಹೋಗಿದ್ದ ಪೆಟ್ರೋನಾಸ್ ಟವರ್‌ನ ಆಫೀಸಿನಿಂದಲೂ ನಗರದ ಇಂತಹುದೇ ಪಕ್ಷಿನೋಟ ಕಣ್ತುಂಬಿಕೊಂಡಿದ್ದ ಆತ. ಆದರೆ ಅಂದು ನೋಡಿದ ದೃಶ್ಯಕ್ಕೂ ಇದಕ್ಕೂ ವ್ಯತ್ಯಾಸವಿದೆ ಅನ್ನಿಸಿತು. ಬಹುಶಃ ನೋಡುತ್ತಿರುವ ದಿಕ್ಕು ಹಾಗೂ ಕೋನ ಬೇರೆಯಿರಲಿಕ್ಕೆ ಸಾಕು. ಆಗ ಇನ್ನೂ ಎತ್ತರದ ಮಾಳಿಗೆಯಲ್ಲಿ ನಿಂತಿದ್ದೆನೇ, ಅಥವಾ ಇದೇ ಅದಕ್ಕಿಂತ ಎತ್ತರವೇ ಎನ್ನುವ ಅಂದಾಜು ಸಿಗಲಿಲ್ಲ. ಅಂದು ನೋಡಿದ್ದರಲ್ಲಿ ಕಟ್ಟಡಗಳ ಸಂದಣಿಯ ನಡುವೆ ದಟ್ಟ ಮರಗಳ ಉದ್ಯಾನ, ರೇಸ್ ಕೋರ್ಸು ಹಾಗೂ ಹುಲ್ಲು ಹಾಸಿನ ಫುಟ್‌ಬಾಲ್ ಕ್ರೀಡಾಂಗಣವೂ ಗೋಚರಿಸಿತ್ತು. ಇಲ್ಲಿಯ ವ್ಯೂನಲ್ಲಿ ಅವ್ಯಾವವೂ ಇರಲಿಲ್ಲ.

ರೇವತಿ ಸಂಬನಾದನ್‌ನಿಗೆ ಫೋನು, ಮೆಸೇಜು ಮಾಡುತ್ತಲೇ ಇದ್ದಳು. ಆತ ಬರಲು ಸುಮಾರು ಒಂದು ತಾಸಿನ ಮೇಲಾಯಿತು. ನೇರ ರಿಸೆಪ್‌ಶನಿಸ್ಟ್ ಹತ್ತಿರ ಹೋಗಿ ಏನೋ ಮಾತಾಡಿ ಬಂದು, 'ತುಸು ಕಾಯಬೇಕಾಗುತ್ತದೆ. ಒಂದು ವಾರದ ಹಿಂದೆಯೇ ಅಪಾಯಿಂಟ್ಮೆಂಟು ಪಡೆದವರೆಲ್ಲ ಇಲ್ಲಿದ್ದಾರೆ' ಎಂದ. ಊಟದ ಸಮಯ ಆಗಲೇ ದಾಟಿತ್ತಾದರೂ ಅಲ್ಲಿಂದ ಕದಲುವಂತಿರಲಿಲ್ಲ. ಯಾವಾಗ ಮಂತ್ರಿಯ ಭೇಟಿಯ ಸಮಯ ಬರುತ್ತದೆ ಎಂದು ಹೇಳಲಾಗುವುದಿಲ್ಲವಲ್ಲ.

ಅಸಹನೆಯನ್ನು ತೋರ್ಪಡಿಸಲೂ ಆಗದೇ, ಅತ್ತ ಹತ್ತಿಕ್ಕಲೂ ಆಗದೇ ಒಳಗೊಳಗೇ ಬುಸುಗುಡುತ್ತಿದ್ದ ನಿರಂಜನನಿಗೆ ಅಲ್ಲಿ ನಡೆದ ಘಟನೆಯೊಂದು ಮನಸ್ಸನ್ನು ತುಸು ಬೇರೆಡೆ ಸೆಳೆದುದಲ್ಲದೇ, ಒಂದು ರೀತಿಯ ಮನರಂಜನೆಯನ್ನೂ ನೀಡಿತು. ಕೋಣೆಯಲ್ಲಿ ಮಂತ್ರಿಗಾಗಿ ಕಾಯುತ್ತಿರುವ ಗುಂಪುಗಳಲ್ಲಿ ಒಂದು ಗುಂಪು ಎದ್ದು ಕಾಣುವಷ್ಟು ಭಿನ್ನವಾಗಿರುವುದನ್ನು ಆರಂಭದಲ್ಲಿಯೇ ಗಮನಿಸಿದ್ದ ಆತ. ಓರ್ವ ಹೆಂಗಸನ್ನೂ ಸೇರಿ ನಾಲ್ಕು ಜನರಿದ್ದರು ಅವರು. ಒಬ್ಬ ಮಾತ್ರ ಮಾಮೂಲಿಯಂತೆ ಪ್ಯಾಂಟು ಶರ್ಟು ಹಾಕಿದ್ದ. ಉಳಿದಿಬ್ಬರ ದೊಗಳೆ ಅಂಗಿ, ಸ್ಕರ್ಟೋ ಲುಂಗಿಯೋ ಎಂದು ಗೊತ್ತಾಗದ ಕೆಳಭಾಗದ ದಿರಿಸು ಅಲ್ಲಿಯ ವಾತಾವರಣಕ್ಕೆ ಹೊಂದುತ್ತಿರಲಿಲ್ಲ.

ಆ ಮಹಿಳೆ ಕುತ್ತಿಗೆಯಲ್ಲಿ ಧರಿಸಿರುವ ಆಭರಣ ಯಾವುದೋ ಗಿಡದ ಕಾಯಿಯಿಂದ ಮಾಡಿದಂತಿತ್ತು. ಕಪ್ಪು ಮೈಬಣ್ಣ, ಸಣ್ಣ ಗುಂಗುರು ಕೂದಲು, ಹೊರಳೆಗಳು ಮೇಲಕ್ಕೆದ್ದ ಚಪ್ಪಟೆ ಮೂಗು ಇತ್ಯಾದಿ ವಿಶಿಷ್ಟ ಮುಖಚರ್ಯೆಯನ್ನು ಗಮನಿಸಿದರೆ ಇದ್ಯಾವುದೋ ಬೇರೆಯದೇ ಜನಾಂಗ ಅನ್ನಿಸುತ್ತಿತ್ತು.

ನಡುವೆ ಆ ಹೆಂಗಸು ನೀರು ಕುಡಿಯಲೆಂದು ಹೋದವಳು, ಬೆನ್ನು ಬಾಗಿಸಿ ಕುತ್ತಿಗೆ ತಿರುವಿ ವಾಟರ್ ಕೂಲರಿನ ನಲ್ಲಿಗೇ ನೇರ ಬಾಯಿ ಹಾಕಿದಳು. ಅದನ್ನು ನೋಡಿದ ಅವಳ ಜೊತೆಯಲ್ಲಿದ್ದ ಇನ್ನೊಬ್ಬ ವ್ಯಕ್ತಿ ಗಟ್ಟಿ ದನಿಯಲ್ಲಿ ಏನೋ ಹೇಳುತ್ತಾ ಅತ್ತ ಧಾವಿಸಿ ಆಕೆಯನ್ನು ಜೋರಾಗಿ ತಳ್ಳಿದ. ತಳ್ಳಿದ ರಭಸಕ್ಕೆ ವಾಟರ್‌ಕೂಲರನ್ನೇ ಆಧಾರವಾಗಿ ಹಿಡಿಯಲು ಹೋದ ಆಕೆ ಅದರ ಜೊತೆಗೂಡಿ ಚೀತ್ಕರಿಸುತ್ತಾ ನೆಲಕ್ಕುರುಳಿದಳು. ನೀರೂ ಚೆಲ್ಲಿ ನೆಲದಮೇಲೆ ಹರಿಯತೊಡಗಿತು. ಇಂತಹ ಘಟನೆ ಮತ್ತೆಲ್ಲಾದರೂ ನಡೆದಿದ್ದರೆ ಸುತ್ತಲಿನ ಜನ ವಿವಿಧ ರೀತಿಯಲ್ಲಿ ಪ್ರತಿಕ್ರಿಯಿಸುತ್ತಿದ್ದರೇನೋ. ಆದರೆ ಸಫಸ್ಟಿಕೇಟೆಡ್ ಅನ್ನುವ ವಾತಾವರಣದ, ಅಲ್ಲಲ್ಲಿ ಪಿಸುದನಿಯ ಮಾತುಗಳ ವಿಚಿತ್ರ ಮೌನದಿಂದ ಆವೃತ್ತವಾಗಿದ್ದ ಆ ಜಾಗದಲ್ಲಿಯ ಈ ಪ್ರಸಂಗಕ್ಕೆ ಹೇಗೆ ಸ್ಪಂದಿಸಬೇಕೆಂದು ತಿಳಿಯದೇ ಸುತ್ತಲಿನವರು ಕಕ್ಕಾಬಿಕ್ಕಿಯಾಗಿ ನೋಡುತ್ತಿರುವಾಗ, ಹೆಂಗಸಿನ ಕಡೆಯ ಉಳಿದಿಬ್ಬರು ಅತ್ತ ಓಡಿ ಬಂದರು. ಅವರಲ್ಲಿ ಒಬ್ಬನಂತೂ ಕುಕ್ಕರುಗಾಲಿನಲ್ಲಿ ಕುಳಿತು ತನ್ನ ಲುಂಗಿಯಂಥ ವಸ್ತ್ರದಿಂದಲೇ ನೆಲದ ಮೇಲಿನ ನೀರನ್ನು ಅವಸರವಸರದಿಂದ ಒರೆಸಲು ನೋಡಿದ. ಅದರಿಂದ ಸಾಧ್ಯವಿಲ್ಲವೆಂದು ಗೊತ್ತಾಗುತ್ತಲೇ, ಅಲ್ಲೇ ಉದ್ದವಾಗಿ ಮಲಗಿ ನೆಲದ ಮೇಲೆ ಉರುಳಾಡತೊಡಗಿದ. ನೀರನ್ನೆಲ್ಲ ತನ್ನ ಮೈಮೇಲಿನ ಬಟ್ಟೆ ಹೀರಿಕೊಳ್ಳಲಿ ಎನ್ನುವುದು ಅವನ ಉದ್ದೇಶವೆಂಬುದು ತಿಳಿಯುತ್ತಿತ್ತು.

ಕಚೇರಿ ಸ್ವಚ್ಛ ಮಾಡುವವರೂ, ಸೆಕ್ಯೂರಿಟಿಯೂ ದೌಡಾಯಿಸಿ; ಕೂಲರ್ ಎತ್ತಿ, ನೀರು ಒರೆಸಿ, ನೆಲಕ್ಕೆ ಬಿದ್ದವರನ್ನು ಒಂದು ಬದಿಗೆ ಕೂರಿಸುವ ಕಾರ್ಯವೆಲ್ಲ ನಂತರದ ಕೆಲ ನಿಮಿಷಗಳಲ್ಲಿ ಜರುಗಿತು. 'ಒಳ್ಳೆ ಡ್ರಾಮಾ. ಮುಗಿದು ಹೋಯಿತು. ಇನ್ನೂ ಸ್ವಲ್ಪ ಹೊತ್ತು ನಡೆದಿದ್ದರೆ ಟಾಯಂಪಾಸಾದರೂ ಆಗುತ್ತಿತ್ತು' ಎಂದು ಬೇಸರಿಸಿದ ನಿರಂಜನ.

ಕುಳಿತಿರುವ ಕಬ್ಬಿಣದ ಕುರ್ಚಿಯ ಪೇಂಟನ್ನು ಉಗುರಿನಿಂದ ಕೆರೆಯುತ್ತ ಮೊಬೈಲ್ ನೋಡುತ್ತಿದ್ದ ನಿರಂಜನ. ಕಾಲೇಜು ಗೆಳೆಯರ ವಾಟ್ಸಾಪ್ ಗುಂಪಿನಲ್ಲಿ ಮುರಳೀಧರ

'ಹೊಳೆಗದ್ದೆ: ದೆನ್ ಆಂಡ್ ನೌ' ಎಂಬ ಬರಹವುಳ್ಳ ಚಿತ್ರವೊಂದನ್ನು ಪೋಸ್ಟ್ ಮಾಡಿದ್ದ. ಹಸಿರು ಗದ್ದೆಗಳ ನಡುವೆ ಹಾದು ಹೋಗುತ್ತಿರುವ ರಸ್ತೆಯ ಫೋಟೋಕ್ಕೆ 'ದೆನ್' ಎಂದೂ; ಗದ್ದೆಗಳಲ್ಲೆಲ್ಲಾ ಮಣ್ಣು ತುಂಬಿ ಸಮತಟ್ಟಾಗಿಸಿ ನಿರ್ಮಾಣವಾದ ಹೆದ್ದಾರಿಯ ಟೋಲ್‌ಗೇಟ್ ಫೋಟೋಕ್ಕೆ 'ನೌ' ಎಂದೂ ಬರೆದಿರುವ ಪೋಸ್ಟ್ ಅದಾಗಿತ್ತು.

ಆಗಲೇ ಕಾದು ಕಾದು ಹೈರಾಣಾಗಿದ್ದ ನಿರಂಜನನಿಗೆ, ಮುರಳೀಧರನ ಪೋಸ್ಟ್ ನೋಡುತ್ತಲೇ ಮೈಯ್ಯೆಲ್ಲಾ ಉರಿಯಿತು.

14

"ನೋಡ್ಲಿಕ್ಕೆ ಚೆಂದಕೆ ಇರೂದು. ಹಂಗೇಳಿ ತಿನ್ನುಕೆ ಹೋದ್ರೆ ಹೊಟ್ಟೆಗೆ ಹಾಳು ತಿಳಿದಿಟ್ಕ. ಬೆಳ್ಗಿರೂದೆಲ್ಲಾ ಹಾಲಲ್ಲ ಹೇಳಿ ಮೊನ್ನೆ ಮಾಸ್ತರ್ ಹೇಳ್ದ್ ಗಾದೆ ಮರ್ತೋಯ್ತ ನಿಂಗೆ?"

ಡಾಂಬರ್ ಗುಳಿಗೆಯ ಕುರಿತು ಗೆಳೆಯ ಮುರಳೀಧರನ ಈ ಮಾತಿನಿಂದ ಶುರುವಾದ ಜಗಳ, ನಿರಂಜನ ಆತನೊಡನೆ ಮಾತು ಬಿಡುವವರೆಗೂ ಹೋಗಿತ್ತು. ಒಂದೇ ಕ್ಲಾಸಿನಲ್ಲೇ ಇದ್ದರೂ ಸುಮಾರು ನಾಲ್ಕು ವರ್ಷಗಳ ಕಾಲ ಒಬ್ಬರಿಗೊಬ್ಬರು ಮುಖ ಕೊಟ್ಟು ನೋಡುತ್ತಿರಲಿಲ್ಲ. ಹೀಗಿರುವಾಗ, ಡಿಪ್ಲೋಮಾ ಎರಡನೇ ವರ್ಷಕ್ಕೆ ಕಾಲಿಡುತ್ತಲೇ ಏಕಾಏಕಿ ನಿರಂಜನ ಮುರಳೀಧರನೊಂದಿಗೆ ಮಾತನಾಡಲು ಶುರುಮಾಡಿದ್ದಕ್ಕೆ ಕಾರಣವಿದೆ.

ಹೊಳೆಗದ್ದೆಯವರೇ ಆದ ಮುರಳೀಧರನ ತಂದೆ ಜಗನ್ನಾಥ ಕುಮಟಾದಲ್ಲಿ ಹೆಂಗಸರ ಟೇಲರಿಂಗ್ ಅಂಗಡಿ ಇಟ್ಟಿದ್ದರು. ಹೊಳೆಗದ್ದೆಯಲ್ಲಿ ಚೂರು ಪಾರು ತೋಟ ಅವರಿಗೆ ಇತ್ತಾದರೂ ಮುಖ್ಯ ಆದಾಯ ತಮ್ಮ ದರ್ಜಿ ವೃತ್ತಿಯಿಂದಲೇ ಬರುತ್ತಿತ್ತು. ಡಿಪ್ಲೋಮಾ ಕಾಲೇಜಿಗೆ ಹೋಗುವ ರಸ್ತೆಯ ತಿರುವಿನಲ್ಲೇ ಇದ್ದ 'ಜಗನ್ನಾಥ ಲೇಡೀಸ್ ಟೇಲರಿಂಗ್ ಸೆಂಟರ್' ಕುಮಟಾದಲ್ಲಿ ಸಾಕಷ್ಟು ಪ್ರಸಿದ್ಧವೂ ಆಗಿತ್ತು. 'ನಿಮ್ಮ ಬಟ್ಟೆಯ ಮೇಲಲ್ಲ, ದರ್ಜಿಯ ಮೇಲೆ ವಿಶ್ವಾಸವಿಡಿ' ಎನ್ನುವ ಫಲಕವನ್ನು ತಮ್ಮ ಅಂಗಡಿಯಲ್ಲಿ ಹಾಕಿದ್ದ ಆ ಸೀಮೆಯ ಏಕೈಕ ದರ್ಜಿಯಾಗಿದ್ದರು ಅವರು.

ಅಮೃತವಲ್ಲಿಯ ತಂದೆ ಹಾಗೂ ಜಗನ್ನಾಥ ಇಬ್ಬರೂ ಗೆಳೆಯರು, ಅಮೃತವಲ್ಲಿ ತನ್ನ ಬಟ್ಟೆ ಹೊಲಿಸುವ ಅಗತ್ಯದ ಹೊರತಾಗಿಯೂ ಟೇಲರ್ ಅಂಗಡಿಗೆ ಆಗಾಗ ಹೋಗುತ್ತಿರುತ್ತಾಳೆ ಎಂಬುದು ತಿಳಿದ ನಂತರ, ನಿರಂಜನ ತನ್ನ ಹಳೆಯ

ದ್ವೇಷವನ್ನೆಲ್ಲ ಬಿಟ್ಟು ಮುರಳೀಧರನೊಡನೆ ಮತ್ತೆ ದೋಸ್ತಿ ಬೆಳೆಸಿದ್ದ. ಇವರೆಲ್ಲ ಎರಡನೇ ವರ್ಷದಲ್ಲಿರುವಾಗ ಡಿಪ್ಲೋಮಾ ಕಾಲೇಜಿಗೆ ಪ್ರವೇಶ ಪಡೆದಿದ್ದ ಅಮೃತವಲ್ಲಿಗೆ ನೋಡಿದ ದಿನದಿಂದಲೇ ಮರುಳಾಗಿದ್ದ ನಿರಂಜನ. ಕಾಲೇಜಿನಲ್ಲಿದ್ದ ಕೆಲವೇ ಕೆಲವು ಸುಂದರಿಯರಲ್ಲಿ ಒಬ್ಬಳಾಗಿದ್ದ ಆಕೆ ಎಲ್ಲರ ಗಮನ ಸೆಳೆಯುತ್ತಿದ್ದುದು ತನ್ನ ವಿಭಿನ್ನತೆಯಿಂದ. ಕಾಲೇಜಿಗೆ ಎಮ್‌-ಏಟಿ ಹೊಡೆದುಕೊಂಡು ಬರುವ ಏಕೈಕ ಹುಡುಗಿ ಅವಳು. ಅವಳು ಉಡುವ ಪ್ರತಿ ಚೂಡೀದಾರವೂ ವಿಶಿಷ್ಟ ವಿನ್ಯಾಸದ ಹೊಲಿಗೆಯಿಂದ ಕೂಡಿರುತ್ತಿತ್ತು. ಮುಂಬಯಿಯಲ್ಲಿದ್ದ ತನ್ನ ಸಂಬಂಧಿಕರಿಂದ ಚೂಡೀದಾರದ ಬಟ್ಟೆ ತರಿಸಿಕೊಳ್ಳುತ್ತಿದ್ದ ಆಕೆ, ಅದರಲ್ಲಿರುವ ರೂಪದರ್ಶಿ ಧರಿಸಿದ ವಿನ್ಯಾಸದಲ್ಲೇ ತನ್ನದನ್ನೂ ಜಗನ್ನಾಥರಿಂದ ಹೊಲಿಸಿಕೊಳ್ಳುತ್ತಿದ್ದಳು. ಗಂಡಸರ ಅಂಗಿಗಿರುವಹಾಗೇ ಕಿಸೆಯಿರುವ, ಜೊತೆಗೆ ಹೂವಿನ ಕುಸುರಿಯೂ ಇರುವ ಜೇಬುಳ್ಳ ಚೂಡಿದಾರವನ್ನು ಅವಳು ಬಿಟ್ಟರೆ ಮತ್ತಾರೂ ಧರಿಸುತ್ತಿರಲಿಲ್ಲ ಕಾಲೇಜಿನಲ್ಲಿ.

ಕುಮಟಾದಲ್ಲಿ ಹಾರ್ಡ್ವೇರ್ ಅಂಗಡಿ ಇಟ್ಟುಕೊಂಡಿದ್ದ ಅಮೃತವಲ್ಲಿಯ ತಂದೆ ತಮ್ಮ ವ್ಯಾಪಾರಕ್ಕೋಸ್ಕರ ನಿಯಮಿತವಾಗಿ ಹುಬ್ಬಳ್ಳಿಗೆ ಹೋಗಿ ಬರುವುದಿತ್ತು. ಹಾಗೆ ಹೋದಾಗಲೆಲ್ಲ ಜಗನ್ನಾಥರಿಗೆ ಅಗತ್ಯವಿರುವ ಹೊಲಿಗೆಯ ದಾರವೋ, ಸೀರೆಯ ಫಾಲ್ಸೋ, ಕುಬುಸದ ಪೀಸೋ ತಂದುಕೊಡುತ್ತಿದ್ದರು. ಕೆಲ ಮೂಲದ ಪ್ರಕಾರ ಜಗನ್ನಾಥರ ಅಂಗಡಿಯಲ್ಲಿದ್ದ ಆ ಬೋರ್ಡನ್ನು ಒತ್ತಾಯ ಮಾಡಿ ಬರೆಸಿದವರೂ ಅಮೃತಳ ತಂದೆಯೇ. ಮಾತು ವ್ಯವಹಾರಗಳಲ್ಲೆಲ್ಲಾ ಬಲು ಚಾಣಾಕ್ಷರಾಗಿದ್ದ ಅವರಿಗೆ ಇಂಥ ಐಡಿಯಾಗಳೆಲ್ಲ ಹೊಳೆಯುವ ಸಾಧ್ಯತೆಗಳು ಹೆಚ್ಚಿದ್ದವು. ಹೀಗೆ ಅವರ ನಡುವಿನ ವ್ಯವಹಾರ ಹಾಗೂ ಗೆಳೆತನದಿಂದಾಗಿ, ವಿವಿಧ ಕಾರಣಕ್ಕೆ ಅಮೃತವಲ್ಲಿಯೂ ಟೇಲರ್ ಅಂಗಡಿಗೆ ಆಗಾಗ ಹೋಗಿ ಬರುವುದು ಸಾಮಾನ್ಯವಾಗಿತ್ತು. ಹುಡುಗಿಯರು ಹುಡುಗರೊಡನೆ ಮಾತನಾಡುವುದೇ ದುಸ್ತರವಾಗಿದ್ದ ದಿನಗಳಲ್ಲಿ, ಅಮೃತಳಂಥವಳು ಮುರಳೀಧರನೊಡನೆ ಸಹಜ ಗೆಳೆತನದಲ್ಲಿರುವುದು ಹೆಚ್ಚುಕಮ್ಮಿ ಎಲ್ಲರಿಗೂ ಹೊಟ್ಟೆಯುರಿಯ ಸಂಗತಿಯೇ. ಆದರೆ ಹೊಟ್ಟೆಕಿಚ್ಚು ಪಡುತ್ತ ಕುಳಿತರೆ ಏನೂ ಗಿಟ್ಟುವುದಿಲ್ಲ ಎಂದು ಅರಿತಿದ್ದ ನಿರಂಜನ ಮುರಳೀಧರನಿಗೆ ಹತ್ತಿರಾಗಿದ್ದ.

ವಿದ್ಯಾಭ್ಯಾಸದ ಜೊತೆ ತಂದೆಯಿಂದ ಟೇಲರಿಂಗನ್ನೂ ಕಲಿಯುತ್ತಿದ್ದ ಮುರಳೀಧರ ಕಾಲೇಜಿನ ಬಿಡುವಿನ ಸಮಯವನ್ನೆಲ್ಲಾ ಅಂಗಡಿಯಲ್ಲಿ ಕಳೆಯುತ್ತಿದ್ದ. ನಿರಂಜನನೂ ಒಂದಿಲ್ಲೊಂದು ನೆವ ಮಾಡಿ ಅವನೊಡನಿರಲು ಪ್ರಯತ್ನಿಸುತ್ತಿದ್ದ. ಹೀಗೆ ಆತ ಟೇಲರ್ ಶಾಪಿನಲ್ಲಿರುವಾಗ ಅಮೃತವಲ್ಲಿ ಅಲ್ಲಿಗೆ ಬಂದಳೆಂದರೆ ಆತನಿಗೆ ಸುಗ್ಗಿ. ಅನೇಕ ಬಾರಿ ಮುರಳಿ ಹಾಗೂ ನಿರಂಜನ ಇಬ್ಬರನ್ನೇ ಅಂಗಡಿಯಲ್ಲಿ ಬಿಟ್ಟು ಜಗನ್ನಾಥ ತನ್ನ ಕೆಲಸಗಳಿಗೆ ಹೊರಗೆ ಹೋಗುತ್ತಿದ್ದುದೂ ಇತ್ತು. ಅಂಥ ಗಳಿಗೆಯಲ್ಲಿ

ಆಕೆ ಅಂಗಡಿಗೆ ಬರಲೆಂದು ಹಾತೊರೆಯುತ್ತಿದ್ದ ಈತ. ನಿರಂಜನನಿಗೆ ಅಮೃತಳ ಮೇಲಿದ್ದ ಅತಿ ಮೋಹದ ಸಂಗತಿ ಮುರಳೀಧರನಿಗೆ ತಿಳಿದಿತ್ತು. ಅದಕ್ಕೆ ಆತನ ಉಪೇಕ್ಷೆಯೇನೂ ಇರಲಿಲ್ಲ. ಬದಲಾಗಿ ಆತನನ್ನು ವಿಧವಿಧವಾಗಿ ಛೇಡಿಸುವುದು, 'ನಿನ್ ಮನ್ಸಲ್ಲಿದ್ದದ್ದ ಇವತ್ ಹೇಳ್ಬಿಡು ಅವ್ಳಿಗೆ ನೋಡ್ವ' ಎಂದು ಸವಾಲೆಸೆಯುವುದು ಮಾಡುತ್ತಲಿದ್ದ. ಅದು ನಿರಂಜನನಿಗೂ ಒಂಥರಾ ಖುಷಿ ನೀಡುತ್ತಿತ್ತು.

ದರ್ಜಿಯ ಅಂಗಡಿಯಲ್ಲಿ ನಿರಂಜನನನ್ನು ಆಕರ್ಷಿಸಿದ ಮತ್ತೊಂದು ವಸ್ತುವೆಂದರೆ ಬಣ್ಣಬಣ್ಣದ ನೂಲಿನುಂಡೆ ಯಾ ರೀಲು ದಾರಗಳು. ಅವುಗಳನ್ನೆಲ್ಲಾ ಒಂದರ ಮೇಲೊಂದರಂತೆ ಜೋಡಿಸಿ ಉದ್ದ ಕೋಲಿನಂತೆ ನಿಲ್ಲಿಸುವುದು, ವಿವಿಧ ಬಣ್ಣಗಳ ರೀಲುದಾರಗಳನ್ನು ಬಳಸಿ ಆಕರ್ಷಕ ಪಿರಾಮಿಡ್ ಮಾಡುವುದು ಇತ್ಯಾದಿಗಳನ್ನೆಲ್ಲಾ ಮಾಡುತ್ತಿದ್ದ ಆತ. ನಂತರ ಅಮೃತಳನ್ನು ಇಂಪ್ರೆಸ್ ಮಾಡಲು ಅದರಲ್ಲೇ ಇನ್ನೂ ಹೊಸ ಹೊಸ ವಿನ್ಯಾಸಗಳನ್ನು ಕಲಿತ. ಅವನ ಕೈಚಳಕದಲ್ಲಿ ಹೊಲಿಗೆಯ ರೀಲು ದಾರಗಳು ಪುಟ್ಟ ಮನೆ, ದೇವಸ್ಥಾನದ ಗೋಪುರ, ಕಡಲ ತೀರದ ದೀಪಸ್ತಂಭವಾಗಿ ರೂಪುಗೊಳ್ಳುತ್ತಿದ್ದವು. ಜಗನ್ನಾಥ ಅಂಗಡಿಯಲ್ಲಿ ಇಲ್ಲದ ಸಮಯದಲ್ಲಿ ಇದೇ ರೀಲುದಾರಗಳು ನಿರಂಜನ ಹಾಗೂ ಮುರಳೀಧರಿಗೆ ಆಟದ ವಸ್ತುಗಳೂ ಆಗುತ್ತಿದ್ದವು. ಪಿರಾಮಿಡ್ ರಚಿಸಿ ನಂತರ ಅದನ್ನು ಬೀಳಿಸಿ ಯಾವ ಬಣ್ಣದ ರೀಲುದಾರ ಉರುಳದೇ ನೇರವಾಗಿ ನಿಲ್ಲುತ್ತದೆ ಎಂಬುದಾಗಿ ಅವರು ಬಾಜಿ ಕಟ್ಟುತ್ತಿದ್ದರು. 'ಹಳದಿ ಬಣ್ಣದ ನುಗಲುಂಡೆ ಉರಳ್ ಹೋಗದಿದ್ರೆ ನಾಳೆ ಸಾಯನ್ಸ್ ಲಕ್ಚರು ಕಾಲೇಜಿಗೆ ಬರೂದಿಲ್ಲ' ಎಂಬುದರಿಂದ ಹಿಡಿದು 'ನಾಳೆ ಮ್ಯಾಚ್ನಲ್ಲಿ ತೆಂಡುಲ್ಕರ ಸೆಂಚುರಿ ಬಾರಸ್ತಾ ್ನ ಇಲ್ವಾ' ಎನ್ನುವುದನ್ನು ಕೂಡಾ ರೀಲಿನ ಬಣ್ಣ ಊಹಿಸುತ್ತಿತ್ತು.

ಈ ಆಟದಲ್ಲಿ ನಿರಂಜನ ಅದೆಷ್ಟು ಪರಿಣಿತನಾದನೆಂದರೆ- ಪಿರಾಮಿಡ್ಡನ್ನು ಕಟ್ಟುವ ಕ್ರಮ, ಅದರ ನಡುವಿನ ಒಂದು ದಾರದ ರೀಲನ್ನು ನಿಧಾನವಾಗಿ ಎಳೆದು ಬೀಳಿಸುವ ರೀತಿಯಲ್ಲಿ ತಾನು ಬಯಸಿದ ಬಣ್ಣದ ರೀಲು ಮಾತ್ರ ಉರುಳದೇ ನೇರವಾಗಿ ನಿಲ್ಲುವಂತೆ ಮಾಡಬಲ್ಲವನಾಗಿದ್ದ. ಹೀಗಾಗಿ ಅಮೃತವಲ್ಲಿ ಯಾರಿಗೆ ದಕ್ಕುತ್ತಾಳೆ ಎನ್ನುವ ಪಣದಲ್ಲಿ ಪ್ರತಿ ಬಾರಿಯೂ ಆತನೇ ಗೆಲ್ಲುತ್ತಿದ್ದ.

ನಿರಂಜನ ಹಾಗೂ ಮುರಳೀಧರ ಜಂಟಿಯಾಗಿ ನಡೆಸುತ್ತಿದ್ದ 'ಬಣ್ಣದ ಜುಗಾರಿ' ಹೊಳೆಗದ್ದೆಯಲ್ಲಿ ಸಾಕಷ್ಟು ಜನಪ್ರಿಯವಾಗಿತ್ತು. ಮೂರುಸಂಜೆಯಾಗುತ್ತಲೇ, ಊರ ಹೊರಗಿನ ಗುಡ್ಡದ ಮೇಲಿನ ಕಾಲು ಹಾದಿಯಲ್ಲಿ ಬೈಕುಗಳು ರೊಯ್ಯ ರೊಯ್ಯನೆ ಮೇಲೇರತೊಡಗುತ್ತಿದ್ದವು. ಅಲ್ಲಲ್ಲಿ ಒಂದಿಷ್ಟು ಕಾಡು ಮರಗಳನ್ನು ಹೊರತುಪಡಿಸಿ, ಕುರುಚಲು ಗಿಡ, ಕರಡವೇ ಬೆಳೆದುಕೊಂಡಿದ್ದ ಗುಡ್ಡದ ತುದಿಯ ಪ್ರಶಸ್ತ ಜಾಗವೊಂದರಲ್ಲಿ ಜಮಖಾನ ಹಾಸಿ ಜುಗಾರಿ ಮಂಡಳ ಶುರುವಾಗುತ್ತಿತ್ತು. ಅಲ್ಲಿಂದ ಅರಬ್ಬೀ ಸಮುದ್ರದಲ್ಲಿಯ ಸೂರ್ಯಾಸ್ತ ಮನಮೋಹಕವಾಗಿ ಕಾಣುತ್ತಿತ್ತು. ಅತ್ತ ಬಾನಿನ ಅಂಚು ಕೆಂಬಣ್ಣಕ್ಕೆ ತಿರುಗಿ ಸೂರ್ಯ ಕಂತುತ್ತಿರುವಂತೆಯೇ, ಇಲ್ಲಿ ಗ್ಯಾಸ್ ಲೈಟು ಹೊತ್ತಿಕೊಳ್ಳುತ್ತಿತ್ತು. ಹೆಚ್ಚುವರಿಯಾಗಿ ಮೊಬೈಲ್ ದೀಪಗಳಿರುತ್ತಿದ್ದವು.

ನಿರಂಜನನ ಕೈಚಳಕ, ಮುರಳೀಧರನ ಸಾಥ್. ಒಂದೊಂದು ಬಣ್ಣದ ರೀಲಿಗೂ ಅವರು ಆಟಗಾರರಿಂದ ಹಣ ಕಟ್ಟಿಸಿಕೊಂಡು, ಅದೇ ಬಣ್ಣದ ರೀಲು ಉರುಳದೇ ನಿಂತರೆ ಕಟ್ಟಿದ ಹಣಕ್ಕೆ ಮೂರು ಪಟ್ಟು ವಾಪಸ್ ನೀಡುತ್ತಿದ್ದರು. ಒಂದಕ್ಕೆ ಮೂರು ಕೊಡುವ ಜುಗಾರಿ ಮಂಡಳ ಊರಲ್ಲಿ ಮತ್ತಾವುದೂ ಇಲ್ಲವಾದ್ದರಿಂದ ಸಹಜವಾಗಿಯೇ ಇವರ ಸವಾಲು ಜೂಜುಕೋರರ ಮೆಚ್ಚಿನ ಆಟವಾಯಿತು. ಯಾವ ಬಣ್ಣ ಪೊಕ್ಕು, ಯಾವುದು ಗಟ್ಟಿ, ಲಕ್ಕಿ ಕಲರ್ ಯಾವುದು ಇತ್ಯಾದಿ ರಂಗಿನ ನಂಬಿಕೆಗಳೆಲ್ಲ ಜೂಜಿನ ಸಂತೆಯ ನೆಚ್ಚಿನ ಸರಕುಗಳಾದವು. 'ಈ ಬಣ್ದಲ್ಲೆಲ್ಲಾ ಎಂತಾ ಪವರ್ ಅದೆ ನೋಡು. ಉಪಯೋಗಿಸ್ಕೊಳ್ಳೊಕೆ ಬರಬೇಕ್ ಅಷ್ಟೇ. ಮ್ಯಾಚಿಂಗ್ ಫಾಲ್ಸಿಗೆ ಅದೇ ಕಲರ್ ದಾರ ತಗಂಡು ಟೊಕಾ ಟೊಕಾ ಹೊಲೀತಾ ಕೂರೂದ್ರಿಂದ ಎಂತದೂ ಆಗೂದಿಲ್ಲ....' ಎನ್ನುತ್ತ ನಿರಂಜನ ನೂಲುಂಡೆಗಳನ್ನು ಉರುಳಿಸುತ್ತಾ ಹೋದ. ಕೈಯ್ಯಲ್ಲೂ ಸಾಕಷ್ಟು ಹಣ ಓಡಾಡತೊಡಗಿತು. ಗ್ರಾಮ ಪಂಚಾಯತಿ ಮೆಂಬರು, ಪೋಲೀಸರೆಲ್ಲ ಗೆಳೆಯರಾದರು.

ಹೀಗೇ ಮನೆಯಲ್ಲೂ ಗೊತ್ತಾಗದಂತೆ ಇವರ ಬಣ್ಣದ ಜುಗಾರಿ ಏಳೆಂಟು ತಿಂಗಳು ಭರ್ಜರಿಯಾಗಿ ನಡೆಯಿತು.

೩

ಹಾಗೆ ನೋಡಿದರೆ ನಿರಂಜನ ಹಾಗೂ ಮುರಳೀಧರರದ್ದು ಒಬ್ಬರೊಬ್ಬರಿಗೆ ಅಷ್ಟೊಂದು ಹೊಂದಾಣಿಕೆಯಾಗುವ ಸ್ವಭಾವವೇನೂ ಅಲ್ಲ. ಕೈಲಾಗದವರು, ಅಸಹಾಯಕರನ್ನು ವಿನಾಕಾರಣ ಪೀಡಿಸುವ ನಿರಂಜನನ ಖಯಾಲಿ ಮುರಳೀಧರನಿಗೆ ಆಗಿ ಬರುವುದಿಲ್ಲ. ಇವರ ಕ್ಲಾಸಿನಲ್ಲಿ ಹೇಮಂತನೆನ್ನುವ ಹುಡುಗನಿದ್ದಾನೆ. ಆತನ

ತಂದೆ ಚಿಕ್ಕ ವಯಸ್ಸಿನಲ್ಲೇ ತೀರಿಕೊಂಡಿದ್ದಾರೆ. ವಿಧವೆ ಅಕ್ಕ ಮನೆಯಲ್ಲೇ ಇದ್ದಾಳೆ. ಕುಮಟೆಯ ಸರಕಾರೀ ಆಸ್ಪತ್ರೆಯಲ್ಲಿ ನರ್ಸ್ ಆಗಿರುವ ತಾಯಿಯ ಸಂಬಳದಲ್ಲೇ ಸಂಸಾರ ನಡೆಯಬೇಕು. ಬಸ್ ಪಾಸಿನ ಹಣ ಉಳಿಸಲು ಮೂರು ಕಿಲೋಮೀಟರು ನಡೆದುಕೊಂಡೇ ಕಾಲೇಜಿಗೆ ಬರುತ್ತಾನೆ. ಕೂದಲನ್ನು ನೀಟಾಗಿ ಬಾಚಿ, ಹುಬ್ಬಿನ ಮಧ್ಯ ಕುಂಕುಮವಿಟ್ಟುಕೊಂಡು, ಹುಡುಗಿಯರು ಎದುರಾದರೆ ತಲೆ ಎತ್ತಿ ನೋಡಲೂ ನಾಚುತ್ತ, ಯಾರ ತಂಟೆಗೂ ಹೋಗದೆ ತನ್ನ ಪಾಡಿಗೆ ತಾನಿರುವವ ಆತ. ಈ ಹೇಮಂತನನ್ನು ಒಂದಲ್ಲಾ ಒಂದು ತೆರನಾಗಿ ಗೋಳು ಹೊಯ್ದುಕೊಳ್ಳುವುದರಲ್ಲಿ ನಿರಂಜನನಿಗೆ ಭಲೇ ಆಸಕ್ತಿ. ಅವನ ನೋಟ್‌ಬುಕ್ ಅಡಗಿಸಿಡುವುದು, ಇಂಕ್‌ಪೆನ್ನಿನ ನಿಬ್ಬು ಕೊಡವುತ್ತಿರುವಂತೆ ನಟಿಸಿ ಆತನ ಅಂಗಿಗೆ ಶಾಯಿ ಚಿಮ್ಮಿಸುವುದು... ಹೀಗೆ. ಯಾವುದಕ್ಕೂ ಹೇಮಂತ ಗಟ್ಟಿಯಾಗಿ ಪ್ರತಿಭಟಿಸದೇ ಇರುವುದು ನಿರಂಜನನಿಗೆ ಇನ್ನಷ್ಟು ಕುಮ್ಮಕ್ಕು ನೀಡುವ ಸಂಗತಿ. ಪ್ಯಾಂಟಿನ ಹಿಂದುಗಡೆ ಕೈ ಹಾಕಿ, ಗುದದ್ವಾರದಲ್ಲಿ ತೂರಿಸಿ ಹೊರ ತೆಗೆದ ತೋರು ಬೆರಳನ್ನು ಹೇಮಂತನ ಮೂಗಿನೆದುರು ಹಿಡಿಯುವುದು ನಿರಂಜನನ ಫೇವರೇಟ್ ಕೀಟಲೆಗಳಲ್ಲೊಂದು. ಮುಖ ಕಿವುಚಿಕೊಂಡು ಸಟ್ಟನೆ ತಲೆಯನ್ನು ಹಿಂದಕ್ಕೆ ಎಳೆದುಕೊಳ್ಳುವುದಕ್ಕಷ್ಟೇ ಹೇಮಂತನ ಪ್ರತಿಕ್ರಿಯೆ ಸೀಮಿತವಾಗಿರುತ್ತಿತ್ತು.

"ನಿಂದು ಅತಿಯಾಯಿತು. ಅವನಲ್ಲದೇ ಬೇರೆಯವರಾಗಿದ್ದರೆ ನಿನ್ನ ಮುಖ ಮೂತಿ ಒಡೆದಿರ್ತಿದ್ರು" ಎಂದು ಮುರಳೀಧರ ಅಸಮಾಧಾನ ತೋರಿದರೆ; ಅದನ್ನು ಗಣನೆಗೂ ತೆಗೆದುಕೊಳ್ಳದೇ, "ನಾನು ಬೆರಳು ಹಿಡಿಯುವಾಗ ಆ ಹೇಮಂತನ ಮುಖ ನೋಡಬೇಕು ಮಾರಾಯಾ..." ಎನ್ನುತ್ತ ಚಪ್ಪಾಳೆ ತಟ್ಟಿ ನಗುತ್ತಿದ್ದ ನಿರಂಜನ.

ಇನ್ನೊಂದೆಡೆ, ಮುರಳೀಧರನ ಮೇಲೆ ನಿರಂಜನನ ಹೊಟ್ಟೆಯುರಿ ದಿನದಿಂದ ದಿನಕ್ಕೆ ಹೆಚ್ಚಾಗುತ್ತಿತ್ತು. ಅಮೃತವಲ್ಲಿ ಆತನೊಡನೆ ಸಲಿಗೆಯಿಂದಿರುತ್ತಾಳೆ ಎಂಬುದು ಖಾತ್ರಿಯಾದಮೇಲೆ ಒಳಗೊಳಗೇ ಮುರಳಿಯನ್ನು ದ್ವೇಷಿಸತೊಡಗಿದ ಆತ. ಅಲ್ಲದೇ ಅಮೃತವಲ್ಲಿ ಹಾಗೂ ತನ್ನ ನಡುವಿನ ಸ್ನೇಹ ಅತಿ ಮಾಮೂಲಿಯಾದದ್ದು ಎನ್ನುವಂಥ ಅವನ ವರ್ತನೆ ಇವನನ್ನು ವಿಪರೀತವಾಗಿ ಹಿಂಸಿಸುತ್ತಿತ್ತು. ತನ್ನ ಹಾಗೂ ಆಕೆಯ ನಡುವೆ 'ಅಂಥ' ಯಾವುದೂ ಬಾಂಧವ್ಯವಿಲ್ಲ, ಕುಟುಂಬದವರೂ ಪರಿಚಿತರಾದ್ದರಿಂದ ಸಹಜ ಗೆಳೆತನವಿದೆ ಎಂದು ಮುರಳಿಯೇ ಬಾಯಿಬಿಟ್ಟು ಹೇಳಿದ್ದರೂ ನಿರಂಜನನ ಒಳಬೇಗುದಿ ಕಡಿಮೆಯಾಗಿರಲಿಲ್ಲ.

ಆದರೆ ಜುಗಾರಿಯ ಅಮಲಿನ ಮುಂದೆ ಇವೆಲ್ಲಾ ಅಸಮಾಧಾನ ವೈರುಧ್ಯಗಳು ಮುನ್ನೆಲೆಗೆ ಬಾರದೇ, ಅವರಿಬ್ಬರ ಸಹಭಾಗಿತ್ವ ಏರುಪಥದಲ್ಲೇ ಸಾಗಿತ್ತು.

ಕಾಲೇಜು ಹುಡುಗರ ನಡುವೆ ರಹಸ್ಯ ಹಾಗೂ ನಿರ್ಭಿಡೆಯಾಗಿ ಸೆಕ್ಸ್ ಮ್ಯಾಗಝಿನ್ನುಗಳು ಕೈಯ್ಯಿಂದ ಕೈಗೆ ಹರಿದಾಡುತ್ತಿದ್ದವು. ಪ್ರಿಂಟಿನ ಗುಣಮಟ್ಟ ಚೆನ್ನಾಗಿರುತ್ತೆ, ಫುಲ್ ಪೇಜ್ ಫೋಟೋಗಳಿರುತ್ತವೆ ಎನ್ನುವ ಕಾರಣಕ್ಕೆ ಇಂಗ್ಲೀಷ್ ಮ್ಯಾಗಝಿನ್ನುಗಳಿಗೆ ಹೆಚ್ಚಿನ ಬೇಡಿಕೆ. ಕುಮಟಾ ಹಾಗೂ ಸುತ್ತಮುತ್ತಲಿನ ಊರುಗಳಲ್ಲಿ ಆ ಆಂಗ್ಲ ನಿಯತಕಾಲಿಕಗಳು ಅಷ್ಟಾಗಿ ಸಿಗುತ್ತಿರಲಿಲ್ಲ. ಹೀಗಾಗಿ, 'ಮೊನ್ನೆ ಗೋವಾಕ್ಕೆ ಹೋದಾಗ ಸೆಕೆಂಡ್ ಹ್ಯಾಂಡ್ ಪುಸ್ತಕದ ಅಂಗಡಿಯಲ್ಲಿ ಖರೀದಿ ಮಾಡದ್ದು' 'ಮಣಿಪಾಲದಲ್ಲಿ ಇಂಜನಿಯರಿಂಗ್ ಓದುತ್ತಿರುವ ನನ್ನ ಗೆಳೆಯ ಕೊಟ್ಟದ್ದು' ಇತ್ಯಾದಿ ಬಿರುದಿನ ಪತ್ರಿಕೆಗಳಿಗೆ ಹೆಚ್ಚಿನ ತೂಕವಿರುತ್ತಿತ್ತು. ಅಲ್ಲದೇ, ಯಾರೇ ಯಾರಿಗೇ ಕೊಟ್ಟರೂ– 'ಎರಡೇ ದಿನ ಇಟ್ಕಂಡ್ ವಾಪಸ್ ಕೊಡಬೇಕು' 'ಹಾಳ್ ಮಾಡಿ ಕೊಡಬೇಡ ಮತ್ತೆ. ನಂದಲ್ಲ ಅದು. ಬೇರೆ ಯಾರಿಂದೋ ತಗಂಡಿದ್ದು. ಸರಿಯಾಗ್ ಹಿಂತಿರ್ಗ್ಸ್ ಮಾರಾಯಾ' ಎನ್ನುವ ಷರತ್ತುಗಳು ಮಾಮೂಲಿಯಾಗಿತ್ತು. ಈ ನಡುವೆ, ನಿರಂಜನ ಇಂಥ ಪುಸ್ತಕಗಳನ್ನು ಸಂಗ್ರಹಿಸಿ, ಇತರರಿಗೆ ದಿನಲೆಕ್ಕದಲ್ಲಿ ಬಾಡಿಗೆ ಕೊಡುವ ಯೋಜನೆ ಹಾಕಿದನಾದರೂ ಅದು ಸಫಲವಾಗಲಿಲ್ಲ. ಇವನಿಗೇ ಬೇಕಾದಷ್ಟು ಕೈಗೆ ಸಿಗದಿರುವಾಗ ಆತ ಬೇರೆಯವರಿಗೆ ಎಲ್ಲಿಂದ ಕೊಡುವುದು?

ವರ್ಷದ ಹಿಂದೆ ಕಾಲೇಜಿನ ಗುಂಪು ಯಾಣಕ್ಕೆ ಪಿಕ್ನಿಕ್ಕಿಗೆ ಹೋದಾಗ ತೆಗೆದ ಫೋಟೋಗಳಲ್ಲಿ ಒಂದೆರಡರಲ್ಲಿ ಅಮೃತವಲ್ಲಿಯೂ ಇದ್ದಳು. ಪ್ರತಿ ರಾತ್ರಿಯೂ ಮಲಗುವ ಮುನ್ನ, ಸೆಕ್ಸ್ ಮ್ಯಾಗಝಿನ್ನಿನ ಚಿತ್ರಗಳೊಟ್ಟಿಗೆ ಆಕೆಯ ಫೋಟೋಗಳನ್ನು ನೋಡುತ್ತಿದ್ದ ನಿರಂಜನ. ಹೀಗೊಂದು ದಿನ ಏನೋ ಆಲೋಚನೆ ಬಂದು, ತನ್ನ ಹತ್ತಿರವಿದ್ದ ನೆಗೆಟಿವ್‌ಗಳನ್ನು ತೆಗೆದುಕೊಂಡು ಹೋಗಿ ಅಮೃತವಲ್ಲಿಯ ಫೋಟೋಗಳ ವಿವಿಧ ಸೈಜಿನ ಪ್ರಿಂಟ್‌ಗಳನ್ನು ಹಾಕಿಸಿಕೊಂಡು ಬಂದ. ಅದರಲ್ಲಿ ಸೂಕ್ತವಾದ ಅಳತೆಯ ಮುಖವನ್ನು ಕತ್ತರಿಸಿ ತೆಗೆದು, ಬೆತ್ತಲೆ ನಟಿಯೊಬ್ಬಳ ಮುಖಕ್ಕೆ ಅಂಟಿಸಿದ. ನಂತರ ಹೊಂಚು ಹಾಕಿ– ಆ ಹಾಳೆಯನ್ನು ಟೇಲರ್ ಶಾಪಿನಲ್ಲಿಯ ಕ್ಯಾರಿಬ್ಯಾಗೊಂದರ ಬಟ್ಟೆಗಳ ನಡುವೆ ಯಾರಿಗೂ ಗೊತ್ತಾಗದಂತೆ ಹುದುಗಿಸಿಟ್ಟ. ಅಮೃತವಲ್ಲಿಗಾಗಿ ಹೊಲಿದಿಟ್ಟ ದಿರಿಸಿನ ಚೀಲ ಅದೆಂಬುದು ಖಾತ್ರಿಯಿತ್ತು ಅವನಿಗೆ.

ಈ ಕೃತ್ಯ ಮುರಳೀಧರನದೇ ಎಂದು ಯಾರಾದರೂ ಸುಲಭದಲ್ಲಿ ಊಹಿಸುತ್ತಾರೆ. ಒಂದುವೇಳೆ ಜಗನ್ನಾಥನ ಮೇಲೇ ಸಂಶಯ ಬಂದು ಅವರ ಕುಟುಂಬದ ನಡುವಿನ ಸಂಬಂಧ ಹಾಳಾಗಲೂ ಬಹುದು ಎಂದು ಆಲೋಚಿಸಿ ಉಸಿರು ಬಿಗಿ ಹಿಡಿದು ಕಾದ. ಡ್ರೆಸ್ ಹೊಲಿದು ರೆಡಿಯಾಗಿದೆ ಅಂದಾಕ್ಷಣ ತಡ ಮಾಡುವವಳಲ್ಲ ಅಮೃತ, ಕೂಡಲೆ ಬಂದು ಒಯ್ದಿರುತ್ತಾಳೆ ಎಂಬುದನ್ನು ಬಲ್ಲ ಆತ.

ಮರುದಿನ– ರೋಷದಿಂದ ಬಂದ ಮುರಳೀಧರ, “ಬೋಳೀಮಗನೆ, ಇಂಥಾ ಹಲ್ಕಟ್ ಕೆಲ್ಸ ಮಾಡೂಕೆ ಅಂತ್ಲೆ ಹುಟ್ಟಿದ್ಯಾ ನೀನು?” ಎನ್ನುತ್ತ ನಿರಂಜನನ ತಲೆ ಕೂದಲು ಹಿಡಿದು ಜೋರಾಗಿ ಎಳೆದಾಡಿದ. ‘ಎಂತಾ ಆಯ್ತು ಮಾರಾಯಾ?’ ಎಂದು ನಿರಂಜನ ಚೀರಾಡುತ್ತಿದ್ದರೂ ಲೆಕ್ಕಿಸದೇ ‘ನಾಟಕ ಮಾಡ್ಬೇಡ ಮತ್ತೆ...’ ಅನ್ನುತ್ತ ತಲೆಯ ಮೇಲೆ ಪಟಪಟನೆ ಹೊಡೆದ. ‘ಏನು ಎಂತಾ ಅಂತಾ ಇಲ್ಲ. ಸುಮ್‌ಸುಮ್ನೆ ಹೊಡೀತೀ....’ ಎನ್ನುತ್ತ, ಬಲಶಾಲಿಯಾಗಿದ್ದ ನಿರಂಜನ ಕುಸ್ತಿಗೆ ಬಿದ್ದು ಮುರಳೀಧರನನ್ನು ಸೋಲಿಸಿ ಹಾಕಿದ.

ಮುಖವನ್ನೆಲ್ಲಾ ಕೆಂಪಾಗಿಸಿಕೊಂಡು ಮುರಳೀಧರ– “ಆ ಬೆತ್ಲೆ ಹೆಂಗಸಿನ ಚಿತ್ರ ನಿನ್ ಹತ್ರ ಹೆಂಗ್ ಬಂತು ಅಂತ ಹೇಳಿ ನಂಗ್ ಗೊತ್ತಿಲ್ಲ ಅಂದಕಂಡಿದ್ಯಾ? ಆ ಮ್ಯಾಗಝಿನ್ನು ಗೋಪು ಭಂಡಾರಿಗೆ ನಾನೇ ಕೊಟ್ಟದ್ದು ತಿಳ್ಕ. ಅವನತ್ರ ನೀನು ತೆಕಂಡು ವಾಪಸ್ ಕೊಡುವಾಗ ಆ ಹೆಂಗಸಿನ ಚಿತ್ರ ಇರು ಪುಟ ಹರಿದಿಟ್ಕಂಡು ಕೊಟ್ಟಿದ್ಯಂತೆ. ಕೇಳದ್ರೆ, ಅದು ಮೊದಲೇ ಹರ್ಕಂಡಿತ್ತು, ಅಂಥಾ ಹೆಂಗಸಿನ ಚಿತ್ರಾನೇ ಪುಸ್ತಕದಲ್ಲಿ ಇರಲಿಲ್ಲ ಅಂದಿದ್ಯಂತೆ”

“ಯಾವ ಮ್ಯಾಗಝಿನ್ನು ಮಾರಾಯಾ... ಎಂತಾ ತಲೆಬುಡವಿಲ್ಲದ ಮಾತಾಡ್ತೀದಿ ನೀನು?”

“ಸಾಕಾ ನಿಲ್ಸಾ ನಿನ್ನ ನಾಟಕಾ. ಒಂದ ತಿಂಗಳ ಹಿಂದಿಂದು ಈ ಕಥೆ. ಪುಸ್ತಕ ಕೊಟ್ಟವ ನಾನೇಯ, ನಂಗ್ ಗೊತ್ತಿಲ್ದೇ ಇರ್ತದ್ಯಾ? ನಾನೇ ಹೋಗ್ಲಿ ಬಿಡು ಹೇಳಿ ಸುಮ್ನಿದ್ದೆ ಆಗ”

ಅಂದು ಕಡಿದುಹೋದ ಅವರಿಬ್ಬರ ಸಂಬಂಧ ಮತ್ತೆ ಕೂಡಲೇ ಇಲ್ಲ. ಮರುದಿನದಿಂದ ನಿರಂಜನನ ಟೇಲರಿಂಗ್ ಅಂಗಡಿಯ ವಿಸಿಟ್ ತಪ್ಪಿದರೆ, ಕೆಲದಿನಗಳ ನಂತರ ಹೊಳೆಗದ್ದೆಯ ಬಣ್ಣದ ಜುಗಾರಿಯೂ ನಿಂತಿತು. ಬಟ್ಟೆಯಲ್ಲಿ ಹುದುಗಿಸಿಟ್ಟಿದ್ದ ಹಾಳೆಯನ್ನು ಮೊದಲು ಕಂಡವರು ಯಾರಿರಬಹುದು, ಅದು ಅಮೃತವಲ್ಲಿಯ ಕೈಗೆ ಸಿಕ್ಕಿತೋ ಅಥವಾ ಅದಕ್ಕೂ ಮೊದಲೇ ಇವರ‍್ಯಾರಾದರೂ ನೋಡಿದರೋ ಎನ್ನುವ ನಿರಂಜನನ ಕುತೂಹಲ ಮಾತ್ರ ಹಾಗೆಯೇ ಉಳಿಯಿತು.

೩

ನಿರಂಜನ ಬೆಂಗಳೂರಲ್ಲಿ ಸೆಟ್ಲ್ ಆಗಿ, ಮುರಳೀಧರ ಹೊಳೆಗದ್ದೆಯಲ್ಲೇ ಉಳಿದು ತಂದೆಯ ದರ್ಜಿ ವೃತ್ತಿ ಮುಂದುವರಿಸಿಕೊಂಡಿದ್ದ ಹಲವು ವರ್ಷಗಳ ನಂತರವೂ, ಇಬ್ಬರ ನಡುವೆ ಸಂಪರ್ಕವೇ ಇಲ್ಲದಿದ್ದರೂ; ನಿರಂಜನನಿಗೆ ಮುರಳೀಧರನ ಮೇಲೆ ದ್ವೇಷ ಅಸೂಯೆಗಳೆರಡೂ ಹೆಚ್ಚಾಗಲು ಎರಡು ಕಾರಣಗಳಿವೆ.

ಆ ಹಾಳೆ ಅಮೃತವಲ್ಲಿಗೆ ಸಿಕ್ಕಿದ್ದಿದ್ದರೆ ಆಕೆಯ ಪ್ರತಿಕ್ರಿಯೆ ಹೇಗಿದ್ದಿರಬಹುದು ಎಂಬ ಪ್ರಶ್ನೆ ಮನದಲ್ಲಿ ಇನ್ನೂ ಹಸಿಯಾಗಿ ಇರುವಾಗಲೇ; ಅವಳನ್ನು ಮುರಳೀಧರ ಮದುವೆಯಾಗುತ್ತಿರುವ ಸುದ್ದಿ ಆಘಾತ ತಂದಿತ್ತು ನಿರಂಜನನಿಗೆ. ಉಳಿದೆಲ್ಲ ಸಹಪಾಠಿಗಳನ್ನೂ ಖುದ್ದಾಗಿ ಮದುವೆಗೆ ಆಮಂತ್ರಿಸಿದ್ದ ಮುರಳೀಧರ, ಈತನಿಗೆ ಕರೆಯನ್ನೂ ಮಾಡಿರಲಿಲ್ಲ. ಬದಲಿಗೆ ಇವನ ಹೊಳೆಗದ್ದೆಯ ಮನೆಗೆ ಹೋಗಿ ಅಪ್ಪ ಅಮ್ಮನ ಕೈಗೆ ಲಗ್ನ ಪತ್ರಿಕೆ ಕೊಟ್ಟು, 'ನಿರಂಜನನಿಗೆ ಮುದ್ದಾಂ ಬರ್ಲಿಕ್ ಹೇಳ್ಬೇಕು, ಹಾಂ...' ಎಂದು ಬಂದದ್ದು ಮತ್ತೂ ಉರಿಸಿತ್ತು. ಆಮಂತ್ರಣ ಪತ್ರಿಕೆಯಲ್ಲೂ, 'ವ್ಯಕ್ತಿ ಚಂದ ಕಾಣುವುದು ಧರಿಸಿದ ಬಟ್ಟೆಯಿಂದಲ್ಲ; ಅದರ ಹೊಲಿಗೆಯಿಂದ' ಎಂದು ಬರೆಸಿದ್ದಾನೆಂಬುದು ಗೊತ್ತಾಗಿತ್ತು. ಅದನ್ನೂ ಅಮೃತಳ ಅಪ್ಪನೇ ಹೇಳಿಕೊಟ್ಟಿರಬೇಕೆಂಬ ಗುಮಾನಿಯಿತ್ತು ಇವನಿಗೆ.

ನಂತರದ ದಿನಗಳಲ್ಲಿ ಮುರಳೀಧರ ನಿರಂಜನನ ತಂದೆ ಶಿವರಾಮರಿಗೆ ಹತ್ತಿರವಾದದ್ದಲ್ಲದೇ ಅವರ ಅಡಿಕೆ ವ್ಯವಹಾರದಲ್ಲೂ ಸಹಾಯ ಮಾಡುವವರೆಗೆ ಹೋದದ್ದು ಇವನಿಗೆ ಜೀರ್ಣವಾಗದ ವಿಷಯವಾಯಿತು. ಆಗಿದ್ದು ಇಷ್ಟೇ– ಒಮ್ಮೆ ನಿರಂಜನನ ಅಮ್ಮ ತಮ್ಮ ರೇಶ್ಮೆ ಸೀರೆಗಂಟಿದ ಡಾಂಬರ್ ಗುಳಿಗೆ ವಾಸನೆಯನ್ನು ಹೇಗೆ ತೆಗೆಯುವುದೆಂದು ದರ್ಜಿಯಾದ ಮುರಳೀಧರನಲ್ಲಿ ವಿಚಾರಿಸಿದ್ದಾರೆ. 'ಗಾಳಿಲಿ ಹರಡಿಟ್ರೆ ವಾಸ್ನೆ ಹೋಗ್ತದೆ ಹೇಳಿ ನಂಗೆ ಗೊತ್ತದೆ. ಆದ್ರೆ ಅದು ಮೂರ್ನಾಕು ದಿನ ಆಗ್ತದಲ. ನಂಗೆ ಅರ್ಜಂಟಾಗಿ ಒಂದ್ ಕಾರ್ಯಕ್ರಮಕ್ಕೆ ಹೋಗೂಕೆ ಬೇಕಿತ್ತು. ನಾನು ಗಮನಸ್ಲೇ ಇಲ್ಲ. ರಾಶಿ ದಿನದಿಂದ ಈ ಸುಡಗಾಡ್ ಗುಳ್ಗೆ ಮಡಚಿಟ್ಟ ಈ ಸೀರೇಲೇ ಇತ್ತು. ಅದ್ರದ್ದೇ ಕೆಟ್ ವಾಸ್ನೆ ಹೊಡೀತಾ ಅದೆ. ಎಂತಾ ಮಾಡೂದು?' ಎಂದು ಸಮಸ್ಯೆ ವಿವರಿಸಿದ್ದಾರೆ. 'ಅದು ದೊಡ್ಡ ವಿಷಯವಲ್ಲ. ನಾನು ತಕ್ಕೊಡ್ತೆ' ಎನ್ನುತ್ತ ಅವರ ಮನೆಗೇ ಹೋಗಿ ವಿನೆಗರ್ ಬಳಸಿ ಸೀರೆಯ ವಾಸನೆ ಹೋಗಲಾಡಿಸಿದ್ದಾನೆ ಮುರಳೀಧರ. ಅದೇ ಸಮಯಕ್ಕೆ, ಶುರುವಾಗದೇ ಕೆಟ್ಟುನಿಂತಿದ್ದ ಶಿವರಾಮರ ಜೀಪನ್ನೂ ಬಾನೆಟ್ ತೆಗೆದು ಕೈಯ್ಯೆಲ್ಲಾ ಮಸಿ ಮೆತ್ತಿಕೊಂಡು ರಿಪೇರಿ ಮಾಡಿ ಕೊಟ್ಟಿದ್ದಾನೆ. ಅಲ್ಲಿಂದಲೇ ಅವರ ಸ್ನೇಹ ಆರಂಭವಾಗಿದೆ. ಅಡಿಕೆ ಮಾರಾಟಕ್ಕೆ ಸಂಬಂಧಿಸಿದ

ಸಾಕಷ್ಟು ವ್ಯವಹಾರಗಳೂ ಅವರಿಬ್ಬರ ನಡುವೆ ಇದೆ ಎಂಬುದು ಇತರರಿಂದ ತಿಳಿದಿದೆ ನಿರಂಜನನಿಗೆ. ಈ ವಿಷಯದ ಕುರಿತು ಅಪ್ಪನಲ್ಲಿ ಒಮ್ಮೆ ಈತ ಕ್ಯಾತೆ ತೆಗೆದಿದ್ದನಾದರೂ, 'ನಿಂಗೆಂತಾ ಮಾಡಿದ್ದ ಅವ? ನೀ ಅಂತೂ ಇರೂದು ಬೆಂಗಳೂರಲ್ಲಿ. ಇಲ್ಲಿ ಊರಲ್ಲಿ ಅಷ್ಟೋ ಇಷ್ಟೋ ಸಹಾಯಕ್ಕೆ ಬರೂರನ್ನ ವಿನಾಕಾರಣ ದೂರ ಮಾಡ್ಲಿಕ್ಕೆ ಆಗ್ತದ್ಯಾ?' ಎಂದು ವಾಪಸ್ ಝಾಡಿಸಿದ್ದರು ಶಿವರಾಮ.

ಮುರಳೀಧರ ವಾಟ್ಸಾಪ್ ಗುಂಪುಗಳಲ್ಲಿ ಅಷ್ಟೊಂದು ಚಾಲ್ತಿಯಲ್ಲಿ ಇರುವವನಲ್ಲ. ಬಲು ಅಪರೂಪಕ್ಕೆ ಅಂದು 'ಹೊಳೆಗದ್ದೆ– ದೆನ್, ನೌ' ಚಿತ್ರ ಹಾಕಿದ್ದ. ಆತನ ಹೆಸರು ಕೇಳಿದರೇ ಕೆರಳುವವ ನಿರಂಜನ. ಮಂತ್ರಿಗಾಗಿ ಕಾದು ಕುಳಿತು ತಲೆ ಬೇರೆ ಕೆಟ್ಟಿತ್ತು. ಕುರ್ಚಿ ಕೆರೆಯುವುದು ನಿಲ್ಲಿಸಿ ತಕ್ಷಣ ಕಾರ್ಯಪ್ರವೃತ್ತನಾದ. ತನ್ನ ಮೊಬೈಲಿನಲ್ಲಿದ್ದ, ಇಕ್ಕೆಲಗಳಲ್ಲೂ ಗಗನಚುಂಬಿ ಕಟ್ಟಡವಿರುವ ಮಲೇಷಿಯಾದ ರಸ್ತೆಯೊಂದರ ಫೋಟೋ ಆರಿಸಿ, ಅದರದ್ದೇ ಎರಡು ಕಾಪಿ ಮಾಡಿ ಅಕ್ಕಪಕ್ಕವಿಟ್ಟು 'ಕೌಲಾಲಂಪುರ್– ದೆನ್ ಆಂಡ್ ನೌ' ಎಂದು ಬರೆದು ಗ್ರೂಪ್ಪಿನಲ್ಲಿ ಪೋಸ್ಟ್ ಮಾಡಿದ; ಈ ಊರು ಅನಾದಿಕಾಲದಿಂದಲೂ ಹೀಗೆಯೇ ಇತ್ತು ಅನ್ನುವ ಅರ್ಥದಲ್ಲಿ.

ಅಷ್ಟರಲ್ಲಿ– ಹಾಲಿನಲ್ಲಿ ಕಾಯುತ್ತಿದ್ದ ಜನ ತಡಬಡಾಯಿಸಿ ಅತ್ತಿಂದಿತ್ತ ಚಲಿಸತೊಡಗಿದರು. ಮಂತ್ರಿ ತನ್ನ ಕೋಣೆಯಿಂದ ಆಚೆ ಬಂದು ಎತ್ತಲೋ ಹೊರಟಿದ್ದ. ಆತ ಕಟೌಟಿನಲ್ಲಿರುವಂತೆ ಲುಂಗಿ ಧರಿಸದೇ, ಕೋಟು ಪ್ಯಾಂಟಿನಲ್ಲಿದ್ದದ್ದರಿಂದ ಅವನೆಯೋ ಅಲ್ಲವೋ ಎಂದು ಒಮ್ಮೆ ಸಂಶಯವಾಯ್ತು ನಿರಂಜನನಿಗೆ. ಮಂತ್ರಿ ಹೊರಹೋಗುತ್ತಿದ್ದಾನೆಂಬುದನ್ನು ಊಹಿಸಿದ ರೇವತಿ, ತಕ್ಷಣ ಕುಳಿತಲ್ಲಿಂದ ಎದ್ದು ಹೋಗಿ 'ಎಕ್ಸ್‌ಕ್ಯೂಸ್ ಮಿ ಸರ್' ಅನ್ನುತ್ತ ಅಡ್ಡಗಟ್ಟಿದಳು. ಯಾರಿಗೋ ಫೋನು ಮಾಡುತ್ತ ನಿಂತಿದ್ದ ಸಂಬನಾದನ್, ತಾನೂ ರೇವತಿಯನ್ನು ಹಿಂಬಾಲಿಸಿ ಮಂತ್ರಿಯ ಪಕ್ಕದಲ್ಲಿರುವ ಪಿಎ ಹತ್ತಿರ ಏನೋ ಗುಸುಗುಸು ಮಾಡಿದ. ನಿರಂಜನನೂ ಅವರನ್ನು ಸೇರಿಕೊಂಡ. ಯಾವುದೋ ಅರ್ಜಂಟ್ ಮೀಟಿಂಗ್ ಕರೆ ಬಂದುದರಿಂದ ಮಂತ್ರಿ ಹೋಗಬೇಕಾಗಿದೆಯೆಂದೂ, ನಾಳೆ ಬೆಳಿಗ್ಗೆ ಬಂದರೆ ಆಗಬೇಕಾದುದರ ಕುರಿತು ಮಾತನಾಡಬಹುದೆಂದೂ ಪಿಎ ಹೇಳಿದ ಸಂಬನಾದನ್‌ನಿಗೆ.

ವಾಪಸ್ ಬರುವಾಗ ದಾರಿಯಲ್ಲಿ ರೇವತಿ ಮತ್ತು ನಿರಂಜನ ಇಬ್ಬರೂ ಸೇರಿ ಮಾಜೀ ಮಂತ್ರಿ ಹಾಗೂ ಸಂಬನಾದನ್ ಮೇಲೆ ನಾನಾ ವಿಧವಾಗಿ ಅಸಮಾಧಾನ ತೋಡಿಕೊಂಡರು.

"ನಾನು ಎದುರು ಹೋಗಿ ತಡೆ ಹಾಕದಿದ್ದರೆ ಈ ಸಂಬನಾದನ್‌ಗೆ ಮಂತ್ರಿಯ ಭೇಟಿಯೂ ಸಾಧ್ಯವಾಗುತ್ತಿರಲಿಲ್ಲ" ಎಂದಳು ರೇವತಿ.

"ಆತ ಮಾತನಾಡಿಸಿದ್ದು ಮಂತ್ರಿಯನ್ನಲ್ಲ, ಜೊತೆಯಿರುವ ಚೇಲಾನನ್ನು. ಅವನಿಗೆ ಮಂತ್ರಿಯ ನೇರ ಪರಿಚಯ ಇದೆಯೋ ಇಲ್ಲವೋ ಎನ್ನುವುದೇ ಸಂಶಯ" ಅಂದ ನಿರಂಜನ.

ಮರುದಿನವೂ ಅವರಿಂದ ಯಾವುದೇ ಸಹಾಯವಾಗಬಹುದು ಅನ್ನಿಸಲಿಲ್ಲ ಅವರಿಗೆ. ಆಗಲೇ ಘಂಟೆ ಮೂರಾಗಿತ್ತು. ಎಂಬಸಿಗೆ ಹೋಗಿ ಅರ್ಜಿ ಸಲ್ಲಿಸುವ ಅವಕಾಶವೂ ಇರಲಿಲ್ಲ. ಭಾರೀ ತಪ್ಪು ಮಾಡಿದೆ ಅನ್ನಿಸಿತು ನಿರಂಜನನಿಗೆ. ನಾಳೆ ಬೆಳಿಗ್ಗೆ ಮೊಟ್ಟಮೊದಲು ಎಂಬಸಿಯ ಕೆಲಸ ಮುಗಿಸಿ ನಂತರ ಉಳಿದ ವಿಚಾರ ಮಾಡುವುದು ಎಂದು ನಿರ್ಧರಿಸಿದ.

ಮನೆ ಇನ್ನೇನು ಸಮೀಪಿಸಿತು ಅನ್ನುವಾಗ ರೇವತಿ ಯಾವುದೋ ಟೇಲರ್ ಅಂಗಡಿಯ ಮುಂದೆ ಕಾರು ನಿಲ್ಲಿಸಿ, 'ಎರಡೇ ನಿಮಿಷ. ಬಟ್ಟೆ ಹೊಲಿಯಲು ಕೊಟ್ಟಿದ್ದೆ. ತಂದು ಬಿಡುತ್ತೇನೆ' ಎನ್ನುತ್ತ ಹೊರಟಳು. ದರ್ಜಿಯ ಹತ್ತಿರ ಹೋದ ಹೆಂಗಸರು ಎರಡೇ ನಿಮಿಷದಲ್ಲಿ ಹಿಂದಿರುಗುತ್ತಾರೆಂಬ ಯಾವ ಖಾತ್ರಿಯೂ ಇರಲಿಲ್ಲ ನಿರಂಜನನಿಗೆ. ಅಲ್ಲದೇ ಬೆಳಿಗ್ಗೆ ಆಕೆ ಇದೇ ರೀತಿ ಹೇಳಿ ಬ್ಯಾಂಕಿಗೆ ಹೋದವಳು ಅರ್ಧ ಗಂಟೆಯಾದರೂ ಬರದೇ, ಕಾರಲ್ಲೇ ಕುಳಿತಿದ್ದ ನಿರಂಜನ ಸೆಖೆಗೆ ಬೆವರಿದ್ದ. ಹೊರ ಬರೋಣವೆಂದರೆ ಕಾರ್ ಲಾಕ್ ಮಾಡಿ ಹೋಗಿದ್ದಳು ರೇವತಿ. ಹೀಗಾಗಿ ಇಲ್ಲಿ ತಾನೂ ರೇವತಿಯನ್ನು ಹಿಂಬಾಲಿಸಿದ.

ಇವರು ಒಳ ಹೊಕ್ಕಾಗ, ಮಲೇಷಿಯನ್ ತಮಿಳು ಹೆಂಗಸೊಬ್ಬಳು ದರ್ಜಿಯೊಡನೆ ಮಾತುಕತೆಯಲ್ಲಿ ತೊಡಗಿದ್ದಳು–

"ನೀವು ಮಳಯಾಳಿಯಾ? ನಿಮ್ಮ ತಮಿಳು ಮಾತಾಡೋ ಸ್ಟೈಲ್ ನೋಡಿದ್ರೆ ಹಾಗನಿಸುತ್ತೆ"

"ಅಲ್ಲ. ಶ್ರೀಲಂಕನ್"

"ಶ್ರೀಲಂಕನ್ ಸಿಂಹಳಿಯೋ, ಶ್ರೀಲಂಕನ್ ತಮಿಳೋ?"

"ಸಿಂಹಳಿ"

ಆತ 'ಸಿಂಹಳಿ' ಅಂತ ಉತ್ತರಿಸುತ್ತಿರುವಂತೆಯೇ, ಒಮ್ಮೆಲೇ ಆವೇಶಭರಿತಳಾಗಿ ಟೇಬಲ್ಲಿನ ಮೇಲಿಟ್ಟಿದ್ದ ತನ್ನ ಬಟ್ಟೆಯನ್ನು ಎಳೆದು ಚೀಲದಲ್ಲಿ ತುಂಬಿಕೊಂಡು

ಹೊರಡಲನುವಾದಳು ಆ ಹೆಂಗಸು. ಎದುರಲ್ಲಿ ಸಿಕ್ಕ ರೇವತಿಯನ್ನು ನೋಡಿ, ದರ್ಜಿಗೂ ಕೇಳುವಂತೆ, "ತಮ್ಮ ದೇಶದಲ್ಲಿ ತಮಿಳು ಹೆಂಗಸರ ಬಟ್ಟೆ ಹರಿದು ರಸ್ತೆ ಮಧ್ಯದಲ್ಲಿ ರೇಪ್ ಮಾಡ್ತಾರೆ, ಇಲ್ಲಿ ನಮಗೆ ಬ್ಲೌಸ್ ಹೊಲಿದು ಕೊಡಲು ಬರ್ತಾರೆ" ಎಂದು ಮೂದಲಿಸುತ್ತ ದುಢದುಢನೆ ಹೊರಟು ಹೋದಳು.

ಇತ್ತ ಪೆಚ್ಚು ಮೋರೆ ಹಾಕಿ ನಿಂತಿದ್ದ ದರ್ಜಿಯನ್ನು ನೋಡಿ ಸಹಾನುಭೂತಿಯ ನಗೆ ಬೀರಿದಳು ರೇವತಿ. ಆತ ರೇವತಿಗೆ ಹಳೆಯ ಪರಿಚಯ.

"ನಾವೇನು ಮಾಡೋಣ, ಈ ರೀತಿ ಹೇಳಿದರೆ..." ವಿಷಾದವಿತ್ತು ದರ್ಜಿಯ ದನಿಯಲ್ಲಿ.

"ಕೆಲವರು ಹಾಗೇ. ನಿನಗೆ ಗೊತ್ತಲ್ಲ. ಸಿಂಹಳೀಯರನ್ನು ಕಂಡರೆ ಆಗೊಲ್ಲ ತಮಿಳರಿಗೆ"

"ಅಲ್ಲಿ ಯುದ್ಧ ನಡೆದದ್ದು ಶ್ರೀಲಂಕಾ ಸರಕಾರ ಹಾಗೂ ಪ್ರಭಾಕರನ್ ಸೈನ್ಯದ ನಡುವೆ. ಅದೂ ಹತ್ತು ವರ್ಷದ ಹಿಂದೆ. ಇವತ್ತು, ಬೇರ್‍ಯಾವುದೋ ದೇಶದಲ್ಲಿ ಹೊಟ್ಟೆಪಾಡಿಗಾಗಿ ದುಡೀತಿರೋ ನಮ್ಮಂಥವರ ಮೇಲೆ ಎಗರಾಡೋದ್ರಲ್ಲಿ ಏನು ಅರ್ಥವಿದೆ?"

"ಅಯ್ಯೋ ಹೋಗಲಿ ಬಿಡು. ಸಿಂಹಳೀ ಸರಕಾರ ಶ್ರೀಲಂಕನ್ ತಮಿಳರ ಮೇಲೆ ಅತ್ಯಾಚಾರ ಎಸಗುತ್ತಿರುವಾಗ ಒಬ್ಬ ಸಿಂಹಳೀಯನೂ ಆ ತಮಿಳರ ಪರವಾಗಿ ದನಿ ಎತ್ತಲಿಲ್ಲ ಅನ್ನೋದು ಅವರ ತಕರಾರು"

"ಅಂದ್ರೆ? ಸಾಮಾನ್ಯ ಶ್ರೀಲಂಕನ್ ಸಿಂಹಳೀಯ ಪ್ರಜೆ ಏನು ಮಾಡಬೇಕಿತ್ತು? ಮಿಲಿಟರಿಯವರು ಗುಂಡು ಹಾರಿಸುತ್ತಿರುವಾಗ ಹೋಗಿ ಎರಡೂ ಕೈ ಅಡ್ಡ ಹಿಡಿದು ಎದುರು ನಿಲ್ಲಬೇಕಿತ್ತಾ?"

"ಬಿಟ್ಹಾಕು ಮಾರಾಯಾ. ಕೆಲವರಿಗೆ ಅವೆಲ್ಲಾ ಅರ್ಥ ಆಗೊಲ್ಲ. ನಾನೂ ತಮಿಳವಳೇ. ನಾನೆಂದಾದರೂ ಆ ರೀತಿ ಮಾತಾಡುತ್ತೇನಾ?" ಎನ್ನುತ್ತ ರೇವತಿ ಆ ವಿಷಯ ಅಲ್ಲೇ ತುಂಡರಿಸಲು ಯತ್ನಿಸಿದಳು.

ಆ ಮಾತುಗಳನ್ನೆಲ್ಲಾ ಅರೆಬರೆ ಕೇಳುತ್ತಾ ನಿಂತಿದ್ದ ನಿರಂಜನ. ಬಹು ವರ್ಷಗಳ ಮೇಲೆ ದರ್ಜಿಯ ಅಂಗಡಿ ಹೊಕ್ಕಿದ್ದ ಆತ. ಜಗನ್ನಾಥ ಮುರಳೀಧರ ಅಮೃತವಲ್ಲಿ, ಅತ್ತ ಕಳೆದು ಹೋಗಿರುವ ಪಾಸ್‌ಪೋರ್ಟು ಎಲ್ಲವೂ ಒಮ್ಮೆಲೇ ದಾಳಿಯಿಟ್ಟು ತಲೆ ಕಲಸುಮೇಲೋಗರವಾಗಿತ್ತು. ಗಮನಿಸದೇ ಮೊಳಕೈಯ್ಯನ್ನು ಹಿಂದಕ್ಕೆ ಚಾಚಿದಾಗ, ಟೇಬಲ್ ಮೇಲಿದ್ದ ಚೀಲವೊಂದು ತಾಕಿ ಬಿದ್ದು, ಅದರಲ್ಲಿ ತುಂಬಿಟ್ಟಿದ್ದ ಕತ್ತರಿಸಿದ ವಿವಿಧ ಬಣ್ಣದ ಬಟ್ಟೆಯ ವೇಸ್ಟ್ ಪೀಸುಗಳು ನೆಲದಲ್ಲೆಲ್ಲಾ ಹರಡಿದವು.

15

ಕೋಣೆ ತಲುಪಿದಾಗ ಸಣ್ಣಗೆ ತಲೆ ನೋಯುತ್ತಿತ್ತು ನಿರಂಜನನಿಗೆ. ಸ್ವಲ್ಪ ಹೊತ್ತು ಮಲಗೋಣವೆಂದು ಹಾಸಿಗೆಯಲ್ಲಿ ಗಂಟೆಗಟ್ಟಲೆ ಉರುಳಿದರೂ ನಿದ್ದೆ ಬರಲಿಲ್ಲ. ತನ್ನ 'ಕೌಲಾಲಂಪುರ್-ದೆನ್ ಆಂಡ್ ನೌ' ಪೋಸ್ಟಿಗೆ ಒಂದೇ ಒಂದು ಪ್ರತಿಕ್ರಿಯೆಯೂ ಇಲ್ಲದಿರುವುದಕ್ಕೆ ಬೇಸರವಾಯಿತಾದರೂ, ಮುರಳೀಧರನ ಪೋಸ್ಟಿಗೂ ಯಾವುದೇ ಕಮೆಂಟುಗಳಿರಲಿಲ್ಲವಾದ್ದರಿಂದ ಸಮಾಧಾನ ಪಟ್ಟುಕೊಂಡ. ಹಾಸಿಗೆಯಲ್ಲೇ ಮಲಗಿ, ಮುಂದಿನ ಐದಾರು ದಿನ ಉಳಿಯಲು ಇನ್ನೂ ಕಡಿಮೆ ದರದ ರೂಮು ಯಾವುದಾದರೂ ಸಿಗುತ್ತದೋ ಎಂದು ಗೂಗಲ್ಲಿನಲ್ಲಿ ಹುಡುಕತೊಡಗಿದ. ಆ ಸಮಯದಲ್ಲಿ- ಕಣ್ಣದಾಸನ್ ಮನೆಗೆ ಯಾರೋ ಮೂರ್ನಾಲ್ಕು ಜನ ಬಂದು ಜೋರಾದ ಮಾತುಕತೆಗಳು ನಡೆಯುತ್ತಿರುವುದು ಕೇಳುತ್ತಿತ್ತು. ಮಧ್ಯದ ಬಾಗಿಲು ಮುಚ್ಚಿದ್ದರಿಂದ ಯಾರು ಏನೆಂಬುದು ಸ್ಪಷ್ಟವಿರಲಿಲ್ಲ.

ಹತ್ತಿಪ್ಪತ್ತು ನಿಮಿಷಗಳ ನಂತರ ಮಾತುಕತೆ ಸ್ತಬ್ಧವಾಯಿತು. ಒಮ್ಮೆಲೇ ಮೌನ. ಏನಾಗಿರಬಹುದೆಂದು ನಿರಂಜನ ಆಲೋಚಿಸುತ್ತಿರುವಂತೆಯೇ ಈತನ ಕೋಣೆಯ ಬಾಗಿಲು ಬಡಿದ ಸದ್ದು. ಕದ ತೆರೆದರೆ- ಮೊದಲು ಕಣ್ಣದಾಸನ್, ಅವನ ಹಿಂದೆ ನಿನ್ನೆ ಭೇಟಿಯಾಗಿದ್ದ ಆತನ ಗೆಳೆಯ ಶಣ್ಮುಗರತ್ನಮ್, ರೇವತಿ, ಮತಿಅಲಗನ್, ಮತ್ಯಾವುದೋ ಅಪರಿಚಿತ ಹೆಂಗಸು ಹೀಗೇ ಐದಾರು ಜನ ಕೋಣೆಯನ್ನು ಪ್ರವೇಶಿಸಿದರು.

ಬರುತ್ತಲೇ ನೇರವಾಗಿ ನಿರಂಜನನತ್ತ ಧಾವಿಸಿ, ಆತನ ಎರಡೂ ಕೈಗಳನ್ನು ಹಿಡಿದುಕೊಂಡು, "ನಾವು ನಿಮ್ಮಲ್ಲಿ ಅತಿ ದೊಡ್ಡ ಕ್ಷಮೆ ಯಾಚನೆಗೆ ಬಂದಿದ್ದೇವೆ. ನಮ್ಮನ್ನು ದಯವಿಟ್ಟು ನೀವು ಕ್ಷಮಿಸಿಬಿಡಬೇಕು" ಅಂದ ಶಣ್ಮುಗರತ್ನಮ್.

"...."

"ಹೇಳಲು ನಿಜಕ್ಕೂ ಮುಜುಗರದ ಸಂಗತಿ ಇದು. ನನ್ನ ಮಗಳು ರೂಬಿನಿ ಮೊನ್ನೆ ನಿಮ್ಮ ಪಾಸ್‌ಪೋರ್ಟ್ ತೆಗೆದುಕೊಂಡು ಹೋಗಿ ಬಿಟ್ಟಿದ್ದಳು. ಈಗ ತುಸು ಹೊತ್ತಿನ ಹಿಂದಷ್ಟೇ ಅದು ನಮ್ಮ ಗಮನಕ್ಕೆ ಬಂತು. ಕಣ್ಣದಾಸನ್‌ಗೆ ಫೋನ್ ಮಾಡಿದಾಗ ನೀವು ಅದಕ್ಕಾಗಿಯೇ ನಿನ್ನೆಯಿಂದ ಪರದಾಡುತ್ತಿರುವುದು ತಿಳಿಯಿತು.

ಹಾಗಾಗಿ ಒಂದು ನಿಮಿಷವೂ ತಡಮಾಡದೇ ಓಡೋಡಿ ಬಂದೆವು" ನಿರಂಜನನ ಮುಖ ನೋಡದೇ, ಅತ್ತಿತ್ತ ದೃಷ್ಟಿ ಬದಲಿಸುತ್ತ ಪಾಸ್‌ಪೋರ್ಟನ್ನು ಕೈಗಿತ್ತ.

"ಓಹ್ ಮೈ ಗಾಡ್..." ಪಾಸ್‌ಪೋರ್ಟ್ ಸಿಕ್ಕ ನಿರಾಳತೆ ಹಾಗೂ ಕೋಪ ಒಟ್ಟೊಟ್ಟಿಗೇ ಉಕ್ಕಿಬಂತು ನಿರಂಜನನಿಗೆ.

"ಆ ದಿನ ರಾತ್ರಿ ಬಂದಾಗ ಒಳಗೆ-ಹೊರಗೆ ಆಡುತ್ತಿದ್ದಳಲ್ಲ. ನಿಮ್ಮ ಬ್ಯಾಕ್‌ಪ್ಯಾಕಿನ ಮೇಲೆ ಇತ್ತಂತೆ. ಅದು ಇಂಡಿಯನ್ ಪಾಸ್‌ಪೋರ್ಟ್ ಅನ್ನೋದು ಗೊತ್ತಾಗಿದೆ ಆಕೆಗೆ. ಅದನ್ನ ಶಾಲೆಯಲ್ಲಿ ತನ್ನ ಗೆಳತಿಯರಿಗೆ ತೋರಿಸೋಣ ಅಂತಾ ತೆಗೆದುಕೊಂಡು ಹೋಗಿದ್ದಳಂತೆ... ಪಾಪ" ರೇವತಿ ನಡೆದದ್ದೇನೆಂಬುದನ್ನ ಹೇಳಿದಳು.

'ನಿನ್ನೆ ಟಿಕೆಟ್ ಮುಂದೂಡುವ ಸಂದರ್ಭದಲ್ಲೇ ಇರಬೇಕು, ಯಾವುದೋ ಕಾರಣಕ್ಕೆ ಪಾಸ್‌ಪೋರ್ಟನ್ನು ಬ್ಯಾಕ್‌ಪ್ಯಾಕಿನಿಂದ ಹೊರತೆಗೆದಿದ್ದೆ. ನಂತರ ಝಿಪ್ಪಿನ ಒಳಗೆ ಹಾಕದೇ ಅಲ್ಲೇ ಮೇಲಿಟ್ಟಿದ್ದೆ. ಆಮೇಲೆ ಕಣ್ಣದಾಸನ್ ಐಸ್‌ಕ್ರೀಮ್ ತಿನ್ನಲು ಕರೆದನೆಂದು ಎದ್ದು ಹೋಗಿದ್ದೆ. ವಾಪಸ್ ಬಂದಾಗ ಪಾಸ್‌ಪೋರ್ಟ್ ಅಲ್ಲಿ ಇಲ್ಲವಾಗಿತ್ತಾದ್ದರಿಂದ, ಅಪೂಟೂ ಅದು ನನ್ನ ಗಮನಕ್ಕೇ ಬಂದಿಲ್ಲ...' ಏನು ನಡೆದಿರಬಹುದು ಎಂಬುದು ಈಗ ಸಲೀಸಾಗಿ ನಿರಂಜನನ ಊಹೆಗೆ ದಕ್ಕತೊಡಗಿತು.

"ಪಾಪ ಅನ್ನಬೇಡಾ ರೇವತಿ. ಆಕೆ ಮಾಡಿದ್ದು ತಪ್ಪು. ಹೇಳದೇ ಯಾವ ವಸ್ತುವನ್ನೂ ತೆಗೆದುಕೊಳ್ಳಬಾರದು. ಅದಕ್ಕೇ ಅವಳನ್ನೇ ಕರೆದುಕೊಂಡು ಬಂದಿದ್ದೇನೆ. ಅವಳೇ ಎದುರು ನಿಂತು ಸಾರಿ ಕೇಳಲಿ" ಕಟುವಾಗಿ ಹೇಳಿ, ಎಲ್ಲರ ಹಿಂದೆ ಕಾಣದಂತೆ ನಿಂತಿದ್ದ ರೂಬಿನಿಯನ್ನು ಕೈ ಹಿಡಿದು ಒರಟಾಗಿ ಎಳೆದಳು ಆ ಅಪರಿಚಿತ ಹೆಂಗಸು.

"ಏ ಹೋಗ್ಲಿ... ಬಿಡೆ. ಮಗು ಅದು. ಗೆಳತಿಯರಿಗೆ ತೋರಿಸಿ ವಾಪಸ್ ಕೊಟ್ಟರಾಯಿತು ಅಂತಾ ತಗೊಂಡಿದ್ದೆ ಅಂತಾ ಅವಳೇ ಹೇಳಿದಳಲ್ಲ. ಅವಳಿಗೇನು ಗೊತ್ತು ಪಾಸ್‌ಪೋರ್ಟ್ ಅಂದ್ರೆ ಏನು, ಅದರಿಂದ ಏನು ತೊಂದರೆ ಆಗುತ್ತೆ ಅನ್ನೋದು. ಅದು ಭಾರತದ್ದು ಅನ್ನೋದು ಹೇಗೋ ಮನಸ್ಸಿಗೆ ತಟ್ಟಿದೆ ಆಕೆಗೆ. ಬೇರೆ ದೇಶದ್ದಾಗಿದ್ದರೆ ಕಣ್ಣೆತ್ತೂ ನೋಡ್ತಿರಲಿಲ್ವೇನೋ ಅವಳು. ನಾವು ಕೂಡಾ ಊಟ ಮಾಡುವಾಗಲೂ ಪಾಸ್‌ಪೋರ್ಟಿನ ಸಂಗತಿಯನ್ನೇ ಮಾತಾಡ್ತಾ ಇದ್ವಿ, ಅದೇ ಎದುರಿಗೆ ಕಂಡಾಗ ಎತ್ಕೊಂಡಿದಾಳೆ ಅಷ್ಟೆ. ನೀನು ಮತ್ತೆ ಮತ್ತೆ ಮೂದಲಿಸ ಬೇಡ ಅವಳನ್ನ" ಸಮಾಧಾನ ಪಡಿಸುವ ದನಿಯಿತ್ತು ರೇವತಿಯದು.

"ಹಾಂ... ಅದೇ, ಅದನ್ನೇ ತಪ್ಪು ಅಂದದ್ದು ನಾನು. ಕಮ್ ರೂಬಿನಿ. ಸಾರಿ ಕೇಳು"

ರೂಬಿನಿಯ ಮುಖ ಉಬ್ಬಿ ಕಣ್ಣು ಕೆಂಪಾಗಿತ್ತು. ಈಗಾಗಲೇ ಸಾಕಷ್ಟು ಅತ್ತಿದ್ದಾಳೆ ಎನ್ನುವುದು ಗೊತ್ತಾಗುತ್ತಿತ್ತು.

"ಸಾರಿ..ಅಂಕಲ್..." ಅತಿ ಕ್ಷೀಣ ದನಿಯಲ್ಲಿ ಹೇಳಿದಳು.

ನಿರಂಜನನಿಗೆ ಆಕೆಯನ್ನು ಅಲ್ಲೇ ಕುಟ್ಟಿಬಿಡಬೇಕು ಎನ್ನುವಷ್ಟು ಕೋಪ ಬಂತು. ಆದರೆ ಏನು ಮಾಡುವುದು. ಅಷ್ಟೆಲ್ಲ ಜನರ ಎದುರು ಈ ಪರಿಸ್ಥಿತಿಯನ್ನು ಹೇಗೆ ಎದುರಿಸುವುದು ಎಂಬುದು ಗೊತ್ತಾಗಲಿಲ್ಲ. ಪಾಸ್‌ಪೋರ್ಟ್ ದೊರಕಿದ ಸಮಾಧಾನ ಮನಕ್ಕಾಗಿದ್ದರೂ ಅದನ್ನು ತೋರಗೊಟ್ಟರೆ ಸೋತಂತಾಗುತ್ತದೆಂದು, ರೂಬಿನಿಯತ್ತ ಯಾವ ಅನುಕಂಪವನ್ನೂ ತೋರದೆ,

"ಓಹ್ ಗಾಡ್, ಎಂಥಾ ಟೆನ್ಷನ್ ಆಗಿತ್ತು. ಎಷ್ಟೊಂದು ಒದ್ದಾಡಿಬಿಟ್ಟೆ ಗೊತ್ತಾ..." ಅಂದ.

"ಹೌದು ನೀವು ಪಟ್ಟ ಪಾಡೆಲ್ಲಾ ಗೊತ್ತಾಯ್ತು ನಮಗೆ. ವೀ ಆರ್ ರಿಯಲಿ ಸಾರಿ" ತಾನೇ ಎದುರಾಗಿ ಬಂದು ನುಡಿದಳು ಅಪರಿಚಿತ ಹೆಂಗಸು. ಆಕೆ ಶಣ್ಮುಗರತ್ನಮ್‌ನ ಹೆಂಡತಿ 'ಸಬರಿ' ಎಂದು ರೇವತಿ ಪರಿಚಯ ಮಾಡಿಕೊಟ್ಟಳು.

ಸಬರಿಯನ್ನು ನೋಡುತ್ತಲೇ ಎದೆಯೊಳಗೆ ಏನೋ ಒಂಥರಾ ಆಯಿತು ನಿರಂಜನನಿಗೆ. ತನ್ನ ಕಾಲೇಜು ದಿನಗಳಲ್ಲಿಯ ಸಿನೆಮಾ ನಟಿ ರೋಜಾಳಂತೆಯೇ ಇದ್ದಾಳೆ ಅನ್ನಿಸಿತು. ಅದೇ ಮೈಕಟ್ಟು, ಅದೇ ಕೃಷ್ಣವರ್ಣ. ಮನದಲ್ಲೇ ತೂಗಿ ಅಳೆದು, ಪಕ್ಕಾ ಮಲೇಷಿಯನ್ ತಮಿಳು ತಳಿಯ ಹೆಣ್ಣು ಇದು ಅಂದುಕೊಂಡ. ಮೈಗೆ ಅಂಟಿದಂತಿದ್ದ ಉದ್ದ ತೋಳಿನ ಟೀ ಶರ್ಟು, ಟೈಟ್ ಜೀನ್ಸು ಧರಿಸಿದ್ದಳು ಆಕೆ. ಕೂದಲನ್ನು ಹಿಂದಕ್ಕೆ ಬಾಚಿ ಬಿಗಿಯಾಗಿ ಕಟ್ಟಿದ ಜುಟ್ಟು ಕುದುರೆ ಬಾಲದಂತೆ ಮೋಹಕವಾಗಿ ತೊನೆಯುತ್ತಿತ್ತು. ಪಾಸ್‌ಪೋರ್ಟ್ ವಿಷಯಕ್ಕೆ ತನಗಾಗಿರುವ ಅಸಮಾಧಾನ ಪೂರ್ಣ ವ್ಯಕ್ತಪಡಿಸಲಾಗದೇ, ಆಕೆಯ ಮುಖ ಎದುರಿಸಿ ಮಾತನಾಡಲಾಗದೇ ತಡಬಡಿಸಿದ ಆತ.

"ಓಕೆ... ಫೈನ್... ಐ ಕ್ಯಾನ್ ಅಂಡರ್‌ಸ್ಟಾಂಡ್" ತಡವರಿಸಿದ. "ಬಟ್ ಇದರ ಸಲವಾಗಿ ನನ್ನ ವಿಮಾನದ ಟಿಕೆಟ್ ಕೂಡ ಕ್ಯಾನ್ಸಲ್ ಮಾಡಬೇಕಾಯ್ತು ಗೊತ್ತಾ..?"

"ಟಿಕೆಟ್ ಕ್ಯಾನ್ಸಲ್ ಬಗ್ಗೆ ವರಿ ಮಾಡಬೇಡಿ. ನಿಮಗೆ ಎಷ್ಟು ಲಾಸಾಗಿದೆಯೋ ಅದೆಲ್ಲ ನಾನು ಕೊಡುತ್ತೇನೆ" ಪಾಸ್‌ಪೋರ್ಟ್ ಹಸ್ತಾಂತರಿಸಿದ ನಂತರ ಹಿನ್ನೆಲೆಗೆ ಸರಿದಿದ್ದ ಶಣ್ಮುಗರತ್ನಮ್ ತಕ್ಷಣ ಉತ್ತರಿಸಿದ.

'ನಷ್ಟ ಭರಿಸಿ ಕೊಡುತ್ತೇನೆ' ಎನ್ನುವ ಶಬ್ದ ಕೇಳುತ್ತಲೇ ಒಮ್ಮೆಗೇ ಮನ ತಣಿಯಿತು ನಿರಂಜನನಿಗೆ. ಮತ್ತೇನು ತಕರಾರು ತೆಗೆಯುವುದೆಂದು ತೋಚಲಿಲ್ಲ.

"ಅದು ಹಾಗಲ್ಲ. ನಾನು ಖರ್ಚಿನ ವಿಷಯ ಅಂತಾ ಹೇಳುತ್ತಿಲ್ಲ. ಅಕ್ಚುವಲಿ ದ ಟ್ರಬಲ್ ಐ ವೆಂಟ್ ಥ್ರೂ..." ಸರಿಯಾದ ಸಾಲಿಗಾಗಿ ತಡಪಡಿಸಿದ.

೩

ಉಳಿದವರೆಲ್ಲ ಹೋದಮೇಲೆ, ಕಣ್ಣದಾಸನ್ ಹಾಗೂ ಶಣ್ಮುಗರತ್ನಮ್ ಅಲ್ಲೇ ಇದ್ದರು. ನೂರು ಡಾಲರ್‌ನ ಐದು ನೋಟುಗಳನ್ನು ಗರಗರನೆ ಎಣಿಸಿ, "ಯಾವುದೋ ಪ್ರವಾಸದ ನಿಮಿತ್ತ ಇಟ್ಟುಕೊಂಡಿದ್ದೆ. ಐ ಗೆಸ್ ಯು ಆರ್ ಫೈನ್ ವಿಥ್ ಅಮೇರಿಕನ್ ಡಾಲರ್ಸ್" ಅನ್ನುತ್ತ ನಿರಂಜನನತ್ತ ಚಾಚಿದ ಶಣ್ಮುಗರತ್ನಮ್. "ನನ್ನ ಅಂದಾಜಿಗೆ ಕೊಡುತ್ತಿರುವೆ. ಕಡಿಮೆಯೆನಿಸಿದರೆ ಹೇಳಲು ಮುಜುಗರ ಪಡಬೇಕಾದ ಅಗತ್ಯವೇ ಇಲ್ಲ ನೀವು. ಐ ಡೋಂಟ್ ಮೈಂಡ್ ಪೇಯಿಂಗ್"

ತನಗಾದ ಖರ್ಚುಗಳ ಲೆಕ್ಕವಿತ್ತು ಆತನಿಗೆ. ಐನೂರು ಡಾಲರ್‌ಗಳಲ್ಲಿ ಅದನ್ನು ಕಳೆದರೆ, ಹದಿನೈದರಿಂದ ಇಪ್ಪತ್ತು ಸಾವಿರ ಹೆಚ್ಚುವರಿ ಸಿಕ್ಕಂತಾಯಿತೆಂದು ಮನದಲ್ಲೇ ಲೆಕ್ಕ ಹಾಕಿದ. ಲಾಟರಿ ಹೊಡೆದಂತೆನಿಸಿತು.

"ತೊಂದರೆಯಿಲ್ಲ ಬಿಡಿ. ಅಷ್ಟೆಲ್ಲಾ ಸಣ್ಣತನದ ಲೆಕ್ಕ ಹಾಕುವವನಲ್ಲ ನಾನು. ಹೆಚ್ಚುಕಡಿಮೆ ನಡೆಯುತ್ತೆ" ಅನ್ನುತ್ತ ಹಣ ತೆಗೆದುಕೊಂಡ. ಮೊನ್ನೆಯ ಗಾಂಧೀ ನೋಟಿನ ಬದಲಾವಣೆ ಘಟನೆಯೂ ನೆನಪಾಗಿ, 'ಡಾಲರ್‌ಗಳಲ್ಲಿ ಏನೇ ಬಂದರೂ ಅದು ಲಾಭವೇ ಆಗಿರುತ್ತದೆ' ಅಂದುಕೊಂಡ.

೩

ಅವರುಗಳು ಕೋಣೆಯಿಂದ ಹೊರ ಹೋಗುತ್ತಿರುವಂತೆ– ಸಣ್ಣಗೆ ಸಿಳ್ಳೆ ಹೊಡೆಯುತ್ತ, ಮಿನಿ ಫ್ರಿಜ್ಜಿನಿಂದ ಫೈವ್‌ಸ್ಟಾರ್ ಚಾಕೋಲೇಟನ್ನು ತೆಗೆದು ಕಚ್ಚಿ ತಿನ್ನುತ್ತ, ಮರುದಿನದ ಬೆಂಗಳೂರಿನ ವಿಮಾನಗಳನ್ನು ಹುಡುಕಿದ ನಿರಂಜನ. ಬೆಳಿಗ್ಗೆ ಹೊರಡುವ ಫ್ಲೈಟಿನ ದರಗಳೆಲ್ಲಾ ತುಂಬಾ ಹೆಚ್ಚಿದ್ದವು. ರಾತ್ರಿ ಹನ್ನೊಂದರದು ಇದ್ದುದರಲ್ಲಿಯೇ ಸೋವಿಯಿತ್ತು. ತನ್ನ ಗೆಂಟಿಂಗ್ ಹೋಗಿ ಬರುವ ಯೋಜನೆಗೂ ಅನುಕೂಲವಾಗುತ್ತದೆಂದು ಅದನ್ನೇ ಕಾಯ್ದಿರಿಸಿದ.

'ಪಾಸ್‌ಪೋರ್ಟ್ ಸಮಸ್ಯೆ ಬಗೆಹರಿದಿದೆ. ನಾಳೆ ಇಂಡಿಯಾ ತಲುಪುತ್ತಿದ್ದೇನೆ' ಎಂದು ಆಫೀಸಿನ ಬಾಸ್‌ನಿಗೆ ಮೆಸೇಜ್ ಟೈಪ್ ಮಾಡಿದವನು; ಇವನಿಗೆ ಈಗ ತಿಳಿಸಿ, ಆತನ ಮರು ಪ್ರಶ್ನೆಗೆ ವಿವರ ಕೊಡುತ್ತ ಕೂರುವುದಕ್ಕಿಂತ ನೇರ ಆಫೀಸಿಗೆ ಹೋಗಿ ಮುಖ ತೋರಿಸುವದೇ ಸೂಕ್ತವೆನಿಸಿ ಟೈಪಿಸಿದ್ದನ್ನು ಅಳಿಸಿದ. ಚಾಕಲೇಟನ್ನು ಮೆಲ್ಲುತ್ತಲೇ ಪಚಪಚ ದನಿಯಲ್ಲಿ ದುರೈಗೆ ಕರೆ ಮಾಡಿ, ನಾಳೆ ಬೆಳಿಗ್ಗೆ ಬರುವಂತೆ ಹೇಳಿದ.

ಚಾಕಲೇಟಿನಲ್ಲಿಯ ಬಾದಾಮಿಯ ಚೂರು ದವಡೆಯಲ್ಲಿ ಸಿಕ್ಕಿಕೊಂಡಿತು. ಇದೇನೂ ಹೊಸತಲ್ಲ ನಿರಂಜನನಿಗೆ. ತಿನ್ನುವಾಗ ಹಲ್ಲಿನ ಕುಳಿಯಲ್ಲಿ ಏನಾದರೊಂದು ಕುಳಿತುಬಿಡುತ್ತದೆ. ನೋವಿಲ್ಲವಾದ್ದರಿಂದ ಅದು ಅಂಥಾ ಸಮಸ್ಯೆಯೆಂದೇನೂ ಅನಿಸಿಲ್ಲ ಅವನಿಗೆ. ಕಡ್ಡಿಯೋ ಪಿನ್ನೋ ಹಾಕಿ ಅದನ್ನು ಸ್ವಚ್ಛಗೊಳಿಸುವುದರಲ್ಲಿ ಒಂಥರಾ ಸುಖವಿದೆಯೋ ಗೊತ್ತಿಲ್ಲ; ಅದು ವಾಡಿಕೆಯಾಗಿ ಹೋಗಿದೆ. ಈ ಸಲುವಾಗಿಯೇ ಬ್ಯಾಕ್‌ಪ್ಯಾಕಿನ ಬದಿಯ ಕಿಸೆಯಲ್ಲಿ ಒಂದೋ ಎರಡೋ ಸೇಫ್ಟಿ ಪಿನ್ನುಗಳನ್ನು ಸಾಮಾನ್ಯವಾಗಿ ಇಟ್ಟಿರುತ್ತಾನೆ ಆತ. ಅದಕ್ಕಾಗಿ ಕೈ ಆಡಿಸಿದ. ಪಿನ್ನಿನ ಬದಲು ಶಣ್ಮುಗರತ್ನಮ್‌ನ ವಿಸಿಟಿಂಗ್ ಕಾರ್ಡ್ ಸಿಕ್ಕಿತು. ಅದನ್ನೇ ಸುರುಳಿ ಸುತ್ತಿ ಶಂಖುವಿನಾಕಾರ ಮಾಡಿ ತುದಿಯನ್ನು ಹಲ್ಲಲ್ಲಾಡಿಸಿದ. ಪ್ರಯೋಜನವಾಗಲಿಲ್ಲ. ಕಾರ್ಡನ್ನು ಮತ್ತೂ ಸಣ್ಣ ಸುರುಳಿ ಮಾಡಿ, ನಂತರ ಚಪ್ಪಟೆ ಮಾಡಿ ವಿವಿಧ ತೆರನಾದ ಪ್ರಯತ್ನ ನಡೆಸುತ್ತಿರುವಾಗಲೇ- ಬಾಗಿಲು ಬಡಿದು ಒಳ ಬಂದ ಮತಿಅಲಗನ್. ಹೊಟೇಲುಗಳಲ್ಲಿ ತರುವಂತೆಯೇ, ಅಗಲ ಟ್ರೇಯಲ್ಲಿ ಜೋಡಿಸಿಟ್ಟ ಚಂದದ ಸ್ಟೀಲ್ ಪಾತ್ರೆಗಳು, ಪ್ರತ್ಯೇಕ ಚಮಚ-ಫೋರ್ಕುಗಳು ಹಾಗೂ ಒಂದಿಷ್ಟು ಟಿಶ್ಯೂ ಪೇಪರುಗಳನ್ನು ಟೇಬಲ್ಲಿನ ಮೇಲೆ ಇಟ್ಟು ಹೋದ.

"ಏನಾದ್ರೂ ಬೇಕಾದ್ರೆ ಹೇಳಬೇಕಂತೆ, ಅಂಕಲ್" ಅಂದ.

ಹೊರಗಡೆಯಿಂದ ನೋಡಲು ಸ್ಟೈಲಾಗಿ ಕಂಡರೂ ಪಾತ್ರೆಯ ಒಳಗಡೆ ಏನಿದೆ ಎಂಬುದನ್ನು ವಾಸನೆಯಿಂದಲೇ ಊಹಿಸಿದ ಈತ. ಒಂದೊಂದೇ ಮುಚ್ಚಳಗಳನ್ನು ತೆಗೆದು ನೋಡಿದರೆ, ಅಂದುಕೊಂಡಂತೆಯೇ ಚಪಾತಿ ಅನ್ನ ಪಲ್ಯ ರಸಂ. ಹೆಚ್ಚುವರಿಯಾಗಿ ಸೇವಿಗೆ ಪಾಯಸ. 'ಛೇ, ಈ ತಮಿಳರ ಯೋಗ್ಯತೆಯೇ ಇಷ್ಟು' ಮುಖ ಕಿವುಚಿದ. ಮೊದಲು ಪಾಯಸದ ರುಚಿ ನೋಡಿ, ಟೀವಿ ಹಚ್ಚಿ ಚ್ಯಾನಲ್ಲುಗಳನ್ನು ಬದಲಿಸುತ್ತ ಊಟ ಶುರು ಮಾಡಿದ.

ಮತಿಅಲಗನ್ ಹೋಗುವಾಗ ಎಳೆದುಕೊಂಡು ಹೋದ ಕೋಣೆಯ ಬಾಗಿಲು ದಾರದ ಎಳೆಯಷ್ಟು ತೆರೆದೇ ಇತ್ತು. ಕಣ್ಣದಾಸನ್ ಮನೆಯಲ್ಲಿ ನಡೆಯುತ್ತಿರುವ ಮಾತುಕತೆಗಳೆಲ್ಲ ಕೇಳುತ್ತಿದ್ದವು. ಟೀವಿ ಸದ್ದು ಸಂಪೂರ್ಣ ಮ್ಯೂಟ್ ಮಾಡಿದ ನಿರಂಜನ. ಮಾತು ಇನ್ನೂ ಸ್ಪಷ್ಟವಿತ್ತು ಈಗ. ಅವರೆಲ್ಲ ಒಟ್ಟಿಗೇ ಊಟಕ್ಕೆ ಕುಳಿತು ಹರಟುತ್ತಿದ್ದರು. ಅವರವರ ಆಕ್ಸೆಂಟುಗಳಲ್ಲೇ ಯಾರು ಮಾತನಾಡುತ್ತಿರುವುದು ಎಂಬುದನ್ನು ಸುಲಭದಲ್ಲಿ ಗ್ರಹಿಸಬಹುದಿತ್ತು. ನಿನ್ನೆಯ ದಿನ ಇದ್ದ ಹಾಗೇ ಮತಿ ಹಾಗೂ ರೂಬಿನಿಯ ನಡುವಿನ ಆಟ ಗದ್ದಲಗಳ್ಯಾವುದೂ ಇರಲಿಲ್ಲವಾದ್ದರಿಂದ ನಡುಮನೆ ಶಾಂತವಾಗಿತ್ತು. ತನ್ನ ವಿಷಯ ಏನಾದರೂ ಚರ್ಚಿಸಿಯಾರೋ ಎನ್ನುವ ಕುತೂಹಲ ಇವನಿಗೆ.

೭

"ಮೊದಲೆಲ್ಲಾ ಹೀಗಿರಲಿಲ್ಲ..." ಶಣ್ಮುಗರತ್ನಮ್ ಮಾತನಾಡುತ್ತಿದ್ದ. "ಇತ್ತೀಚೆಗೆ ಇಂಥ ಭಾವನೆಗಳು ದಟ್ಟವಾಗುತ್ತಿವೆ. ಜನರ ಮನಸ್ಥಿತಿ, ಥಿಂಕಿಂಗ್ ಪ್ರೋಸೆಸ್‌ನಲ್ಲಿ ತುಂಬಾನೇ ಬದಲಾವಣೆ ಆಗಿದೆ. ಚಿಕ್ಕ ಮಕ್ಕಳಲ್ಲೂ ಈ ಪ್ರತ್ಯೇಕತೆಯ ಭಾವನೆ ಕಾಣ್ತಿದೆ ಅನ್ನೋದೇ ದೊಡ್ಡ ಆಶ್ಚರ್ಯ. ರೂಬಿನಿಯ ವಯಸ್ಸಿನಲ್ಲಿ ನಮಗೆ ಪಾಸ್‌ಪೋರ್ಟ್ ಅಂದರೆ ಏನು, ಪ್ರತಿ ದೇಶದವರಿಗೂ ಅವರದೇ ಸಪರೇಟ್ ಪಾಸ್‌ಪೋರ್ಟ್ ಇರುತ್ತೆ ಅಂತಾನೇ ಗೊತ್ತಿರಲಿಲ್ಲ. ಪಾಸ್‌ಪೋರ್ಟ್ ಬಿಡಿ; ನಾನು ಭಾರತದ ಮೂಲದವನು ಅನ್ನುವ ಅರಿವೇ ನನಗಿರಲಿಲ್ಲ. ನನಗೆ ನೆನಪಿರುವಂತೆ ಪ್ರೈಮರಿಯಲ್ಲಿ ನನ್ನ ಗೆಳೆಯರಲ್ಲಿ ಒಬ್ಬ ಫಿಲಿಪಿನೋ ಆಗಿದ್ದ. ಇನ್ನೊಬ್ಬ ಅರ್ಧ ಯುರೋಪಿಯನ್ನು ಅರ್ಧ ಇಂಡಿಯನ್ನು. ಉಳಿದಂತೆ ಕ್ಲಾಸಿನಲ್ಲಿ ಹೆಚ್ಚಿನವರೆಲ್ಲ ಮಲಯ್‌ಗಳೇ ಆಗಿದ್ದರು, ಒಂದಿಷ್ಟು ಚೈನೀಸು. ಶಿಕ್ಷಕರುಗಳಂತೂ ಎಲ್ಲಾ ಕಡೆಯವರೂ ಮಿಕ್ಸು. ನಮ್ಮಲ್ಲಿ ಬೇಧಭಾವವೇ ಇರಲಿಲ್ಲ. ಬಯಲಿನಲ್ಲಿ ಕೈ ಕೈ ಹಿಡ್ಕೊಂಡು ಆಟ ಆಡ್ತಿದ್ವಿ, ಒಬ್ಬರ ಡಬ್ಬದ ಊಟ ಇನ್ನೊಬ್ಬರು ಹಂಚಿ ತಿಂತಿದ್ವಿ. ಆಗಸ್ಟ್ ಅಂದ್ರೆ ಮಲೇಷಿಯಾದ ರಾಷ್ಟ್ರೀಯ ತಿಂಗಳು. ಆ ತಿಂಗಳ ಪ್ರತೀ ಸೋಮವಾರ ಮಕ್ಕಳಿಗೆಲ್ಲ ಪುಟ್ಟ ಮಲೇಷಿಯನ್ ಫ್ಲಾಗ್ ಕೊಡ್ತಿದ್ರು. ಅದರ ಕಡ್ಡಿಯಲ್ಲಿ ಚಾಕೋಲೇಟ್ ಇರ್ತಿತ್ತು. ನಾವು ಕಡ್ಡಿ ತಿಂದು ಬಾವುಟವನ್ನು ಆಟಕ್ಕೆ ಬಳಸ್ತಿದ್ವಿ, ಶಾಲೆ ಬ್ಯಾಗಿಗೆ ಅಂಟಿಸಿಕೊಳ್ತಿದ್ವಿ, ಪುಸ್ತಕದ ಒಳಗೆ ಇಟ್ಕೋತಿದ್ವಿ.

ನಮಗೆಲ್ಲಾ ವಿಭಿನ್ನತೆಯ ಮೊದಲ ಅನುಭವ ಆದದ್ದೇ ಕಾಲೇಜು ಮೆಟ್ಟಿಲು ಹತ್ತಿದಾಗ. ಅಪ್ಲಿಕೇಶನ್ ಫಾರ್ಮಿನಲ್ಲಿ ನಾವು ಯಾವ ಜನಾಂಗದವರು ಎಂಬುದನ್ನು ತಿಳಿಸಬೇಕಿತ್ತು. ನಮ್ಮ ಐಡಿ ಕಾರ್ಡಿನಲ್ಲೂ ಅದನ್ನ ನಮೂದಿಸಲಾಗುತ್ತಿತ್ತು. ಮೂಲದ ಪ್ರಶ್ನೆ ಎದ್ದದ್ದೇ ಅಲ್ಲಿ. ನಂತರ ಅದು ಹಂತ ಹಂತದಲ್ಲೂ ನಮಗೆ ಎಡತಾಕತೊಡಗಿತು. ತಮಿಳು ಸ್ಕೂಲುಗಳಲ್ಲಿ ಕಲಿತು ಬಂದ ಹುಡುಗರದೇ ಒಂದು ಪ್ರತ್ಯೇಕ ಗುಂಪಿತ್ತು. ನಮ್ಮದೆಲ್ಲಾ ನ್ಯಾಷನಲ್ ಸ್ಕೂಲು. ಇಂಗ್ಲೀಷ್ ಮೀಡಿಯಮ್ಮು. ಆದರೆ ನಾವುಗಳೂ, ನಮ್ಮ 'ರೇಸ್'ನ ಕಾರಣಕ್ಕೆ ತಮಿಳು ಗುಂಪಿಗೆ ಸೇರಬೇಕಾಯ್ತು. ಹಾಗೇ ಚೈನೀಸರದ್ದೇ ಒಂದು ಸಮೂಹ. ಮಲಯ್ಗಳದ್ದು ಇನ್ನೊಂದು. ಯಾರು ಬಾಸ್ಕೆಟ್ ಬಾಲ್ ಆಡಬೇಕು, ಯಾರು ಫುಟ್‌ಬಾಲು ಹಾಗೂ ಯಾರು ಕ್ರಿಕೆಟ್ ಆಡಬೇಕೆಂಬ ಅಘೋಷಿತ ನಿಯಮ ತನ್ನಿಂತಾನೇ ಜಾರಿಯಾಯ್ತು.

ಮೊನ್ನೆ ರೂಬಿನಿ ಹೇಳ್ತಾ ಇದ್ಲು. ಕ್ಲಾಸಲ್ಲಿ ಮಲಯ್ ಹುಡುಗನೊಬ್ಬ ಚೈನೀಸ್ ಹುಡುಗನ ಮೇಲೆ ಶೂ ಎಸೆದು 'ಯೂ ಡರ್ಟಿ ಯೆಲ್ಲೋ...' ಅಂದನಂತೆ. ನಮ್ಮ

ಕಾಲದಲ್ಲಿ ಈ ಘಟನೆ, 'ಇಬ್ಬರು ಹುಡುಗರ ಜಗಳ' ಅಂದಷ್ಟೇ ಅನಿಸಿಕೊಳ್ಳುತ್ತಿತ್ತು. ಆದರೆ ಇವತ್ತು ನೋಡಿ ಅದು ಬ್ರೌನ್ ವರ್ಸಸ್ ಯೆಲ್ಲೊ!

"ಈ ಚೈನೀಸು ಯಾವಾಗಿಂದ ಯೆಲ್ಲೋ ಆದ್ರು? ಅವರೂ ವೈಟ್ ಅಲ್ವಾ?" ಕೇಳಿದ ಕಣ್ಣದಾಸನ್.

"ವೈಟ್‌ಗಳು ಅವರನ್ನ ಯೆಲ್ಲೋ ಅಂತಾ ಕರೆಯೋವರೆಗೂ ಅವರೂ ವೈಟೇ ಆಗಿದ್ರು. ಹ..ಹ್ಹ..ಹ್ಹಾ...."

"ಸೀರಿಯಸ್ಲಿ? ನನಗಿದು ಗೊತ್ತಿರಲಿಲ್ಲ ನೋಡಿ. ಆದರೆ ಅವರ ಚರ್ಮವೇನೂ ಹಳದಿ ಇಲ್ಲವಲ್ಲ?"

"ಚರ್ಮದ ಬಣ್ಣಕ್ಕೂ ರೇಸ್‌ನ ಬಣ್ಣಕ್ಕೂ ಸಂಬಂಧ ಇರಬೇಕು ಅಂತಾ ಯಾರು ಹೇಳಿದ್ದು? ಅಷ್ಟಕ್ಕೂ ಈ ಬಣ್ಣಕ್ಕೇ ಏನಾದರೂ ಡೆಫಿನೀಷನ್, ಸಿಗ್ನಿಫಿಕನ್ಸ್ ಇದೆಯಾ?"

"ಇದೆ ಅಂದ್ರೆ ಇದೆ. ಇಲ್ಲಾ ಅಂದ್ರೆ ಇಲ್ಲ"

"ಹೂಂ... ಅದೂ ನಿಜಾನೇ" ಅನ್ನುತ್ತ ಕೆಲ ಕ್ಷಣ ಮೌನ ತಾಳಿ, ದೀರ್ಘ ಉಸಿರು ಬಿಟ್ಟು ಮಾತು ಮುಂದುವರಿಸಿದ ಶಣ್ಮುಗರತ್ನಮ್– "ಎಲ್ಲಾ ದೇಶದ ಮಕ್ಕಳು ಒಟ್ಟಿಗೆ ಓದೋ ನ್ಯಾಷನಲ್ ಸ್ಕೂಲುಗಳಲ್ಲಿ ಈ ಥರದ ಸಮಸ್ಯೆಗಳು. ಹಾಗಂತಾ ತಮಿಳು ಸ್ಕೂಲಿಗೆ ಮಕ್ಕಳನ್ನು ಕಳಿಸೋಣಾ ಅಂದ್ರೆ ಅಲ್ಲಿ ಬೇರೆಯದೇ ಪ್ರಾಬ್ಲೆಮ್ಮು. ಆ ಶಾಲೆಗಳಲ್ಲಿ ಕನಿಷ್ಠದ ಮೂಲ ಸೌಕರ್ಯಗಳೂ ಇರೊಲ್ಲ. ಬರುವವರಲ್ಲಿ ಹೆಚ್ಚಿನವರೆಲ್ಲ ಕೂಲಿಕಾರರ ಮಕ್ಕಳು. ಅಶ್ಲೀಲ ಭಾಷೆ, ಜಗಳ ಹೊಡೆದಾಟಗಳು ಮಾಮೂಲಿ ಅಲ್ಲಿ. ಇನ್ನೂ ಶಾಕಿಂಗ್ ಅಂದ್ರೆ, ಪ್ರೈಮರಿಯಲ್ಲೇ ಮಾದಕ ಪದಾರ್ಥಗಳ ವ್ಯಸನಿಗಳಾಗ್ತಿದಾರೆ ಹುಡುಗರು. ಒಮ್ಮೊಮ್ಮೆ ಏನೂ ಸಿಗದೇ ಉಬೆತ್ ಗೇಗಟ್ ಅನ್ನೇ ಮೂಸ್ತಿರ್ತಾರೆ ಅನ್ನೋದನ್ನೂ ಕೇಳಿದೀನಿ" ಆತನ ಮಾತಿನಲ್ಲಿಯ ಗೆಲುವು ಕಡಿಮೆಯಾಗುತ್ತಿತ್ತು. "ಒಟ್ಟಿನಲ್ಲಿ ನೋಡಿ. ನಮ್ಮ ಮಕ್ಕಳಿಗೇ ತಮಿಳು ಕಲಿಸಲು ಆಗುತ್ತಿಲ್ಲ ನಮಗೆ" ಅನ್ನುತ್ತ, ಕೊನೆಯಲ್ಲಿ ತಿನ್ನಲೆಂದು ಇಟ್ಟುಕೊಂಡಿದ್ದ ಪಾಯಸವನ್ನು ಪ್ಲೇಟಿನಲ್ಲಿಯೇ ಬಿಟ್ಟು ಎದ್ದ.

ಇತ್ತ ಕೋಣೆಯಲ್ಲಿ ನಿರಂಜನನ ಊಟದ ಕೈ ಒಣಗಿತ್ತು. ತೊಳೆದುಕೊಂಡು ಬಂದ.

ಶಣ್ಮುಗರತ್ನಮ್‌ನ ಕುಟುಂಬ ಹೊರಡಲನುವಾಯ್ತು. ಈಗ ಮನೆಯ ಮುಖ್ಯ ದ್ವಾರದ ಹೊಸ್ತಿಲಿನ ಹತ್ತಿರ ನಿಂತು ಮಾತನಾಡುತ್ತಿದ್ದ ಅವರ ಧ್ವನಿ ಅಷ್ಟೊಂದು

ಸ್ಪಷ್ಟವಾಗಿ ಕೇಳುತ್ತಿರಲಿಲ್ಲ. ನಿರಂಜನ ತನ್ನ ಕೋಣೆಯ ಬಾಗಿಲಿನತ್ತ ಹೋಗಿ, ತೆರೆದಿದ್ದ ಬಿರುಕಿಗೆ ಕಿವಿ ತಾಗಿಸಿ ನಿಂತ.

"ಅಂದಹಾಗೇ, ಅದೊಂದು ನೋಡ್ತಾ ಇರಿ. ನನ್ನ ಭಾರತದ ಊರಿನ ವಿಷ್ಯ" ನೆನಪಿಸಿದ ಶಣ್ಮುಗರತ್ನಮ್.

"ಶ್ಯೂರ್ ಶ್ಯೂರ್. ಅದು ನನ್ನ ಗಮನದಲ್ಲಿದ್ದೇ ಇರುತ್ತೆ"

"ಅಕ್ಚುಯಲಿ, ಇಂಡಿಯನ್ ಹುಡುಗೀನೇ ಮದುವೆಯಾಗಿದ್ದಿದ್ರೆ, ಒಸಿಐ ಕಾರ್ಡು ಸುಲಭದಲ್ಲಿ ಸಿಕ್ಕಿಬಿಡ್ತಿತ್ತು. ಈಗ ಆ ಆಪ್‌ಶನ್ ಇಲ್ವೇ" ಓರೆಗಣ್ಣಿನಲ್ಲಿ ಸಬರಿಯನ್ನು ನೋಡುತ್ತಾ ಹೇಳಿದ.

"ಬೈದವೇ, ನನಗೂ ಆ ಆಪ್‌ಶನ್ ಇತ್ತು" ಛಕ್ಕನೆ ಉತ್ತರಿಸಿದಳು ಸಬರಿ.

ಎಲ್ಲಾರೂ ಜೋರಾಗಿ ನಕ್ಕರು.

"ಆನ್ ಅ ಸೀರಿಯಸ್ ನೋಟ್. ರೂಬಿನೀಗೆ ಭಾರತದ ವರನನ್ನೇ ಹುಡುಕಬೇಕು"

ಅವರೆಲ್ಲ ಹೊರ ಹೋಗುತ್ತಲೇ, ಬಾಗಿಲ ಬೋಲ್ಟು ಹಾಕಿಕೊಂಡ ನಿರಂಜನ. ಕಾರಿನ ಹತ್ತಿರವೂ ಅವರುಗಳು ನಿಂತು ಮಾತನಾಡುತ್ತಿರುವುದನ್ನು ಕಿಟಕಿಯಿಂದ ಕಾಣಬಹುದಿತ್ತು. ಕರ್ಟನ್ನನ್ನು ತುಸುವೇ ಸರಿಸಿ ಸಬರಿಯ ಹಿಂಬದಿಯನ್ನೇ ಮತ್ತೆ ಮತ್ತೆ ನೋಡಿದ.

ಟೀವಿ ಬಂದು ಮಾಡಿ, ಹಾಸಿಗೆಯ ಮೇಲೆ ಮಲಗಿ ಮೊಬೈಲಿನಲ್ಲಿ 'ಹಾಟ್ ಮಲೇಷಿಯನ್ ಮಾಡೆಲ್ಸ್' ಅಂತಾ ಹುಡುಕಲು ಶುರು ಮಾಡಿದ. ಯಾಕೋ ಸಮಾಧಾನವಾಗದೇ, 'ಹಾಟ್ ಮಲೇಷಿಯನ್ ತಮಿಳ್ ಮಾಡೆಲ್ಸ್' ಎಂದು ಟೈಪಿಸುತ್ತಿರುವಂತೆ ಕೋಣೆಯ ಬಾಗಿಲು ಬಡಿದ ಸದ್ದು. 'ಮತ್ಯಾಕಪ್ಪಾ ಬಂದರಿವರು...' ಅಂದುಕೊಳ್ಳುತ್ತಾ ಕದ ತೆರೆದರೆ ಕಣ್ಣದಾಸನ್ ನಿಂತಿದ್ದ.

"ಮಲಗಿಲ್ಲ ತಾನೇ? ಒಂದೈದು ನಿಮಿಷ ತಗೋಬಹುದಾ ನಿಮ್ದು?"

"ಹೆ..ಹ್ಹೆ... ಹಾಗೇನಿಲ್ಲ ಬನ್ನಿ ಬನ್ನಿ. ನಾನೇ ನಿಮಗೆ ತಿಳಿಸೋಣಾ ಅಂತಾ ಇದ್ದೆ. ನಾಳೆ ಬೆಳಿಗ್ಗೆ ಚಕ್‌ಔಟ್ ಮಾಡ್ತೀನಿ. ರಾತ್ರಿ ಫ್ಲೈಟು. ಬೆಳಿಗ್ಗೆ ಹೊರಟು, ಗೆಂಟಿಂಗ್ ಸುತ್ತಾಡಿ ಅಲ್ಲಿಂದಲೇ ನೇರ ಏರ್‌ಪೋರ್ಟಿಗೆ ಹೋಗುವೆ. ಟ್ಯಾಕ್ಸಿಯವನಿಗೆ ಆಗಲೇ ಹೇಳಿರುವೆ.

"ಓಕೆ ಸರಿ ಸರಿ... ನಿಮಗೆ ತುಂಬಾ ತೊಂದರೆ ಆಗಿ ಹೋಯ್ತು. ಅದಕ್ಕೆ ವೈಯಕ್ತಿಕವಾಗಿ ಕ್ಷಮೆ ಕೇಳೋಣಾ ಅಂತಾ..."

"ಹೆ... ಹ್ಹೆ..."

"ಅಂದಹಾಗೇ ಮತ್ತೊಂದು ಮನವಿ. ಏರ್‌ಬಿಎನ್‌ಬಿ ಯಲ್ಲಿ ಈ ಘಟನೆಯ ಕುರಿತು ದಯವಿಟ್ಟು ಏನೂ ಬರೆಯಬೇಡಿ. ಅದರಿಂದ ನಮ್ಮ ಬಿಸಿನೆಸ್ಸಿಗೆ ತೊಂದರೆಯಾಗಬಹುದು. ರೇವತಿ ಕೂಡಾ ನಿಮ್ಮಲ್ಲಿ ಇದನ್ನು ಕೋರಲು ಹೇಳಿದ್ದಾಳೆ"

"ಹೆ..ಹ್ಹೆ... ಇಲ್ಲ ಬಿಡಿ..." ನಿರಂಜನನಿಗೆ ಈ ವಿಷಯ ಹೊಳೆದೇ ಇರಲಿಲ್ಲ.

"ನಮ್ಮಲ್ಲಿ ಏನೋ ಈ ಅಚಾತುರ್ಯ ನಡೆದು ಹೋಯಿತು. ಅದಕ್ಕೆ ಬದಲಾಗಿ ನಿಮ್ಮಿಂದ ಯಾವುದೇ ಬಾಡಿಗೆ ಹಾಗೂ ಊಟದ ಖರ್ಚು ತೆಗೆದುಕೊಳ್ಳಬಾರದು ಅಂತಾ ನಾನು ರೇವತಿ ನಿರ್ಧರಿಸಿದ್ದೇವೆ"

"ಏ... ಹಾಗೇನಿಲ್ಲ" ನಿರಂಜನ ಇದನ್ನು ನಿರೀಕ್ಷಿಸಿರಲಿಲ್ಲ. ಕೆಲವೇ ಗಂಟೆಗಳ ಅಂತರದಲ್ಲಿ ಹೊಡೆದ ಮತ್ತೊಂದು ಲಾಟರಿಗೆ ತಕ್ಷಣಕ್ಕೆ ಯಾವ ರೀತಿ ಪ್ರತಿಕ್ರಿಯಿಸಬೇಕೆಂದು ತಿಳಿಯಲಿಲ್ಲ. "ಯೂ ಡೊಂಟ್ ವರಿ. ಯಾವುದೇ ನೆಗೆಟಿವ್ ಬರೆಯೊಲ್ಲ ನಾನು. ಅಂದಹಾಗೇ ನೀವು ಬಾಡಿಗೆ..." ನಿರಂಜನನ ಮಾತನ್ನ ನಡುವೆಯೇ ತುಂಡರಿಸಿ, "ಬಾಡಿಗೆ ವಿಷಯ ಬಿಟ್ಬಿಡಿ. ಅದು ನಮ್ಮ ಡಿಸೀಶನ್ನು"

ಕಣ್ಣದಾಸನ್ ಇನ್ನೇನು ಬಾಗಿಲು ಎಳೆದುಕೊಂಡು ಹೊರಡುತ್ತಿದ್ದಾನೆ ಅನ್ನುವಾಗ–

"ಲಿಕ್ಕರ್ ಸಿಗುತ್ತಾ ನಿಮ್ಮಲ್ಲಿ?" ಕೇಳಿದ ನಿರಂಜನ.

"ಹ್ಹೇ... ಇಲ್ಲ. ಮೊದಲೇ ಹೇಳಿದ್ದರೆ ತರಿಸಿ ಇಡುತ್ತಿದ್ದೆ" ಸಟಕ್ಕನೆ ತೂರಿಬಂದ ಈ ಪ್ರಶ್ನೆಗೆ ತುಸು ತಡವರಿಸುತ್ತ ಉತ್ತರಿಸಿದ ಕಣ್ಣದಾಸನ್.

"ಓಹ್... ಸ್ಸಾರಿ. ಈಗ ತರಿಸಬಹುದಾ?"

"ರಾತ್ರಿ ತುಂಬಾ ಲೇಟ್ ಆಯಿತಲ್ವಾ... ಹತ್ತಿರದಲ್ಯಾವ ಅಂಗಡಿಯೂ ಇಲ್ಲ ಇಲ್ಲಿ"

"ಶಣ್ಮುಗರತ್ನಮ್ ಹತ್ತಿರ ಕೇಳಿದರೆ ಹೇಗೆ? ಇನ್ನೂ ಮನೆ ತಲುಪಿರಲಿಕ್ಕಿಲ್ಲ ಅವರು. ಇಲ್ಲೇ ಹತ್ತಿರ ಅಲ್ವಾ? ಹೋಗಿ ತಂದು ಬಿಡಬಹುದು"

"ಈ ಹೊತ್ತಲ್ಲಿ ಅವರಿಗ್ಯಾಕೆ ತೊಂದರೆ ಕೊಡೋದು..." ಸಣ್ಣ ಅಸಹನೆಯಿತ್ತು ಕಣ್ಣದಾಸನ್ ದನಿಯಲ್ಲಿ.

"ಜಸ್ಟ್ ಮೆಸೇಜ್ ಹಿಮ್. ಉತ್ತರ ಬರುತ್ತೋ ನೋಡೋಣ"

"........."

"ಇಲ್ಲಾಂದ್ರೆ ನಾವೇ ಒಂದು ರೌಂಡ್ ಹೋಗಿ ಬಂದ್ಬಿಡೋಣ ಬನ್ನಿ. ಸೂಪರ್ ಮಾರ್ಕೆಟ್ಟುಗಳಲ್ಲೂ ಸಿಗುತ್ತಲ್ವಾ ಇಲ್ಲಿ. ಒಂದು ಫ್ರೆಷ್ ಡ್ರೈವ್ ಆದ ಹಾಗೂ ಆಗುತ್ತೆ"

ಪಟ್ಟು ಬಿಡಲಿಲ್ಲ ನಿರಂಜನ.

ದಾರಿಯಲ್ಲಿ ನಿರಂಜನ ಸತತವಾಗಿ ಒಂದಿಲ್ಲೊಂದು ಮಾತನಾಡುತ್ತಲೇ ಇದ್ದ. 'ರೇವತಿ ಕೂಡಾ ಚೆನ್ನಾಗಿ ಕಾರ್ ಓಡಿಸ್ತಾರೆ ಬೆಳಿಗ್ಗೆ ನೋಡಿದೆನಲ್ಲ. ಇಂಡಿಯಾದಲ್ಲಿ ಹೆಂಗಸರು ಕಾರ್ ಓಡಿಸೋದಂತೂ ಹಾರಿಬಲ್ಲಪ್ಪಾ' 'ಈ ಮಲೇಷಿಯನ್ ತಮಿಳರು ಸಿಕ್ಕಾಪಟ್ಟೆ ಕುಡೀತಾರಲ್ವಾ? ದೀಪಾವಳಿ ಬಂದ್ರೆ ಗ್ಯಾಲನ್‌ಗಟ್ಟಲೆ ಲೀಟರ್ಸ್ ಲಿಕ್ಕರ್ ಮಾರಾಟಾ ಆಗುತ್ತಂತೆ ಇಲ್ಲಿ...' ಕಣ್ಣದಾಸನ್ ಇವನ ಪ್ರಶ್ನೆಗಳಿಗೆಲ್ಲ ಅನ್ಯಮನಸ್ಕನಾಗಿ ಉತ್ತರಿಸುತ್ತಿರುವ ಪರಿವೆಯೂ ಇರಲಿಲ್ಲ ಅವನಿಗೆ.

ಅಂಗಡಿಯೊಂದರಲ್ಲಿ– ಬಿಯರ್‌ಗಳಿರುವ ಕೂಲರ್‌ನ ಬಾಗಿಲು ತೆರೆಯುತ್ತ, ಯಾವುದಾಗಬಹುದೆಂದು ಕೇಳಿದ ಕಣ್ಣದಾಸನ್.

"ಎನಿ ಫಾರೆನ್ ಬ್ರಾಂಡ್ ಈಸ್ ಫೈನ್"

ಕಣ್ಣದಾಸನ್ 'Carlsberg' ಬಿಯರ್ ಎತ್ತಿಕೊಳ್ಳಲು ಹೋದರೆ;

"ಅದು ಬೇಡ. ಆ ಯಲ್ಲೋ ಕಲರ್ ಬಾಟಲ್ ತಗೋಳಿ. 'Corona Extra'. ಎರಡು" ಅಂದ.

ಕಣ್ಣದಾಸನ್ ಬಾಟಲ್ ಹಿಡಿದು ಕ್ಯಾಷ್‌ಕೌಂಟರಿಗೆ ಹತ್ತಿರಾಗುತ್ತಿದ್ದಂತೆ, ತುಸು ಹಿಂದುಳಿದು ರ್‍ಯಾಕಿನಲ್ಲಿಯ ಇನ್ನೊಂದು ವಸ್ತುವನ್ನು ನೋಡುತ್ತಿರುವವನಂತೆ ನಟಿಸಿದ.

ಬಿಯರ್ ಹೀರುತ್ತಲೇ, ನಾಳೆ ಹೊರಡುವ ಪ್ಯಾಕಿಂಗ್ ಮುಗಿಸಿಕೊಂಡ. 'ಲಾಸ್ಟ್ ಬಟ್ ನಾಟ್ ಲೀಸ್ಟ್' ಅನ್ನುತ್ತ ಬಾತ್‌ರೂಮಿಗೆ ಹೋಗಿ ನೋಡಿದರೆ ಟಾಯ್ಲೆಟ್ ಪೇಪರ್ ರೋಲ್ ಬಿಟ್ಟು ಮತ್ತೇನೂ ಇರಲಿಲ್ಲ. ಸೋಪು ಶ್ಯಾಂಪುಗಳನ್ನೆಲ್ಲ ಆತ ಆಗಲೇ ಉಪಯೋಗಿಸಿಯಾಗಿತ್ತು. ಟಾಯ್ಲೆಟ್ ಪೇಪರನ್ನೇ ತೆಗೆಯೋಣವೆಂದು ಹೋದರೆ ಆಗಲಿಲ್ಲ. ಬಾಕ್ಸಿನ ಒಳಗೆ ಅದು ಜಾಮ್ ಆಗಿತ್ತು. ನಡುವಿನ ಸ್ಕ್ರೂ ಜಂಗು ಹಿಡಿದಿತ್ತು. ಸುಮಾರು ಪ್ರಯತ್ನಿಸಿದರೂ ಹೊರಕ್ಕೆ ಎಳೆಯಲಾಗಲಿಲ್ಲ. ಅತ್ತಿತ್ತ ಓಡಾಡುತ್ತ ಯೋಚಿಸಿದ. ಕೋಣೆಯೊಳಗಿಂದ ಪೆನ್ನೊಂದನ್ನು ತಂದು, ಕಾಗದದ ಉರುಳೆಯನ್ನು ಎಳೆಯುತ್ತ ಪೆನ್ನಿನ ಸುತ್ತಲೂ ಬಿಗಿಯಾಗಿ ಸುರುಳಿ ಸುತ್ತತೊಡಗಿದ.

16

ಮರುದಿನ ಬೆಳಿಗ್ಗೆ ನಿರಂಜನ ಸಂದಿಗ್ಧದಲ್ಲಿದ್ದ. ಅವರೇನೋ ಬಾಡಿಗೆ ಬೇಡ ಅಂದರು, ಔಪಚಾರಿಕವಾಗಿ ಹೇಳಿದರೋ ಅಥವಾ ನಿಜಕ್ಕೂ ತೆಗೆದುಕೊಳ್ಳಬಾರದು ಅಂತಾನೇ ಇದೆಯೋ. ನಾನು ರಿವ್ಯೂ ಬರೆಯಬೇಕಂತಿದ್ದರೆ, ಹಣ ತೆಗೆದುಕೊಂಡರೂ ತೆಗೆದುಕೊಳ್ಳದಿದ್ದರೂ ಬರೆಯಬಹುದಲ್ಲ. ಅಷ್ಟು ಮೂರ್ಖರಾ ಇವರು? ಒಂದು ರಾತ್ರಿಗೆ ಬುಕ್ ಮಾಡಿದ್ದು. ಈಗ ಮೂರು ರಾತ್ರಿಗಳಾಗಿವೆ. ಅಷ್ಟನ್ನೂ ಬಿಟ್ಟುಬಿಡುತ್ತಾರಾ ಇವರು? ತಪ್ಪು ಅವರದೇ. ಚಿಕ್ಕ ಹುಡುಗಿಯಾಗಲೀ, ಯಾರೇ ಆಗಲಿ, ಅಪರಾಧ ಅಪರಾಧವೇ. ಅದ್ರಲ್ಲೂ ಪಾಸ್‌ಪೋರ್ಟ್ ಕಾಣೆಯಾಗುವುದು ಸಣ್ಣ ವಿಷಯವೇನಲ್ಲ. ಊಟ ಸರಿಯಿಲ್ಲ, ಸ್ವಚ್ಛತೆಯಿಲ್ಲ ಎಂದೆಲ್ಲಾ ರಿವ್ಯೂ ಬರೆದರೆ ಯಾರೂ ಅಷ್ಟು ಲಕ್ಷ್ಯ ಕೊಡುವುದಿಲ್ಲ. ಯಾಕೆಂದರೆ ಚೆನ್ನಾಗಿದೆ ಎಂದು ಮತ್ತಷ್ಟು ಜನ ಅಲ್ಲಿ ಬರೆದಿರುತ್ತಾರೆ. ಆದರೆ ಈ ಸಂಗತಿ ಹಾಗಲ್ಲ. ಸೆಕ್ಯುರಿಟಿ ವಿಷಯ. ಬಿಸಿನೆಸ್ಸಿಗೆ ತೊಂದರೆ ಆಗೇ ಆಗುತ್ತೆ ಎಂಬ ಅರಿವಿದೆ ಅವರಿಗೆ. ಅದಕ್ಕೇ ಆ ನಿರ್ಧಾರ ಮಾಡಿರುವುದು. ಬಾಡಿಗೆ ಕೊಡದಿರುವುದರಿಂದ ಮುಂದೆ ಕಣ್ಣದಾಸನ್‌ನಿಂದ ನನಗೆ ಆಗಬಹುದಾದ ಲಾಭಕ್ಕೇನಾದರೂ ಹೊಡೆತ ಬಿದ್ದೀತೆ? ಹಾಗಾಗಲು ನಾನೇನೂ ತಪ್ಪಿಸಿಕೊಂಡು ಓಡುತ್ತಿಲ್ಲವಲ್ಲ. ಅವರೇ ಬೇಡವೆಂದಿರುವುದು. ಯಾವುದೂ, ನಾಳೆ ಹೊರಡುವಾಗ ಪರಿಸ್ಥಿತಿ ಹೇಗೆ ಬರುತ್ತದೋ ನೋಡೋಣ. ಆ ವಿಷಯ ಅವರಾಗೇ ಎತ್ತಲಿ. ಇಲ್ಲದಿದ್ದರೆ ಸುಮ್ಮನಿದ್ದುಬಿಟ್ಟರಾಯಿತು ಎಂದು ಮನದಲ್ಲೇ ಲೆಕ್ಕ ಹಾಕಿಕೊಂಡ.

ಏಳೂವರೆಗೆಲ್ಲ ದುರೈ ಮನೆ ಮುಂದೆ ಹಾಜರಿದ್ದ. ಹೊರಡಲು ಸಿದ್ಧನಾದ ನಿರಂಜನನನ್ನು ಕಣ್ಣದಾಸನ್ ದಂಪತಿಗಳು ಆತ್ಮೀಯತೆಯಿಂದ ಬೀಳ್ಕೊಟ್ಟರು. ಬಾಡಿಗೆಗೂ ತಮಗೂ ಸಂಬಂಧವೇ ಇಲ್ಲ ಅನ್ನುವಂತಿದ್ದ ಅವರ ವರ್ತನೆ ಅವನನ್ನು ಇನ್ನೂ ಇಕ್ಕಟ್ಟಿಗೆ ನೂಕಿತು. ರೇವತಿಯನ್ನು ಕೋರಿ ಕುಡಿಯುವ ನೀರಿನ ಬಾಟಲಿ ತುಂಬಿಸಿಕೊಂಡ. 'ತಿಂಡಿ ತಿಂದುಕೊಂಡೇ ಹೋಗಬಹುದಾಗಿತ್ತು' ಅಂದಳು ಆಕೆ.

'ನಿಮ್ಮ ಮಗಳಿಗೆ ಕೊಡಿ' ಎನ್ನುತ್ತ ಉದ್ದನೆಯ ಕ್ಯಾಡ್‌ಬರಿ ಚಾಕಲೇಟ್ ನೀಡಿದಳು. 'ಮುಂದಿನ ಬಾರಿ ಬಂದಾಗ ಮುದ್ದಾಂ ಕಾಂಟಾಕ್ಟ್ ಮಾಡಿ' ಅಂದ ಕಣ್ಣದಾಸನ್.

ಗೇಟು ದಾಟುವವರೆಗೂ ಇವರೆಲ್ಲಿ ಬಾಡಿಗೆಯ ವಿಷಯ ಪ್ರಸ್ತಾಪಿಸುತ್ತಾರೋ ಎನ್ನುವ ಯೋಚನೆಯಲ್ಲೇ ಇದ್ದ ನಿರಂಜನ.

೩

'ಗುಡ್ ಮಾರ್ನಿಂಗ್ ಸಾರ್' ಅನ್ನುತ್ತ ದುರೈ ಟ್ರಾಲಿ ಬ್ಯಾಗನ್ನು ಎತ್ತಿಕೊಂಡು ಹೋಗಿ ಡಿಕ್ಕಿಯಲ್ಲಿ ಇಟ್ಟ, ಬ್ಯಾಕ್‌ಪ್ಯಾಕು ಕಾರಿನ ಒಳಗೇ ಇಟ್ಟುಕೊಂಡ ನಿರಂಜನ.

ಪೂರ್ಣ ತೋಳಿನ, ಬಣ್ಣ ಬಣ್ಣದ ದೊಡ್ಡ ಚೌಕ, ಎದುರುಗಡೆ ಡೊನಾಲ್ಡ್ ಡಕ್ ಚಿತ್ರವಿರುವ ಟೀಶರ್ಟ್ ಧರಿಸಿದ್ದ ದುರೈ. ಹುಬ್ಬಿನ ನಡುವೆ ಅಡ್ಡಲಾಗಿ ಬಿಳಿಯ ಭಸ್ಮ. ಫ್ರೆಷ್ ಆಗಿ ಕಾಣುತ್ತಿದ್ದ.

"ಇವತ್ತೇನು ನಿನ್ನ ಯುನಿಫಾರ್ಮ್ ಇಲ್ಲವಾ?"

"ಇಲ್ಲಾ... ಹೊರಗಡೆ ಹೋಗುತ್ತಿದ್ದೇವಲ್ಲ. ತೊಂದರೆಯಿಲ್ಲ"

"ಓ... ಹಾಗೆ. ಸದ್ಯ ಲುಂಗಿಯನ್ನೊಂದು ಉಟ್ಟುಕೊಂಡು ಬರಲಿಲ್ಲವಲ್ಲ ನೀನು. ಬೈದವೇ, ನಿನ್ನ ಈ ಅಂಗಿ ಚೆನ್ನಾಗಿದೆ"

"ಹಿ..ಹ್ಹಿ... ಥ್ಯಾಂಕ್ಸ್ ಸರ್" ದುರೈಗೆ ಖುಷಿಯಾಯ್ತು. "ಮೈ ಫೇವರೇಟ್ ಶರ್ಟ್" ಅಂದ, ನಿರಂಜನನ ವ್ಯಂಗ್ಯದ ಹೊಗಳಿಕೆ ಅರ್ಥವಾಗದೇ.

ಕಾರಿನಲ್ಲಿ ಡ್ಯಾಶ್‌ಬೋರ್ಡಿನ ಮೇಲೆ ಒಂದು ಮುರುಗನ್ ಫೋಟೋ, ಜೊತೆಗೆ ಸಣ್ಣ ಧ್ವಜ ಎರಡೂ ಇತ್ತು. ಫೋಟೋಕ್ಕೆ ಕೈ ಮುಗಿದು ಕಾರು ಶುರು ಮಾಡಿದ ದುರೈ.

"ಮಲೇಷಿಯನ್ ಫ್ಲಾಗಲ್ವಾ ಇದು?"

"ಹೂಂ, ಸಾರ್. ಇಲ್ಲಿ ಆಗಸ್ಟ್ ತಿಂಗಳು ನ್ಯಾಶನಲ್ ಮಂಥ್. ಆ ತಿಂಗಳಲ್ಲಿ ಎಲ್ಲರೂ ಬಾವುಟ ಹಾಕೋಳ್ತಾರೆ. ಆದ್ರೆ ನಂದು ಬರೀ ಒಂದು ತಿಂಗಳು ಮಾತ್ರವಲ್ಲ. ಯಾವಾಗ್ಲೂ ಇರುತ್ತೆ"

"ಮತ್ತೆ ಇದು..? ಇದನ್ನೆಲ್ಲಾ ತಮಿಳು ಸಿನೆಮಾ ನೋಡಿ ಕಲಿತಿರಬೇಕಲ್ಲ ನೀನು?" ಮುರುಗನ್ ಫೋಟೋಕ್ಕೆ ಹಾಕಿದ್ದ ಮಲ್ಲಿಗೆ ಮಾಲೆಯನ್ನು ತೋರಿಸುತ್ತಾ ಕೇಳಿದ ನಿರಂಜನ.

"ಹೆ..ಹ್ಹೆ... ಹಾಗೇನಿಲ್ಲ ಸಾರ್. ಮನೆ ಹತ್ರಾ ಮುನೀಸ್ವರ ದೇವಸ್ಥಾನ ಇದೆ. ಬೆಳಿಗ್ಗೆ ಹೋಗಿ ಬಂದೆ"

"ಇಲ್ಲೂ ಬೇಜಾನ್ ದೇವಾಲಯಗಳಿರಬೇಕಲ್ಲ? ಭಾರತದ ದೇವರುಗಳಿಗೆ ಮಾತ್ರ ನೋಡು ಯಾವ ದೇಶಕ್ಕೂ ವೀಸಾ ಬೇಡ. ಹ... ಹ್ಹಾ..."

"ಸಾರ್, ನೀವು ಇಲ್ಲಿ ಬಾಟು ಕೇವ್ಸ್ ನೋಡಿದೀರಾ? ವಾಪಸ್ ಬರುವಾಗ ಸಮಯ ಸಿಕ್ಕರೆ ಅಲ್ಲೂ ಕರ್ಕೊಂಡ್ ಹೋಗ್ತೇನೆ"

"ಅದೇ, ಗುಡ್ಡದ ಮೇಲೆ ದೇವಸ್ಥಾನ. ಎದುರಿಗೆ ಷಣ್ಮುಗನ ಬೃಹತ್ ಪ್ರತಿಮೆಯೊಂದಿದೆ. ಬಂಗಾರದ ಬಣ್ಣದ್ದು... ಅದೇ ತಾನೇ? ನೋಡಿದ್ದೇನೆ"

"ನೀವು ತೈಪೂಸಂ ಟೈಮಿನಲ್ಲಿ ನೋಡಿರಲಿಕ್ಕಿಲ್ಲ ಸಾರ್. ಹೋದ ವಾರವಷ್ಟೇ ತೈಪೂಸಂ ಹಬ್ಬವಾಯ್ತು. ವರ್ಷಕ್ಕೊಂದೇ ಸಲ ಬರೋದು ಅದು. ಅದರ ಪ್ರಭಾವ ಎರಡು ವಾರವಾದರೂ ಇರುತ್ತೆ. ಈ ಟೈಮಿನಲ್ಲೊಮ್ಮೆ ನೊಡಬೇಕು ನೀವು"

ಎರಡು ವರ್ಷಗಳ ಹಿಂದಿನ ತೈಪೂಸಂ ಘಟನೆ ನೆನಪಿಸಿಕೊಂಡ ನಿರಂಜನ–

ಅದು ಆತನ ಮೊದಲ ಮಲೇಷಿಯಾ ಭೇಟಿ. ತೈಪೂಸಂ ತಮಿಳರ ಮುಖ್ಯ ಹಬ್ಬವೆಂದೂ, ಅದರಲ್ಲೂ ಮಲೇಷಿಯಾಕ್ಕೆ ಬಂದು ಬಾಟು ಕೇವ್ಸಿನಲ್ಲಿ ನಡೆಯುವ ತೈಪೂಸಂ ಆಚರಣೆ ತಪ್ಪಿಸಿಕೊಳ್ಳುವಂತಿಲ್ಲ ಎಂಬುದಾಗಿ ಕೆಲವರು ಹೇಳಿದ್ದರು ಅವನಿಗೆ. ಹೀಗಾಗಿ ಕಚೇರಿಯ ಕೆಲಸ ಬೇಗ ಮುಗಿಸಿಕೊಂಡಿದ್ದ. ಆ ರಸ್ತೆಗಳೆಲ್ಲ ಜಾಮ್ ಆಗಿರುತ್ತಾದ್ದರಿಂದ ಸುಮಾರು ಟ್ಯಾಕ್ಸಿಗಳು ಅಲ್ಲಿಗೆ ಬರಲು ಒಪ್ಪಿರಲಿಲ್ಲ. ಹೇಗೋ ಒಂದನ್ನು ಹಿಡಿದು ಸಂಜೆ ನಾಲ್ಕರ ಹಾಗೇ ಬಾಟು ಕೇವ್ಸ್ ತಲುಪಿದ್ದ. ಅಲ್ಲಿ ಎತ್ತರದ ಹಸಿರು ಬೆಟ್ಟದ ಮೇಲೆ ಮುರುಗನ್ ದೇವಸ್ಥಾನವಿದೆ. ಅದಕ್ಕೆ ಸುಮಾರು ಮುನ್ನೂರು ಮೆಟ್ಟಿಲುಗಳು. ಮೆಟ್ಟಿಲುಗಳ ಮೇಲೆ ಜನ ಒಬ್ಬರಿಗೊಬ್ಬರು ತಾಕಿ ನಿಂತಿದ್ದರಿಂದ ದೂರದಿಂದ ನೋಡಿದಾಗ ಹಸಿರು ಬೆಟ್ಟದ ನಡುವೆ ಬಗೆಬಗೆ ಬಣ್ಣದ ಝರಿಯೊಂದು ಹರಿದು ಬರುತ್ತಿರುವಂತೆ ಗೋಚರಿಸುತ್ತಿತ್ತು. ಬೆಟ್ಟದ ಬುಡದಲ್ಲಿ, ಮೆಟ್ಟಿಲು ಶುರುವಾಗುವಲ್ಲಿ ಕೈಯ್ಯಲ್ಲಿ ಶೂಲಾಯುಧ ಹಿಡಿದು ನಿಂತುಕೊಂಡಿರುವ ಬೃಹದಾಕಾರದ ಮುರುಗನ ಪ್ರತಿಮೆ.

ಎಲ್ಲಾ ಜಾತ್ರೆಯಲ್ಲಿರುವಂತೆ ಜನಜಂಗುಳಿ, ಅಂಗಡಿಯ ಸಾಲುಗಳು, ಬಣ್ಣದ ಪತಾಕೆಗಳು, ವಿದ್ಯುತ್ ದೀಪಾಲಂಕಾರಗಳು, ಮೈಕಿನಲ್ಲಿ ಎಲ್ಲಿಂದಲೋ ಕೇಳಿ ಬರುತ್ತಿರುವ ತಮಿಳು ಹಾಡು, ಮತ್ತೊಂದೆಡೆ ಮತ್ತೇನೋ ಪ್ರಕಟಣೆ, ಡೊಳ್ಳು ತಮಟೆಯ ಶಬ್ದ. ಇವೆಲ್ಲವುಗಳಿಗಿಂತ ವಿಭಿನ್ನವೆನಿಸಿದ್ದು ತೆರೆದ ಸ್ನಾನಗೃಹಗಳು. ಉದ್ದುದ್ದನೆಯ ಕಾಂಕ್ರೀಟು ಸಾಲು ಕಂಬಗಳ ತುದಿಯಲ್ಲಿ ಶವರ್‌ನಿಂದ ನೀರು ಬೀಳುತ್ತಿತ್ತು. ಕೆಳಗೆ ಹೆಂಗಸರು ಗಂಡಸರೆಂಬ ಬೇಧವಿಲ್ಲದೆ ಜನ ಸ್ನಾನ ಮಾಡುತ್ತಿದ್ದರು. ಗಂಡಸರ ಕಪ್ಪು ಮೈ ಮೇಲೆ ಬಿಳಿ ಸೋಪಿನ ನೊರೆಗಳು ಹರಿದು ಹೋಗುತ್ತಿದ್ದರೆ, ಹೆಂಗಸರ ಬಿಚ್ಚಿದ ಜಡೆಯಿಂದ ಹರಿವ ನೀರು ಸೀರೆ ಬ್ಲೌಸುಗಳನ್ನು ಒದ್ದೆಯಾಗಿಸುತ್ತಿತ್ತು.

ಇನ್ನೊಂದು ಬದಿಯಲ್ಲಿ ಸಾಲಾಗಿ ಕುಳಿತ ಕ್ಷೌರಿಕರು. ಎರಡೇ ನಿಮಿಷದಲ್ಲಿ ಚಕಚಕನೆ ತಲೆಯೊಂದನ್ನು ಬೋಳುಮಾಡಿ ಗಾಯಕ್ಕೆ ಗಂಧ ಮೆತ್ತುತ್ತಿದ್ದರು. ಆ ಪ್ರದೇಶದಲ್ಲಿ ಕೂದಲ ರಾಶಿಯೇ ಬಿದ್ದಿದ್ದರೆ, ಇನ್ನೊಂದೆಡೆ ಸ್ಟ್ಯಾಂಡಿನಲ್ಲಿಡಲು ಜಾಗವಿಲ್ಲದೇ ಎಲ್ಲೆಂದರಲ್ಲಿ ಗುಪ್ಪೆ ಹಾಕಿದ್ದ ಚಪ್ಪಲಿಗಳು. ಪಕ್ಕದಲ್ಲೇ ನೆಲಕ್ಕೆ ಬೀಸಿ ಬೀಸಿ ಒಡೆದು ಗುಡ್ಡೆ ಹಾಕಲಾದ ತೆಂಗಿನ ಕಾಯಿಯ ಹೋಳುಗಳು.

ದಟ್ಟ ಹಳದಿ ಬಣ್ಣದ ದಿರಿಸಿನಲ್ಲಿ ಜನ ತಲೆಯ ಮೇಲೆ ಸಣ್ಣ ಗಾತ್ರದ ಸ್ಟೀಲ್ ಬಿಂದಿಗೆಯನ್ನು ಎರಡೂ ಕೈಗಳಲ್ಲಿ ಹಿಡಿದು ಸಾಗುತ್ತಿರುವ ದೃಶ್ಯ ಎಲ್ಲೆಡೆ ಕಾಣುತ್ತಿತ್ತು. ಬಿಂದಿಗೆಯ ಬಾಯನ್ನು ಹಳದಿ ಬಟ್ಟೆಯಿಂದ ಮುಚ್ಚಿ, ಕಂಠದ ಸುತ್ತ ಹೂವು ಮಾವಿನೆಲೆಯ ಮಾಲೆ ಕಟ್ಟಲಾಗಿತ್ತು. ಕೆಲವರು ಗುಂಪುಗಳಲ್ಲಿ, ಕೆಲವರು ಒಂಟಿಯಾಗಿ, ಒಬ್ಬೊಬ್ಬರು ಮುಖಕ್ಕೆಲ್ಲಾ ಅರಿಷಿಣ ಮೆತ್ತಿಕೊಂಡು, ಇನ್ನೊಬ್ಬರು ದೊಡ್ಡ ಹಾರ ಧರಿಸಿಕೊಂಡು, ಇನ್ನೂ ಕೆಲವರು ಏಳೆಂಟು ಇಂಚು ಉದ್ದವಿರಬಹುದಾದ ಸಣ್ಣ ಶೂಲವನ್ನು ಬಾಯಲ್ಲಿ ಅಡ್ಡ ಹಿಡಿದು, ತುಟಿಯನ್ನು ಗಟ್ಟಿಯಾಗಿ ಮುಚ್ಚಿಕೊಂಡು ಸಾಗುತ್ತಿದ್ದರು. ಅದರಲ್ಲಿ ಕೆಲವರಂತೂ ಶೂಲವನ್ನು ಎರಡೂ ಗಲ್ಲಗಳಿಗೆ ಅಡ್ಡಡ್ಡಲಾಗಿ ಚುಚ್ಚಿಕೊಂಡಿದ್ದರು. ಇದು ತೈಪೂಸಂನ ಯಾವುದೋ ಮುಖ್ಯವಾದ ಅಂಶ ಎಂಬುದನ್ನು ಯಾರೂ ಊಹಿಸಬಹುದಿತ್ತು. ಇನ್ನೊಂದೆಡೆ ಕಲಶ ಹೊತ್ತ ಕೆಲವರು ಸರದಿಯಲ್ಲಿ ಒಬ್ಬೊಬ್ಬರಾಗಿ ಹೋಗಿ ವ್ಯಕ್ತಿಯೋರ್ವನಿಂದ ಹಣೆಗೆ ಶೂಲ ಚುಚ್ಚಿಸಿಕೊಳ್ಳುತ್ತಿದ್ದರು. ಆತ ಹುಬ್ಬಿನ ನಡುವಿನ ಹಣೆಯ ಚರ್ಮವನ್ನು ಬೆರಳುಗಳಿಂದ ಎಳೆದು ಅಲ್ಲಿ ಸೂಜಿಯ ಸೈಝಿನ ಶೂಲವನ್ನು ಕಚಕ್ಕನೆ ಚುಚ್ಚಿ, ಆ ಜಾಗದಲ್ಲಿ ಬಿಳಿಯ ಬಣ್ಣದ ಪುಡಿಯೊಂದನ್ನು ಹಚ್ಚುತ್ತಿದ್ದ.

ಜಂಗುಳಿಯ ನಡುವೆಯೇ– ಜನ ಡೋಲು, ತಮಟೆ ಬಡಿಯುತ್ತ ನೃತ್ಯ ಮಾಡುತ್ತ, ಏನನ್ನೋ ಜೋರಾಗಿ ಪಠಿಸುತ್ತ ಸಾಗುತ್ತಿರುವ ಸಣ್ಣ–ದೊಡ್ಡ ಗುಂಪುಗಳು ಹಲವಿದ್ದವು. ಪ್ರತಿ ಗುಂಪಿನಲ್ಲೂ ನಡುವೆ ವಿಚಿತ್ರ ವೇಷಭೂಷಣ ತೊಟ್ಟು ಕಾವಡಿ ಹೊತ್ತ ವ್ಯಕ್ತಿಯಿರುತ್ತಿದ್ದ. ವಿವಿಧ ವಿನ್ಯಾಸದ, ವಿವಿಧ ಗಾತ್ರದ, ನವಿಲು ಗರಿ, ಹೂವು–ಹಣ್ಣು, ಬಣ್ಣದ ಕುಸುರಿ ಬಟ್ಟೆಗಳಿಂದ ಅಲಂಕರಿಸಲ್ಪಟ್ಟ ಕಾವಡಿಗಳು. ಕೆಲವೊಂದರಲ್ಲಿ ಮುರುಗನ ದೊಡ್ಡ ಫೋಟೋ. ಹೀಗೆ, ಒಂದೊಂದು ಗುಂಪೂ ಅದರದೇ ವೈಶಿಷ್ಟ್ಯತೆಯಿಂದ ಕೂಡಿತ್ತು. ಕೆಲವರು ದಪ್ಪನೆಯ ಸಿಗಾರ್ ಸೇದುತ್ತ ಬುಸುಬುಸು ಹೊಗೆ ಬಿಡುತ್ತಿದ್ದರು. ಇನ್ನೊಂದೆಡೆ– ಮೈ ಪೂರ್ಣ ಚರ್ಮಕ್ಕೆ ದಬ್ಬಣ ಪೋಣಿಸಿಕೊಂಡವನೊಬ್ಬ. ಕತ್ತಿಯ ಅಲಗಿನ ಮೇಲೆ ಬರಿಗಾಲಲ್ಲಿ ನಿಂತವನೊಬ್ಬ, ಬೆನ್ನಿನ ತೊಗಲು ಸುರಿದು ಹತ್ತಾರು ಪುಟ್ಟಪುಟ್ಟ ಗಂಟೆಗಳನ್ನು ನೇತು ಹಾಕಿಕೊಂಡವನೊಬ್ಬ, ಮೈಗೆಲ್ಲಾ ಬೂದಿ ಬಳಿದುಕೊಂಡು ಎದೆಯನ್ನು

ಡಬಡಬನೆ ಬಡಿಯುತ್ತಾ ಅರಚುವವ....ನೋಡುತ್ತ ನೋಡುತ್ತ ಹೋದಂತೆ ನಿರಂಜನ ತಲ್ಲಣಿಸಿ ಹೋಗಿದ್ದ. ಅಬ್ಬಾ! ದೇಹ ದಂಡನೆಯ ಈ ಪರಿಯನ್ನು, ಈ ವೈವಿಧ್ಯವನ್ನು ಆತ ಮತ್ತೆಲ್ಲೂ ನೋಡಿರಲಿಲ್ಲ. ಆ ಕುಣಿತ, ಆ ಮೊರೆತ, ಭಾವಾತಿರೇಕ, ಪರವಶತೆಯನ್ನೆಲ್ಲಾ ನೋಡುತ್ತಿದ್ದರೆ ಇದು ಹಬ್ಬವೋ, ಜಾತ್ರೆಯೋ, ಸಾಂಸ್ಕೃತಿಕ ಮೆರವಣಿಗೆಯೋ ಅಥವಾ ಅವೆಲ್ಲವನ್ನೂ ಮೀರಿದ, ಯಾವ ಚೌಕಟ್ಟಿಗೂ ಸಿಗದಂಥ ಅನೂಹ್ಯ ಪ್ರಪಂಚವೋ ಅನ್ನಿಸುತ್ತಿತ್ತು.

ಇದರ ನಡುವೆಯೇ, ನಿರಂಜನ ಪಕ್ಕದಲ್ಲೇ ನಡೆದು ಬರುತ್ತಿದ್ದ ಮೂವತ್ತರ ಆಸುಪಾಸಿನ ಹೆಂಗಸೊಬ್ಬಳನ್ನು ಚಂದ ಇದ್ದಾಳೆಂದು ಸುಮಾರು ಹೊತ್ತಿನಿಂದ ಗಮನಿಸುತ್ತಿದ್ದ. ಆಕೆ ಒಮ್ಮೆಲೇ ಮೈಮೇಲೆ ಆವೇಶ ಬಂದು ತೂರಾಡತೊಡಗಿದಳು. ಜಡೆಯನ್ನು ಬಿಚ್ಚಿ ಹರಡಿ, ನಾಲಗೆಯನ್ನು ಹೊರಚಾಚಿ ಚೀತ್ಕರಿಸಿದಳು. ನಿರಂಜನ ಬೆಚ್ಚಿ ಬದಿಗೆ ಸರಿದುಕೊಂಡ. ನೋಡನೋಡುತ್ತಿರುವಂತೆ ಒಂದಿಷ್ಟು ಜನ ಅಲ್ಲಿ ಸೇರಿ, ಆಕೆಗೆ ದೊಡ್ಡ ಹೂವಿನ ಹಾರ ಹಾಕಿದರು, ಹಣೆಗೆ ಭಸ್ಮ-ಕುಂಕುಮವಿಟ್ಟರು. ರೋಷಾವೇಷದಿಂದ ಕುಣಿಯುತ್ತಿದ್ದ ಅವಳ ಎರಡು ಕೈಗಳನ್ನೂ ಬಲವಾಗಿ ಎಳೆದು ಹಿಡಿದಿದ್ದರು. ಒಬ್ಬ ಆಕೆಯ ಹೊರ ಚಾಚಿದ ನಾಲಿಗೆಗೆ ಆರಿಂಚು ಉದ್ದದ ಸಪೂರ ಶೂಲವನ್ನು ಚುಚ್ಚಿ, ಬಾಯಿಯನ್ನು ಒತ್ತಾಯಪೂರ್ವಕ ಮುಚ್ಚಿಸಿದ. ಆಕೆ ನಾಲಿಗೆ ಹೊರಹಾಕಿ ಹೂಂಕರಿಸುತ್ತ ಕೈ ಬಿಡಿಸಿಕೊಂಡು ಮುನ್ನುಗ್ಗಲು ಪ್ರಯತ್ನಿಸುತ್ತಿದ್ದಳು. ಕೆಲಕ್ಷಣದ ಹಿಂದಷ್ಟೇ ನೋಡುತ್ತ ತಾನು ಕಣ್ಮನ ತುಂಬಿಸಿಕೊಳ್ಳುತ್ತಿದ್ದ ಅದೇ ಮುಖದ ಈ ರೂಪವನ್ನು ಎದುರಿಸಲಾರದೇ ಅಲ್ಲಿಂದ ಕಾಲ್ಕಿತ್ತ ನಿರಂಜನ.

ಒಂದೆಡೆ ಇಂಥ ದೃಶ್ಯಗಳಾದರೆ, ಇನ್ನೊಂದೆಡೆ- ಜೀನ್ಸು, ಟೀಶರ್ಟ್ ಧರಿಸಿದ ಹುಡುಗಿಯರೂ, ಬೆನ್ನಿಗೆ ಬಲೆಯ ವಿನ್ಯಾಸದ ಬ್ಲೌಸ್ ಧರಿಸಿ ಮಾಡರ್ನ್ ಸೀರೆ ಉಟ್ಟ ಹೆಂಗಳೆಯರೂ ಜನಜಂಗುಳಿಯಲ್ಲಿ ಸಾಕಷ್ಟಿದ್ದರು. ಪೋಲಿ ಹುಡುಗರ ದಂಡು, ವಿಚಿತ್ರ ದಿರಿಸು ಕೇಶವಿನ್ಯಾಸದಲ್ಲಿ ಥಳಾಗಿ ಓಡಾಡುತ್ತ ಹುಡುಗಿಯರ ಗಮನ ಸೆಳೆಯಲು ಪ್ರಯತ್ನಿಸುತ್ತಿದ್ದರೆ; ಹುಬ್ಬಿನ ತುದಿಗೆ ಸ್ಟಡ್ಡು, ಕಿವಿಯಲ್ಲಿ ನಾಲ್ಕಾರು ರಿಂಗುಗಳನ್ನು ಚುಚ್ಚಿಸಿಕೊಂಡು ರೌಡಿಗಳಂತೆ ಅಲೆದಾಡುತ್ತಿರುವ ಯುವಕರ ಕೇಕೆ ಕೀಟಲೆಗಳು ನೋಡಿದರೇ ಭಯವಾಗುವಂತಿದ್ದವು. ನಡುವೆ ಅಲ್ಲಲ್ಲಿ ಫೋಟೋ ತೆಗೆಯುತ್ತ, ವಿಡಿಯೋ ಮಾಡುತ್ತಿರುವ ಯುರೋಪ್ ಪ್ರವಾಸಿಗಳು, ಕೆಲ ಚೈನೀಸ್ ತಲೆಗಳೂ ಕಾಣುತ್ತಿದ್ದವು. ನಿರಂಜನನಿಗೆ ಬೆಟ್ಟದ ಮೇಲಿನ ದೇವಸ್ಥಾನದಲ್ಲಿ ಏನಾಗುತ್ತಿದೆ ಎಂಬುದನ್ನು ಒಮ್ಮೆ ನೋಡಬೇಕೆಂದಿದ್ದರೂ, ಮೆಟ್ಟಿಲ ಮೇಲಿನ ದಟ್ಟಣೆ ನೋಡಿ ಹಿಂಜರಿದ.

ನಿಧಾನ ಕತ್ತಲಾವರಿಸುತ್ತಿತ್ತು. ಬಣ್ಣದ ತುರಾಯಿಗಳಿಂದ ಸಿಂಗಾರಗೊಂಡಿದ್ದ

ಕಂಬದ ದೀಪಗಳು, ಜೈಂಟ್‌ವ್ಹೀಲಿನ ತೊಟ್ಟಿಲುಗಳು, ಅಂಗಡಿಯ ಆಕಾಶಬುಟ್ಟಿಗಳೆಲ್ಲ ಒಂದೊಂದಾಗಿ ಬೆಳಗತೊಡಗಿದವು. ನಿರಂಜನ ಇನ್ನೇನು ಹೊರಡೋಣ ಅಂದುಕೊಳ್ಳುತ್ತಲಿದ್ದ. ಒಮ್ಮೆಲೇ–

ಆತನ ಬೆನ್ನ ಹಿಂದೆ ಏನೋ ಗಲಾಟೆ ಕೇಳಿಸಿತು. ತಿರುಗಿ ನೋಡಿದರೆ ಯಾರೋ ಒಬ್ಬನನ್ನು ನಾಲ್ಕೈದು ಜನ ಬೆನ್ನಟ್ಟಿದ್ದರು. ಜನರನ್ನೆಲ್ಲ ಅತಿತ್ತ ತಳ್ಳಿ ಆತ ಜೀವ ಭಯದಿಂದ ಓಡಿ ಬರುತ್ತಿದ್ದ. ಹಾಗೆ ಬಂದವ ನಿರಂಜನನ ತುಸು ಎದುರಿಗೇ ಎಡವಿ ಬಿದ್ದ. ಅಟ್ಟಿಸಿಕೊಂಡು ಬಂದವರು ದೊಡ್ಡದಾಗಿ ವಿಭಿನ್ನ ಆಕ್ಸೆಂಟಿನ ತಮಿಳಲ್ಲಿ ಏನೇನೋ ಮಾತಾಡುತ್ತಾ ಬಿದ್ದವನನ್ನು ಸಿಕ್ಕಸಿಕ್ಕಲ್ಲಿ ಒದೆಯತೊಡಗಿದರು. ಆತ 'ಅಯ್ಯೋ ಅಮ್ಮಾ....' ಎಂದು ಆಕ್ರಂದಿಸುತ್ತಿದ್ದ. ಎಲ್ಲರೂ ಹರೆಯದ ಹುಡುಗರು. ಅವರಲ್ಲಿ ಒಬ್ಬನಂತೂ ತನ್ನ ಕೈಲಿದ್ದ ಹೆಲ್ಮೆಟ್ಟಿನಿಂದ ಬಿದ್ದವನ ತಲೆ ಮುಖವನ್ನೆಲ್ಲಾ ಮನಬಂದಂತೆ ಚಚ್ಚಿದ. ಮೂಗು ಕಿವಿ ಬಾಯಿಯಿಂದೆಲ್ಲಾ ರಕ್ತ ಚಿಮ್ಮಿ ಸೋರತೊಡಗಿತು. ಕಣ್ಣೆದುರೇ ನಡೆಯುತ್ತಿರುವ ಭೀಕರ ಘಟನೆಗೆ ಹೇಗೆ ಸ್ಪಂದಿಸಬೇಕೆಂದು ತಿಳಿಯದೇ ಭಯಭೀತನಾಗಿ ಕಾಲನ್ನು ಕಂಪಿಸುತ್ತಾ ನಿಂತ ನಿರಂಜನ. ತುಸು ಹೊತ್ತಿಗೆ ಸುತ್ತಲೂ ಜನರೆಲ್ಲಾ ಸೇರಿ, ನೂಕು ನುಗ್ಗಲಾಗಿ, ನೆರೆದ ಗುಂಪಿನಿಂದ ನಿರಂಜನ ಹೊರ ದೂಡಲ್ಪಟ್ಟ. ಉದ್ದೇಶ ಪೂರ್ವಕ ಮುಂದೆ ಹೋಗಲು ಪ್ರಯತ್ನಿಸದೇ ಹಿಂದುಳಿದ. ನಂತರ ಅಲ್ಲಿ ಏನು ನಡೆಯುತ್ತಿದೆ ಎಂಬುದು ಇವನಿಗೆ ಗೊತ್ತಾಗುತ್ತಿರಲಿಲ್ಲ. ಜನರ ಬೆನ್ನು ತಲೆಗಳ ನಡುವೆ ಕತ್ತೆತ್ತಿ ನೋಡುವ ಧೈರ್ಯವೂ ಇರಲಿಲ್ಲ.

ಅಂದಿನ ಆ ಘಟನೆಯನ್ನು ದುರೈಗೆ ಸಂಕ್ಷಿಪ್ತವಾಗಿ ಹೇಳಿದ ನಿರಂಜನ. "ಅಬ್ಬಾ... ಒಂಥರಾ ಭಯವಾಗೋಗಿತ್ತು ನನಗೆ"

"ಓ... ನೀವು ಇದ್ರಾ ಸಾರ್, ಆಗ? ಹೌದು, ಆ ವರ್ಷ ಮಾತ್ರ ಗಲಾಟೆಯಾಗಿತ್ತು" ಎನ್ನುತ್ತ, ಆ ಮಾತನ್ನು ಅಲ್ಲಿಯೇ ತುಂಡರಿಸಿ ಬೇರೆ ವಿಷಯ ಎತ್ತಿದ ದುರೈ. "ಅಂದಹಾಗೆ ಅಲ್ಲಿ ಅನೇಕ ಜನರ ಬಾಯಲ್ಲಿ ಶೂಲ ಇತ್ತಲ್ಲಾ, ಅದು ಹಾಗೇ ಇಟ್ಕೊಂಡಿದ್ದಲ್ಲ. ನಾಲಿಗೆಗೆ ಚುಚ್ಕೊಂಡು, ಬಾಯಲ್ಲಿ ಕಚ್ಚಿ ಹಿಡಿದಿರೋದು"

"ಯಪ್ಪಾ...ನೋವಾಗೊಲ್ವಾ..?"

"ಆಗೊಲ್ಲಾ ಸಾರ್"

17

ಆದಿನ ರಾತ್ರಿ ರೂಮಿಗೆ ವಾಪಸ್ಸಾಗುತ್ತಿರುವಾಗ ಕಾರಿನಲ್ಲಿ ನಡೆದ ಪೋಲೀಸ್ ತಪಾಸಣೆ, ಅದರ ನಂತರ ದುರೈ ಮೌನವಾದದ್ದರ ಕುರಿತು ಕುತೂಹಲವಿತ್ತು ನಿರಂಜನನಿಗೆ.

"ಅಂದಹಾಗೆ, ಮೊನ್ನೆ ಯಾಕೆ ನೀನು ಪೋಲೀಸ್ ಚಕಿಂಗ್ ಆದಮೇಲೆ ಏಕ್ದಮ್ ಡಲ್ ಆಗಿಬಿಟ್ಟೆ?"

ಈ ಪ್ರಶ್ನೆ ಕೇಳುತ್ತಲೇ ತುಸು ಗಂಭೀರನಾದ ದುರೈ.

"ಹೂಂ..ಸಾರ್. ಫುಲ್ ಅಪ್ಸೆಟ್ಟು ನಾನು. ನಮಗಂತೂ ಬೇಜಾರಾಗಿ ಹೋಗಿದೆ. 'ಇಟ್ಸ್ ಡಾರ್ಕ್; ಐ ಕಾಂಟ್ ಸೀಯೂ ಲಾ' 'ಡೊಂಟ್ ಗೋ ಇನ್ ಟೂ ಮಚ್ ಸನ್; ಯು ವಿಲ್ ಬಿಕಮ್ ಲೈಕ್ ಇಂಡಿಯನ್ ಲಾ' ಹುಟ್ಟಿದಾಗಿನಿಂದ ಅದೆಷ್ಟು ಸಾವಿರ ಬಾರಿ ಕೇಳಿದ್ದಾಯ್ತೋ ಮಲಯ್‌ಗಳ ಇಂಥ ಜೋಕುಗಳನ್ನ. ಅವನ ನಾಟಕ ನೋಡಿ ನನಗಂತೂ ರಕ್ತ ಕುದಿದು ಹೋಯ್ತು. ಆದರೂ ಬಾಯಿ ಮುಚ್ಕೊಂಡ್ ಇರಬೇಕು. ಮೊದಲೇ ಅವನು ಪೋಲೀಸು. ಅವ ಮಾತು ಮಾತಿಗೂ 'ಲಾ.. ಲಾ..' ಅಂತಾ ಯಾಕೆ ಹೇಳ್ತಿದ್ದ ಗೊತ್ತಾ ಸಾರ್?"

"ಯಾಕೆ?"

"ನಾವು ತಮಿಳಿಯನ್ನರು ಇಂಗ್ಲೀಷ್ ಮಾತಾಡ್ವಾಗ ತುದಿಯಲ್ಲಿ ಲಾ ಸೇರಿಸುತ್ತೇವೆ. ಕಮ್ ಲಾ, ಗೋ ಲಾ... ಹೀಗೆ. ಅದನ್ನು ಅಣಕಿಸಿದ್ದು ಆತ"

"ಓಹ್... ಹಾಗಾ? ಈಗ ಗೊತ್ತಾಯ್ತು ನೋಡು. ಮೊನ್ನೆಯಷ್ಟೇ ಒಂದು ತಮಿಳು ಮೂವಿ ನೋಡ್ತಾ ಇದ್ದೆ ಟೀವೀಲಿ. ಕಾಮಿಡಿ ಸೀನು. ಒಬ್ಬ ಮಲೇಷಿಯಾದಿಂದ ಭಾರತಕ್ಕೆ ವಾಪಸ್ ಬಂದಿರ್ತಾನೆ. ಆತ ಮನೆಯಲ್ಲಿನ ಏಳೆಂಟು ವರ್ಷದ ಮಗುವೊಂದಕ್ಕೆ- 'ನಿನಗೇನು ಬೇಕು? ಚಾಕಲೇಟ್ ಲಾ? ಟಾಯ್ಸ್ ಲಾ? ವಾಚ್ ಲಾ..?' ಎಂದು

ಕೇಳುತ್ತಾನೆ. ಆ ಮಗು, 'ಶಕೀಲಾ' ಅಂತಾ ಉತ್ತರಿಸುತ್ತೆ. ಸುತ್ತಲಿನವರೆಲ್ಲ ನಗ್ತಾರೆ. ಈಗ ಅರ್ಥ ಆಯ್ತು ನೋಡು ಆ ಜೋಕು... ಹ..ಹ್ಹ...ಹ್ಹಾ.... ಸೂಪರ್... ಹ..ಹ್ಹಾ... ನೀನು ನೋಡಿದೀಯಾ ಆ ಮೂವಿ? ಹೆಸರು ಏನೆಂದು ನೆನಪಿಗೆ ಬರ್ತಾ ಇಲ್ಲ..."

"...."

"ನೋಡಿದೀಯಾ?" ಮತ್ತೊಮ್ಮೆ ಕೇಳಿದ ನಿರಂಜನ.

"ಏನೋ ಸಾರ್. ಅಂಥದ್ಯಾವ್ದೂ ನೆನಪಿಲ್ಲ ನಂಗೆ" ತುಸು ಹಾರಿಕೆಯ ಉತ್ತರ ನಿಡಿದ ದುರೈ.

"ವಿಷಯ ಏನ್ ಗೊತ್ತಾ? ಅದು ಇಂಡಿಯನ್ ಸ್ಟೈಲ್ ಆಫ್ ಇಂಗ್ಲೀಷ್ ಸ್ಪೀಕಿಂಗ್. 'ಬರ್ತೀಯಾ ಅಲ್ವಾ, ಹೋಗ್ತೀಯಾ ಅಲ್ವಾ' ಅನ್ನೋದನ್ನ ನೇರ ತರ್ಜುಮೆ ಮಾಡೋದು. ನಾವು 'ಕಮ್ ನೋ, ಗೋ ನೋ..' ಅನ್ನೋದನ್ನೇ ನೀವು 'ಕಮ್ ಲಾ, ಗೋ ಲಾ...' ಅಂತೀರಿ. ನನ್ನ ದೊಡ್ಡಪ್ಪ ಒಬ್ಬರು ಅಮೇರಿಕಾದಲ್ಲೇ ನೆಲೆಸಿದ್ದಾರೆ. ಅವರ ಮಕ್ಕಳು ಅಲ್ಲಿಯದೇ ಪ್ರಜೆಗಳು. ಅವರೆಲ್ಲಾ ಹೋದ ವರ್ಷ ಇಂಡಿಯಾಕ್ಕೆ ಬಂದಿದ್ರು. ಆ ಮಕ್ಕಳು ಮಾತಾಡೋ ಇಂಗ್ಲೀಷು ನನಗೆ ಅರ್ಥಾನೇ ಆಗಲಿಲ್ಲ ಗೊತ್ತಾ? ಅಂದ್ರೆ ಪಕ್ಕಾ ಅಮೇರಿಕನ್ಸು ಮಾತಾಡೋ ತರಾನೇ ಮಾತಾಡ್ತಿದ್ರು. ಯಾವುದೇ ಆಂಗಲ್ಲಿನಲ್ಲಿ ನೋಡಿದ್ರೂ ಆ ಹುಡುಗರು ಭಾರತ ಮೂಲದವರು ಅಂತಾ ಅನ್ನಿಸ್ತಾನೇ ಇರಲಿಲ್ಲ. ನಿಮಗ್ಯಾಕೆ ಇಲ್ಲಿಯವರ ಹಾಗೇ ಇಂಗ್ಲೀಷು ಮಾತಾಡೋಕೆ ಆಗೊಲ್ಲ? ತಲೆಮಾರುಗಳಿಂದ ಇಲ್ಲೇ ಇದೀರಿ? ನೀವೂ ಬದಲಾಗಬೇಕು ಅಲ್ವಾ?"

ದುರೈಗೆ ಇಂಥಾ ಪ್ರಶ್ನೆಗೆ ಏನು ಉತ್ತರಿಸಬೇಕು ಅನ್ನುವುದು ಗೊತ್ತಾಗಲಿಲ್ಲ. ಆತ ಬೇರೆಯದೇ ಮೂಡಿಗೆ ಹೋಗಿದ್ದ. ತುಸು ಏರು ದನಿಯಲ್ಲಿ ಮಾತು ಮುಂದುವರಿಸತೊಡಗಿದ–

"ನಿಮಗೆ ಗೊತ್ತಿಲ್ಲಾ ಸಾರ್. ಇಲ್ಲಿಯ ಬಗ್ಗೆ ಸಣ್ಣದೇನಾದರೂ ನೆಗೆಟಿವ್ ಹೇಳಲಿ ನಾವು, ಇಂಡಿಯಾಕ್ಕೆ ವಾಪಸ್ ಹೋಗು ಅಂತಾರೆ. ಮಲೇಷಿಯಾದಲ್ಲಿ ಸೆಕೆ ಜಾಸ್ತಿ ಆಗ್ತಾ ಇದೆ ಅನ್ನಿ, ಇಲ್ಲಿರೋಕ್ಕಾಗೊಲ್ವಾ? ಬಾಲಿಕ್ ಇಂಡಿಯಾ ಲಾ; ಪೆಟ್ರೋಲ್ ಬೆಲೆ ಜಾಸ್ತಿ ಆಯ್ತು, ಬಾಲಿಕ್ ಇಂಡಿಯಾ ಲಾ; ಮಕ್ಕಳ ಎಜುಕೇಷನ್ನು ತುಂಬಾ ತುಟ್ಟಿ, ಬಾಲಿಕ್ ಇಂಡಿಯಾ ಲಾ...."

ಕಾರು ಕೌಲಾಲಂಪುರ ದಾಟಿ ಹೊರಗೆ ಬಂದಿತ್ತು. ಕಾರಿನ ವೇಗ ಹಾಗೂ ದುರೈನ ಆಕ್ರೋಶ ಎರಡೂ ಹೆಚ್ಚಾಗತೊಡಗಿತು. "ಬಾಲಿಕ್ ಇಂಡಿಯಾ ಲಾ... ಬಾಲಿಕ್ ಇಂಡಿಯಾ ಲಾ... ವ್ಹಾಯ್ ಬಾಲಿಕ್ ಇಂಡಿಯಾ ವ್ಹೆನ್ ಆಯಾಮ್ ನಾಟ್ ಫ್ರಮ್ ಇಂಡಿಯಾ? ನಮ್ಮ ತಾತನ ಮುತ್ತಾತ ಯಾವುದೋ ಕಾಲಕ್ಕೆ ಇಂಡಿಯಾದಿಂದ ಇಲ್ಲಿ ಬಂದಿರ್ಬೋದು. ಹಾಗಂತ ಇಂಡಿಯಾ ಈಸ್ ನಾಟ್

ಮೈ ಕಂಟ್ರಿ. ದಿಸ್ ಈಸ್ ಮೈ ಹೋಮ್. ಆಯ್ ಆಮ್ ಮಲೇಷಿಯನ್. ನಾನು ಹುಟ್ಟಿದ್ದೂ ಇಲ್ಲೇ ಸಾಯೋದೂ ಇದೇ ಮಣ್ಣಲ್ಲೇ..."

ಆತನ ಉದ್ವೇಗ ನೋಡಿ ಈತ ಎಲ್ಲಾದರೂ ಕಾರನ್ನು ಗುದ್ದಿಬಿಡಬಹುದು ಎನ್ನುವ ಭಯವಾಯಿತು ನಿರಂಜನನಿಗೆ. 'ಕೂಲ್..ಕೂಲ್' ಅನ್ನುತ್ತಾ ಯಾವುದಾದರೂ ಹಾಡು ಹಾಕು ಎಂದು ಅವನ ಗಮನ ಬೇರೆಡೆ ಸೆಳೆಯಲು ಪ್ರಯತ್ನಿಸಿದ.

ದುರೈ ರೇಡಿಯೋ ಗುಂಡಿ ಒತ್ತಿದ. ತಮಿಳು ಹಾಡು ಬರುತ್ತಿತ್ತು.

"ಓ... ತಮಿಳ್ ಎಫ್.ಎಂ!" ಎಂದ ನಿರಂಜನ.

"ಹಾಂ... ಎರಡು ಚ್ಯಾನಲ್ ಬರುತ್ತೆ. ಹಾಗಂತಾ ಎಲ್ಲಾ ಕಡೆ ತಮಿಳು ಇದೆ ಅಂತಾ ಅಂದ್ಕೋಬೇಡಿ ನೀವು ಮತ್ತೆ. ಯಾವುದೇ ಏಟಿಎಮ್ ಹೋಗಿ ನೋಡಿ. ಭಾಷಾ ಮಲಯು, ಇಂಗ್ಲೀಷು, ಬಿಟ್ರೆ ಚೈನೀಸು. ಥೇಟರಿನಲ್ಲಿ ಇಂಗ್ಲೀಷ್ ಸಿನೆಮಾಗಳಿಗೆ ಮಲಯು ಹಾಗು ಚೈನೀಸ್ ಭಾಷೆಯಲ್ಲಿ ಮಾತ್ರ ಕೆಳಗೆ ಸಬ್ ಟೈಟಲ್ ಕೊಡ್ತಾರೆ. ತಮಿಳಿಗೆ ಜಾಗ ಇಲ್ಲ ಅಲ್ಲಿ. ಫೋನ್‌ನಲ್ಲೂ ಅಷ್ಟೇ, ಅದೇ ಮೂರು ಭಾಷೇಲೇ ಮಾಹಿತಿ ಬರೋದು. ಬೇಕಾದ್ರೆ ಈಗಲೇ ಒಂದು ಫೋನ್ ಮಾಡಿ ನೋಡಿ ನನ್ನ ನಂಬರಿಗೆ"

ಮಾತು ಬೇರೆಯದೇ ದಿಕ್ಕಿನೆಡೆಗೆ ಸಾಗುತ್ತಿದೆ ಎಂದು ಗೊತ್ತಾಗತೊಡಗಿತು ನಿರಂಜನನಿಗೆ. ಅವುಗಳಲ್ಲಿ ಆತನಿಗೆ ಆಸಕ್ತಿಯೂ ಇರಲಿಲ್ಲ.

"ಹೋಗ್ಲಿ ಬಿಡು ಮಾರಾಯಾ. ಎಲ್ಲಾ ಕಡೆನೂ ಹಾಗೆಯೇ. ಎಲ್ಲಾ ಭಾಷೆಲೂ ಇರಬೇಕು ಅಂತಾ ಎಲ್ಲರೂ ಬಯಸಿದ್ರೆ ಭಾರತದಂಥ ದೇಶದಲ್ಲಿ ಏನಾಗಬೇಕು ಅವಸ್ಥೆ"

"ಅದು ಹಾಗಲ್ಲಾ ಸಾರ್. ಇಲ್ಲಿ ಸ್ಥಿತಿಯನ್ನು ನೀವು ಇಂಡಿಯಾಕ್ಕೆ ಕಂಪೇರ್ ಮಾಡೊಕ್ಕೆ ಆಗೊಲ್ಲ"

"ಬೇರೆ ಏನಾದ್ರೂ ವಿಷ್ಯ ಮಾತಾಡು ಮಾರಾಯಾ..."

"ಸಾರ್...ನಿಮ್ ಹತ್ರ ಒಂದು ಕೇಳೋಣಾ ಅಂತಿದ್ದೆ. ನೀವು ಹೋಗೋವಾಗ ಒಂದಿಪ್ಪತ್ತು ರಿಂಗಿಟ್ ಕೊಡ್ತೀನಿ ಸಾರ್. ಇಂಡಿಯಾದಲ್ಲಿ ಯಾವುದಾದರೂ ದೇವಸ್ಥಾನಕ್ಕೆ ಹೋದಾಗ ನನ್ ಹೆಸರಿನಲ್ಲಿ ಕಾಣಿಕೆ ಹಾಕಿ ಬಿಡಿ. ಆಗ್ಬಹುದಾ ಸಾರ್?"

"ಹ...ಹ್ಹಾ... ಏನಯ್ಯಾ, ಅಲ್ಲಿರೋ ದೇವ್ರೇ ಇಲ್ಲಿರೋದಲ್ವಾ? ಅವರೆಲ್ಲಾ ಇಲ್ಲಿ ವಿದೌಟ್ ವೀಸಾ ಇದ್ದಾರೆ; ಇಲ್ಲೀಗಲ್ ಇಮಿಗ್ರೆಂಟ್ಸ್ ಅಂತಾನಾ..? ಹ..ಹ್ಹಾ..." ಅನ್ನುತ್ತಾ, ಇಪ್ಪತ್ತು ರಿಂಗಿಟ್ ಅಂದ್ರೆ ಹೆಚ್ಚು ಕಮ್ಮಿ ನಾನೂರು ರೂಪಾಯಿಯಾಯಿತು ಎಂದು ಮನದಲ್ಲೇ ಲೆಕ್ಕ ಹಾಕಿಕೊಂಡ ನಿರಂಜನ.

"ಹೆ..ಹ್ಹೆ... ಹಾಗಲ್ಲ ಸಾರ್ ಅದು. ದೇವಸ್ಥಾನಾನೇ ಆಗ್ಬೇಕು ಅಂತಿಲ್ಲ. ಎಲ್ಲಾದರೂ ಹಾಕಿ. ಚರ್ಚಲ್ಲಾದರೂ ಹಾಕಿ. ಮಸೀದಿಗೂ ಕೊಡಿ. ಯಾವುದೂ ಆಗಿಲ್ಲಾಂದ್ರೆ ಸಿಗ್ನಲ್ಲಲ್ಲಿ ಸಿಗೋ ಭಿಕ್ಷುಕನಿಗೇ ಕೊಟ್ಟರೂ ತೊಂದರೆಯಿಲ್ಲ"

ರಸ್ತೆಯ ಬದಿಗೆ ದೂರದಲ್ಲಿ– ಒಂದಿಷ್ಟು ಇಮಾರತುಗಳು, ಅರಮನೆಯಂಥಾ ಒಂದು ಕಟ್ಟಡ, ಎತ್ತರದ್ದೊಂದು ಕ್ಲಾಕ್ ಟವರ್ ಇತ್ಯಾದಿಗಳೆಲ್ಲಾ ಇರುವ ಊರೊಂದು ಗೋಚರಿಸುತ್ತಿತ್ತು. ಅದು ಮಲೇಷಿಯಾ ಸರಕಾರ ರಾಜಧಾನಿಯಲ್ಲಿ ಸಂದಣಿ ತಪ್ಪಿಸಲು ಸೃಷ್ಟಿಸಿರುವ 'ಪುತ್ರಜಯಾ' ಎನ್ನುವ ಸೆಟಲೈಟ್ ನಗರ, ಅಲ್ಲಿ ಪ್ರಧಾನಿಯ ಅಧಿಕೃತ ನಿವಾಸದಿಂದ ಹಿಡಿದು ಹೆಚ್ಚಿನ ಸರಕಾರೀ ಕಚೇರಿಗಳೆಲ್ಲಾ ಇವೆ ಎಂಬುದು ತಿಳಿದಿತ್ತು ನಿರಂಜನನಿಗೆ. ಅದರ ಬೈಪಾಸ್ ರಸ್ತೆಯಲ್ಲಿ ಸಾಗುತ್ತಿದ್ದರು ಅವರು. ಇನ್ನೂ ಸಾಕಷ್ಟು ಮಂಜಿತ್ತೋ ಅಥವಾ ವಾತಾವರಣವೇ ಅಷ್ಟೊಂದು ಸ್ವಚ್ಛವಿರಲಿಲ್ಲವೋ, ಪುತ್ರಜಯಾ ಅಸ್ಪಷ್ಟವಾಗಿ ಗೋಚರಿಸುತ್ತಿತ್ತು. ಕಟ್ಟಡಗಳೆಲ್ಲಾ ಅಲೆಗಳಂತೆ ಅಲ್ಲಾಡುತ್ತ, ಅಲ್ಲಲ್ಲಿ ಮುರಿದು ಬಳುಕಿದಂತೆ ದೃಷ್ಟಿಗೆ ಭ್ರಮಿಸುತ್ತಿತ್ತು.

ಕಾರಿನ ನೂರಿಪ್ಪತ್ತರ ವೇಗದಲ್ಲಿ ಪುತ್ರಜಯಾ ಕೆಲವೇ ನಿಮಿಷಗಳಲ್ಲಿ ಮರೆಯಾಗುತ್ತಿರುವಂತೆ, ರೇಡಿಯೋದಲ್ಲಿ ತಮಿಳು ಹಾಡುಗಳ ನಡುವೆ ಒಮ್ಮೆಲೇ ಮಲಯೂ ಭಾಷೆಯ ಹಾಡು–

'ಜಂಜಿ ಸಾವಾ...

ಜಂಜಿ ಕೀತಾ...

ಜಂಜಿ ಆವಾ...

ಜಂಜಿ ಸಾತು ಮಲೇಷ್ಯಾ...

ಜಂಜಿ ಡಪಾತಿ....

....

.................'

ಹೀಗೇ ಏನೇನೋ. ಕೇಳಲು ಇಂಪೆನಿಸಿತು ನಿರಂಜನನಿಗೆ.

"ಇದೇನು ಮಾರಾಯಾ? ನಿಮ್ ಮೇಲೆ ಮತ್ತೊಂದು ಪ್ರಹಾರ? ತಮಿಳು ಎಫ್‌ಎಮ್‌ನಲ್ಲಿ ಮಲಯೂ ಹಾಡು?" ಸಣ್ಣದೊಂದು ಕುಹಕದಲ್ಲಿ ಕೇಳಿದ ನಿರಂಜನ. "ಆದರೆ ಕೇಳಲಿಕ್ಕೆ ಒಂಥರಾ ಚೆನ್ನಾಗಿದೆ ನೋಡು, ಮ್ಯೂಸಿಕ್ಕು"

"ಅದು ಸರಕಾರೀ ಜಾಹೀರಾತು ಸಾರ್. ಎಲ್ಲಾ ಕಡೆಯೂ ಕಡ್ಡಾಯವಾಗಿ ಹಾಕಲೇ ಬೇಕು. ಜಂಜಿ ಡಪಾತಿ ಅಂದ್ರೆ, 'ಭರವಸೆ ಪೂರೈಸಿದ್ದೇವೆ' ಅಂತಾ ಅರ್ಥ. ಅದೇನು ಪೂರೈಸಿದ್ದಾರೋ, ಅದ್ಯಾರಿಗೆ ಪೂರೈಸಿದ್ದಾರೋ ದೇವರಿಗೇ ಗೊತ್ತು. ನಮಗೆ ಸರಿಯಾಗಿ ಸ್ಕೂಲು ಕೊಟ್ರಾ? ನೌಕರಿ ಕೊಟ್ರಾ? ಎಷ್ಟು ಜನ

ಬಡತನದಿಂದ ಬಳಲ್ತಿದ್ದಾರೆ ಗೊತ್ತಾ? ತಮಿಳು ಸ್ಕೂಲುಗಳ ದುರವಸ್ಥೆ ಕಣ್ಣಿಂದ ನೋಡೋಕಾಗೊಲ್ಲ. ಜೈಲಿನಲ್ಲೆಲ್ಲ ಇಂಡಿಯನ್ಸೇ ಇದಾರೆ. ಸಣ್ಣ ಸಣ್ಣ ಕಾರಣಕ್ಕೂ ನಮ್ಮವರನ್ನು ಎಳೆದುಕೊಂಡು ಹೋಗಿ ತುಂಬ್ತಾರೆ. ಇದೇನಾ ನೀವು ಕೊಟ್ಟಿದ್ದ ಭರವಸೆ?" ಅನ್ನುತ್ತಾ ಪ್ಲೇಯರಿನ ಗುಂಡಿಯ ಮೇಲೆ ರಪ್ಪನೆ ಹೊಡೆದು, ಹಾಡು ನಿಲ್ಲಿಸಿದ. ನಂತರ, "ಅಲ್ನೋಡಿ ಅಲ್ಲಿ ಆ ದೊಡ್ಡ ಬೋರ್ಡು ಕಾಣ್ತಿದೆಯಲ್ಲಾ...ಅದೂ ಇದೇ ಜಾಹೀರಾತೇ. ಆ ಫೋಟೋ ನಮ್ಮ ಪ್ರಧಾನ ಮಂತ್ರೀದು. ಕೆಳಗೆ ದೊಡ್ಡದಾಗಿ ಬರೆದಿದೆ ನೋಡಿ ಜಂಜಿ ಡಪಾತಿ..." ಗಾಡಿಯ ವೇಗವನ್ನು ತುಸು ಕಡಿಮೆ ಮಾಡಿ, ರಸ್ತೆ ಬದಿಯ ಹೋರ್ಡಿಂಗ್ ಒಂದನ್ನು ತೋರಿಸಿದ ಆತ.

ಅದನ್ನು ಗಮನಿಸುತ್ತಲೇ, ತಾನು ನಿನ್ನೆ ರಾಮ್‌ಮೋಹನನ ಆಫೀಸಿಗೆ ಹೋದ ಬಸ್ಸಿನ ಮೇಲಿದ್ದ ಜಾಹೀರಾತೂ ಇದೇ ಥರದಲ್ಲೇ ಇತ್ತು. ಅದೂ ಹಾಗಾದರೆ ಜಂಜಿ ಡಪಾತಿಯದೇ ಆಗಿತ್ತು ಅಂತಾ ಫಕ್ಕನೆ ನೆನಪಾಯಿತು ನಿರಂಜನನಿಗೆ.

"ಓ...ಹ್ಞಾಂ... ಇಂಥದೇ ಬೋರ್ಡನ್ನು ಸುಮಾರು ಕಡೆ ನೋಡಿದ್ದೇನೆ' ಎಷ್ಟೆಲ್ಲಾ ಬಸ್ಸಿನ ಮೇಲೂ ಇದೆಯಲ್ಲ?"

"ಹೂಂ... ಸಾರ್. ಊರ್ ತುಂಬಾ ಇದೇ ಜಾಹೀರಾತುಗಳದ್ದೇ ಹಾವಳಿ. ಆಮೇಲೆ ಇನ್ನೊಂದು ಸಾರ್... ತಾವು ಭೂಮಿಪುತ್ರಾಸ್ ಅಂತಾ ಹಾರಾಡ್ತಾರಲ್ಲ ಇವರು; ಇವರಿಗಿಂತ ಎಷ್ಟೋ ಮೊದಲು ನಾವೇ ಇದ್ದದ್ದು ಇಲ್ಲಿ. ಆದರೆ ನಮ್ಮ ವಾದವನ್ನು ಯಾರೂ ಕೇಳೋರೇ ಇಲ್ಲ. ಮಲೇಷಿಯಾ ಹೆಸರಲ್ಲೇ ಮಲೈ ಇದೆ. ಮಲೈ ತಮಿಳು ಶಬ್ದವಲ್ವಾ ಸಾರ್?

ಈ ಮನುಷ್ಯ ಮತ್ತೆ ಅದದೇ ವಿಷಯ ಪ್ರಸ್ತಾವಿಸುತ್ತಾ ಉದ್ವೇಗಕ್ಕೆ ಒಳಗಾಗ್ತಾ ಇದಾನೆ ಅನ್ನಿಸಿತು ನಿರಂಜನನಿಗೆ.

"ಬೆಳಿಗ್ಗೆಯ ನಾಷ್ಟಾ ಆಗಿಲ್ಲ. ಎಲ್ಲಾದರೂ ಒಳ್ಳೆ ಕಡೆ ನೋಡಿ ನಿಲ್ಲಿಸು" ಎನ್ನುತ್ತ ಮಾತು ತುಂಡರಿಸಿದ.

"ಸರಿ ಸಾರ್..."

"ನೀನು ಸೀದಾ ಹುಡುಕಿ ಹೋಗಿ ಶರವಣ ಭವನದ ಮುಂದೆ ನಿಲ್ಲಿಸಬೇಡ. ಯಾವುದಾದರೂ ಮಲೇಷಿಯನ್ ಹೊಟೇಲು ನೋಡು"

"ಮಲೇಷಿಯನ್ನಾ?" ತುಸು ಆಶ್ಚರ್ಯದ ದನಿಯಲ್ಲಿ ಕೇಳಿದ ದುರೈ.

"ಹೂಂ... ಮಲೇಷಿಯನ್ನೇ. ಚೈನೀಸಾದರೂ ಓಕೆ, ಲೆಬನೀಸಾದರೂ ಓಕೆ. ಆದರೆ ಇಂಡಿಯನ್ ಬೇಡ. ಹಾಂ...ಮತ್ತೆ ಸಿಕ್ಕಾಪಟ್ಟೆ ತುಟ್ಟಿ ಹೊಟೇಲಿಗೆ ಹೋಗಿ ನಿಲ್ಲಿಸಬೇಡ. ಈ ಹೈವೇ ಸೈಡಿನ ರೆಸ್ಟೋರಂಟುಗಳೆಲ್ಲಾ ಬರೀ ಬ್ಲೇಡು, ಉಚ್ಚೆ ಹೊಯ್ಯಲು ಮಾತ್ರ ನಿಲ್ಲಿಸಬಹುದಷ್ಟೇ"

೩

ರೆಸ್ಟೋರೆಂಟು ಸುಮಾರು ಜೋರಾಗೇ ಇತ್ತು. ಭಾರತದಲ್ಲಿರುವಂತೆ ಇಲ್ಲಿಯೂ ಡ್ರೈವರು ಹಾಗೂ ಹೊಟೇಲು ಮಾಲೀಕರ ನಡುವೆ ಟೈ-ಅಪ್ ಇದ್ದೀತೆ? ಆ ಕಾರಣಕ್ಕೇ ಇವ ಈ ಹೊಟೇಲಿಗೆ ತಂದು ನಿಲ್ಲಿಸಿರಬಹುದೇ? ಒಂದುವೇಳೆ ಹಾಗೇ ಆಗಿದ್ದರೂ ಸದ್ಯಕ್ಕಂತೂ ಏನೂ ಮಾಡಲು ಸಾಧ್ಯವಿಲ್ಲ ಅಂದುಕೊಂಡ ನಿರಂಜನ. ದುರೈ ತನಗೆ ಒಂದೆರಡು ಫೋನ್ ಕರೆ ಮಾಡುವುದಿದೆಯೆಂದೂ, ತಾನು ಒಳಗೆ ಬರುವುದಿಲ್ಲವೆಂಬುದಾಗಿಯೂ ತಿಳಿಸಿದ. ನೀವು ಮುಗಿಸಿ ಬನ್ನಿ ಅಂದ.

ವಿಶಾಲವಾದ ಹೊಟೇಲು ಅದು. ಜನರೂ ಸಾಕಷ್ಟಿದ್ದರು. ಬಿಳಿಯ ಬಟ್ಟೆ ಹಾಸಿದ್ದ ಖಾಲಿ ಟೇಬಲ್ಲೊಂದನ್ನು ಆರಿಸಿ ಕುಳಿತ. ಸುತ್ತಲೂ ಕಣ್ಣು ಹಾಯಿಸಿದ. ಪ್ರತಿ ಮೇಜಿನ ಮೇಲೂ ಛಾವಣಿಯಿಂದ ನೇತು ಬಿಟ್ಟಿದ್ದ ಆಕಾಶ ಬುಟ್ಟಿಯಂಥ ವೃತ್ತಾಕಾರದ ದೀಪ ಆಕರ್ಷಕವಾಗಿ ಕಾಣುತ್ತಿತ್ತು. ಕೆಲ ಟೇಬಲ್ಲಿನಲ್ಲಿ ಚೈನೀಸು, ಒಂದೆರಡು ಕಡೆ ಬಿಳಿಯರು, ಉಳಿದಂತೆ ಮಲಯ್‌ಗಳೇ ಹೆಚ್ಚಿದ್ದರು. ಬ್ಲೇಡ್ ಹೊಟೇಲೇ ಇರಬೇಕು ಇದು ಅನ್ನಿಸಿತು. ಸದ್ಯ, ಇಡ್ಲಿ–ಪೊಂಗಲ್ ಹೊಟೇಲಿಗೊಂದು ಬಂದಿಲ್ಲವಲ್ಲ ಎಂದು ಸಮಾಧಾನವನ್ನೂ ಮಾಡಿಕೊಂಡ. ನೋಡಲು ಫಿಲಿಪ್ಪೈನೋನೋ ಇಂಡೋನೇಷಿಯನ್ನೋ ಥರಾ ಕಾಣುತ್ತಿದ್ದ ಮಾಣಿ ಮೆನು ಕಾರ್ಡ್ ತಂದು ವಿನಯದಿಂದ ಕೊಟ್ಟು ಹೋದ.

ಮಲೇಷಿಯನ್ ಹೊಟೇಲುಗಳು ಹೊಸತೇನೂ ಅಲ್ಲ ನಿರಂಜನನಿಗೆ. ಆದರೆ ಒಬ್ಬನೇ ಹೋಗಿ ತಿಂದದ್ದು ಕಡಿಮೆ. ಆಫೀಸಿನ ಕೆಲಸದಲ್ಲಿದ್ದಾಗ ಮಧ್ಯಾಹ್ನದ ಊಟದಲ್ಲಿ ಯಾರಾದರೂ ಜೊತೆಗಿರುತ್ತಿದ್ದರು. ರಾತ್ರಿ ಊಟ ಆತ ತಂಗಿದ್ದ ಹೊಟೇಲಿನಲ್ಲೇ ಆಗುತ್ತಿತ್ತು. ಹೀಗಾಗಿ ತಾನೇ ಆರಿಸಿಕೊಂಡು ಅಲ್ಲಿಯ ವಿವಿಧ ತಿಂಡಿಗಳ ರುಚಿ ನೋಡುವ ಅವಕಾಶ ಆತನಿಗೆ ಸಿಕ್ಕಿದ್ದು ಕಡಿಮೆಯೇ. ಮೆನುವಿನಲ್ಲಿದ್ದ 'ಮಲೇಷಿಯನ್ ಕಿಚನ್' ವಿಭಾಗದತ್ತ ಕಣ್ಣಾಡಿಸಿದ. ಭಲೇ ವಿಚಿತ್ರ ಹೆಸರುಗಳು. ಒಂದೇ ಒಂದು ತಿನಿಸೂ ಹೆಸರಿನ ಮುಖೇನ ಏನಿರಬಹುದೆಂದು ಊಹಿಸಲು ಸಾಧ್ಯವಿರಲಿಲ್ಲ.

ನಾಸಿ ಪರಿಮಾನ್, ನಾಸಿ ಗೋರೆಂಗ್... ಹೀಗೇ ನಾಸಿ ಯಿಂದ ಶುರುವಾಗುವ ಹಲವು ಹೆಸರುಗಳು ಗೋಚರಿಸಿದವು. ಆದರೆ ರೇವತಿ ಮಾಡಿದ್ದ ನಾಸಿ ಲೆಮಕ್ ಅನ್ನು ಆಗಲೇ ತಿಂದಿದ್ದನಾದ್ದರಿಂದ, ಅವುಗಳನ್ನು ಬಿಟ್ಟು ಬೇರೆ ಯಾವುದಿದೆ ಎಂದು ನೋಡಿದ. ಮಲಯ್ ಕುಯ್ಯಿ ಮುಯ್ಯಿ ಎನ್ನುವ ಹೆಸರು ಕುತೂಹಲ ಹುಟ್ಟಿಸಿತು. ಬೆಲೆ ಕೂಡಾ ಇದ್ದುದರಲ್ಲಿಯೇ ಓಕೆ ಅನ್ನುವಂತಿತ್ತು. ಅಷ್ಟರಲ್ಲೇ ಟೇಬಲ್ಲಿಗೆ ಬಂದ ಮಾಣಿಗೆ

ಅದರತ್ತ ಬೆರಳು ತೋರಿಸಿ ತರಲು ಹೇಳಿದ. ಆ ತಿಂಡಿಯ ಗಾತ್ರ ಎಷ್ಟು, ಕರಿದದ್ದೋ ಬೇಯಿಸಿದ್ದೋ ಇತ್ಯಾದಿ ವಿವರಗಳನ್ನು ಹಾವಭಾವ ಸಮೇತ ವಿಚಾರಿಸಿದ. ಮಾಣಿ, ತಾನು ಅರ್ಥ ಮಾಡಿಕೊಂಡ ಇಂಗ್ಲೀಷಿಗೆ ತಕ್ಕಂತೆ ಉತ್ತರ ಕೊಟ್ಟ.

ತುಸು ಹೊತ್ತಿನ ನಂತರ– ಸಣ್ಣ ಸಣ್ಣ ಬೋಗುಣಿಗಳಲ್ಲಿ ಎರಡು ಬಣ್ಣದ ಸಾಸ್, ಚಟ್ನಿ ಹಾಗೂ ಸಾರು; ಪಕ್ಕದಲ್ಲಿ ಸಣ್ಣಗೆ ತುಂಡರಿಸಿದ ಹಸಿ ತರಕಾರಿಗಳು, ಜೊತೆಗೊಂದಿಷ್ಟು ಲೆಟ್ಟಿಸ್ ಸೊಪ್ಪು, ನಡುವೆ ಎರಡು ಉದ್ದಿನ ವಡೆಗಳಿರುವ ಚಂದದ ಪಿಂಗಾಣಿ ತಟ್ಟೆಯನ್ನು ತಂದಿಟ್ಟ ಮಾಣಿ. ಮೈ ಪರಚಿಕೊಳ್ಳುವಂತೆನಿಸಿತು ನಿರಂಜನನಿಗೆ. ಮತ್ತೊಮ್ಮೆ ಮೆನು ಕಾರ್ಡ್ ತೆರೆದು ಅಲ್ಲಿಯ ಕುಯ್ಯಿ ಮುಯ್ಯಿ ಹೆಸರಿನ ಮೇಲೆ ಬೆರಳಿಟ್ಟು,

"ದಿಸ್ ಆಂಡ್ ದಿಸ್ ಸೇಮ್?" ಎಂದು ಒತ್ತಿ ಕೇಳಿದ.

"ಸೇಮ್ ಸೇಮ್, ಸರ್" ಅನ್ನುತ್ತ ತಲೆ ಬಾಗಿ ಉತ್ತರಿಸಿ ಮಾಣಿ. "ಎನಿಥಿಂಗ್ ಎಲ್ಸ್ ಟು ಆರ್ಡರ್ ಸರ್?" ಎಂದು ಕೇಳಿದ.

ಈತ ಬೇಡ ಅನ್ನುತ್ತಲೇ, "ಎಂಜಾಯ್ ಯುವರ್ ಫುಡ್ ಸರ್" ಎಂದು ಮರೆಯಾದ.

೪

ರೆಸ್ಟೋರಂಟಿನ ಹೊರಗೆ ದುರ್ರೈ ಫೋನಿನಲ್ಲಿ ಮಾತಾಡುತ್ತ ಹಿಂದೆ ಮುಂದೆ ಓಡಾಡುತ್ತಿದ್ದುದು ಕಾಣಿಸುತ್ತಿತ್ತು. ಅವನೆಲ್ಲಾದರೂ ಬಂದು ಎದುರಿಗೆ ಕುಂತು ವಡೆ ನೋಡಿಬಿಟ್ಟಾನು ಎಂದು ಅವಸರದಿಂದ ತಿಂದು ಮುಗಿಸಿದ ನಿರಂಜನ. ಅಷ್ಟರಲ್ಲಿ, ದುರ್ರೈ ಫೋನು ಮುಗಿಸಿ ಹೊಟೇಲಿನ ಬಾಗಿಲಿನತ್ತ ಬಂದ. ಅದನ್ನು ಗಮನಿಸುತ್ತಲೇ, ಬೆರಳುಗಳನ್ನು ಸಣ್ಣ ಬೋಗುಣಿಯಲ್ಲಿ ಆಡಿಸಿ ಅದರಲ್ಲಿಯ ಸಾಸು ಚಟ್ನಿಯ ಲವಲೇಶವೂ ಇರದಂತೆ ನೆಕ್ಕಿದ ಈತ. ಎರಡು ಟಿಶ್ಯೂ ಪೇಪರುಗಳನ್ನು ಎಳೆದುಕೊಂಡು, ಬಾಯಿ ಒರೆಸಿ ಉಂಡೆ ಮಾಡಿ ಪ್ಲೇಟಿನಲ್ಲಿ ಬಿಸಾಕಿದ.

"ಇದೇನು ಸರ್ ಇಷ್ಟು ಬೇಗ ತಿಂಡಿ ಮುಗಿಸಿದ್ರಿ?" ಎದುರಿನ ಕುರ್ಚಿಯಲ್ಲಿ ಬಂದು ಕುಳಿತ ದುರ್ರೈ.

ಈತ ಏನು ತಿಂದಿರಿ ಎಂದೇನಾದರೂ ಕೇಳಿದರೆ ಫಜೀತಿಯಾಗುತ್ತದೀಗ, ಏನಂತ ಉತ್ತರಿಸುವುದು ಎಂದು ಮನದಲ್ಲೇ ಆಲೋಚಿಸಿದ ನಿರಂಜನ.

"ನಿನ್ನ ನಾಷ್ಟಾ ಆಯಿತಾ? ಏನಾದರೂ ತಗೋತೀಯಾ?" ಎನ್ನುತ್ತ ಮಾತು ಬೇರೆಡೆ ತಿರುಗಿಸಿದ.

ದುರೈ ಎದುರಿಗಿದ್ದ ಪ್ಲೇಟು, ಬೋಗುಣಿಗಳತ್ತ ದೃಷ್ಟಿ ಹರಿಸದೇ, "ನಾಷ್ಟಾ ಏನೂ ಬೇಡ ಸರ್. ನಾನೊಂದು ತೆಹ್ ತರೀಕ್ ತಗೋತೇನೆ ಸಾಕು. ನೀವೂ ಬೇಕಾದ್ರೆ ಟ್ರೈ ಮಾಡಿ. ಥರಾನೇ ಇರುತ್ತೆ. ಸ್ವಲ್ಪ ಡಿಫರಂಟು ಆದ್ರೆ. ಇದು ಮಲೇಷಿಯನ್ ಸ್ಟೈಲ್ ಚಹ" ಅಂದ.

"ಓಕೆ... ಓಕೆ. ನಾನೂ ಟೀ ಕುಡಿಯೋಣ ಅಂತಾನೇ ಇದ್ದೆ. ಅದನ್ನೇ ತಗೋತಿನಿ ಹಾಗಾದ್ರೆ"

ಟೇಬಲ್ಲಿನತ್ತ ಬಂದ ಅದೇ ಮಾಣಿ, ದುರೈನನ್ನು ಉದ್ದೇಶಿಸಿ "ಏನು ಕೊಡ್ಲಿ ಮಚ್ಚಾ?" ಎಂದ.

ಆತ 'ಏನು ಕೊಡ್ಲಿ' ಎಂಬುದನ್ನು ಮಲಯೂದಲ್ಲೇ ಹೇಳಿದ್ದರೂ ಜೊತೆಗೆ ಸೇರಿಸಿದ 'ಮಚ್ಚಾ' ಶಬ್ದ ನಿರಂಜನನಿಗೆ ಆಶ್ಚರ್ಯ ಉಂಟುಮಾಡಿತು.

"ಇದೇನು ಮಾರಾಯಾ? ಯಾವುದೋ ದೇಶದವನು ಅವನು. ಮಚ್ಚಾ ಅಂತಾನಲ್ಲ!"

"ಹೂಂ ಸಾರ್. ಅವ ಫಿಲಿಪಿನೋ. ಇಲ್ಲಿ ಎಲ್ಲರೂ ನಮ್ಮನ್ನು ಮಚ್ಚಾ ಅಂತಾನೇ ಕರೆಯೋದು" ಒಂಥರಾ ಹೆಮ್ಮೆಯಿತ್ತು ದುರೈನ ದನಿಯಲ್ಲಿ.

ನಿರಂಜನನಿಗೆ ಪೋಲೀಸ್ ಸ್ಟೇಶನ್ನಿನ ಘಟನೆ ನೆನಪಾಯಿತು. ಆ ಪೋಲೀಸ ಎಳೆದುಕೊಂಡು ಬಂದ ಖೈದಿಗೆ ಏನೋ ಹೇಳಿ ಕೊನೆಯಲ್ಲಿ 'ಮಚ್ಚಾ' ಎನ್ನುತ್ತ ತನ್ನತ್ತ ನೋಡಿ ಕುಹಕದ ನಗೆ ಬೀರಿದ್ದನಲ್ಲ; ಆತ ಹೇಳಿದ್ದು ಇದೇ ಮಚ್ಚಾ ಎನ್ನುವ ಪದ ಎಂಬುದು ಖಾತ್ರಿಯಾಯಿತು. ಆ ವಿಷಯವನ್ನು ಈಗ ಪ್ರಸ್ತಾಪಿಸುವುದೋ ಬೇಡವೋ ಎಂದು ಯೋಚಿಸುತ್ತಿರುವಂತೆ, ದುರೈ ತನ್ನ ಮಚ್ಚಾ ಶಬ್ದದ ಶಕ್ತಿಯನ್ನು ವಿವರಿಸತೊಡಗಿದ–

"ಸರ್ ಮಚನ್ ಅಂದ್ರೆ ನಮ್ಮಲ್ಲಿ ಭಾವ ಅಂತಾ. ಅದನ್ನೇ ನಾವು ಕರೆಯುವಾಗ ಮಚ್ಚಾ ಅಂತಾ ಕರೀತೀವಿ. ಭಾವ ಅಂದ್ರೆ ಅದು ಅತ್ಯಂತ ಗಟ್ಟಿಯಾದ ಸಂಬಂಧ ಅಲ್ವಾ? ತಮಿಳಲ್ಲಿ ಒಂದು ಮಾತಿದೆ. ನೀನು ಬಾವಿ ಇಳ್ಯೋವಾಗ ಹಗ್ಗದ ಇನ್ನೊಂದು ತುದಿ ಭಾವನ ಕೈಲಿ ಕೊಟ್ಟಿರು ಅಂತಾ. ಆ ರೀತಿಯ ಬಾಂಧವ್ಯ ಅದು. ಹೀಗಾಗಿ ನಾವು ಒಬ್ಬರನ್ನೊಬ್ಬರು ಮಚ್ಚಾ ಅಂತಾ ಕರಕೊಂಡಾಗ ಅದಕ್ಕೆ ಬೇರೆಯದೇ ಒಂದು ನಂಟು ಹುಟ್ಟುತ್ತೆ. ಹಾಗೆ ನೋಡಿದರೆ ಈ ಮಚ್ಚಾ ಶಬ್ದವನ್ನು ನಮ್ಮ ದೇಶದಲ್ಲಿ ಎಲ್ಲರೂ ಬಳಸಬಹುದು ಗೊತ್ತಾ? 'ಮಚಾಂಗ್' ಅಂತಾ ಮಾಡಿದರೆ ಚೈನೀಸೂ ಬಳಸಬಹುದು, 'ಮಚಾಹ್' ಮಾಡಿದರೆ ಮಲೇಷಿಯನ್ನೂ ಬಳಸಬಹುದು..."

ನಿರಂಜನನಿಗೆ ಈ ಲಾಜಿಕ್ಕು ಮಜ ಅನ್ನಿಸಿತು.

"ಹಾಂ...ಹಾಂ... ಹಾಗೇ 'ಮಶೇಖ್' ಅಂತಾ ಮಾಡಿದರೆ ಅರಬರೂ, 'ಮಚರ್'

ಅಂತಾ ಮಾಡಿದರೆ ಅಮೇರಿಕನ್ನರೂ ಬಳಸಬಹುದಲ್ಲ ಮಾರಾಯಾ... ಸೂಪರ್ ಇದೆ ನೋಡು. ಆಗ ಮಚ್ಚಾ ಅನ್ನೋದು ಯುನಿವರ್ಸಲ್ ಪದವಾಗಿಬಿಡುತ್ತೆ... ಹ.. ಹ್ಹಾ"

ದುರೈನಿಗೆ ಈತ ತಮಾಷೆ ಮಾಡುತ್ತಿದ್ದಾನೆಂಬುದು ಗೊತ್ತಾಗಿ ಚುಚ್ಚಿದಂತಾಯ್ತು. ಪೆಚ್ಚು ಪೆಚ್ಚಾಗಿ ನಕ್ಕ. ನಿರಂಜನ ಮುಂದುವರಿಸುತ್ತ–

"ಅಷ್ಟೇ ಯಾಕೆ, ಮಲೇಷಿಯಾವನ್ನೇ ಮಚೇಷಿಯಾ ಅಂತಾ ಬೇಕಾದ್ರೂ ಕರೀಬಹುದು. ಏನಂತೀಯಾ?"

೩

ತೆಹ್ ತರೀಕ್ ಬಂತು. ಹಿಡಿಕೆಯಿರುವ ಗ್ಲಾಸಿನಲ್ಲಿ ಮೇಲುಗಡೆಯ ಕಾಲು ಭಾಗ ನೊರೆಯಿಂದ ತುಂಬಿರುವ ಪಾನೀಯ. ಬ್ಲಾಕ್ ಟೀ ಹೋಲಿಕೆಯಿತ್ತಾದರೂ ರುಚಿ ವಿಭಿನ್ನವೆನಿಸಿತು. ಒಂದು ಸಿಪ್ ಎಳೆದು "ಹೂಂ... ಗುಡ್" ಎಂದು ನಿರಂಜನ ಪ್ರಶಂಸಿಸಿದ್ದೇ ತಡ, ದುರೈ ಅದನ್ನು ಮಾಡುವ ಕ್ರಮವನ್ನು ಬಲು ಉತ್ಸಾಹದಿಂದ ವಿವರಿಸತೊಡಗಿದ. 'ಒಂದು ಬೋಗುಣಿಯಿಂದ ಇನ್ನೊಂದು ಬೋಗುಣಿಗೆ ಸುರಿಯುವಾಗ ಕನಿಷ್ಟ ಒಂದು ಮೀಟರಿನ ಅಂತರವಿರಬೇಕು' ಎನ್ನುತ್ತ ಆತ ಕೈಯ್ಯನ್ನು ಮೇಲಕ್ಕೆತ್ತಿ ಚಹ ಸುರಿಯುತ್ತಿರುವ ಅಭಿನಯ ಮಾಡಿ ತೋರಿಸುತ್ತಿದ್ದರೆ, 'ಇವನ ಬಿಲ್ಲನ್ನೂ ನಾನೇ ಕೊಡಬೇಕಾದೀತೋ' ಎಂದು ಆಲೋಚಿಸುತ್ತಿದ್ದ ನಿರಂಜನ.

ಪಕ್ಕದ ಟೇಬಲ್ಲಿನಲ್ಲಿ ತಮಾಷೆ ಮಾಡುತ್ತಾ, ಜೋರಾಗಿ ನಗಾಡುತ್ತಾ ಚೈನೀಸ್ ಗುಂಪೊಂದು ಕುಳಿತಿತ್ತು. ಮೂವತ್ತರ ಆಸುಪಾಸಿನ ಐದಾರು ಜನ ಹುಡುಗರವರು. ಅವರಲ್ಲೊಬ್ಬ, ಐದಾರು ದೊಡ್ಡ ಕರಿದ ಏಡಿಗಳನ್ನು ಪ್ಲೇಟಿನಲ್ಲಿ ಪೇರಿಸಿಟ್ಟುಕೊಂಡು ಮೆಲ್ಲುತ್ತಿದ್ದ. ಹೂರಣವನ್ನು ಹೀರಿ ಉಳಿದ ಚಿಪ್ಪನ್ನು ಬದಿಯಲ್ಲಿ ಗುಡ್ಡೆ ಹಾಕಿದ್ದ. ನಡುವಿನ ಭಾಗ ತಿಳಿ ಗುಲಾಬಿ, ಬಿಳಿ ಮಿಶ್ರಿತ ಕಂದು ಬಣ್ಣವಿರುವ ಕಾಲುಗಳು ತುದಿಯಲ್ಲಿ ಮಾತ್ರ ಕಿತ್ತಳೆಯ ಶೇಡ್ ಹೊಂದಿರುವ ಆ ಏಡಿಗಳನ್ನು ನೋಡುತ್ತಲೇ ಆಸೆಯಾಯಿತು ನಿರಂಜನನಿಗೆ. ಏಡಿಯ ಬಣ್ಣವೇ ಅಂಥದ್ದೋ ಅಥವಾ ಅಡುಗೆಯವರು ಲೇಪಿಸಿದ್ದೋ ಎಂಬುದನ್ನು ದುರೈನಲ್ಲಿ ಕೇಳೋಣ ಅನ್ನುವಷ್ಟರಲ್ಲಿ, ಅವರುಗಳತ್ತಲೇ ನೋಡುತ್ತಿದ್ದ ದುರೈ,

"ಸದಿಯಾ ಬೋಳೀ ಮಕ್ಕಳು..." ಸಣ್ಣ ದನಿಯಲ್ಲಿ ಅಸಡ್ಡೆಯಿಂದ ಅಂದ.

"ಬೈತಿದೀಯಾ? ಯಾಕೆ, ಅವರೇನು ಮಾಡಿದ್ರು ನಿಂಗೆ?"

"ಹಾಗೇ ಸರ್, ಗೊತ್ತಲ್ಲ ನಿಮಗೆ ಇವರ ಬಗ್ಗೆ. ಅವರನ್ನ ಇಲ್ಲಿ ಸದಿಯಾ

ಅನ್ನೋ ಅಡ್ಡ ಹೆಸರಿಂದ ಕರೀತಾರೆ"

"ಏನು, ಹಾಗಂದ್ರೆ ?"

"ಸಿಂಗಲ್ ಜಡೆಯವನು ಅಂತಾ... ಹಿ..ಹ್ಹೀ.."

ಮಿಲಿಟರಿ ಕಟ್ ಹೇರ್‌ಸ್ಟೈಲ್ ಇರುವ ಇವರನ್ನೇಕೆ ಹಾಗೆ ಕರೆಯುತ್ತಾನೆ ಎಂದು ಒಮ್ಮೆ ಅನ್ನಿಸಿತು ನಿರಂಜನನಿಗೆ. ಅದರ ಬೆನ್ನಲ್ಲೇ, ತಾನು ನೋಡಿದ ಜಾಕಿಚಾನ್ ಸಿನೆಮಾಗಳಲ್ಲಿಯ ಒಂಟಿ ಜಡೆಯ ಚೈನೀಸ್ ಪಾತ್ರಗಳು ನೆನಪಾಗಿ ಮನದಲ್ಲೇ ನಗು ಬಂತು.

"ಅಂದಹಾಗೇ ನಿಮ್ಮನ್ನೇನು ಕರೀತಾರೆ ಅವರುಗಳು?"

"ಕೆಲಿಂಗ್ ಅಂತಾರೆ ಸರ್"

"ಕೆಲಿಂಗಾ? ಹಾಗಂದ್ರೆ ಏನರ್ಥ?"

"ಹೆ..ಹ್ಹೆ... ಸರಿಯಾಗಿ ಗೊತ್ತಿಲ್ಲಾ ಸಾರ್. ಕರೀತಾರೆ ಹಂಗೆ"

ಇವನಿಗೆ ಕೆಲಿಂಗ್ ಅಂದ್ರೆ ಏನಂತ ಗೊತ್ತಿದೆ. ಆದರೆ ಹೇಳದೇ ತಪ್ಪಿಸಿಕೊಳ್ತಿದಾನೆ ಎಂಬುದನ್ನು ಅಂದಾಜಿಸಿದ ನಿರಂಜನ. ನಾವುಗಳು ತಮಿಳರನ್ನು 'ಕೊಂಗ' ಅಂತಾ ಕರೆಯೋದರ ಪ್ರತಿರೂಪವೇ ಇರಬೇಕು ಇದು ಅನ್ನಿಸಿತು. ಅರ್ಥ ಹೇಳುವಂತೆ ಒತ್ತಾಯಿಸಿದ.

"ಅಂದ್ರೆ, ಕಳಿಂಗ ದೇಶದಿಂದ ಬಂದವರು ಅಂತಾ, ಸಾರ್"

"ಏನ್ ಹೇಳ್ತಿದೀ ಮಾರಾಯಾ? ಎಲ್ಲಿಯ ಕಳಿಂಗ ದೇಶ, ಎಲ್ಲಿಯ ತಮಿಳರು..." ಜೋರಾಗಿ ನಕ್ಕ ನಿರಂಜನ. ಪಕ್ಕದ ಟೇಬಲ್ಲಿನ ಚೈನಿಗಳು ಇವರತ್ತಲೇ ನೋಡಿದರು.

ತುಸು ಅಸಮಾಧಾನ ತೋರುತ್ತ, "ಸರಿ ಹೊರಡೋಣಾ ಸಾರ್" ಎನ್ನುತ್ತಾ ಎದ್ದ ದುರೈ.

ತನ್ನ ಚಹಾದ ಬಿಲ್ಲು ಪ್ರತ್ಯೇಕವಾಗಿ ತಾನೇ ನೀಡಿದ.

ಹೊಟೇಲಿನಿಂದ ಹೊರ ಬರುತ್ತ, ದುರೈ ಪರ್ಸಿನಿಂದ ನೋಟು ತೆಗೆದು "ಸರ್, ಇಂಡಿಯಾದಲ್ಲಿ ಹಾಕು ಅಂದಿದ್ನಲ್ಲ..." ಎನ್ನುತ್ತಾ ನಿರಂಜನನ ಕೈಗಿಡಲು ಬಂದ.

"ಈಗಲೇ ಯಾಕೆ ಮಾರಾಯಾ? ವಾಪಸ್ ಹೋಗುವಾಗ ಕೊಡು. ಹೇಗಂದರೂ ಏರ್‌ಪೋರ್ಟಿನಲ್ಲಿ ನಿನ್ನ ಲೆಕ್ಕಾಚಾರ ಚುಕ್ತಾ ಮಾಡಬೇಕಲ್ಲ, ಆಗ ತಗೋತೇನೆ"

"ಅದು ಬೇರೆ, ಇದು ಬೇರೆ ಅಲ್ವಾ ಸಾರ್? ಕೊನೇ ಗಳಿಗೆ ಗಡಿಬಿಡಿಯಲ್ಲಿ ಮರೆತು ಹೋದ್ರೆ ಅಂತಾ..."

“ಹಾಗೇನೂ ಆಗೊಲ್ಲ. ಪಕ್ಕಾ ತೆಗೆದುಕೊಳ್ಳುವೆ. ಡೋಂಟ್ ವರಿ. ಜಂಜಿ ಡಪಾತಿ... ಹ..ಹ್ಹ..ಹ್ಹಾ..”

೩

ಕಾರಲ್ಲಿ ಕೂರುತ್ತಲೇ, “ನನ್ನದು ಇನ್ನೊಂದು ರೆಕ್ವೆಸ್ಟು ಸರ್” ಅಂದ ದುರೈ.

“ಏನಪ್ಪಾ ಅದು?”

“ನೀವೇನಾದರೂ ನೆಕ್ಸ್ಟ್ ಟೈಮ್ ಮಲೇಷಿಯಾಕ್ಕೆ ಬಂದ್ರೆ, ಭಾರತದಿಂದ ನನಗೊಂದು ಬಾಕ್ಸ್ ಕರ್ಪೂರ ತರ್ತೀರಾ ಸಾರ್?”

ಭಾರತದ ಕರ್ಪೂರ ಬೇಕೆಂಬುದಕ್ಕೆ ಅವನದೇ ಕಾರಣಗಳಿವೆ ದುರೈಗೆ.

18

"ಮಚ್ಚಾ, ಈ ಗೇಟೊಂದನ್ನು ಯಾವಾಗ ರಿಪೇರಿ ಮಾಡಿಸ್ತೀಯೋ ಕಾಣೆ. ಒಂದು ದಿನ ಯಾರ ಮೇಲಾದ್ರೂ ಮುರ್ಕೊಂಡು ಬೀಳುತ್ತೆ ನೋಡು"

ತಳ್ಳುತ್ತಲೇ 'ಕೀಂಯ್ ಕಿಚಕ್ ಕಿಚಕ್...' ಸದ್ದು ಮಾಡಿ, ಅತ್ತಿತ್ತ ಬಳುಕುತ್ತಾ, ಎಲ್ಲಿ ಕಳಚಿ ಬೀಳುತ್ತದೆಯೋ ಅನ್ನಿಸುವಂಥ ಕಬ್ಬಿಣದ ಗೇಟನ್ನು ದಾಟಿ ಬರುತ್ತ ಹೇಳಿದ ಮಗೇಂದ್ರ.

ಕಾಂಕ್ರೀಟ್ ಸ್ಲಾಬಿನ ಸಣ್ಣ ಮನೆ. ಒಂದು ಬದಿಯಲ್ಲಿ ಸ್ಲಾಬಿನಿಂದ ಹೊರಬಂದು ಕೊಕ್ಕೆಯಂತೆ ಚಾಚಿದ್ದ ಜಂಗು ಹಿಡಿದ ಸ್ಟೀಲ್ ಕಂಬಿಗಳು. ಮನೆಯ ಮುಂಬದಿಯ ಗೋಡೆಗೆ ದಟ್ಟ ಹಳದಿ ಪೇಂಟಿಂಗು. ಮರದ ಬಾಗಿಲಿಗೆ ಕುದುರೆಯ ಮೇಲೆ ಎದುರು ಬದುರಾಗಿ ಕುಳಿತ ವ್ಯಕ್ತಿಗಳ ಚಿತ್ರ ಕೆತ್ತಲಾಗಿತ್ತು. ಆ ಚಿತ್ರದ ವಿವಿಧ ಬಣ್ಣಗಳು ಹೆಚ್ಚು ಕಡಿಮೆ ಮಾಸಿದ್ದವು. ರಸ್ತೆಯ ಬದಿಗಿರುವ ಗೋಡೆಯ ಮೇಲೆ ಸುಣ್ಣದಿಂದ ಬಿಡಿಸಿದ ಯಾವುದೋ ತಮಿಳು ಜಾಹೀರಾತು. ಮನೆಯ ಗೋಡೆಗೂ ಬೇಲಿಗೂ ನಡುವಿನ ಎರಡಡಿ ಜಾಗದಲ್ಲಿ ಬೆಳೆದ ಹುಲ್ಲು, ಒಂದಿಷ್ಟು ಹೂವಿನ ಗಿಡಗಳು. ಇನ್ನೊಂದು ಬದಿಯಲ್ಲಿ ಬಟ್ಟೆ ತೊಳೆಯುವ ಕಲ್ಲಿನ ಪಕ್ಕದಲ್ಲೊಂದು ಒಂಟಿ ರಬ್ಬರ್ ಮರ. ಆ ಮರ ಹಾಗೂ ಸ್ಲಾಬಿನಿಂದ ಹೊರಬಂದ ಕಂಬಿಯ ಮಧ್ಯೆ ಕಟ್ಟಿದ ಹಗ್ಗದ ಮೇಲೆ ಒಣಗಲು ಹಾಕಿದ ಬಟ್ಟೆಗಳು. ಅಂಗಳದಲ್ಲಿ– ಕಟ್ಟಿಗೆಯ ಸಣ್ಣ ತುಂಡುಗಳನ್ನು ದೊಡ್ಡ ಹಂಡೆಯೊಂದರಲ್ಲಿ ಹಾಕಿ ಕುದಿಸುತ್ತಾ, ಒಲೆಯ ಬೆಂಕಿಯಿಂದೆದ್ದ ಹೊಗೆಗೆ ಕಣ್ಣು ಕೆಂಪಾಗಿಸಿಕೊಂಡು ಕೂತಿದ್ದ ದುರೈ. ಗೆಳೆಯನ ದನಿ ಕೇಳುತ್ತಲೇ, ಅಂಗಿಯ ತೋಳಿನ ತುದಿಯಿಂದ ಕಣ್ಣೊರೆಸಿಕೊಳ್ಳುತ್ತ, "ಬಾ...ಬಾ, ನೀನು ಇವತ್ತು ಮನೆಗೆ ಬರಬಹುದು ಅನ್ನೋ ನಿರೀಕ್ಷೆ ಇತ್ತು" ಎನ್ನುತ್ತಾ ಎದುರುಗೊಂಡ.

"ನನಗೂ ನೀರೀಕ್ಷೆಯಿತ್ತು. ನೀನು ಇದೇ ಕಾಯಕದಲ್ಲಿ ತೊಡಗಿರುತ್ತೀಯಾ ಅಂತಾ. ಹೀಗೆ ಕರ್ಪೂರದ ಮರ ಅಂದ್ಕೊಂಡು ಕೈಗೆ ಸಿಕ್ಕ ರೆಂಬೆಕೊಂಬೆಯನ್ನೆಲ್ಲಾ ಕಡಿದು ತರ್ತಾ ಇದ್ರೆ, ಮರಗಳ್ಳ ಅಂತಾ ಪೋಲೀಸನೋರು ಒಳಗೆ ಹಾಕಿ ತದಕ್ತಾರೆ ನೋಡು ನಿನ್ನ"

ನೈಸರ್ಗಿಕ ಕರ್ಪೂರ ತಾನೇ ತಯಾರಿಸುತ್ತೇನೆ ಎಂದು ಇತ್ತೀಚಿನ ಕೆಲ ವರ್ಷಗಳಿಂದ ದುರ್ರೈ ನಡೆಸುತ್ತಿರುವ ಸಾಹಸ ಆತನ ಹತ್ತಿರದ ಬಳಗದವರಿಗೆಲ್ಲ ಗೊತ್ತಿರುವುದೇ. ಯಾವುದಾದರೂ ದೂರದ ಬಾಡಿಗೆ ಸಿಕ್ಕು ಮನಸ್ಸಿಗೂ ಜೇಬಿಗೂ ಸಮಾಧಾನವಾದ ಮಾರನೇ ದಿನ ಕೆಲಸಕ್ಕೆ ರಜೆ ಮಾಡುತ್ತಿದ್ದ ದುರ್ರೈ. ಹಾಗೆ ಸಿಕ್ಕ ಬಿಡುವಿನಲ್ಲಿ ಆತನ ಕರ್ಪೂರ ತಯಾರಿಕೆಯ ಕಾರ್ಯಾಚರಣೆ ಶುರುವಾಗುತ್ತಿತ್ತು. ಈತ ಟ್ಯಾಕ್ಸಿಯಲ್ಲಿ ಒಮ್ಮೆ ಕರೆದೊಯ್ದ ಭಾರತದ ಅಗರಬತ್ತಿ ಫ್ಯಾಕ್ಟರಿ ಮಾಲೀಕನೊಬ್ಬನಿಂದ ಕರ್ಪೂರ ತಯಾರಿಸುವ ಬಗೆ ಕೇಳಿ ತಿಳಿದುಕೊಂಡಿದ್ದ ಆತ. ಆ ಪ್ರಕ್ರಿಯೆ ಅಷ್ಟೇನೂ ಕಷ್ಟಕರವಾದುದಲ್ಲ, ಸಣ್ಣ ಪ್ರಮಾಣದಲ್ಲಿ ಮನೆಯಲ್ಲೂ ತಯಾರಿಸಬಹುದೆಂಬ ವಿಚಾರ ತಲೆಯಲ್ಲಿ ಹೊಕ್ಕಿಬಿಟ್ಟಿತ್ತು.

"ಹಾಗೇನಿಲ್ಲ. ಕರ್ಪೂರದ ಮರ ಗುರುತಿಸಬಲ್ಲ ವ್ಯಕ್ತಿಯೊಬ್ಬನ ಪರಿಚಯವಾಗಿದೆ ನನಗೆ. ಅವನು ತೋರಿಸಿದ ಮರದ ರೆಂಬೆಯನ್ನೇ ನಾನು ಕಡಿದು ತರುವುದು" ಮಗೇಂದ್ರನಿಗೆ ಉತ್ತರಿಸಿದ ದುರ್ರೈ.

"ಇಷ್ಟು ದಿನದಿಂದ ತರ್ತಿದೀಯಾ. ಒಂದಾದರೂ ಪಕ್ಕಾ ಕರ್ಪೂರದ ಮರವೇ ಅನ್ನೋದು ಸಿಕ್ಕಿದೆಯಾ?"

"ಕೆಲವೊಂದನ್ನು ಪರೀಕ್ಷಿಸಿ ನೋಡಬೇಕು. ಮೇಲ್ನೋಟಕ್ಕೆ ಗೊತ್ತಾಗುವುದಿಲ್ಲ. ಅನ್ನುತ್ತಾನಾತ..."

"ಹೌದಾ? ಅಂದಾಗೆ ಆ ನಿನ್ನ ಎಕ್ಸ್‌ಪರ್ಟ್ ಮನುಷ್ಯ ಕಾಡೊಳಗೆ ನಿಂಜೊತೆ ಪುಕ್ಕಟೆ ಅಲೀತಾನೋ?"

"ಹೂಂ... ಅವನೇನೂ ಹಣ, ಕಮೀಷನ್ನು ತೆಗೆದುಕೊಳ್ಳುವುದಿಲ್ಲ ಪಾಪ. ಸುಮ್ಮನೇ ನನಗೆ ಸಹಾಯ ಮಾಡಬೇಕೆನ್ನುವ ಉದ್ದೇಶ ಅಷ್ಟೇ. ನನ್ನ ಸಲುವಾಗಿ ಕಷ್ಟಪಡುತ್ತಾನಲ್ಲ ಅಂತಾ ನಾನೇ ನಾಸಿ ಬಿರಿಯಾನಿ ಕೊಡಸ್ತೀನಿ"

"ಮೂರ್ಖ ನೀನು. ಒಂದಿನ ಕೊಡಿಸದೇ ಇರು ನೋಡೋಣ. ಮರುದಿನದಿಂದ ಬರ್ತಾನೋ ಅಂತಾ. ಅಂದಹಾಗೇ, ನಿನಗೆ ಹೇಳಿ ಹೋಗೋಣಾ ಅಂತಲೇ ಬಂದೆ. ಇಲ್ಲಿ ಸುತ್ತ ಮುತ್ತಲ ಯಾವ ಕಾಡಲ್ಲೂ ಕರ್ಪೂರದ ಗಿಡ ಬೆಳೆಯೋದಿಲ್ಲಂತೆ. ಇಡೀ ಮಲೇಷಿಯಾದಲ್ಲಿ ಕರ್ಪೂರದ ಮರ ಇರೋದು, ಬೊರ್ನಿಯೋ ಪ್ರದೇಶದಲ್ಲಿ ಮಾತ್ರವಂತೆ. ಅದ್ಯಾವ ಮೂಲೆಯಲ್ಲಿದೆ, ನಾವೆಲ್ಲಿದ್ದೇವೆ ಮಚ್ಚಾ! ಅಲ್ಲದೇ

ಕರ್ಪೂರವನ್ನು ಅಷ್ಟು ಸುಲಭದಲ್ಲಿ ಹೀಗೆಲ್ಲ ಮನೆಯಲ್ಲಿ ತಯಾರಿಸಲಾಗೋದೇ ಇಲ್ಲ. ನಾ ಬೇಕಾದ್ರೆ ಚಾಲೆಂಜ್ ಮಾಡ್ತೀನಿ"

ಇಬ್ಬರ ನಡುವೆ ಮಾತುಕತೆ ನಡೆಯುತ್ತಿರುವಾಗಲೇ, ಮನೆಯ ಒಳಗಿಂದ ಹೊರಬಂದ ದುರೈನ ಹೆಂಡತಿ–

"ಸರಿಯಾಗಿ ಉಗಿ ಅಣ್ಣಾ ಅವನಿಗೆ. ಒಂದಿನ ಬಿಡುವಿದ್ದಾಗ ಮನೆ ಕೆಲಸಕ್ಕೆ ಆಗಿ ಬರ್ತಾನಾ ನೋಡು. ಅದ್ಯಾವನನ್ನೋ ಕಟ್ಟಿಕೊಂಡು ಕಾಡು ಮೇಡು ಅಲೀತಾನೆ. ಮೊದಮೊದ್ಲು ಇವನು ತರೋ ಕಟ್ಟಿಗೆ ಸೌದೆಗಾದರೂ ಆಗುತ್ತಲ್ಲಾ ಅಂತಾ ನಾನು ಸುಮ್ಮನಿದ್ದೆ. ಆದರೆ ಇವ ತರೋದು ಇವನಿಗೇ ಕುದಿಸಲಿಕ್ಕೆ ಸಾಲೊಲ್ಲ..." ಎಂದು ಮಗೇಂದ್ರನಲ್ಲಿ ದೂರಿದಳು. ತನ್ನ ಕಾಯಕ್ಕೆ ತುಸು ದೊಗಳೆ ಅನ್ನಿಸಬಹುದಾದ ನೈಟಿಯನ್ನು ಲುಂಗಿಯಂತೆ ಮೊಳಕಾಲವರೆಗೂ ಎತ್ತಿ ಸೊಂಟಕ್ಕೆ ಕಟ್ಟಿಕೊಂಡಿದ್ದಳು ಆಕೆ. ಕೈಯ್ಯಲ್ಲಿದ್ದ ಪಾತ್ರೆಯಲ್ಲಿಯ ತಂಗಳನ್ನವನ್ನು ಅಲ್ಲೆ ಅಂಗಳದ ಮೂಲೆಯ ಚಪ್ಪಡಿ ಕಲ್ಲಿನ ಮೇಲೆ ಚೆಲ್ಲುತ್ತ 'ವಾ...ವಾ...' ಎಂದು ಜೋರಾಗಿ ಕೂಗಿ ಕರೆದಳು.

"ಇವ ಏಳಿಸುವ ಹೊಗೆಗೆ ಕಾಗೆಯಲ್ಲ, ಕುನ್ನಿಯೂ ಇತ್ತ ಸುಳಿಯೊಲ್ಲ" ಮತ್ತೆ ಮೂದಲಿಸಿದಳು. ಹಾಗೇ ಮುಂದುವರಿಸುತ್ತ, "ಅಲ್ಲಾ ಅಣ್ಣಾ, ಹೊಗೆ ಬರುವ ಕರ್ಪೂರ ಇಲ್ಲಿ ಎಲ್ಲೂ ಸಿಗೊಲ್ವಾ? ಅದನ್ನ ತಯಾರು ಮಾಡ್ತೇನೆ ಅಂತಾ ಮನೆ ಮುಂದೆ ಹೊಗೆ ಹಾಕಿ ಕುಳಿತುಕೊಳ್ಳುತ್ತೆ ಈ ಗೂಬೆ"

"ಇಲ್ಲಿ ಸಿಗೋದೆಲ್ಲಾ ಕೆಮಿಕಲ್ ಕರ್ಪೂರಾನೇ ಅಂತಾ ಎಷ್ಟು ಸಲಾ ಹೇಳಿಲ್ಲ ನಿಂಗೆ ಬಿಕನಾಸಿ. ಅದರಲ್ಲಿ ಮಸಿಯೂ ಇಲ್ಲಾ ವಾಸನೇನೂ ಇಲ್ಲಾ" ದುರೈನ ಮಾತಲ್ಲಿ ಅಸಹನೆ ಸಿಟ್ಟು ಎರಡೂ ಇತ್ತು.

"ಯಾಕೆ ಸಿಗೊಲ್ಲ? ಅದೇನು ಇಲ್ಲೆಲ್ಲೂ ಸಿಗದಿರೋ ವಸ್ತೂನಾ? ಟ್ಯಾಕ್ಸಿ ತಗೊಂಡು ಇಡೀ ಊರೆಲ್ಲಾ ಸುತ್ತತೀಯಾ, ಹುಡುಕಿದರೆ ಎಲ್ಲಾದರೂ ಒಂದು ಕಡೆ ಸಿಕ್ಕೇ ಸಿಗುತ್ತೆ. ನನಗೆ ಈ ಗೋಳೂ ತಪ್ಪುತ್ತೆ"

ಹೊಗೆ ಏಳುವ, ಮಸಿ ಅಂಟುವ ಕರ್ಪೂರವನ್ನು ಮಾತ್ರ ಉಪಯೋಗಿಸಬೇಕೆನ್ನುವ ದುರೈನ ಒತ್ತಾಸೆ ಇಂದು ನಿನ್ನೆಯದಲ್ಲ. ಹದಿನಾರರ ವಯಸ್ಸಿನಲ್ಲೊಮ್ಮೆ, ಆತನ ಏರಿಯಾದಲ್ಲಿ ಕಾತೇರಿ ಅಮ್ಮನ್ ದೇವಸ್ಥಾನವೊಂದರ ವಾರ್ಷಿಕ ಪೂಜಾ ಕಾರ್ಯಕ್ರಮ ನಡೆಯುತ್ತಿತ್ತು. ಬೀದಿಯ ತುದಿಯಲ್ಲಿಯ ಸಣ್ಣ ದೇವಾಲಯವಾದರೂ ಸಾಕಷ್ಟು ಜನ ಸೇರಿದ್ದರು. 'ನಡುರಾತ್ರಿ ಕಳೆದರೂ ಸ್ಪೀಕರಿನಲ್ಲಿ ಜೋರಾಗಿ ತಮಿಳು

ಹಾಡು ಹಾಕಿ ಗಲಾಟೆ ಮಾಡುತ್ತಿದ್ದಾರೆ' ಎಂದು ಯಾರೋ ದೂರು ಕೊಟ್ಟಿದ್ದರಿಂದ ಸ್ಥಳಕ್ಕೆ ಪೋಲೀಸರು ಬಂದಿದ್ದರು. ನೆರೆದ ಜನರಲ್ಲಿ ಕೆಲವರು ಪೋಲೀಸರೊಂದಿಗೆ ವಾಗ್ವಾದಕ್ಕಿಳಿದರು. 'ಈ ದೇವಿ ಸಂಚರಿಸುವುದೇ ನಡು ರಾತ್ರಿಯಲ್ಲಿ, ಆಗಲೇ ಪೂಜೆ ಅಭಿಷೇಕಗಳೆಲ್ಲ ಆಗಬೇಕು' ಎಂಬುದು ಅವರ ವಾದ. ಮಾತಿಗೆ ಮಾತು ಬೆಳೆದು ಪೋಲೀಸರು ಕೈಗೆ ಸಿಕ್ಕವರನ್ನು ಲಾಠಿಯಿಂದ ಥಳಿಸತೊಡಗಿದರು. ಪೋಲೀಸರೊಡನೆ ಮಾತಿನ ಚಕಮಕಿ ನಡೆಯುತ್ತಿರುವ ಸಂದರ್ಭದಲ್ಲಿ, ಜನರ ಎದುರುನುಡಿಗೆ ತಲೆದೂಗುತ್ತ ಅಲ್ಲೇ ಗುಂಪಿನಲ್ಲಿ ನಿಂತಿದ್ದ ದುರ್ರೈನ ಕುಂಡೆಯ ಮೇಲೂ ರಪ್ಪನೆ ಏಟೊಂದು ಬಿತ್ತು. ಪೃಷ್ಟದ ನಡುವಿಂದ ಎದ್ದ ಭಯಂಕರ ನೋವಿನ ಸೆಳೆತವೊಂದು, ಬೆನ್ನು ಮೂಳೆಯ ಮುಖೇನ ಕುತ್ತಿಗೆಯವರೆಗೂ ಹಬ್ಬಿ ಕಣ್ಣು ಕತ್ತಲಾದಂತಾಯಿತು ಆತನಿಗೆ. 'ಅಮ್ಮಾ ತಾಯೇsss' ಎಂದು ಚೀತ್ಕರಿಸಿ ಅಲ್ಲಿಂದ ಕಾಲ್ಕಿತ್ತು ಹೇಗೋ ತಪ್ಪಿಸಿಕೊಂಡ. ಇನ್ನೊಂದು ಏಟು ಬಿದ್ದಿದ್ದರೆ ಅಲ್ಲೇ ಕುಸಿದು ಬೀಳುತ್ತಿದ್ದೇನೋ, ಕಾತೇರಿ ಅಮ್ಮನೇ ಬಚಾವು ಮಾಡಿದಳೆಂದುಕೊಳ್ಳುತ್ತ; ಢವಗುಡುತ್ತಿರುವ ಎದೆ ಅದುಮಿಕೊಂಡು ಪೂಜೆ ನಡೆಯುತ್ತಿರುವ ಜಾಗಕ್ಕೆ ಬಂದರೆ, ಅಲ್ಲಿ ಮಂಗಳಾರತಿ ಕಾರ್ಯಕ್ರಮ ಆಗಲೇ ಮುಗಿದಿತ್ತು. ಆರತಿ ತಟ್ಟೆಯಲ್ಲಿಯ ಮಸಿಯನ್ನಾದರೂ ಹಣೆಗೆ ಹಚ್ಚಿಕೊಳ್ಳುತ್ತೇನೆಂದು ಪೂಜಾರಿಯಲ್ಲಿ ಕೇಳಿದಾಗ,

"ಈಗೆಲ್ಲಾ ಆರತಿ ತಟ್ಟೆಗೆ ಮಸಿ ಅಂಟಿಕೊಳ್ಳುವುದಿಲ್ಲ" ಎನ್ನುತ್ತಾ ತಟ್ಟೆಯನ್ನು ಎತ್ತಿ ಹಿಂದೆ ಮುಂದೆ ತಿರುವಿ ತೋರಿಸಿದ್ದ ಪೂಜಾರಿ. ಯಾಕೋ ಆ ಗಳಿಗೆಯಲ್ಲಿ– ಸುಟ್ಟರೆ ಮಸಿಯಾಗದ ಕರ್ಪೂರ, ಕರ್ಪೂರವೇ ಅಲ್ಲ ಅನ್ನಿಸಿಬಿಟ್ಟಿತು ದುರ್ರೈನಿಗೆ.

ತದನಂತರದ ದಿನಗಳಲ್ಲಿ– ಹೀಗೇ ಯಾವ್ಯಾವುದೋ ಸಂದರ್ಭಗಳಲ್ಲೆಲ್ಲ ಆತನಿಗೆ ಆರತಿ ತಟ್ಟೆಯನ್ನು ಪೂಜಾರಿ ಕೈಯ್ಯೆತ್ತಿ ತಿರುವಿ ತೋರಿದ ಪ್ರಸಂಗ ಅಚಾನಕ್ಕಾಗಿ ನೆನಪಾಗಿಬಿಡುತ್ತಿತ್ತು. 'ನ್ಯಾಚುರಲ್ ಕರ್ಪೂರ' ಎಲ್ಲಾದರೂ ಸಿಗುತ್ತದೆಯೋ, ಬಳಕೆಯಾಗುತ್ತಿದೆಯೋ ಎಂದು ಸದಾ ಒಂದು ಕಣ್ಣಿಡುವುದೂ ಶುರುವಾಯಿತು. ಆಮೇಲೊಮ್ಮೆ, 'ನಮ್ಮಲ್ಲಿ ಹೊಗೆರಹಿತ ಕರ್ಪೂರದ ಬಳಕೆ ಶುರುಮಾಡಿ ಎಷ್ಟೋ ಕಾಲವಾಗಿದೆ. ಭಾರತದಲ್ಲಿ ಅಂಥದ್ದನ್ನು ಇನ್ನೂ ಬಳಸುತ್ತಿರಬಹುದು' ಎಂದು ಯಾರೋ ಹೇಳಿದರು. ಭಾರತೀಯ ಸಿನೆಮಾ ಸೀರಿಯಲ್ಲುಗಳನ್ನು ನೋಡುವಾಗ, ಆರತಿ ಎತ್ತುವ ಸನ್ನಿವೇಶಗಳಲ್ಲೆಲ್ಲಾ ಉರಿಯುತ್ತಿರುವ ದೀಪದ ಕುಡಿಯ ತುದಿಯಿಂದ ಕಪ್ಪು ಹೊಗೆ ಏಳುತ್ತಿದೆಯೋ ಎಂಬುದನ್ನು ಗಮನಿಸತೊಡಗಿದ ದುರ್ರೈ. ಟ್ಯಾಕ್ಸಿ ಚಾಲಕನಾದ ಮೇಲಂತೂ, 'ಇಂಡಿಯಾದಲ್ಲಿ ಒರಿಜಿನಲ್ ಕರ್ಪೂರ ಸಿಗುತ್ತಂತೆ ಹೌದಲ್ವಾ?' ಎಂದು ಹಲವು ಭಾರತೀಯ ಪ್ರವಾಸಿಗರಲ್ಲಿ ವಿಚಾರಿಸಿದ್ದಾನಾತ.

ಹೀಗಿರುವಾಗ; ಇದೇ ನಿಖರವಾಗಿ ಎಂದು ಹೇಳಲಾಗದಿದ್ದರೂ, ತಾನೇ ಸ್ವಂತ

ಕರ್ಪೂರ ತಯಾರಿಸಬಾರದೇಕೆ ಎಂಬ ವಿಚಾರ ದುರೈನಲ್ಲಿ ಮೊಳಕೆಯೊಡೆಯುವುದಕ್ಕೆ ಈ ಒಂದು ಘಟನೆಯೂ ಕಾರಣವಾಯಿತು–

ಬೆಟ್ಟದ ಮೇಲಿನ ಬಾಟು ಗುಹೆಯ ಮುರುಗನಿಗೆ, ತಂಬಿಗೆಯಲ್ಲಿ ಹಾಲನ್ನು ಹೊತ್ತೊಯ್ದು ಅಭಿಷೇಕ ಮಾಡುವುದು ಪದ್ಧತಿ. ಅದರ ಬದಲು, ಕೆಳಗೇ ಒಂದು ದೊಡ್ಡ ಸ್ಟೀಲಿನ ಟಾಕಿ ನಿರ್ಮಿಸಿ, ಅದರಲ್ಲಿ ಭಕ್ತರು ಸುರಿದ ಹಾಲನ್ನು ಕೊಳವೆಯಲ್ಲಿ ಮೇಲಕ್ಕೆ ಪಂಪ್ ಮಾಡಿ ವಿಗ್ರಹದ ನೆತ್ತಿಯ ಮೇಲೇ ಬೀಳುವಂತೆ ಮಾಡುವ ಯೋಜನೆಯನ್ನು ಸರಕಾರ ಘೋಷಿಸಿತ್ತು. ಇದರಿಂದ ತೈಪೂಸಂ ಅಥವಾ ಇತರೇ ಹಬ್ಬದ ಸಂದರ್ಭದಲ್ಲಿ ಮೆಟ್ಟಿಲ ಮೇಲಿನ ಸಂದಣಿ ತಪ್ಪುತ್ತದೆ, ಇಡೀ ಪ್ರದೇಶ ಸ್ವಚ್ಛವಾಗಿರುತ್ತದೆ ಎಂಬುದು ಅದರ ಉದ್ದೇಶ. ಈ ಯೋಜನೆಗೆ ದೇಶಾದ್ಯಂತ ತಮಿಳು ಮಲೇಷಿಗರ ವಿರೋಧ, ಪ್ರತಿಭಟನೆ ವ್ಯಕ್ತವಾಯಿತು.

ದುರೈ ವಾಸಿಸುವ ಪ್ರದೇಶದಲ್ಲೂ ಯುವಕರ ಗುಂಪೊಂದು ಈ ಕುರಿತು ಪ್ರತಿಭಟನೆ ಹಮ್ಮಿಕೊಂಡಿತ್ತು. 'ರೋಬೋಟಿಕ್ ಅಭಿಷೇಕಕ್ಕೆ ಧಿಕ್ಕಾರ' 'ನಮ್ಮ ಕಾಲುಗಳಿನ್ನೂ ಗಟ್ಟಿಯಾಗಿವೆ' ಎನ್ನುವ ಫಲಕ ಘೋಷಣೆಗಳೊಂದಿಗೆ ಲೋಕಲ್ ಕೌನ್ಸಿಲ್ ಕಚೇರಿಯ ಎದುರು ಜಮಾಯಿಸಿತ್ತು. ಸುಮಾರು ಐವತ್ತರಿಂದ ಅರವತ್ತು ಜನರಿರುವ ಆ ಗುಂಪಿನ ಎದುರಿನ ಸಾಲಿನಲ್ಲೇ ದುರೈ ಕೂಡಾ ಇದ್ದ. ಹೀಗೆ ಎಲ್ಲರೂ ಸೇರಿ ಜೋರಾಗಿ ಗದ್ದಲ ಎಬ್ಬಿಸುತ್ತಿರುವಾಗ, ಹಳೆಯ ಪ್ರೊಟೋನ್ ಕಾರಿನಲ್ಲಿ ಬಂದಿಳಿದ ವ್ಯಕ್ತಿಯೊಬ್ಬ ಇವರತ್ತಲೇ ಬಂದ. ಜೀನ್ಸ್ ಪ್ಯಾಂಟಿನ ಬೆಲ್ಟಿನೊಳಕ್ಕೆ ನೀಟಾಗಿ ತೂರಿಸಿಕೊಂಡ ಟೀಶರ್ಟಿನಿಂದ ಹೊಟ್ಟೆ ತುಸುವೇ ಮುಂದಕ್ಕೆ ಬಂದಿದ್ದರೂ, ಆತನ ಎತ್ತರದಿಂದಾಗಿ ಅದು ಹೆಚ್ಚೆನಿಸುತ್ತಿರಲಿಲ್ಲ. ಫ್ರೆಂಚ್ ದಾಡಿ, ಹಣೆಗಿಂತ ಮೇಲೆ ತಲೆಗೆ ಏರಿಸಿಕೊಂಡಿದ್ದ ತಂಪುಗನ್ನಡಕ ಇತ್ಯಾದಿಗಳಿಂದಾಗಿ ಒಳ್ಳೆ ಸ್ಟೈಲಿಷ್ ಆಗಿ ಕಾಣುತ್ತಿದ್ದ. ಬಂದವನೇ, ಪ್ರತಿಭಟನಾಕಾರರಲ್ಲಿ ತಕರಾರು ತೆಗೆದ.

"ನೀನು ನಮ್ಮವನೇ ಆಗಿದ್ದುಕೊಂಡು, ಕೈ ಜೋಡಿಸುವ ಬದಲು ವಿರೋಧಿಸುತ್ತೀಯಲ್ಲ" ಎಂದು ಅವರೆಲ್ಲ ಆ ವ್ಯಕ್ತಿಯ ಮೇಲೆ ಮುಗಿಬಿದ್ದರು.

"ಸರಿಯಾದ ವಿಷಯಕ್ಕೆ ಪ್ರತಿರೋಧಿಸಿದರೆ ನನ್ನ ಬೆಂಬಲವಿದೆ. ಇಲ್ಲಸಲ್ಲದ್ದಕ್ಕೆಲ್ಲಾ ವಿರೋಧಿಸ ಹೊರಟರೆ ನಗೆಪಾಟಲಿಗೀಡಾಗುತ್ತೇವೆ" ಎಂದ ಆತ.

"ಇದೇನು ಸಣ್ಣ ಸಂಗತಿಯೋ?"

"ತೊಂದರೆಯೇನಿದೆ ಹಾಲು ಪಂಪ್ ಮಾಡೋದ್ರಲ್ಲಿ? ದೇವಸ್ಥಾನಕ್ಕೆ ಆನ್-ಲೈನ್ ಹಣ ಪಾವತಿ ಮಾಡಲು ನಿಮಗೆ ಅಭ್ಯಂತರವಿಲ್ಲ. ಅದರ ಬದಲು ಸರತಿಯಲ್ಲೇ ನಿಂತು ಹಣ ಪಾವತಿಸಬಹುದಲ್ಲ. ಇದು ಮಾತ್ರ ಯಾಕೆ ಬೇಡ?"

"ಅದೇ ಬೇರೆ, ಇದೇ ಬೇರೆ...."

“ಅದ್ಹೇಗೆ ಬೇರೆಯಾಗುತ್ತೆ ಹೇಳಿಬಿಡಿ ನೋಡೋಣ. ಅದೊಂಥರ ಟೆಕ್ನಾಲಜಿ, ಇದು ಮತ್ತೊಂದು ತರ. ಅದು ಅಡ್ಡಿಯಿಲ್ಲ, ಇದು ಬೇಡಾ ಅಂದ್ರೆ? ಟಾಕಿಯಲ್ಲಿ ಹಾಲು ಸುರಿದರೆ ಜನರ ಪುಣ್ಯವೆಲ್ಲ ಮಿಕ್ಸ್ ಆಗಿಬಿಡುತ್ತೆ ಅಂತಾಲೋ? ಮನಸಲ್ಲಿ ಭಕ್ತಿ ಮುಖ್ಯವೇ ಹೊರತು...”

ಆತ ಮಾತನಾಡುತ್ತಿರುವ ನಡುವೆ ತಡೆಯುತ್ತ, ಅವನನ್ನು ಅಲ್ಲಿಂದ ಹೋಗುವಂತೆ ಪ್ರತಿಭಟನಾಕಾರರು ಒತ್ತಾಯಿಸತೊಡಗಿದರು.

‘ಹೀಗೇ ನಮ್ಮ ನಮ್ಮಲ್ಲೇ ಜಗಳಾಡಿಕೊಂಡರೆ, ಅದು ಮೂರನೆಯವನಿಗೆ ಲಾಭ’ ‘ಕಚೇರಿಯ ಒಳಗಿರುವ ಮಲಯ್‌ಸು ನಮ್ಮ ನೋಡಿ ನಕ್ಕಾರು. ನೀನು ಮೊದಲು ಇಲ್ಲಿಂದ ಜಾಗ ಖಾಲಿ ಮಾಡು’ ‘ನಮ್ಮೊಡನೆ ಸೇರುವಂತೆ ನಾವ್ಯಾರೂ ನಿನ್ನನ್ನು ಕರೆದಿಲ್ಲ’ ಹೀಗೇ ಹಲವು ರೀತಿಯಿಂದ ಆತನನ್ನು ಅಲ್ಲಿಂದ ಸಾಗಿಸುವ ಪ್ರಯತ್ನ ನಡೆಯುತ್ತಿರುವ ನಡುವೆ, ಒಮ್ಮೆ ನಾಪತ್ತೆಯಾಗಿ ಎಲ್ಲಿಂದಲೋ ಕರ್ಪೂರದ ಪೊಟ್ಟಣವೊಂದನ್ನು ಹಿಡಿದು ಥಕ್ಕನೆ ಪ್ರತ್ಯಕ್ಷನಾದ ದುರೈ. ಉಳಿದವರನ್ನು ಹಿಂದೆ ತಳ್ಳಿ ಆ ವ್ಯಕ್ತಿಯ ಎದುರು ನಿಂತು,

“ನೀನು ಈ ಕೂಡಲೇ ಇಲ್ಲಿಂದ ಜಾಗ ಖಾಲಿ ಮಾಡದಿದ್ದರೆ...” ಎಂದು ಆವೇಶದಿಂದ ನುಡಿಯುತ್ತ, ಅಂಗೈಯ್ಯಲ್ಲಿ ಮೂರ್ನಾಲ್ಕು ಕರ್ಪೂರದ ತುಂಡುಗಳನ್ನಿಟ್ಟು ಅದಕ್ಕೆ ಬೆಂಕಿ ಹಚ್ಚಿ, ಕೈಯ್ಯನ್ನು ಲಂಬವಾಗಿ ಹಿಡಿದು, ಹಲ್ಲು ಕಚ್ಚಿ ನಿಂತ. ದುರೈನ ಈ ಅನಿರೀಕ್ಷಿತ ಕ್ರಿಯೆಗೆ ಅಚ್ಚರಿಗೊಂಡು ಸುತ್ತಲಿನ ಜನರೆಲ್ಲಾ ‘ಏ ಮಚ್ಚಾ... ಅದೇನು ಮಾಡುತ್ತಿರುವೆ...’ ಎಂದು ಕಳವಳಿಸತೊಡಗಿದರು.

ಕೂಡಲೇ, ದುರೈನ ಕೈಯ್ಯನ್ನು ಬಲವಾಗಿ ತಳ್ಳಿ, ಉರಿಯುತ್ತಿರುವ ಕರ್ಪೂರವನ್ನು ನೆಲಕ್ಕೆ ಬೀಳಿಸಿದ ಆ ವ್ಯಕ್ತಿ.

“ನಾನೇನು ನಿಮ್ಮ ಜೊತೆ ಸೇರಲೋ, ಅಥವಾ ವಿರೋಧಿಸಲೋ ಬಂದವನಲ್ಲ. ಯಾವುದೋ ಕೆಲಸ ನಿಮಿತ್ತ ಕಚೇರಿಗೆ ಬಂದವನು ನಿಮ್ಮನ್ನು ನೋಡಿ ಇತ್ತ ಬಂದೆ ಅಷ್ಟೇ” ಅನ್ನುತ್ತ ಅಲ್ಲಿಂದ ಹೊರಟ. “ಅಂದ ಹಾಗೆ, ನಿಮ್ಮ ಬೆದರಿಕೆಗೆ ಹೆದರಿ ಹೋಗುತ್ತಿಲ್ಲ. ತಡವಾದರೆ ಕೌನ್ಸಿಲರು ಸಿಗುವುದಿಲ್ಲ. ಅವರನ್ನು ಭೇಟಿಯಾಗುವುದು ನನಗೆ ಇದಕ್ಕಿಂತ ಮುಖ್ಯ ಕೆಲಸ, ಅದಕ್ಕೇ ಹೋಗುತ್ತಿದ್ದೇನೆ” ಎನ್ನುವ ಸಮಜಾಯಿಷಿಯನ್ನೂ ನೀಡಿದ.

ಒಂದೆರಡು ಹೆಜ್ಜೆ ಮುಂದೆ ಹೋದವನು, ಪುನಃ ಬಂದು ದುರೈನ ಕಣ್ಣಲ್ಲಿ ಕಣ್ಣಿಟ್ಟು ನೋಡಿ,

“ಸುಟ್ಟರೆ ಬಿಸಿ ಬೇರೆಯವರಿಗೆ ತಾಗುವಂತಿರಬೇಕು. ಇದರಲ್ಲಿ ಮಸಿಯೂ ಇತರರಿಗೆ ತಾಗುವುದಿಲ್ಲ. ನಿನ್ನ ಕೈ ಸುಡುತ್ತದೆ ಅಷ್ಟೆ...” ಎಂದು ಸರಸರನೆ ಹೊರಟು ಹೋದ.

ಬೊಬ್ಬೆಯೆದ್ದ ಅಂಗೈ ಮೇಲೆ ಬಾಟಲಿಯಿಂದ ತಣ್ಣೀರು ಸುರಿದುಕೊಳ್ಳುತ್ತ ದುರೈ ಆ ವ್ಯಕ್ತಿಯನ್ನೇ ನೋಡುತ್ತಿದ್ದ.

ಗೆಳೆಯ ಮಗೇಂದ್ರ ಬಂದು ಭ್ರಮನಿರಸನ ಮಾಡಿದ ಮೇಲೆ, ಅದೂ ಹೆಂಡತಿಯ ಎದುರೇ; ದುರೈನ ಕರ್ಪೂರ ತಯಾರಿಸುವ ಕಾಯಕಕ್ಕೆ ತಡೆ ಬಿದ್ದಿದೆ. ಆದರೆ ಭಾರತದಿಂದ ಒರಿಜಿನಲ್ ಕರ್ಪೂರ ತರಿಸಿಕೊಳ್ಳುವ ಬಯಕೆ ಮಾತ್ರ ಬತ್ತಿಲ್ಲ.

19

ನಿರಂಜನನಿಗೂ ದುರೈನ ಈ ಕೋರಿಕೆ ವಿಶೇಷವೆನಿಸಿತು. 'ಯಾಕೆ? ಕರ್ಪೂರ ಇಲ್ಲಿ ಸಿಗೊಲ್ವಾ?' ಎಂದು ವಿಚಾರಿಸಿದಾಗ ದುರೈ ಯಾಕೆಂಬುದನ್ನು ತಿಳಿಸಿದ.

"ಸರ್, ನೀವು ತರ್ತೀನಿ ಅಂದ್ರೆ, ಕಾಸು ಬೇಕಾದ್ರೆ ಈಗ್ಲೇ ಕೊಟ್ಟಿರ್ತೀನಿ ನಿಮಗೆ. ಇಲ್ಲಿಗೆ ಬಂದು ನನಗೊಂದು ಫೋನ್ ಮಾಡಿದ್ರೆ ಸಾಕು. ನೀವು ಎಲ್ಲಿದೀರೋ ಅಲ್ಲೇ ಬಂದು ತಗೊಂಡು ಹೋಗ್ತೀನಿ"

"ನೋಡೋಣ ಬಿಡು" ಅನ್ನುತ್ತ ಮಾತು ಅಲ್ಲಿಯೇ ತುಂಡರಿಸಿದ ನಿರಂಜನ. ಆ ವಿಷಯದ ಚರ್ಚೆಯಲ್ಲಿ ಯಾವುದೇ ಆಸಕ್ತಿಯಿರಲಿಲ್ಲ ಅವನಿಗೆ. ಆತನ ತಲೆಯಲ್ಲಿ ಬೇರೆಯದೇ ಯೋಚನೆ ಓಡುತ್ತಿತ್ತು–

'ಬಾಡಿಗೆ ಕೊಡದೇ ಬಂದೆ ಎನ್ನುವ ಕಾರಣಕ್ಕೆ ಕಣ್ಣದಾಸನ್ ನನ್ನ ಜೊತೆ ಸಂಪರ್ಕವನ್ನೇನೂ ಕಳೆದುಕೊಳ್ಳಲಿಕ್ಕಿಲ್ಲ. ಬಾಡಿಗೆ ನಿರಾಕರಿಸಿದ್ದು ಆತನೇ ಹೊರತೂ ನಾನಲ್ಲವಲ್ಲ. ರಾಮ್‌ಮೋಹನ ಬೇರೆ ನನ್ನ ನೌಕರಿಯ ವಿಷಯದ ಬಗ್ಗೆ ಕಣ್ಣದಾಸನ್ ಹತ್ತಿರ ಮಾತನಾಡುತ್ತೇನೆ ಎಂಬುದಾಗಿ ಹೇಳಿದ್ದಾನೆ. ಅವನಿಗೆ ನನ್ನಂಥ ಪ್ರೊಫೈಲ್‌ನ ಅಗತ್ಯ ಎಷ್ಟಿದೆಯೋ ಗೊತ್ತಿಲ್ಲ. ಆದರೆ ಮನಸು ಮಾಡಿದರೆ ಬಳಸಿಕೊಳ್ಳಬಾರದಂತೇನೂ ಇಲ್ಲ. ಒಂದುವೇಳೆ ನನ್ನನ್ನು ತೆಗೆದುಕೊಳ್ಳಬಾರದು ಅಂತಿದ್ದರೆ ಪಾಸ್‌ಪೋರ್ಟ್ ಕಾಪಿ ಕೊಟ್ಟು ಹೋಗುವಂತೆ ಏಕೆ ಹೇಳಿದ? ಹೀಗೆ ಔಪಚಾರಿಕವಾಗಿ ಹೇಳಿರಬಹುದೇ? ಅಥವಾ ಆತನದೂ ಕಣ್ಣದಾಸನ್ ಮೊದಲು ಮಾಡಿದಂಥ ಆಫ್‌ಶೋರ್ ಜಾಬೇ ಇರಬಹುದೇ? ಅದನ್ನು ಮೊದಲೇ ಹೇಳಿದರೆ ನಾನು ಸೇರಲು ಒಪ್ಪಲಿಕ್ಕಿಲ್ಲ ಎನ್ನುವ ಸಲುವಾಗಿಯೇ, ತನ್ನ ಕಂಪನಿಯ ಕೆಲಸಗಳ ಬಗ್ಗೆ ಸರಿಯಾಗಿ ಹೇಳಲಿಲ್ಲವೇ ಆತ? ಒಂದು ವೇಳೆ ಆಫ್‌ಶೋರ್ ಕೆಲಸಕ್ಕೇ ಕಳಿಸಿದರೂ ಏನಾಗುತ್ತೆ? ಸ್ವಲ್ಪ ವರ್ಷ ಮಾಡಿದರಾಯ್ತು. ಅದೆಷ್ಟು ಮಲಯಾಳಿಗಳು

ಸಂಸಾರವನ್ನು ಊರಲ್ಲೇ ಬಿಟ್ಟು ಗಲ್ಫಿನಲ್ಲಿ ಕೆಲಸಕ್ಕಿಲ್ಲ? ನಮಗೇನು ಧಾಡಿ? ಅದು-ಇದು ನೆಪ ಹೇಳುತ್ತ ಸಿಕ್ಕ ಅವಕಾಶವನ್ನು ಕೈ ಚೆಲ್ಲಿದರೆ ಮೂರ್ಖತನವಾದೀತು. ಯಾವುದೂ ಈ ಕುರಿತು ಹೆಚ್ಚಿಗೆ ವಿಚಾರಿಸದೇ ಇಲ್ಲಿಗೇ ನಿಲ್ಲಿಸಬಾರದು. ಕಣ್ಣದಾಸನ್‌ನನ್ನು ಗಟ್ಟಿಯಾಗಿ ಹಿಡಿದುಕೊಂಡರೆ ರಾಮ್‌ಮೋಹನನ ಹತ್ತಿರ ನೌಕರಿ ಗಿಟ್ಟಿಸುವ ಸಾಧ್ಯತೆಗಳು ಕಡಿಮೆಯೇನಿಲ್ಲ. ಕಣ್ಣದಾಸನ್ ಸಂಪರ್ಕ ಮಾತ್ರ ಯಾವುದೇ ಕಾರಣಕ್ಕೂ ಬಿಡುವಂತೆಯೇ ಇಲ್ಲ...'

ಕಾರು ಊರನ್ನು ದಾಟಿ ಸುಮಾರು ಹೊರಬಂದಿತ್ತು. ರಸ್ತೆಯ ಇಕ್ಕೆಲಗಳಲ್ಲೂ ಹಸಿರು. ದಟ್ಟ ಕಾಡಲ್ಲದಿದ್ದರೂ, ಚಿಕ್ಕ ಪುಟ್ಟ ಮರ ಗಿಡಗಳು ಬೆಳೆದುಕೊಂಡಿದ್ದವು. ಇದು ಪೂರ್ತಿ ಕಾಡೋ ಅಥವಾ ರಸ್ತೆಯ ಬದಿಗಷ್ಟೇ ಬೆಳೆದಿರುವ ಮರಗಳೋ ಎಂಬುದು ಗೊತ್ತಾಗುತ್ತಿರಲಿಲ್ಲ. ಮರಗಳ ಆಚೆ ಏನಿದೆಯೆಂಬುದು ಕಾಣದಷ್ಟು ಒತ್ತೊತ್ತಾಗಿದ್ದವು. ತುಸು ಜಾಗವಿದ್ದಲ್ಲೆಲ್ಲಾ ಜಾಹೀರಾತು ಬೋರ್ಡುಗಳು. ಜಾಗವಿದ್ದಲ್ಲಿ ಅನ್ನುವುದಕ್ಕಿಂತ ಜಾಗ ಮಾಡಿ ಅವುಗಳನ್ನು ನೆಟ್ಟಿರುವುದು ಗಮನಿಸಿದರೆ ಗೊತ್ತಾಗುತ್ತಿತ್ತು. ಅವುಗಳಲ್ಲಿ ಜಂಜಿ ಡಪಾತಿ ಜಾಹೀರಾತು ಯಾವುದು ಎಂಬುದನ್ನು ಸುಲಭದಲ್ಲಿ ಗುರುತಿಸಬಹುದಿತ್ತು ಈಗ. ಚತುಷ್ಪಥ ರಸ್ತೆ ಅದು. ನಡುವೆ ವಿಭಜಕ. ವಿಭಜಕದಲ್ಲಿ ಸಾಲಾಗಿ ಸಮಾನ ಅಂತರದಲ್ಲಿ ಒಂದೇ ರೀತಿಯ ಸಪೂರ ಕಾಂಡದ ಮರಗಳನ್ನು ಬೆಳೆಸಲಾಗಿತ್ತು. ವಿರುದ್ಧ ದಿಕ್ಕಿನಿಂದ ಬರುವ ಕಾರುಗಳು ಕ್ಷಣಾರ್ಧದಲ್ಲಿ ಮರೆಯಾಗುತ್ತಿದ್ದವು. ಆ ವೇಗದಲ್ಲೇ ಅದು ಯಾವ ಕಂಪನಿಯ ಕಾರು ಎಂಬುದನ್ನು ಕಂಡುಹಿಡಿಯಲು ಪ್ರಯತ್ನಿಸುತ್ತಿದ್ದ ನಿರಂಜನ. ಹೆಚ್ಚಿನವುಗಳನ್ನು ಸರಿಯಾಗಿ ಗುರುತಿಸುತ್ತಿದ್ದನಾದರೂ, ನಡುವಿನ ಮರ ಅಡ್ಡಲಾದಾಗ ಮಾತ್ರ ವಿಫಲನಾಗುತ್ತಿದ್ದ.

"ನಿಮಗೊಂದು ತಮಿಳು ಶಾಲೆ ತೋರಿಸುತ್ತೇನೆ ಸಾರ್. ಇಲ್ಲೇ ಹತ್ತಿರದಲ್ಲೇ ಇದೆ. ನೀವೇ ನೋಡಿ ಅದರ ಪರಿಸ್ಥಿತಿ. ನಾನು ಹೇಳ್ತಿರೋದು ಏನಂತಾ ನಿಮಗೇ ಗೊತ್ತಾಗುತ್ತೆ" ಎಂದ ದುರೈ ಮಾತು ನಿರಂಜನನ ಲಹರಿಗೆ ಭಂಗ ತಂದಿತು.

"ಈಗ ಯಾಕೆ ಮಾರಾಯಾ? ವಾಪಸ್ ಬರುವಾಗ ನೋಡೋಣ"

"ಒಂದ್ ಹತ್ತೇ ನಿಮಿಷ ಸಾರ್. ನನಗೆ ಗೊತ್ತಿರೋರೇ ಇದಾರೆ ಅಲ್ಲೆಲ್ಲ. ಮೊದಲು ನಾನು ಇದೇ ಏರಿಯಾದಲ್ಲಿದ್ದೆ. ನನ್ನ ಎರಡನೇ ಮಗ ಇದೇ ಶಾಲೆಗೆ ಹೋಗ್ತಿದ್ದ. ಜಾಸ್ತಿ ಲೇಟಾಗೊಲ್ಲ" ಅನ್ನುತ್ತಾ ರಸ್ತೆ ಬದಿಯ ಸಣ್ಣ ರೋಡಿಗೆ ಕಾರು ತಿರುಗಿಸಿದ ದುರೈ.

ಆಗಿನ್ನೂ ಘಂಟೆ ಹತ್ತಾಗಿರಲಿಲ್ಲ. ಇನ್ನೂ ಬೇಕಷ್ಟು ಸಮಯವಿತ್ತು. ನಿರಂಜನನೂ ಹೋಗುವುದು ಬೇಡವೇ ಬೇಡ ಎಂದೇನೂ ಹೇಳಲಿಲ್ಲ.

"ಓ ಹೌದಾ? ಹಾಗಾದರೆ ಒಟ್ಟೂ ಎಷ್ಟು ಮಕ್ಕಳು ನಿನಗೆ?" ಕೇಳಿದ.

"ಮೂರು ಸಾರ್. ಮೊದಲಿನದೆರಡು ಗಂಡು. ಸಣ್ಣವಳು ಹುಡುಗಿ"

"ಓಹ್. ಏನು....? ನಿಮ್ಮಗಳ ಜನಸಂಖ್ಯೆ ದೇಶದಲ್ಲಿ ಹೆಚ್ಚು ಮಾಡಬೇಕೆಂಬ ಪ್ಲಾನಾ?"

"ಹೆ..ಹ್ಹೆ..ಹಾಗೇನಿಲ್ಲ. ಅಂದಹಾಗೆ, ನಮ್ಮ ಜನಸಂಖ್ಯೆ ಹೆಚ್ಚೇನು ಮಾಡೋದು ಸಾರ್? ಇರೋದನ್ನೇ ಉಳಿಸಿಕೊಂಡ್ರೆ ಸಾಕಾಗಿದೆ. ಇವತ್ತು ಜೈಲಲ್ಲಿ ಹೆಚ್ಚು ಸಾಯ್ತಾ ಇರೋರೇ ಇಂಡಿಯನ್ಸು. ನಮ್ಮವರನ್ನ ನಾಯಿಗಳ ಹಾಗೆ ನಡು ಬೀದಿಯಲ್ಲಿ ಎನ್‌ಕೌಂಟರ್ ಮಾಡಿ ಬಿಸಾಕ್ತಾರೆ ಇಲ್ಲಿ ಪೋಲೀಸರು"

"ಹ್..ಅದೇನು ಸುಮ್‌ಸುಮ್ಮನೆ ಎನ್‌ಕೌಂಟರ್ ಮಾಡಿ ಬಿಡ್ತಾರೆ ಮಾರಾಯಾ? ಏನೇನೋ ಹೇಳ್ಬೇಡಾ"

"ಸಾರ್ ನೀವೇ ನೋಡಿ ಬೇಕಾದ್ರೆ. ಪೇಪರಲ್ಲಿ ಬರ್ತಿರುತ್ತೆ. ಸಣ್ಣ ವಿಷಯ ಸಿಕ್ಕರೂ ಸಾಕು ಪೋಲೀಸರಿಗೆ, ಈ ಪುಡಿ ರೌಡಿಗಳಿರ್ತಾರಲ್ಲ ಸಾರ್.... ಉಡಾಯಿಸಿ ಬಿಡ್ತಾರೆ ಅವರನ್ನ..."

ಸುಮಾರು ಏಳೆಂಟು ಕೊಠಡಿಗಳುಳ್ಳ ಶಾಲೆ ಅದು. ಹೊರ ಗೋಡೆಗೆ ಕೆಳಗಿನಿಂದ ಒಂದು ಘೂಟಿನ ವರೆಗೂ ಪಾಚಿ ಕಟ್ಟಿಕೊಂಡಿತ್ತು. ಉಳಿದೆಡೆ ಬಣ್ಣ ಮಾಸಿತ್ತು. ಬಲು ಪರಿಚಿತ ಜಾಗವೆಂಬಂತೆ ದುರೈ ಶಾಲೆಯ ವರಾಂಡದಲ್ಲಿ ನಡೆದು ಹೋಗುತ್ತಿದ್ದ. ಅಲ್ಲೊಂದು ಕ್ಲಾಸಿನಲ್ಲಿ ಹದಿನೈದಿಪ್ಪತ್ತು ಮಕ್ಕಳು ಕೋಣೆಯ ಹೊರಗೆ ನಿಂತಿದ್ದರು. ಬಿಳಿಯ ಪೂರ್ಣ ತೋಳಿನ ಅಂಗಿ, ನೀಲಿ ಚಡ್ಡಿ ಹಾಗೂ ಸ್ಕರ್ಟಿನ ಸಮವಸ್ತ್ರ ಕಿಸಿಪಿಸಿ ಮಾತಾಡುತ್ತ ಕಿಟಕಿಯಲ್ಲೂ, ಬಾಗಿಲಲ್ಲೂ ಬಗ್ಗಿ ಒಳಗೆ ನೋಡುತ್ತಿದ್ದರು. ದುರೈ ಮಕ್ಕಳನ್ನು ಸರಿಸಿ ಬಾಗಿಲಲ್ಲಿ ತಾನೂ ಇಣುಕಿದ. ಮಾಸ್ತರೂ, ಮೂರ್ನಾಲ್ಕು ಮಕ್ಕಳೂ ಸೇರಿ ಛಾವಣಿಯಲ್ಲಿಯ ಫ್ಯಾನ್ ಜೋಡಿಸುವ ಸಾಹಸ ಮಾಡುತ್ತಿದ್ದರು. ದುರೈ ಅಲ್ಲೇ ಒಬ್ಬ ಹುಡುಗನ ಹತ್ತಿರ 'ಏನಾಯ್ತು' ಎಂದು ಕೇಳಿದ?

"ಫ್ಯಾನ್ ಅಚಾನಕ್ಕಾಗಿ ಬಿದ್ದು ಹೋಯಿತು. ಜಂತಿ ಗೆದ್ದಲು ತಿಂದಿತ್ತು. ಸದ್ಯ ಯಾವುದೇ ಹುಡುಗರ ಮೇಲೆ ಬೀಳಲಿಲ್ಲ. ಅದನ್ನ ಮತ್ತೆ ಫಿಕ್ಸ್ ಮಾಡ್ತಾ ಇದಾರೆ" ಅಂದ ಹುಡುಗ. 'ಸರಿ ಹೋಯ್ತು' ಅನ್ನುತ್ತ, ನಿರಂಜನನ ಮುಖ ನೋಡಿ ಒಂದು ವಿಷಣ್ಣ ನಗು ಬೀರಿದ ದುರೈ. 'ಬನ್ನಿ ಸಾರ್' ಅನ್ನುತ್ತ ಮುಂದೆ ಕರೆದುಕೊಂಡು ಹೋದ.

'ಈ ಬಾಗ್ಲಿಗೆ ಚಿಲಕಾನೇ ಇಲ್ಲ' 'ಇಲ್ಲಿ ನೋಡಿ, ನೆಲವೇ ಒಡೆದು ಹೋಗಿದೆ' ಹೀಗೇ ಅದೂ ಇದೂ ತೋರಿಸುತ್ತಾ ಶಾಲೆಯನ್ನೆಲ್ಲ ಒಂದು ಸುತ್ತು ಹೊಡೆಸಿದ.

ನಂತರ, ಕೊನೆಯಲ್ಲಿದ್ದ ಒಂದು ಕೋಣೆಗೆ ಕರೆದುಕೊಂಡು ಹೋಗಿ, 'ಇದು ಕ್ಯಾಂಟೀನು' ಅಂದ. ಕಿಟಕಿಯಿಂದ ಆಚೆ ನೋಡಿದರೆ ಗಿಡ ಗಂಟಿ ಮರಗಳೆಲ್ಲಾ ಕಾಣುತ್ತಿದ್ದವು. ಅದರಲ್ಲಿಯೇ ಒಂದು ಮುರಿದ ಕಿಟಕಿಯನ್ನು ತೋರಿಸುತ್ತ,

"ಇಲ್ಲಿಂದ ಒಮ್ಮೊಮ್ಮೆ ಮಂಗಗಳು ಒಳ ಬಂದು ತಿಂಡಿ ಕದ್ದು ಒಯ್ಯುತ್ತವೆ ಅಂದ್ರೆ ನಂಬ್ತೀರಾ ಸಾರ್ ನೀವು? ಈ ಹುಡುಗರಿಗೇ ತಿನ್ನಲಿಲ್ಲ, ಇನ್ನು ಮಂಗಗಳಿಗೆ ಬೇರೆ. ಒಮ್ಮೊಮ್ಮೆ ಯಾವುದಾದರೂ ಸಂಘ ಸಂಸ್ಥೆಯವರು ಮಕ್ಕಳಿಗೆ ಊಟ ಹಾಕಿಸ್ತಾರೆ. ಆಗ ಇವರುಗಳು ಚಿಕನ್ನಿನ ಮೂಳೆಯನ್ನೂ ನೆಕ್ಕಿ ನೆಕ್ಕಿ ತಿನ್ನುವುದು ನೋಡಬೇಕು ನೀವು, ಬೇಜಾರಾಗುತ್ತೆ" ದುರೈನ ಮಾತಿನಲ್ಲಿ ಗಾಢ ವಿಷಾದವಿತ್ತು.

ಅದೇ ಸಮಯಕ್ಕೆ. ಏಳೋ-ಎಂಟೋ ವರ್ಷ ವಯಸ್ಸಿನ ಎರಡು ಮಕ್ಕಳು ಕ್ಯಾಂಟೀನಿನ ಬಾಗಿಲಲ್ಲಿ ಇಣುಕಿ ನೋಡುತ್ತಿರುವುದನ್ನು ಗಮನಿಸಿದ ನಿರಂಜನ. ಬೆಳಿಗ್ಗೆ ರೇವತಿ ಕೊಟ್ಟಿದ್ದ ಚಾಕಲೇಟು ಪ್ಯಾಂಟಿನ ಕಿಸೆಯಲ್ಲೇ ಇತ್ತು. ಅದನ್ನು ಆ ಮಕ್ಕಳತ್ತ ತೋರಿಸಿ 'ಬೇಕಾ?' ಅಂದ. ಮಕ್ಕಳು ಇವನತ್ತ ಧಾವಿಸಿ ಬರುತ್ತಿರುವಂತೆ ಸಟಕ್ಕನೆ ಕೈಯ್ಯನ್ನು ಹಿಂದಕ್ಕೆ ಎಳೆದುಕೊಂಡು,

"ಮಗ್ಗಿ ಬರುತ್ತಾ?" ಎಂದು ಇಂಗ್ಲೀಷಿನಲ್ಲಿ ಕೇಳಿದ.

ಈತ ಏನು ಕೇಳುತ್ತಿದ್ದಾನೆಂದು ತಿಳಿಯದೇ ಮಕ್ಕಳು ಪೆಚ್ಚು ಪೆಚ್ಚಾಗಿ ನಿರಂಜನನನ್ನೇ ನೋಡುತ್ತಿರುವಾಗ, ದುರೈ ಮಧ್ಯೆ ಬಂದು "ಮಗ್ಗಿ ಬರುತ್ತಾ ಅಂತಾ ಕೇಳ್ತಿದಾರೆ" ಎಂದು ಮಕ್ಕಳಿಗೆ ಅರ್ಥವಾಗುವ ತಮಿಳಲ್ಲಿ ಹೇಳಿದ.

"ಹೂಂ... ನಾನು ಕೇಳುವ ಮಗ್ಗಿ ಹೇಳಿದರೆ ಕೊಡ್ತೇನೆ"

"..."

"ಥರ್ಟೀನ್ ಏಟೀನ್ ಜಾ ಎಷ್ಟು?"

"..."

"ಕಮಾನ್, ಹೇಳಿ. ಇಬ್ರಲ್ಲಿ ಯಾರು ಹೇಳಿದ್ರೂ ಅಡ್ಡಿಲ್ಲ. ಚಾಕಲೇಟ್ ಬೇಕೋ ಬೇಡ್ವೋ?"

"......"

"ಹೋಗ್ಲಿ, ಆಕಾಶದಲ್ಲಿ ಎಷ್ಟು ನಕ್ಷತ್ರಗಳಿವೆ ಅಂತಾ ಹೇಳಿ ನೋಡೋಣ. ಇದು ಲಾಸ್ಟ್ ಚಾನ್ಸ್..."

"....."

ಕೈ ತಿರುವುತ್ತಾ, ಗೋಣು ಅತ್ತಿತ್ತ ಅಲ್ಲಾಡಿಸುತ್ತಾ ಒಂಥರಾ ಭಯ ನಾಚಿಕೆಯಲ್ಲಿ

ನಿಂತಿದ್ದ ಮಕ್ಕಳನ್ನು ನೋಡಿ "ನೋ ಲಕ್. ಸ್ಸಾರಿ" ಎಂದು ಭುಜ ಕುಣಿಸಿ, ಚಾಕಲೇಟನ್ನು ತನ್ನ ಕಿಸೆಯಲ್ಲಿ ಹಾಕಿಕೊಂಡು ಹೊರಟ ನಿರಂಜನ.

"ಅಲ್ಲಾ ಮಾರಾಯಾ. ಹದಿಮೂರ್ ಹದಿನೆಂಟ್ಲಿ ಎಷ್ಟು ಅನ್ನೋದು ನನಗೂ ಗೊತ್ತಿಲ್ಲ. ಯಾವುದಾದ್ರೂ ಒಂದು ಸಂಖ್ಯೆ ಹೇಳಿದ್ರೆ ಸಾಕಾಗಿತ್ತು. ಚಾಕಲೇಟು ಕೊಡ್ತಿದ್ದೆ. ಇನ್ನು ನಕ್ಷತ್ರಗಳು. ಎಷ್ಟೇ ಹೇಳಿದ್ರೂ ನಡೀತಿತ್ತಲ್ವಾ? ಕಾಮನ್ ಸೆನ್ಸ್ ಇರಬೇಕು ಮಕ್ಳಿಗೆ. ಅಥವಾ ಚಾಕಲೆಟ್ ಬದಲು ಸೋಪು ಕೊಟ್ಟಿದ್ದರೆ ಉಪಯೋಗವಾಗುತ್ತಿತ್ತೇನೋ. ನನ್ನ ಹತ್ತಿರ ಸಣ್ಣ ಸಣ್ಣ ಸೋಪು ಪ್ಯಾಕೆಟ್ಟುಗಳಿದ್ದವು ಬೇಕಾದ್ರೆ, ಎಷ್ಟು ದಿನವಾಯಿತೇನೋ ಸ್ನಾನ ಮಾಡದೇ ಅವು..." ಎನ್ನುತ್ತಾ ಬರುತ್ತಿದ್ದ ನಿರಂಜನ. ಕೇಳಿದರೂ ಕೇಳಿಸಿಕೊಳ್ಳದವನಂತೆ ನಡೆಯುತ್ತಿದ್ದ ದುರೈ, ಕಾರಿಡಾರಿನ ಮೂಲೆಯಲ್ಲೊಂದು ಜಿರಲೆ ಕಂಡಿದ್ದೇ ಲಗುಬಗನೆ ಹೋಗಿ ಅದನ್ನು ಚಪ್ಪಲಿಯಲ್ಲಿ ಮೆಟ್ಟಿದ. ಹಾಗೇ ಕಾಲಿನ ಮೇಲೆ ಒತ್ತಡ ಹಾಕಿ ಅಪ್ಪಚ್ಚಿ ಮಾಡಿದ. ಒಮ್ಮೆಲೇ ಆವೇಶ ಬಂದವನಂತೆ 'ಬೋಳಿಮಗಂದು' ಎನ್ನುತ್ತ ಸತ್ತ ಜಿರಲೆಯನ್ನೇ ಕಾಲಿನಿಂದ ಸಟ ಸಟ ಸಟನೆ ಜಪ್ಪತೊಡಗಿದ.

ತಮಿಳು ಶಾಲೆಯ ದರ್ಶನ ಪಡೆದು ವಾಪಸ್ ಆಗಿ ಇನ್ನೇನು ಕಾರು ಹತ್ತ ಬೇಕು ಅನ್ನುತ್ತಿರುವಾಗ, ಶಾಲೆಯ ಆವಾರದಿಂದ 'ಮಚ್ಚಾ... ಹೋಲ್ಡಾನ್' ಎಂದು ದುರೈನನ್ನು ಕೂಗುತ್ತ ವ್ಯಕ್ತಿಯೊಬ್ಬ ಇವರತ್ತಲೇ ಬಂದ. ಎತ್ತರದ ಕಾಯ, ಜೀನ್ಸು ಟೀ ಶರ್ಟಿನಲ್ಲಿ ಸ್ಟೈಲಿಷ್ ಆಗಿ ಕಾಣುತ್ತಿದ್ದ. ಫ್ರೆಂಚ್ ದಾಡಿಯಲ್ಲಿ, ಕಿವಿಯ ಪಕ್ಕ ಇಳಿಬಿದ್ದ ತಲೆಗೂದಲಿನ ನಡುವೆ ಸಾಕಷ್ಟು ಇಣುಕಿದ್ದ ಬಿಳಿಗೂದಲು ಆತನಿಗೊಂದು ಮ್ಯಾಚ್ಯೂರ್ಡ್ ಲುಕ್ ನೀಡಿತ್ತು. ಹೆಗಲಲ್ಲಿ ಬ್ಯಾಕ್‌ಪ್ಯಾಕ್, ಕೈಯ್ಯಲ್ಲಿ ವೃತ್ತಪತ್ರಿಕೆಯೊಂದನ್ನು ನಾಲ್ಕಾರು ಮಡಿಕೆ ಮಡಚಿ ಬ್ಯಾಟಿನಂತೆ ಹಿಡಿದುಕೊಂಡಿದ್ದ.

"ಮಚ್ಚಾ... ಗೆಂಟಿಂಗ್ ಕಡೆ ಹೋಗ್ತಾ ಇರೋ ಹಾಗಿದೆ. ನನಗೆ ಆ ಕಡೆ ಒಂದು ಮೀಟಿಂಗ್ ಇದೆ. ನನ್ನ ಕಾರ್ ಇಲ್ಲ ಇವತ್ತು, ರಿಪೇರಿಗೆ ಕೊಟ್ಟಿರುವೆ. ಸ್ವಲ್ಪ ಗೊಂಬರ್ ಜಂಕ್ಷನ್ ಹತ್ರ ಡ್ರಾಪ್ ಮಾಡ್ತೀಯಾ?" ಆತನ ಬಣ್ಣ, ಮಾತಿನ

ಶೈಲಿ ನೋಡಿದರೆ ಮಲೇಷಿಯನ್ ತಮಿಳ ಅನ್ನುವುದು ಪಕ್ಕಾ ಗೊತ್ತಾಗುತ್ತಿತ್ತು. ಅವನಿಗೆ ಏನೂ ಉತ್ತರಿಸದೆ ನಿರಂಜನನ ಮುಖ ನೋಡಿದ ದುರೈ.

ಸಂಗತಿ ಏನೆಂಬುದು ಅರ್ಥ ಆದವನಂತೆ, ಆ ವ್ಯಕ್ತಿಯೇ ಮುಂದಾಗಿ ನಿರಂಜನನ ಹತ್ತಿರ ಮಾತನಾಡಿದ. ತನ್ನ ಹೆಸರು ಜೋಮೋ ಎಂಬುದಾಗಿ ಪರಿಚಯಿಸಿಕೊಂಡ.

"ಸರ್ ಇಲ್ಲಿಂದ ಮೂವತ್ತೇ ನಿಮಿಷ, ನಿಮಗೇನೂ ತೊಂದ್ರೆ ಇಲ್ಲಾ ಅಂದ್ರೆ ಡ್ರಾಪ್ ತಗೋಬಹುದಾ? ಮೀಟಿಂಗ್ ಒಂದಕ್ಕೆ ಹೋಗ್ಬೇಕಿತ್ತು. ಆಗಲೇ ಲೇಟಾಗಿ ಹೋಯ್ತು. ನನ್ನನ್ನ ಮೇನ್ ರೋಡಿನಲ್ಲಿಯೇ ಬಿಡಿ ಸಾಕು. ಅಲ್ಲಿಂದ ಒಳಗೆ ಸಂಬಂಧ ಪಟ್ಟವರು ಬಂದು ಕರಕೊಂಡು ಹೋಗ್ತಾರೆ" ವಿನಂತಿಸಿಕೊಂಡ.

ನಿರಂಜನ ತನ್ನ ಅಭ್ಯಂತರವೇನೂ ಇಲ್ಲ ಅಂದೊಡನೆ ಖುಷಿಯಾಗಿ "ಥ್ಯಾಂಕ್ಸ್ ಬಾಸ್. ನಾನಿರುವಷ್ಟೂ ಹೊತ್ತು ನಿಮಗೆ ಒಂಚೂರೂ ಬೇಜಾರು ಬರೋದಿಲ್ಲ. ಅಷ್ಟು ಗ್ಯಾರಂಟಿ ಕೊಡಬಲ್ಲೆ" ಅನ್ನುತ್ತಾ ಕೈ ಕುಲುಕಿದ.

ಅವರಿಬ್ಬರನ್ನೂ ಮುಂದೆ ಕೂರಲು ಬಿಟ್ಟು ಹಿಂದಿನ ಸೀಟಿಗೆ ಹೋಗಿ ಕುಳಿತ ಈತ. 'ಅವರೇ ಮಾತಾಡಿಕೊಳ್ಳಲಿ, ಹೊರಟಾಗಿಂದ ಈ ವಾಚಾಳಿ ದುರೈ ಮಾತು ಕೇಳಿ ಬೇಜಾರು ಬಂದಿದೆ' ಅಂದುಕೊಂಡ. ಜೋಮೋ ತನ್ನ ಚೀಲವನ್ನು ನಿರಂಜನನ ಒಪ್ಪಿಗೆ ಕೇಳಿ ಹಿಂದೆಯೇ ಇಟ್ಟ.

ಒಳಗೆ ಕೂರುತ್ತಲೇ ಪ್ಯಾಂಟಿನ ಕಿಸೆಯಲ್ಲಿದ್ದ ಚಾಕಲೇಟನ್ನು ತನ್ನ ಬ್ಯಾಕ್‌ಪ್ಯಾಕಿನೊಳಗೆ ಇಟ್ಟುಕೊಂಡ ನಿರಂಜನ.

20

ಸೀಟನ್ನು ತುಸು ಹಿಂದೆ ಮುಂದೆ ಮಾಡಿ ಅಡ್ಜಸ್ಟ್ ಮಾಡಿಕೊಂಡು ತನ್ನ ಉದ್ದ ಕಾಲನ್ನು ಆರಾಮವಾಗಿಟ್ಟುಕೊಳ್ಳುತ್ತ ಜೋಮೋ, "ಮತ್ತೇನು ಸಮಾಚಾರ? ನಿನ್ನ ಅಂಗೈ ಸುಟ್ಟ ಗಾಯ ಕಡಿಮೆಯಾಯಿತೋ ಹೇಗೆ?" ಎಂದು ದುರೈನನ್ನು ಕೇಳಿದ.

"ಸಿಕ್ಕಾಗಲೆಲ್ಲ ಈ ಪ್ರಶ್ನೆ ಕೇಳುತ್ತೀಯಲ್ಲ! ಆಗಲೇ ವಾಸಿಯಾಗಿದೆ" ಸುಮ್ಮನೇ ಕಾಲೆಳೆಯಲು ಜೋಮೋ ಕೇಳುತ್ತಿದ್ದಾನೆ ಎಂದು ತಿಳಿದು ಉತ್ತರಿಸುತ್ತಿರುವ ಸಣ್ಣ ನಾಚಿಕೆ ಇತ್ತು ದುರೈನ ದನಿಯಲ್ಲಿ.

"ಕಡಿಮೆಯಾಗಲಿ ಬಿಡಲಿ, ನಿನ್ನ ಅಂಗೈ ಗಾಯ ನಿನಗೆ ಕಾಣುವುದೇ ಇಲ್ಲ ಬಿಡು"

ಜೋಮೋನ ಗಂಭೀರ ಉತ್ತರದಿಂದ ತುಸು ವಿಚಲಿತನಾದ ದುರೈ. ತನ್ನನ್ನು ಟೀಕಿಸುತ್ತಿದ್ದಾನೆ ಎಂಬುದು ತಿಳಿದರೂ, ನಿರ್ದಿಷ್ಟವಾಗಿ ಏನನ್ನುತ್ತಿದ್ದಾನೆ ಎಂಬುದು ಗೊತ್ತಾಗಲಿಲ್ಲ. ಮಾತು ಬದಲಿಸುತ್ತ,

"ಅಂದಹಾಗೆ, ಸದಾ ನಿನ್ನ ಹಣೆಯ ಮೇಲಿರುತ್ತಿದ್ದ ಗೊಗಲ್ಸ್ ಎಲ್ಲಿ? ಅದಿಲ್ಲದೇ ದೂರದಿಂದ ನಿನ್ನ ಗುರುತೇ ಸಿಕ್ಕಲಿಲ್ಲ ನನಗೆ" ಎಂದ.

"ಓಹ್... ಅದಾ? ಈ ತಮಿಳು ಶಾಲೆಯ ಮಕ್ಕಳಿಗೆ ಕನ್ನಡಕ ಕೊಡುವ ವಿಚಾರದಲ್ಲಿ ರಾಜಕೀಯವಾಯಿತಲ್ಲ, ಅಂದಿನಿಂದ ಕೂಲಿಂಗ್ ಗ್ಲಾಸ್ ಧರಿಸುವುದು ಬಿಟ್ಟುಬಿಟ್ಟೆ" ಹಿಂದೆ ಕುಳಿತ ನಿರಂಜನ ತನ್ನ ಮಾತು ಗಮನಿಸುತ್ತಿದ್ದಾನೋ ಎಂಬುದನ್ನು ಓರೆಗಣ್ಣಿನಲ್ಲೇ ನೋಡುತ್ತ ಉತ್ತರಿಸಿದ ಜೋಮೋ.

"ಓ... ಹೌದಾ? ಅಂಥದ್ದೇನಾಯ್ತು?"

"ಅದೇ ಮಚ್ಚಾ.... ಎಲ್ಲ ಮಕ್ಕಳ ಕಣ್ಣಿನ ತಪಾಸಣೆ ನಡೆಸಿ, ದೃಷ್ಟಿದೋಷವಿರುವವರಿಗೆ ಸರಕಾರ ಉಚಿತವಾಗಿ ಸ್ಪೆಕ್ಸ್ ಕೊಡಬೇಕು ಎನ್ನುವ ನನ್ನ ಹೋರಾಟ, ಕೂಲಿಂಗ್

ಗ್ಲಾಸ್ ಕೊಡುವಲ್ಲಿ ಅಂತ್ಯವಾಯಿತಲ್ಲ...." ಆತನಿಗೆ ದುರೈಗೆ ಉತ್ತರ ನೀಡುವುದಕ್ಕಿಂತ ನಿರಂಜನನಿಗೆ ತಿಳಿಸುವುದರಲ್ಲೇ ಹೆಚ್ಚು ಆಸಕ್ತಿಯಿತ್ತು. ಬೆನ್ನು ತುಸು ವಾಲಿಸಿ ಹಿಂದಕ್ಕೆ ತಿರುಗಿ ನಿರಂಜನನನ್ನೂ ಸೇರಿಸಿಕೊಂಡು ಹೇಳತೊಡಗಿದ. "ಹೂಂ...ಸರ್. ದೃಷ್ಟಿ ಕನ್ನಡಕ ಕೊಡಬೇಕೆನ್ನುವುದು ನನ್ನ ಒತ್ತಾಯ. ಆದರೆ ಅದರಲ್ಲಿ ರಾಜಕಾರಣಿಗಳು ಮೂಗು ತೂರಿಸಿದರು ನೋಡಿ, ಎಲ್ಲಾ ಕೆಟ್ಟು ಹೋಯಿತು. ಪಾಯಿಂಟ್ ಸ್ಪೆಕ್ಸ್ ಆದ್ರೆ ಕೆಲವರಿಗೆ ಮಾತ್ರ ಕೊಡಲು ಸಾಧ್ಯ. ಕೂಲಿಂಗ್ ಗ್ಲಾಸ್ ಆದರೆ ಎಲ್ಲರಿಗೂ ಕೊಡಬಹುದು ಎನ್ನುವ ಐಡಿಯಾ ಕೊಟ್ಟ ಒಬ್ಬ ಮಹಾನ್ ನಾಯಕ. ನಾನು ವಿರೋಧಿಸಿದೆ. ಪತ್ರಿಕೆಯಲ್ಲಿ ಲೇಖನ ಬರೆದೆ. ಹಾಗೆಲ್ಲಾ ಮಕ್ಕಳಲ್ಲಿ ತಾರತಮ್ಯ ಮಾಡಲಾಗುವುದಿಲ್ಲ ಎನ್ನುವ ಸಮಾನತೆಯ ಪಾಠ ಹೇಳಿದ ಆ ರಾಜಕಾರಣಿ. ಜನರನ್ನು ಎತ್ತಿ ಕಟ್ಟಿದ. ಆಶ್ಚರ್ಯವೆಂದರೆ, ಮಕ್ಕಳು ಪಾಲಕರು ಎಲ್ಲರೂ ಕೂಲಿಂಗ್ ಗ್ಲಾಸೇ ಬೇಕೆಂದರು"

"ಆಮೇಲೆ..?" ನಿರಂಜನನಿಗೆ ಈ ಕಥೆ ಒಂಥರಾ ಮಜವಿದೆ ಅನ್ನಿಸಿ ಕೇಳಿದ.

"ಆಮೇಲೇನು? ಶಾಲೆಯ ಪ್ರತಿ ಮಗುವೂ ಈಗ ಜೂನಿಯರ್ ರಜನೀಕಾಂತ್"

"ಹ..ಹ್ಹಾ..." ನಕ್ಕ ನಿರಂಜನ.

ಜೋಮೋ ನಗಲಿಲ್ಲ. ಮಾತು ಮುಂದುವರಿಸಿದ–

"ಬೈದರ್ವೇ, ನಿಮ್ಮನ್ನು ತಮಿಳು ಶಾಲೆಯ ದುರವಸ್ಥೆ ತೋರಿಸಲು ಕರ್ಕೊಂಡ್ ಹೋಗಿರ್ಬೇಕಲ್ಲ ಈ ದುರೈ? ಆದರೆ ಈ ಸ್ಥಿತಿಗೆ ಕಾರಣ ಏನು ಮತ್ತು ಅದಕ್ಕೆ ಯಾರು ಹೊಣೆ ಎಂಬುದನ್ನು ಮಾತ್ರ ಆತ ಹೇಳುವುದಿಲ್ಲ. ಹೇಳುವುದು ಬದಿಗಿಡಿ, ಅದನ್ನು ಅರಿತುಕೊಳ್ಳುವ ಮನಸ್ಥಿತಿಯೂ ಅವನಿಗಿಲ್ಲ. ನಾನೇ ಹೇಳುತ್ತೇನೆ ಕೇಳಿ..."

ದುರೈನನ್ನೇ ಸಹಾಯ ಕೇಳಿ ಪಡೆದು, ಅವನ ಪಕ್ಕದಲ್ಲೇ ಕುಳಿತು ಅವನನ್ನೇ ತರಾಟೆಗೆ ತೆಗೆದುಕೊಳ್ಳುವ ಜೋಮೋನ ರೀತಿ ನಿರಂಜನನಿಗೆ ಮೋಜೆನಿಸಿತು. ದುರೈ ಏನಾದರೂ ಪ್ರತಿಕ್ರಿಯಿಸುತ್ತಾನೋ ಎಂದು ನೋಡಿದರೆ ಆತ ತಟಸ್ಥವಾಗಿ ಕಾರು ಓಡಿಸುತ್ತಿದ್ದ.

ಜೋಮೋ ಕುಳಿತಲ್ಲಿಂದಲೇ ನಿರಂಜನನತ್ತ ತಿರುಗಿ, "ನಮ್ಮ ಈ ಸ್ಥಿತಿಗೆ ನಾವೇ ಕಾರಣ ಸರ್. ತಮಿಳು ಶಾಲೆಗಳಿಗಂತಲೇ ಸರಕಾರ ಮಿಲಿಯನ್‌ಗಟ್ಟಲೆ ಅನುದಾನ ನೀಡುತ್ತೆ. ಆದರೆ ಅದನ್ನು ರಾಜಕಾರಣಿಗಳು ತಿಂದು ಹಾಕ್ತಾರೆ. ಎಮ್.ಐ.ಸಿ ಅಂತಾ ಒಂದು ಪಾರ್ಟಿ ಇದೆ ಸಾರ್. ಅದು ಮಲೇಷಿಯನ್ ಇಂಡಿಯನ್ನರನ್ನು ಪ್ರತಿನಿಧಿಸುವ ಪಕ್ಷ. ಈ ಅನುದಾನಗಳೆಲ್ಲ ಅವರ ಮುಖಾಂತರವೇ ಸಂದಾಯವಾಗುತ್ತೆ. ಆದರೆ ಅದು ಶಾಲೆಗಳಿಗೆ ತಲುಪುವುದೇ ಇಲ್ಲ. ಆದರೂ ನಮ್ಮ ಜನ ಸಾರಾಯಿ, ಸೀರೆಯ ಆಸೆಗೆ ಎಮ್.ಐ.ಸೀ.ಗೇ ಓಟ್ ಹಾಕ್ತಾರೆ"

ನಂತರ ದುರೈನತ್ತ ತಿರುಗಿ– "ನೋಡಿದಿಯಾ ನಮ್ಮ ಮಚ್ಚಾಗಳ ವೇಷ? ಅವರ ಆ ಹೇರ್‌ಸ್ಟೈಲ್ ನೋಡು, ಟ್ಯಾಟೂ ನೋಡು, ಆಟಿಟ್ಯೂಡ್ ನೋಡು... ಪ್ರತಿಯೊಬ್ಬನೂ ತಾನು ದೊಡ್ಡ ಗ್ಯಾಂಗ್‌ಸ್ಟರ್ ಅಂತಾನೇ ತಿಳಕೊಂಡಿದಾನೆ"

ದುರೈನ ಜೊತೆ ಮಾತನಾಡುವ ಅವನ ತಮಿಳು ವಿಭಿನ್ನವಾಗಿತ್ತು. ನಿರಂಜನನಿಗೆ ಅಷ್ಟಷ್ಟೇ ಅರ್ಥವಾಗುತ್ತಿತ್ತು. ಇವನಲ್ಲಿ ಇಂಗ್ಲೀಷಿನಲ್ಲೇ ಮಾತಾಡುತ್ತಿದ್ದ. ಜೋಮೋನ ಇಂಗ್ಲೀಷು ಅಷ್ಟೊಂದು ಚೆನ್ನಾಗಿಲ್ಲವೆಂಬುದು ಕೆಲ ಸೂಕ್ತ ಶಬ್ದಗಳಿಗಾಗಿ ಆತ ತಡಕಾಡುವುದರಲ್ಲಿಯೇ ಗೊತ್ತಾಗುತ್ತಿತ್ತು. ಆದರೂ ಮಲೇಷಿಯನ್ ಆಕ್ಸಂಟಿನ ಆ ಇಂಗ್ಲೀಷು; ಆತನ ಮಾತನಾಡುವ ಶೈಲಿ, ಹಾವ ಭಾವಗಳಲ್ಲಿ ಆಕರ್ಷಕವಾಗಿ ಕಾಣುತ್ತಿತ್ತು.

"ನಮ್ಮ ತಮಿಳು ಹುಡುಗರು ರೌಡಿಗಳಾಗ್ತಿದಾರೆ ಸಾರ್. ಗುಂಪು ಕಟ್ಕೊಂಡು ಹೊಡೆದಾಡುವುದರಲ್ಲಿಯೇ ಅವರಿಗೆ ಆಸಕ್ತಿ. ಜೈಲಿನಲ್ಲಿ ತೊಂಭತ್ತು ಪರ್ಸಂಟ್ ಇರೋದು ಇಂಡಿಯನ್ಸೇ. ಉಳಿದ ದಿನ ಸಾಯಲಿ. ತೈಪೂಸಂ ದಿನ ದೇವರ ಮೆರವಣಿಗೆಯಲ್ಲೂ ಇಲ್ಲಿ ಮರ್ಡರ್ ಆಗುತ್ತೆ. ಎರಡು ವರ್ಷದ ಹಿಂದೆ...." ಎನ್ನುತ್ತಿರುವಾಗ, ನಡುವೆ ಬಾಯಿ ಹಾಕಿ ದುರೈ ಜೋಮೋನಲ್ಲಿ ಏನೋ ಸಣ್ಣ ದನಿಯಲ್ಲಿ ಹೇಳಿದ. ತಾನು ಆ ಘಟನೆಯನ್ನು ಬಲ್ಲೆ ಎಂಬ ಸೂಚನೆ ಕೊಡುತ್ತಿದ್ದಾನೆ ಎಂಬುದು ನಿರಂಜನನಿಗೆ ಅರ್ಥವಾಯಿತು.

"ಓ ಹೌದಾ ಸಾರ್? ನೀವಿದ್ರಾ ಆ ತೈಪೂಸಂ ಮರ್ಡರ್ ಟೈಮಿನಲ್ಲಿ?" ಅಚ್ಚರಿಯಲ್ಲಿ ಕೇಳಿದ ಜೋಮೋ.

"ಓ ಸತ್ತು ಹೋದ್ನಾ ಆ ವ್ಯಕ್ತಿ? ಹಾಗೇ ಅಂದುಕೊಂಡೆ ನಾನು. ಯಾವ ಪರಿ ಹೊಡೆದಿದ್ರು ಅವನನ್ನು"

"ಹೂಂ ಸರ್, ಸ್ಪಾಟ್ ಡೆತ್ತು. ಜಗಳದ ಕಾರಣ ಕೇಳಿದ್ರೆ ಇನ್ನೂ ಆಶ್ಚರ್ಯವಾದೀತು ನಿಮಗೆ. ಅವನೇನೋ ಸ್ಟೇರ್ ಮಾಡಿದ್ನಂತೆ ಅದಕ್ಕೇ ಇವರು ಕೊಲೆ ಮಾಡಿದರಂತೆ. ದುರುಗುಟ್ಟಿದರೆ ಕೊಲೆ ಮಾಡೋ ಮಹಾ ಶೂರರು ನಮ್ಮನ್ನು ಬಿಟ್ರೆ ಮತ್ತಾರೂ ಸಿಗಲಿಕ್ಕಿಲ್ಲ ನಿಮಗೆ"

"ಓ... ನಮ್ಮಲ್ಲೂ ಸಾಕಷ್ಟು ಸಿಗ್ತಾರೆ ಬಿಡು"

"ಅದೇ ಸರ್. ಅಲ್ಲಿಂದಲೇ ಪ್ರಭಾವಿತರಾದವರಲ್ವಾ ಇವರೆಲ್ಲ"

ನಂತರ ದುರೈನನ್ನುದ್ದೇಶಿಸಿ– ಯಾರಾದರೂ ಅದನ್ನು ಧಾರ್ಮಿಕ ಹಬ್ಬ ಅಂತಾರ? ಒಂದು ಡೀಸಂಟ್ ಹಬ್ಬದ ಯಾವುದೇ ಲಕ್ಷಣವನ್ನಾದರೂ ಉಳಿಸಿಕೊಂಡಿದೆಯಾ ತೈಪೂಸಂ ಇವತ್ತು? ವೀಡ್ ಹೊಡ್ಕೊಂಡು, ಹೊಗೆ ಬಿಟ್ಕೊಂಡು, ಹುಡುಗಿಯರನ್ನು ಚುಡಾಯಿಸ್ತಾ, ಡಿಚ್ಚಿ ಕೊಡ್ತಾ ಓಡಾಡೋ

ಮಚ್ಚಾಗಳು ಎಲ್ಲೆಡೆ ತುಂಬಿರ್ತಾರೆ. ಎಷ್ಟೋ ಜನ ಅಲ್ಲಿಗೆ ಫ್ಯಾಮಿಲಿ ಕರಕೊಂಡು ಹೋಗಲಿಕ್ಕೇ ಭಯ ಪಡ್ತಾರೆ ಗೊತ್ತಲ್ವಾ? ಯಾವಾಗ ಏನಾಗುತ್ತೋ ಅಂತಾ. ನನಗಂತೂ ಅದು ಭಕ್ತಿ ಭಾವದ ಧಾರ್ಮಿಕ ಹಬ್ಬಕ್ಕಿಂತ ಹೆಚ್ಚಾಗಿ, ಏನೋ ಒಂದು ಶಕ್ತಿ ಪ್ರದರ್ಶನದ, ಯಾವುದೋ ರಾಜಕೀಯ ಉದ್ದೇಶದ ಹಿನ್ನೆಲೆಯುಳ್ಳ ಕಾರ್ಯಕ್ರಮದಂತೆ ಗೋಚರಿಸುತ್ತಪ್ಪಾ. ಭಾರತದಲ್ಲೂ ತೈಪೂಸಂ ಆಚರಿಸುತ್ತಾರೆ. ತುಂಬಾ ಸ್ವಾಭಾವಿಕವಾಗಿರುತ್ತೆ ಅದು, ನಮ್ಮ ಥರಾ ಅಲ್ಲ... . ಹೀಗೆಲ್ಲಾ ಹೇಳಿದರೆ ನಾನು ಕೆಟ್ಟವನಾಗ್ತೀನಿ. ತಮಿಳು ದ್ರೋಹಿ ಅಂತಲೂ ಹೇಳಬಹುದು ನೀವುಗಳು ನನ್ನನ್ನ"

"ಆ ವರ್ಷ ಏನೋ ಹಾಗೆ ಆಯಿತು. ಹಿಂದಿನ ಬಾರಿ, ಹಾಗೂ ಈ ಸಲ ಚೆನ್ನಾಗೇ ಆಗಲಿಲ್ವಾ? ಸಣ್ಣ ಗಲಾಟೇನೂ ಆಗ್ಲಿಲ್ಲ" ಸಮರ್ಥಿಸಿಕೊಂಡ ದುರೈ.

"ಹೂಂ... ಇಪ್ಪತ್ತು ಸಾವಿರ ಪೋಲೀಸರನ್ನ ನೇಮಿಸಿತ್ತು ಸರಕಾರ. ಎಲ್ಲರೂ ಕೈಲಿ ಕೋವಿ ಹಿಡಿದು ನಿಂತಿದ್ರು. ಹಾಗಾದಾಗ ಗಲಾಟೆ ಎಲ್ಲಾಗುತ್ತೆ?

ಅವರಿಬ್ಬರ ಸಂಭಾಷಣೆ ಪೂರ್ಣವಾಗಿ ಅರ್ಥವಾಗದಿದ್ದರೂ, ಮೈಮೇಲೆ ಎಗರಿ ಬರುವವನ ಹಾಗೇ ವಾದಿಸಿ ದುರೈನ ಬಾಯಿ ಮುಚ್ಚಿಸುವ ಜೋಮೋನ ಶೈಲಿ ಮಜವೆನಿಸುತ್ತಿತ್ತು ನಿರಂಜನನಿಗೆ. ಹಿಂದೆ ಕುಳಿತಿದ್ದ ಅವನಿಗೆ ದುರೈನ ಮುಖ ಕಾಣುತ್ತಿರಲಿಲ್ಲ. ಅವನ ಮೋರೆ ನೋಡಬೇಕಿತ್ತು. ತುಸು ಬಾಗಿದರೆ ಎದುರಿನ ಕನ್ನಡಿಯಲ್ಲಿ ದುರೈನ ಎರಡು ಕಣ್ಣುಗಳಷ್ಟೇ ಗೋಚರಿಸುತ್ತಿದ್ದವು.

ಜೋಮೋ ಹೇಳುತ್ತಲೇ ಇದ್ದ– "ಭಾರತದ ತಮಿಳು ಸಿನೇಮಾ ನೋಡಿ ಹಾಳಾದ್ರು ಸರ್ ನಮ್ ಹುಡುಗರು. ನೀವು ನಂಬ್ತೀರೋ ಬಿಡ್ತೀರೋ, ರೌಡಿಸಂ ಸಿನೆಮಾಗಳಿಂದ ತಮಿಳು ಯುವಕರು ಪ್ರಭಾವಿತರಾಗ್ತಾರೆ ಅಂತಾ ಎಷ್ಟೋ ಮೂವಿಗಳನ್ನು ಸೆನ್ಸಾರ್ ಮಾಡಿ, ಅಂತ್ಯ ಬದಲಾಯಿಸಿ ರಿಲೀಸ್ ಮಾಡ್ತಾರೆ ಇಲ್ಲಿ. ಅಲ್ಲಾ, ಸಿನೆಮಾ ನೋಡ್ಲಿ ಬೇಡ ಅನ್ನೊಲ್ಲ. ಆದರೆ ಎಂಥಾ ಸಿನೆಮಾ ನೋಡ್ಬೇಕು? ಯಾವುದರಿಂದ ಇನ್‌ಸ್ಪಾಯರ್ ಆಗ್ಬೇಕು? ರಾಮಾನುಜನ್ ಬಗ್ಗೆ ಒಂದು ತಮಿಳು ಸಿನಿಮಾ ಇದೆ. ಅದನ್ನು ನೋಡಿ ಪ್ರಭಾವಿತರಾಗಿ ಅಂದ್ರೆ ಆಗೊಲ್ಲ ಇವರುಗಳು. ಹೋಗಲಿ, ಅಂಥಾ ಒಂದು ಪಿಚ್ಚರ್ ಇದೆ ಅನ್ನೋದಾದ್ರೂ ಗೊತ್ತಾ ನಿನಗೆ ದುರೈ?"

"ಊಂ... ಇಲ್ಲ"

"ಹೋಗಲಿ, ರಾಮಾನುಜನ್ ಅಂತಾ ಒಬ್ಬ ಫೇಮಸ್ ಮೆಥಮಟೀಷಿಯನ್ ಇದ್ದ ಅನ್ನೋದಾದ್ರೂ ಗೊತ್ತಾ?"

"...."

ಕಾಲಿವುಡ್ ಸಿನೆಮಾ ವಿಷಯ ಇಟ್ಕೊಂಡು ತಾನೂ ದುರೈನನ್ನು ಕೆಣಕಲು ಮನದಲ್ಲೇ ಸಿದ್ಧನಾಗುತ್ತಿದ್ದ ನಿರಂಜನ, ರಾಮಾನುಜಮ್ ವಿಷಯ ನಡುವೆ ಬಂದಕೂಡಲೆ ಸುಮ್ಮನಾದ. ಅವನಿಗೂ ಆ ಹೆಸರು ಕೇಳಿದ ನೆನಪಿಲ್ಲ.

೩

ಹೊರಗಿನ ಲ್ಯಾಂಡ್‌ಸ್ಕೇಪು ಬದಲಾಗಿತ್ತು ಈಗ. ರಸ್ತೆಯ ಪಕ್ಕದಲ್ಲಿ ತಾಳೆ ಮರಗಳ ಪ್ಲಾಂಟೇಷನ್ ಉದ್ದಕ್ಕೂ ಹಬ್ಬಿಕೊಂಡಿತ್ತು. ಹೈವೆಯ ಪಕ್ಕದ ಸರ್ವೀಸ್ ರಸ್ತೆ ಅಲ್ಲಲ್ಲಿ ಕವಲೊಡೆದುಕೊಂಡು ಪ್ಲಾಂಟೇಷನ್ನಿನ ಒಳಗೆ ಹೋಗುವುದು ಕಾಣಬಹುದಿತ್ತು. ಅಂತಲ್ಲೆಲ್ಲಾ ಸಣ್ಣ ಸಣ್ಣ ಬೋರ್ಡುಗಳಿದ್ದವು. ಹೆಚ್ಚು ಕಮ್ಮಿ ಸಮತಟ್ಟಾದ ಭೂಪ್ರದೇಶ. ದೂರದಲ್ಲಿ ಹಸಿರು ಬೆಟ್ಟವೊಂದು ಮಸುಕು ಮಸುಕಾಗಿ ಕಾಣುತ್ತಿದ್ದುದು ಬಿಟ್ಟರೆ ಎಲ್ಲಿ ನೋಡಿದರೂ ತಾಳೆ ಮರಗಳೇ. ಹಿತಕರ ಎನಿಸುವ ದೃಶ್ಯಾವಳಿಯಿದ್ದರೂ ಏಕತಾನತೆ ಅದಕ್ಕೆ ಒಂದು ರೀತಿಯ ಕುಂದನ್ನೂ ತರುತ್ತಿತ್ತು.

ಇತ್ತ ಜೋಮೋನ ಮಾತು ತಡೆಯಿಲ್ಲದೇ ಸಾಗಿತ್ತು–

"ನಮ್ಮವರಿಗೆ ಬೇಸಿಕ್ ಎಜುಕೇಷನ್ ಇಲ್ಲ ಅನ್ನೋದೇ ಮೇನ್ ಪ್ರಾಬ್ಲೆಮ್ ಸಾರ್. ಅದನ್ನ ಕೊಡೋಕೇ ಯಾರೂ ತಯಾರಿಲ್ಲ. ನಮ್ಮ ತಮಿಳು ರಾಜಕಾರಣಿಗಳಿಗೆ ಓಟಿನ ಆಸೆ. ಮಲಯ್‌ಸಿಗೆ ತಮ್ಮ ಎಸ್ಟೇಟಿನಲ್ಲಿ ಕೆಲಸ ಮಾಡಲು, ಕಾರಿನ ಗಾಲಿಗೆ ಪಂಕ್ಚರ್ ಹಾಕಲು, ಮನೆ ಕಟ್ಟಲು ಕೂಲಿಗಳು ಬೇಕು ಸಾರ್. ಇಬ್ಬರೂ ಸೇರಿ ನಮ್ಮನ್ನ ಮೇಲಕ್ಕೇರಲು ಬಿಡೋದೇ ಇಲ್ಲ. ಇದೊಂದು ವ್ಯವಸ್ಥಿತ ವ್ಯೂಹ ಸಾರ್. ಎಷ್ಟೋ ಶತಕಗಳ ಹಿಂದೆ ಭಾರತದಿಂದ ವಲಸೆ ಬಂದು ರಬ್ಬರ್ ಎಸ್ಟೇಟುಗಳಲ್ಲಿ ಕೆಲಸ ಮಾಡಲು ಶುರು ಮಾಡಿದಾಗಿನಿಂದ; ನಾವೂ ಇವರೊಂದಿಗೆ ಸೇರಿ ಸೆಣೆಸಿದ್ದೇವೆ. ದೇಶ ಕಟ್ಟಿದ್ದೇವೆ. ಫಾರಿನ್ನರ ವಿರುದ್ಧ, ಕಮ್ಯುನಿಸ್ಟರ ವಿರುದ್ಧ, ಗೆರಿಲ್ಲಾಗಳ ವಿರುದ್ಧ ಹೋರಾಡಿದ್ದೇವೆ. ಎಲ್ಲರ ಹೋರಾಟದಿಂದಾಗಿ ದೇಶ ಸ್ವತಂತ್ರವಾಯ್ತು. ಮಲಯ್‌ಸು ಎಲ್ಲೋ ತಲುಪಿದರು. ನಾವಿನ್ನೂ ಎಸ್ಟೇಟುಗಳಲ್ಲಿಯೇ ಕೂಲಿ ಮಾಡುತ್ತಿದ್ದೇವೆ. ಹೋರಾಡುತ್ತಲೇ ಇದ್ದೇವೆ... ಉಳಿದರ್ಧ ತಮಿಳು ಯುವಕರು ಗ್ಯಾಂಗ್‌ಸ್ಟರ್ ಆಗುವ ಕನಸು ಕಾಣುತ್ತಾ ಮಾದಕ ವ್ಯಸನಿಗಳಾಗಿ ಅಲೀತಾರೆ...

ನಿನಗೆ ಗೊತ್ತಾ ದುರೈ? ಈ ಮಚ್ಚಾಗಳಿಗೆ ಮತ್ತೇನೂ ಸಿಗದಿದ್ದಾಗ, ಉಬೆತ್ ಗೇಗಟ್ಟನ್ನಾದ್ರೂ ಮೂಸ್ತಾರೆ. ವಾಸನೆಯಿಂದ ಸಮಾಧಾನ ಆಗೊಲ್ಲ ಅವರಿಗೆ. ಬ್ಲೇಡಿನಿಂದ ಕೈ ಕೊರೆದುಕೊಂಡು ರಕ್ತಕ್ಕೆ ಅದರ ಪುಡಿ ತಿಕ್ಕಿ ಮತ್ತೇರುತ್ತೋ ಅಂತಾ ಪ್ರಯತ್ನಿಸುತ್ತಿದ್ದ ಒಬ್ಬನನ್ನು ನಾನೇ ಕಣ್ಣಾರೆ ನೋಡೀದೀನಿ. ಹಾಗೆ

ಮಾಡೋದು ಜೀವಕ್ಕೇ ಮಾರಕ ಗೊತ್ತಾ? ಈ ಉಬೆತ್ ಗೇಗಟ್ ಮಾರಾಟವನ್ನ ಬ್ಯಾನ್ ಮಾಡ್ಬೇಕು ನೋಡು. ಆಸ್ಟ್ರೇಲಿಯಾದಲ್ಲಿ, ಯುರೋಪಿನ ಕೆಲವು ಕಡೆಯಲ್ಲೆಲ್ಲಾ ಮಾಡಿದ್ದಾರಂತೆ. ಇಲ್ಲೂ ಒಮ್ಮೆ ಸರಕಾರ ಅದನ್ನು ನಿಷೇಧಿಸುವ ಬಗ್ಗೆ ಮಾತನಾಡಿತ್ತು. ಆಮೇಲೆ ಏನಾಯ್ತೋ ಕಾಣೆ"

ಉಬೆತ್ ಗೇಗಟ್ ಅನ್ನೋ ಶಬ್ದ ಈ ಹಿಂದೆ ಎಲ್ಲೋ ಕೇಳಿದ್ದೇನೆನಿಸಿತು ನಿರಂಜನನಿಗೆ. ಅದೇನೆಂಬುದಾಗಿ ವಿಚಾರಿಸಿದ. ಜೋಮೋ, ಅದಕ್ಕೆ ತಮಿಳಿನಲ್ಲಿ ಯಾವುದೇ ನಿರ್ದಿಷ್ಟ ಹೆಸರಿದ್ದಂತಿಲ್ಲ, ಇಂಗ್ಲೀಷಿನಲ್ಲಿ ನಾಫ್ತಾಲೀನ್ ಬಾಲ್ಸ್ ಅಂತೇನೋ ಹೇಳುತ್ತಾರೆ, ಮಲೇಷಿಯಾದಲ್ಲಿ ಉಬೆತ್ ಗೇಗಟ್ ಅಂತಾನೇ ಎಲ್ಲರೂ ಕರೆಯೋದು ಎಂಬುದಾಗಿ ಹೇಳಿದ.

"ಅದೇ ಸರ್, ಸಣ್ಣ ಬಿಳಿಯ ಉಂಡೆಯಿರುತ್ತಲ್ಲ. ಮೊದಲೆಲ್ಲಾ ಹುಳ ತಿನ್ನಬಾರದು ಅಂತಾ ಸೀರೆಗಳ ನಡುವೆ ಇಡ್ತಿದ್ರೂ ನೋಡಿ... ಗೊತ್ತಾಯ್ತಾ ಏನಂತಾ?"

ಅದ್ಯಾವುದೋ ಗಳಿಗೆಯಲ್ಲಿ ನೊಣದಂಥ ಸಣ್ಣ ಹುಳುವೊಂದು ಕಾರಿನಲ್ಲಿ ನುಸುಳಿತ್ತು. ಅದು ಸುಮಾರು ಹೊತ್ತಿನಿಂದ ದುರೈನ ಮುಖದ ಮುಂದೆ ಹಾರಾಡುತ್ತ ತೊಂದರೆ ಕೊಡುತ್ತಿತ್ತು. ಸರಿಯಾದ ಸಮಯಕ್ಕಾಗಿ ಕಾದು ದುರೈ, ಅದನ್ನು ಹೊರ ಹಾಕಲು ಕಿಟಕಿಯ ಗಾಜು ಸ್ವಲ್ಪ ಇಳಿಸಿದ. 'ಭುರ್sss' ಎಂದು ಬೆಚ್ಚನೆಯ ಗಾಳಿ ನಿರಂಜನನ ಮುಖಕ್ಕೇ ಬಡಿಯಿತು.

ಹೊರಗೆ ಬಿಸಿಲೇರುತ್ತಿತ್ತೋ, ಅಥವಾ ಹಿಂದಿನ ಸೀಟಿನಲ್ಲಿ ಕುಳಿತುದರಿಂದ ತಂಪು ಗಾಳಿ ತಾಗುತ್ತಿರಲಿಲ್ಲವೋ, ಏಸಿ ಹೆಚ್ಚಿಸುವಂತೆ ಕೇಳಿದ ನಿರಂಜನ.

ಜೋಮೋ ಮಾತು ನಿಲ್ಲಿಸದೇ ಎದುರಿನ ಏಸಿಯ ಬಿರಡೆ ತಿರುವಿದ. "ಈ ಮಲಯ್‌ಗಳಿದ್ದಾರಲ್ಲ; ಶುದ್ಧ ಸೋಮಾರಿಗಳು ಸರ್. ಅವರು ಕೆಲಸ ಮಾಡೋ ಹಾಗಿದ್ದಿದ್ರೆ, ಇವರನ್ನು ಆಳ್ತಿದ್ದ ಬ್ರಿಟೀಷರು ಭಾರತದಿಂದ, ಚೈನಾದಿಂದ ಜನರನ್ನೇಕೆ ತಂದ್ರು ಸಾರ್? ಇವರಿಂದ ಏನೂ ಪ್ರಯೋಜನ ಇಲ್ಲಾ ಅಂತಾ ತಾನೇ? ಇವರಿಗೆ ಸ್ವಂತಿಕೆ ಅನ್ನೋದೇ ಇಲ್ಲಾ ಸಾರ್. ಬೇಕಾದ್ರೆ ಅವರ ಭಾಷೇನೇ ನೋಡಿ ಅರ್ಧಕ್ಕರ್ಧ ಇತರೆ ಭಾಷೆಗಳಿಂದ ಎರವಲು ಪಡೆದ ಶಬ್ದಗಳೇ. ಇವರಿಗೆ ಸ್ವಂತ ಲಿಪೀನೇ ಇಲ್ಲಾ ಅಂತೀನಿ. ಅದ್ಯಾವಾಗೋ ಇತ್ತಂತೆ, ಅದನ್ನು ಅವರು ಕಳೆದುಕೊಂಡು ಕಾಲವಾಯಿತು. ತಮ್ಮ ಸಂಸ್ಕೃತಿ, ತಮ್ಮ ಭಾಷೆ ಅಂತಾ ಹಾರಾಡ್ತಾರಲ್ಲ; ಕನಿಷ್ಟ ಪಕ್ಷ ಮಲಯ್ಯೊದ್ದೇ

ಆದ ಸ್ಕ್ರಿಪ್ಟನ್ನು ಉಳಿಸಿಕೊಳ್ಳಲಾಗಲಿಲ್ಲ ಇವರಿಗೆ. ಆದ್ರೂ ನೋಡಿ 'ಭೂಮಿಪುತ್ರ' ಅನ್ನೋ ಹಣೆ ಪಟ್ಟಿ ಹಚ್ಕೊಂಡು ಮುಂದಕ್ಕೆ ಹೋಗಿಬಿಟ್ರು"

"ಅಲ್ಲಯ್ಯಾ ನೀನು ನೋಡಿದ್ರೆ ತಮಿಳರ ಸ್ಥಿತಿ ಚಿಂತಾಜನಕ ಅನ್ನೋಹಾಗೆ ಮಾತಾಡ್ತಿದೀಯಾ. ನಂಗೆ ನಿನ್ನೆ ಒಬ್ಬ ಸಿಕ್ಕಿದ್ದ. ಆಡಿ ಕಾರಿನಲ್ಲಿ ಓಡಾಡ್ತಾನೆ ಗೊತ್ತಾ? ಅವನೂ ಮಲೇಷಿಯನ್ ಇಂಡಿಯನ್ನೇ" ಒಂದೇ ಸಮನೆ ತನ್ನದೇ ಹೇಳುತ್ತಿರುವ ಜೋಮೋನ ಮಾತಿಗೊಂದು ಎದುರಾಡುವ ಅನ್ನಿಸಿತು ನಿರಂಜನನಿಗೆ.

"ಹಾಗೆ ಅಲ್ಲೊಬ್ರು ಇಲ್ಲೊಬ್ರು ಇದಾರೆ ಸರ್. ಇಲ್ಲಾ ಅನ್ನೊಲ್ಲ. ಅವರೆಲ್ಲ ಬೆರಳೆಣಿಕೆಯಷ್ಟು ಮಾತ್ರ. ಹಾಗೆ ನೋಡಿದ್ರೆ ಯಾವ ತಮಿಳು ರಾಜಕಾರಣಿಯೂ ಬಡವನಿಲ್ಲ ಇಲ್ಲಿ. ಚೈನೀಸ್ ನೋಡಿ, ಯಾವ ರೀತಿ ಬಾಳ್ತಿದಾರೆ ಅಂತಾ. ಅವರನ್ನು ನೋಡಿ ಕಲೀಬೇಕು ನಾವು. ಅವರು ತಮ್ಮ ಒಂದಾದರೂ ಶಾಲೆಗೆ ಸರಕಾರದ ಹತ್ರ ಭಿಕ್ಷೆ ಬೇಡ್ತಾರಾ? ಆದರೆ ಅವರ ಸ್ಕೂಲುಗಳ ಲೆವಲ್ ನೋಡಬೇಕು ನೀವು. ಹೈಕ್ಲಾಸ್ ಅವು. ಮಲೇಷಿಯನ್ನರಿಗೆ ಚೈನೀಸ್ ಕಂಡರೂ ಒಳಗೊಳಗೇ ಆಗೊಲ್ಲ. ಆದರೆ ಒಬ್ಬರಿಗಾದರೂ ಅವರನ್ನು 'ಬಾಲಿಕ್ ಚೈನಾ' ಅಂತಾ ಹೇಳೋ ಧೈರ್ಯ ಇದ್ಯಾ? ನಾಳೆ ಚೈನೀಸು ದೇಶ ಬಿಟ್ಟು ಹೋದ್ರೆ ಮಲೇಷಿಯಾದ ಆರ್ಥಿಕತೆಯೇ ಮುಕ್ಕೊಂಡು ಬೀಳುತ್ತೆ. ಹಾಗಿದೆ ಅವರ ಹೋಲ್ಡು ಇಲ್ಲಿ. ನಮ್ಮವರು ಅವರನ್ನು ಸದಿಯಾನ್ ಅಂತಾ ಹಂಗಿಸೋದು ಬಿಟ್ಟು ಅವರಿಂದ ಫೈನಾನ್ಷಿಯಲ್ ಮ್ಯಾನೇಜ್ಮೆಂಟ್ ಕಲಿತರೆ ಒಂಚೂರಾದ್ರೂ ಉಪಯೋಗವಾಗಬಹುದು.

ಇಲ್ಲೊಂದು ಮಾತಿದೆ ಸಾರ್. 'ಮಲಯ್ಸ್ ಆರ್ ಲೇಝೀ, ಚೈನೀಸ್ ಆರ್ ಗ್ರೀಡಿ, ಇಂಡಿಯನ್ಸ್ ಆರ್ ಚೀಟ್ಸ್' ಅಂತಾ. ಅವರವರದೇನೇ ಟೈಟಲ್ ಇರಲಿ, ಆದ್ರೆ ನಮ್ಮ ರೆಪುಟೇಶನ್ ನೋಡಿ! ಒಂದು ಹಾವು ಮತ್ತು ಇಂಡಿಯನ್ ಎದುರಿಗೆ ಸಿಕ್ರೆ, ಮೊದಲು ಇಂಡಿಯನ್ನನ್ನು ಕೊಲ್ಲು ಅಂತಾ ಹೇಳ್ತಾರೆ ಇವರು"

"ಅದೂ ನಿಜಾನೇ. ಆ ಸಮಸ್ಯೆ ಚೈನೀಸರ ಹತ್ರ ಇಲ್ಲ ನೋಡು ಅವರಿಗೆ. ಒಂದು ಚೈನೀಸು ಹಾಗೂ ಹಾವು ಎದುರಿಗೆ ಸಿಕ್ರೆ, ಚೈನೀಸೇ ಮೊದಲಾಗಿ ಹಾವು ಹಿಡ್ಕೊಂಡು ತಿಂದು ಬಿಡ್ತಾನೆ. ಹ..ಹ್ಹ..ಹ್ಹಾ..." ತಾನು ಭಾರೀ ಜೋಕ್ ಮಾಡಿದೆ ಅನ್ನುವ ಹೆಮ್ಮೆಯಲ್ಲಿ ಚಪ್ಪಾಳೆ ಹೊಡೆದು ನಕ್ಕ ನಿರಂಜನ.

ಅದೊಂದು ಹಾಸ್ಯವೇ ಅಲ್ಲ ಅನ್ನುವಂತೆ ಕಡೆಗಣಿಸಿ, ಜೋಮೋ ದುರೈನತ್ತ ಮುಖ ತಿರುಗಿಸಿ ಹೇಳತೊಡಗಿದ "ನಾವು ಬದಲಾಗ್ಬೇಕು ಮಚ್ಚಾ. ನಾವು ಬದಲಾಗದೇ ಬೇರೆಯವರನ್ನ ದೂರಿದ್ರೆ ಏನೂ ಚೇಂಜ್ ಆಗೊಲ್ಲ. ಹೀಗಿದ್ರೆ ಯಾರು ರೆಸ್ಪೆಕ್ಟ್ ಕೊಡ್ತಾರೆ ನಮಗೆ? ನಮ್ಮವರಿಗೆ ಕಲಿಯೋಕೆ ಇಷ್ಟ ಇಲ್ಲ. ಕಲಿಯೋರಿಗೆ ಶಾಲೆಗಳಿಲ್ಲ. ಹಾಗೂ ಹೀಗೂ ಕಲಿತರೆ ನೌಕರಿಯಿಲ್ಲ..."

ಈ ನಡುವೆ ಜೋಮೋಗೆ ಯಾವುದೋ ಫೋನ್ ಬಂತು. "ಹತ್ತೇ ನಿಮಿಷ ಬಂದೆ. ಮೇನ್ ರೋಡಿಗೆ ಯಾವುದಾದರೂ ಗಾಡಿ ಕಳಿಸು" ಎಂದು ಕರೆ ಮಾಡಿದವರಿಗೆ ಹೇಳಿ, ಫೋನ್ ತುಂಡರಿಸಿ "ಶಾಲೆಯಿಂದ ಹೊರಡುವಾಗಲೇ ಗಾಡಿ ಕಳಿಸು ಅನ್ನಬೇಕಿತ್ತು. ಮರೆತೇ ಹೋಯಿತು. ಈಗ ಹೇಳಿದರೆ ಇನ್ನೆಷ್ಟು ಹೊತ್ತು ಮಾಡತಾರೋ, ಛೇ..." ತನ್ನಷ್ಟಕ್ಕೇ ತಾನು ಗೊಣಗಿಕೊಂಡ.

ನಿರಂಜನನಿಗೂ ತನ್ನ ಹಾಸ್ಯಪ್ರಜ್ಞೆಗೆ ಸಿಗಬೇಕಾದ ಮಾನ್ಯತೆ ದೊರಕದೇ ಸಣ್ಣ ಮುಖಭಂಗವಾಗಿತ್ತು. ಸೀಟಿನ ಹಿಂದೆ ಆರಾಮವಾಗಿ ಒರಗಿ ಕುಳಿತು, ಮೊಬೈಲ್ ಪರದೆಯ ಮೇಲೆ ಬೆರಳಾಡಿಸ ತೊಡಗಿದ.

ದುರೈ ಎಫ್‌ಎಂ ಹಚ್ಚಿ ಯಾವುದೋ ಹಾಡು ಹಾಕಿದ. ಜೋಮೋ, 'ಬೆಳಗಿಂದ ಓದಲಾಗಲೇ ಇಲ್ಲ' ಎನ್ನುತ್ತ ತನ್ನಲ್ಲಿದ್ದ ಪೇಪರಿನ ಮಡಿಕೆ ಬಿಡಿಸಿ ರೇಡಿಯೋ ವಾಲ್ಯೂಮ್ ಸಣ್ಣ ಮಾಡಿದ. ಒಂದೆರಡು ಪುಟಗಳನ್ನು ತಿರುವುತ್ತಿರುವಂತೆ, ಪ್ರಕಾಸನ್ ಹರಪನ್ ಎನ್ನುವ ರಾಜಕಾರಣಿಯ ಫೋಟೊ ಹಾಗೂ ಸುದ್ದಿ ಥಕ್ಕನೆ ಆತನ ಗಮನ ಸೆಳೆಯಿತು.

ಜೋಮೋ ಹಾಗೂ ಪ್ರಕಾಸನ್ ನಡುವಿನ ಸಂಘರ್ಷ ಇಂದು ನಿನ್ನೆಯದಲ್ಲ.

21

"ಗೋಡೆಯ ಮೇಲೆ ಭಿತ್ತಿ ಪತ್ರ ಅಂಟಿಸಿ ಹೋಗಿದ್ದಾರೆ"

"ಕಮಿಟಿ ಸದಸ್ಯರ ಕೈಯ್ಯಲ್ಲಾದರೂ ನೋಟೀಸ್ ಕೊಡಬೇಕಲ್ಲವೇ"

"ಎಲ್ಲವೂ ಇವರ ಹುನ್ನಾರದ ಭಾಗ. ನೋಟೀಸು ಕೊಟ್ಟಿದ್ದೇವೆ ಅಂತಾನೂ ಆಗ್ಬೇಕು. ಹಾಗೂ ನಾವೂ ಏನಾದರೂ ಮಾಡಲು ಸಮಯ ಕೊಡದೇ, ಒಡೆದು ಬೀಳಿಸಬೇಕು"

ಹೀಗೇ ಒಬ್ಬರ ಹಿಂದೆ ಒಬ್ಬರು ತಕರಾರು ಹೇಳತೊಡಗಿದರು.

ಕೌಲಾಲಂಪುರಕ್ಕೆ ಅಂಟಿಕೊಂಡಿರುವ ಸಣ್ಣ ಊರು 'ಗೊಂಬರ್'. ಆ ಊರಿನ ತಮಿಳ್ ಕಮ್ಯುನಿಟಿ ಹಾಲಿನಲ್ಲಿ ನಡೆಯುತ್ತಿದ್ದ ಮೀಟಿಂಗ್ ಅದು. ಲೋಕಲ್ ಕೌನ್ಸಿಲ್ಲಿನವರು ಅಲ್ಲಿಯ ಗುಡಿಯೊಂದನ್ನು 'ಕೂಡಲೇ ತೆರವು ಮಾಡಿ, ಇಲ್ಲದಿದ್ದರೆ ಒಡೆದು ಹಾಕುತ್ತೇವೆ' ಎಂದು ಎಚ್ಚರಿಕೆ ಕೊಟ್ಟ ಹಿನ್ನೆಲೆಯಲ್ಲಿ ಅವರೆಲ್ಲಾ ಅಲ್ಲಿ ಸೇರಿದ್ದರು. ದೇವಸ್ಥಾನದ ಕಮಿಟಿಯವರು, ಊರ ಕೆಲ ಹಿರಿಯರೆಲ್ಲಾ ಸೇರಿ ಹತ್ತಾರು ಜನರಿರಬಹುದಷ್ಟೇ. ಅವರಲ್ಲಿ ಸಮಾಜ ಸೇವಕ ಜೋಮೋ ಭುಪಾಲನ್ ಕೂಡಾ ಇದ್ದ. ಮಲೇಷಿಯಾ ತಮಿಳರ ಪರವಾಗಿ ಸಾಕಷ್ಟು ಕೆಲಸಗಳನ್ನು ಮಾಡುತ್ತಾನಾದ್ದರಿಂದ ಅವನಿಗೆ ಗೊಂಬರ್ ಪ್ರದೇಶದಲ್ಲಿ ಹೆಸರು, ಗೌರವವಿದೆ.

ಮಲೇಷಿಯಾ ಸರಕಾರ ಹಾಗೂ ಅದರ ನೀತಿಗಳ ಬಗ್ಗೆ ಚರ್ಚೆ, ಆರೋಪಗಳು ನಡೆಯುತ್ತಿರುವುದರ ನಡುವೆಯೇ, ದೇವಸ್ಥಾನದ ಭೂದಾಖಲೆ ಹಾಗೂ ಕಟ್ಟಡ ಅನುಮತಿ ಪತ್ರ ತೋರಿಸುವಂತೆ ಕಮಿಟಿಯವರನ್ನು ಕೋರಿದ ಜೋಮೋ. ಅದ್ಯಾವುದೂ ಅವರಲ್ಲಿ ಇರಲಿಲ್ಲ. ಅದ್ಯಾವುದೂ ಇಲ್ಲ ಅಂದಮೇಲೆ ನಾವು ಗುಡಿ ನೆಲಸಮ ಮಾಡುವುದನ್ನು ಪ್ರತಿರೋಧಿಸುವುದಾದರೂ ಹೇಗೆ? ಎಂಬ ಪ್ರಶ್ನೆ ಮುಂದಿಟ್ಟ ಜೋಮೋ. ಹೀಗಿರುವಾಗ ಸರಕಾರ ತನ್ನ 'ಝೀರೋ ಸ್ಕ್ವಾಟರ್ ಪಾಲಿಸಿ' ಅಡಿಯಲ್ಲಿ ಇದನ್ನು ಒಡೆಯದೇ ಬಿಡುವುದಿಲ್ಲ ಎಂಬುದಾಗಿಯೂ ತಿಳಿಸಿದ. ಒಂದಿಬ್ಬರು ಆತನ ಮಾತಿಗೆ ಸಹಮತ ತೋರಿದರಾದರೂ, ವಿರೋಧವೇ ಹೆಚ್ಚು ವ್ಯಕ್ತವಾಯಿತು.

‘ಘೀರೋ ಸ್ಕ್ವಾಟರ್ ಪಾಲಿಸಿ ಅನ್ನೋದು ಕೇವಲ ನೆಪವಷ್ಟೇ’ ‘ದೇವಸ್ಥಾನಗಳಿಗೆಲ್ಲ ದಾಖಲೆ ಯಾಕೆ ಬೇಕು?’ ‘ದಾಖಲೆ ಸಂಗ್ರಹಿಸಲು ಸಮಯ ಕೊಡಬೇಡವೇ?’ ಹೀಗೇ ಸಾಕಷ್ಟು ಆರೋಪ-ಪ್ರತ್ಯಾರೋಪಗಳ ನಂತರವೂ ಯಾವುದೇ ತೀರ್ಮಾನವಾಗದೇ ಸಭೆ ಬರಕಾಸ್ತುಗೊಂಡಿತ್ತು. ಅದರಲ್ಲಿ ಕೆಲವರು ಈ ವಿಷಯವನ್ನು ಆ ಕ್ಷೇತ್ರದ ಸಂಸದ ಪ್ರಕಾಸನ್ ಹರಪನ್ ಹತ್ತಿರ ಕೊಂಡೊಯ್ಯುವ ಬಗ್ಗೂ ಪ್ರಸ್ತಾಪಿಸಿದರು.

ಮರುದಿನ ಸ್ಥಳೀಯ ಪತ್ರಿಕೆಯೊಂದರಲ್ಲಿ ಜೋಮೋನ ಲೇಖನವೊಂದು ಪ್ರಕಟವಾಯಿತು– ‘ಒಂದು ಅಂದಾಜಿನ ಪ್ರಕಾರ ನಮ್ಮಲ್ಲಿ ತಮಿಳು ಶಾಲೆಗಳ ಸಂಖ್ಯೆಗಿಂತ ಮೂರು ಪಟ್ಟಿಗೂ ಅಧಿಕ ದೇವಸ್ಥಾನಗಳಿವೆ. ಅತ್ತ ತಮಿಳು ಶಾಲೆಗಳು ಮುಚ್ಚುವ ಸ್ಥಿತಿಯಲ್ಲಿದ್ದರೆ, ಇನ್ನೊಂದೆಡೆ ಕಂಡಕಂಡಲ್ಲಿ ಗುಡಿಗಳನ್ನು ಕಟ್ಟುವ ನಮ್ಮ ಕಾಯಕವನ್ನು ನಾವು ಮುಂದುವರಿಸಿದ್ದೇವೆ. ಯಾವುದಾದರೂ ಮರದ ಬುಡ, ರಸ್ತೆಯ ಬದಿಯಾದರೂ ನಮಗೆ ಆದೀತು. ಥ್ರೀ ಬೈ ಫೋರ್ ಅಡಿ ಜಾಗ ಸಿಕ್ಕರೆ ಸಾಕು. ಕೆಲವೊಂದಂತೂ ರಾತ್ರಿ ಬೆಳಗಾಗುವಷ್ಟರಲ್ಲಿ ಎದ್ದು ನಿಂತದ್ದೂ ಇದೆ. ಅಷ್ಟೇ ಯಾಕೆ, ಡ್ರೇನೇಜಿನ ಪಕ್ಕದಲ್ಲೆ ಗುಡಿಗಳನ್ನು ನಾನೇ ಹಲವೆಡೆ ನೋಡಿದ್ದೇನೆ. ಇಂಥವುಗಳನ್ನು ಸರಕಾರ ಒಡೆದು ಹಾಕಿದರೆ ನಾವು ಯಾವ ಆಧಾರದ ಮೇಲೆ ಪ್ರತಿಭಟಿಸಲು ಸಾಧ್ಯ? ಪಚ್ಚಾಯಿ ಅಮ್ಮನ್ ದೇವಸ್ಥಾನ ನೆಲಸಮ ಮಾಡಿದ ಘಟನೆ ನಮ್ಮ ಎದುರಿಗೇ ಇದೆ. ಎಲ್ಲರೂ ಸೇರಿ ವಿರೋಧಿಸಲು ಹೋದರೆ ಆ ದೇವಸ್ಥಾನದ ಶೌಚಗೃಹದಲ್ಲಿ ಸಾರಾಯಿ ಬಾಟಲಿಗಳನ್ನು ಸಂಗ್ರಹಿಸಿಡಲಾಗಿತ್ತು ಎಂದಿತು ಸರಕಾರ. ಮಾಲು ಸಮೇತ ಹಿಡಿದುಹಾಕಿತು. ಇದು ನಮ್ಮ ಮುಖಭಂಗವಲ್ಲದೇ ಮತ್ತೇನು?

ನಮ್ಮ ದೇವಸ್ಥಾನದ ಸಣ್ಣ ಸಮಾರಂಭಗಳಿಗೂ ನೂರಾರು ಜನ ಸೇರುತ್ತೇವೆ. ಆದರೆ ಶಾಲೆಯೊಂದರ ಸಾಂಸ್ಕೃತಿಕ ಕಾರ್ಯಕ್ರಮಕ್ಕೆ ಬೆರಳೆಣಿಕೆಯಷ್ಟು ಪಾಲಕರೂ ಬರುವುದಿಲ್ಲ. ರಾಜಕಾರಣಿಗಳು ಗಿಫ್ಟ್ ವೋಚರ್, ಸೀರೆ ಕೊಡುತ್ತಾರೆ ಎಂದಾಗ ಸಾಲುಗಟ್ಟಿ ನಿಲ್ಲುವ ತಮಿಳು ಆಂಟಿಗಳು ತಮ್ಮ ಮಕ್ಕಳ ಸ್ಕೂಲ್ ಅಂಕ ಪಟ್ಟಿ ತೆಗೆದುಕೊಳ್ಳಲು ಶಾಲೆಗಳೆಡೆಗೆ ಹೋಗಿದ್ದು ನೋಡಿದ್ದೀರಾ? ನಮಗೆ ಮೂರು ಗೋಪುರ, ಐದು ಗೋಪುರಗಳ ಗುಡಿ ಕಟ್ಟಲು ಹಣದ ಕೊರತೆಯಿಲ್ಲ. ಆದರೆ ಬಿರುಕು ಬಿಟ್ಟಿರುವ ಶಾಲೆಯ ಗೋಡೆ ರಿಪೇರಿ ಸಾಧ್ಯವಾಗುತ್ತಿಲ್ಲ. ಶಾಲೆಯ ವಿಷಯ ಬಂದಕೂಡಲೇ ನಾವು ಸರಕಾರದೆಡೆಗೆ ಬೆರಳು ತೋರಿಸುತ್ತೇವೆ. ಅಂಗಡಿ, ಹೊಟೇಲುಗಳ ಬಿಲ್ ಕೌಂಟರ್ ಪಕ್ಕ ಇರುವ ‘ಡೊನೇಟ್ ಫಾರ್ ತಮಿಳ್ ಸ್ಕೂಲ್ಸ್’

ಬಾಕ್ಸಿನಲ್ಲಿ ಎಣಿಸಿದರೆ ನಾಲ್ಕು ರಿಂಗಿಟ್ಟುಗಳಿರೊಲ್ಲ. ದೇವಸ್ಥಾನದ ಹುಂಡಿಗಳು ಮಾತ್ರ ತುಂಬಿ ತುಳುಕುತ್ತವೆ'

ಅದೇ ದಿನ– ಕೂಡಲೇ ಬಂದು ಭೇಟಿಯಾಗುವಂತೆ ಪ್ರಕಾಸನ್ ಹರಪನ್ ಕಚೇರಿಯಿಂದ ಕರೆ ಬಂದಿತ್ತು ಆತನಿಗೆ.

೭

ಪ್ರಕಾಸನ್ ಯಾಕೆ ಕರೆದಿರಬಹುದೆಂಬ ಊಹೆಯಿತ್ತು ಜೋಮೋನಿಗೆ. ಹಿಂದೊಮ್ಮೆ ಆತ ಭಾರತೀಯ ತಮಿಳು ಸಿನೆಮಾಗಳು ಮಲೇಷಿಯಾದ ತಮಿಳು ಯುವಕರ ಮೇಲೆ ಬೀರುತ್ತಿರುವ ಪರಿಣಾಮದ ಬಗ್ಗೆ ಲೇಖನ ಬರೆದಿದ್ದ. ಹೆಚ್ಚಿನ ಸಿನಿಮಾಗಳಲ್ಲಿ ಹೀರೋಗಳು ರೌಡಿಗಳೇ ಆಗಿರುತ್ತಾರೆ. ನಾನಾ ಕಾರಣಗಳಿಂದ ಅವರನ್ನು ವಿಜೃಂಭಿಸಲಾಗುತ್ತದೆ. ಅದನ್ನು ಭಾರತೀಯರು ಕೇವಲ ಮನರಂಜನೆಗಾಗಿ ನೋಡಿ ಅಲ್ಲಿಗೇ ಬಿಟ್ಟು ಬಿಡಬಹುದಾದರೂ. ನಮ್ಮವರು ಅದನ್ನೇ ಆದರ್ಶವನ್ನಾಗಿ ತೆಗೆದುಕೊಂಡು ತಾವೂ ಗ್ಯಾಂಗ್‌ಸ್ಟರ್‌ಗಳಾಗಲು ಹೊರಡುತ್ತಾರೆ. ರಜನಿ, ವಿಜಯ್, ಅಜಿತರನ್ನು ಆರಾಧಿಸುತ್ತ ಅವರುಗಳ ಹುಟ್ಟು ಹಬ್ಬಗಳನ್ನು ನಾವು ಆಚರಿಸಿ ಸಂಭ್ರಮಿಸುವುದಾದರೂ ಯಾತಕ್ಕೆ? ಅದರ ಸಾರ್ಥಕತೆಯಾದರೂ ಏನು?... ಇತ್ಯಾದಿ. ಆ ಲೇಖನ ಪ್ರಕಟವಾದ ಎರಡನೇ ದಿನಕ್ಕೆ ಗೊಂಬರ್ ಸರ್ಕಲ್ಲಿನಿಂದ ಒಂದು ಮೆರವಣಿಗೆ ಹೊರಟಿತ್ತು. ಸೂಪರ್‌ಸ್ಟಾರ್ ರಜನಿಕಾಂತನಿಗೆ ಮಲೇಷಿಯಾ ಸರಕಾರ ಅಲ್ಲಿಯ ಗೌರವ ಪ್ರಶಸ್ತಿಯಾದ ಡಾಟುಕ್ಶಿಪ್ ಕೊಡಬೇಕು ಎನ್ನುವುದು ಆ ಗುಂಪಿನ ಆಗ್ರಹವಾಗಿತ್ತು. ಸಂಸದ ಪ್ರಕಾಸನ್ನನ ಬೆಂಬಲಿಗರಿಂದ ಪ್ರೇರೇಪಿತವಾಗಿದ್ದ ಆ ಮೆರಮಣಿಗೆಯಲ್ಲಿ ಜೋಮೋ ಬರೆದ ಲೇಖನವಿರುವ ಪತ್ರಿಕೆಯ ಪುಟಗಳನ್ನು ಸುಟ್ಟು ಹಾಕಲಾಗಿತ್ತು ಎಂಬುದು ಜೋಮೋನಿಗೂ ತಿಳಿಯದ ಸಂಗತಿಯೇನಲ್ಲ.

'ತಮಿಳರು ಇದೇ ರೀತಿ ಇರುವುದರಲ್ಲಿಯೇ ಇಲ್ಲಿಯ ಕೆಲವು ರಾಜಕಾರಣಿಗಳ ಅಸ್ತಿತ್ವವಿದೆ. ನನ್ನ ನಿನ್ನೆಯ ಲೇಖನದ ಬಗ್ಗೆ ಉಪೇಕ್ಷೆ ವ್ಯಕ್ತಪಡಿಸಲೆಂದೇ ಆತ ನನ್ನನ್ನು ಭೇಟಿಗೆ ಕರೆದಿರುತ್ತಾನೆ' ಎಂದು ಜೋಮೋ ನಿರೀಕ್ಷಿಸಿದ್ದು ಸರಿಯಾಗಿಯೇ ಇತ್ತು. ಅಲ್ಲಿ ಹೋದಾಗ ಪ್ರಕಾಸನ್ ಸಿಗಲಿಲ್ಲ. ಆತನ ಪರವಾಗಿ ಸೆಕ್ರೆಟರಿಯೇ ಎಲ್ಲ ಮಾತಾಡಿದ. ಭಾರತೀಯರ ಭಾವನೆಗಳಿಗೆ ಧಕ್ಕೆ ತರುವಂಥ ಲೇಖನಗಳನ್ನು ಪದೇಪದೇ ಬರೆಯುವುದನ್ನು ಕಿಂಚಿತ್ತೂ ಸಹಿಸಲು ಸಾಧ್ಯವಿಲ್ಲ ಎಂಬುದಾಗಿ ತಿಳಿಸಿದ. ಮತ್ತೆ ಇದು ಪುನರಾವರ್ತನೆಯಾಗಕೂಡದು ಎನ್ನುವ ಎಚ್ಚರಿಕೆಯನ್ನೂ ನೀಡಿದ. ಜೋಮೋನೂ ಸುಮ್ಮನಿರದೇ ಸಾಕಷ್ಟು ವಾದ ಮಾಡಿ ಬಂದಿದ್ದ ಅವನೊಡನೆ.

‘ಅದರ್ ಸ್ಕೂಲ್: ಲ್ಯಾಬ್ಸ್, ಫೀಲ್ಡ್, ಲೈಬ್ರರಿ.
ಮೈ ಸ್ಕೂಲ್: ಸ್ನೇಕ್, ಟರ್ಮೈಟ್, ಮಂಕೀ’
‘ವಿ ಡೋಂಟ್ ವಾಂಟ್ ಶೂಸ್, ಸನ್ಗ್ಲಾಸ್, ವಾಚಸ್.
ಗಿವ್ ಅಸ್ ಎಜುಕೇಷನ್’
....
....

ಇಂಥ ಬರಹಗಳುಳ್ಳ, ಕೈಲಿ ಹಿಡಿದುಕೊಳ್ಳುವಂಥ ಕೋಲಿನ ಹಿಡಿಕೆಯುಳ್ಳ ಹತ್ತಾರು ಫಲಕಗಳನ್ನು ಮನೆಯ ಹಾಲಿನ ಮೂಲೆಯಲ್ಲಿ ಜೋಡಿಸಿಟ್ಟಿದ್ದ ಜೋಮೋ. ನೆಲದ ಮೇಲೆ ಹಾಳೆ ಹರಡಿ, ಕುಂಚ ಹಿಡಿದು ಕುಕ್ಕರುಗಾಲಲ್ಲಿ ಕುಳಿತು ಇನ್ನಷ್ಟು ಬೋರ್ಡು ಬರೆಯುತ್ತಿದ್ದ. ತನ್ನ ಪ್ರದೇಶದ ಎರಡು ಮೂರು ಶಾಲೆಯ ಮಕ್ಕಳನ್ನು ಸೇರಿಸಿ ಸಣ್ಣದೊಂದು ಪ್ರತಿಭಟನೆ ಮಾಡಿಸುವ ಯೋಜನೆ ಆತನದು.

ನಡುವೆ ಬಿಡುವಿಗಾಗಿ ಟೀವಿ ಹಚ್ಚಿದರೆ, ಮಲೇಷಿಯನ್ ತಮಿಳರಿಗೆಂದೇ ಮೀಸಲಾಗಿರುವ ‘ಆಸ್ಟ್ರೋ’ ಚ್ಯಾನಲ್ಲಿನಲ್ಲಿ ನಯನತಾರಾಳ ಮುರಿದು ಬಿದ್ದ ಪ್ರೇಮಕಥೆಯ ಬ್ರೇಕಿಂಗ್ ನ್ಯೂಸ್ ಬರುತ್ತಿತ್ತು. ಇಡೀ ದಿನ ಭಾರತೀಯ ತಮಿಳು ಚಿತ್ರರಂಗದ ಗಾಸಿಪ್ಪು, ಹಾಡು, ಸಿನೇಮಾಗಳನ್ನೇ ತೋರಿಸುವ ಆಸ್ಟ್ರೋ ಟೀವಿಯ ಬಗ್ಗೆ ಬಹಳ ಅಸಮಾಧಾನವಿದೆ ಜೋಮೋಗೆ. ‘ನಮ್ಮ ಇಲ್ಲಿಯ ಸ್ಥಿತಿ–ಗತಿಗಳಿಗೆ ಯಾವ ರೀತಿಯೂ ರಿಲೇಟ್ ಆಗದ ಈ ಸಿನಿಮಾಗಳನ್ನು ಯಾಕಾದ್ರೂ ಹಾಕಿ ಸಾಯ್ತಾರೋ’ ಎಂದು ಆತ ಚಿಂತಿಸುತ್ತಿರುವಾಗಲೇ, ಪೋಲೀಸ್ ಜೀಪೊಂದು ಅವನ ಮನೆಯೆದುರು ಬಂದು ನಿಂತಿತ್ತು.

ಜೋಮೋನಿಗೂ ಶ್ರೀಲಂಕಾದ ಎಲ್.ಟಿ.ಟಿ.ಇ ಸಂಘಟನೆಗೂ ನಡುವೆ ಏನಾದರೂ ನಂಟಿದೆಯೇ ಎಂಬುದರ ತನಿಖೆ ಮಾಡಲು ಆತನನ್ನು ಕರೆದೊಯ್ದಿದ್ದರು ಪೋಲೀಸರು.

ತಿಂಗಳ ಹಿಂದೆ, ತನ್ನ ಕಾಲೇಜಿನ ಸಹಪಾಠಿಯಾದ ವೇಲ್‌ಸ್ವಾಮಿಯನ್ನು ಬಾರ್ ಒಂದರಲ್ಲಿ ಭೇಟಿಯಾಗಿದ್ದ ಜೋಮೋ. ಬಹಳ ದಿನಗಳ ನಂತರ ಸಿಕ್ಕಿದ್ದರಾದ್ದರಿಂದ ತಡ ರಾತ್ರಿಯವರೆಗೂ ಮದ್ಯ ಹೀರುತ್ತ ಹರಟೆ ಹೊಡೆದಿದ್ದರು ಅವರು. ವೇಲ್‌ಸ್ವಾಮಿ

ತನ್ನ ಜೊತೆಗಿರುವ ಮಿತ್ರನೊಬ್ಬನನ್ನು ವೀರಸಿಂಗಮ್ ಎಂದು ಪರಿಚಯಿಸಿಕೊಟ್ಟಿದ್ದ. ತಲೆಗೂದಲಿಗೆ ಮೆತ್ತಿದ ತೆಂಗಿನೆಣ್ಣೆ, ಮಲಯಾಳಮ್ ಆಕ್ಸಂಟಿನಲ್ಲಿ ಮಾತನಾಡುವ ಆತನ ತಮಿಳು ನೋಡಿಯೇ ಈತ ಶ್ರೀಲಂಕನ್ ತಮಿಳನೇ ಇರಬೇಕೆಂದು ಊಹಿಸಿದ್ದ ಜೋಮೋ. ಊಹೆ ಸರಿಯಾಗಿಯೇ ಇತ್ತು. ಅಲ್ಲಿಯವನೇ ಎಂದಾದಮೇಲೆ ಮಾತುಕತೆ ಸಹಜವಾಗಿ ಶ್ರೀಲಂಕಾದ ಆಗುಹೋಗಿನ ಸುತ್ತಲೇ ನಡೆಯಿತು.

ಶ್ರೀಲಂಕನ್ ತಮಿಳರಿಗೆ ಅಲ್ಲಿಯ ಸಿಂಹಳೀಯರ ಮೇಲೆ ವೈರತ್ವವಿರುವುದು ಸಹಜ. ಆದರೆ ಪ್ರಪಂಚದ ಬೇರೆ ಬೇರೆ ಕಡೆಯಲ್ಲೆಲ್ಲಾ ತಮಿಳರು ಸಿಂಹಳೀಯರನ್ನು ಅನಾದರದಿಂದ ಕಾಣುವುದು ತಪ್ಪು ಎನ್ನುವ ತನ್ನ ವಾದ ಮಂಡಿಸಿದ ಜೋಮೋ. ಇದಕ್ಕೆ ವೀರಸಿಂಗಮ್‌ನ ವಿರೋಧವಿತ್ತು. ಶ್ರೀಲಂಕನ್ ತಮಿಳನಷ್ಟೇ ಅಲ್ಲ, ಜಗತ್ತಿನ ಪ್ರತಿ ತಮಿಳನೂ ಸಿಂಹಳೀಯರನ್ನೇಕೆ ದ್ವೇಷಿಸಬೇಕು ಎಂಬುದಕ್ಕೆ ಕಾರಣಗಳನ್ನು ನೀಡಿದ ಆತ. ನಾವಷ್ಟೇ ಅಲ್ಲ, ನಮ್ಮ ಮಕ್ಕಳೂ ಅವರ ಮೇಲೆ ಹಗೆತನ ಸಾಧಿಸುವಂತೆ ಮಾಡಬೇಕೆಂದ. ಮದ್ಯದ ನಶೆ ಕೂಡಾ ಏರಿತ್ತಾದ್ದರಿಂದ ಇಬ್ಬರ ನಡುವೆ ವಾದ ಜೋರು ದನಿಯಲ್ಲಿಯೇ ನಡೆದಿತ್ತು.

ಆ ಘಟನೆಯ ನಂತರ ವೀರಸಿಂಗಮ್‌ನನ್ನು ಭೇಟಿಯಾಗುವುದಿರಲಿ, ಮಾತುಕತೆ ಕೂಡ ನಡೆಸಿರಲಿಲ್ಲ ಜೋಮೋ.

ಆ ವೀರಸಿಂಗಮ್ ಎನ್ನುವ ವ್ಯಕ್ತಿ ತುಸು ದಿನದ ಹಿಂದಷ್ಟೇ ಶ್ರೀಲಂಕಾಕ್ಕೆ ಹೋದಾಗ, ಅಲ್ಲಿ ಎಲ್.ಟಿ.ಟಿ.ಇ ಯನ್ನು ಪುನರುತ್ಥಾನಗೊಳಿಸಲು ಯತ್ನಿಸುತ್ತಿರುವ ಗುಂಪಿನ ಸದಸ್ಯನನ್ನು ಭೇಟಿಯಾಗಿರುವ ಬಗ್ಗೆ ಇಂಟಲಿಜನ್ಸ್ ವರದಿಯಿದೆ ಎಂಬ ಕಾರಣ ನೀಡಿ, ಜೋಮೋನನ್ನು ವಿಚಾರಣೆಗೆ ಒಳಪಡಿಸಿದ್ದರು ಪೋಲೀಸರು. ತನಗೆ ಸಂಬಂಧವೇ ಇರದ ಸಂಗತಿಯನ್ನು ಹಿಡಿದುಕೊಂಡು ಪೋಲೀಸರು ನೀಡುತ್ತಿರುವ ಕಿರುಕುಳದಿಂದ ಸಾಕಷ್ಟು ಕಿರಿಕಿರಿ ಅನುಭವಿಸಿದ್ದ ಆತ.

ಸುಮಾರು ಮೂರು ತಿಂಗಳು ಪೋಲೀಸ್ ಠಾಣೆಗೆ ಅಲೆದಾಡಿದ ನಂತರ, ಜೋಮೋಗೆ ಪ್ರಕಾಸನ್ ಕಚೇರಿಯಿಂದ ಫೋನ್ ಒಂದು ಬಂದಿತ್ತು–

“ಈಗ ನಡೆಯುತ್ತಿರುವುದು ತನಿಖೆಯಷ್ಟೇ. ಅಪರಾಧಿಯೆಂದು ಸಾಬೀತು ಮಾಡಲು ಹೆಚ್ಚು ಕಷ್ಟವೇನಿಲ್ಲ. ಗೊತ್ತಾಯ್ತಲ್ಲ?”

22

ಕಾರಿನಲ್ಲಿ ಕುಳಿತು ಪೇಪರ್ ಓದುತ್ತಿದ್ದ ಜೋಮೋನಿಗೆ ಅದರಲ್ಲಿಯ ಪ್ರಕಾಸನ್‌ನ ಕುರಿತ ಸುದ್ದಿ ಗಮನ ಸೆಳೆಯಿತಾದರೂ, ಅದಕ್ಕಿಂತ ಹೆಚ್ಚು ಆಶ್ಚರ್ಯವುಂಟುಮಾಡಿದ್ದು ಪ್ರಕಾಸನ್ ಪಕ್ಕದಲ್ಲಿದ್ದ ವ್ಯಕ್ತಿಯ ಫೋಟೋ. ಅದು ನಿರಂಜನನನ್ನೇ ಹೋಲುತ್ತಿತ್ತು.

"ಇದೇನ್ ಸರ್, ಇಲ್ಲಿ ನಿಮ್ದೇ ಫೋಟೋ ಇದ್ದಾಂಗಿದೆ!" ಎಂದು ಅಚ್ಚರಿ ಪಡುತ್ತ ನಿರಂಜನನತ್ತ ತಿರುಗಿ, ಆತನ ಮುಖವನ್ನೊಮ್ಮೆ ದಿಟ್ಟಿಸಿ ನೋಡಿ, ಪುನಃ ಪೇಪರಿನಲ್ಲಿಯ ಚಿತ್ರ ಪರಿಶೀಲಿಸಿ, "ಹೌದು ಸರ್. ಪಕ್ಕಾ ನೀವೇ. ನಿಮ್ಮದೇನಾದ್ರೂ ಪಾಸ್‌ಪೋರ್ಟ್ ಸಮಸ್ಯೆ ಆಗಿದೆಯಾ?" ಕೇಳಿದ ಜೋಮೋ.

ನಿರಂಜನನೂ ಪೂರ್ಣ ಗೊಂದಲಗೊಂಡು 'ಏನು? ಎಲ್ಲಿ?' ಅನ್ನುತ್ತ ಮುಂದಕ್ಕೆ ಬಂದ. ಕಾರಿನ ವೇಗ ತಗ್ಗಿಸಿ ಪೇಪರಿನಲ್ಲಿ ಇಣುಕಲು ಪ್ರಯತ್ನಿಸಿದ ದುರೈನನ್ನು ಎದುರಿನ ರಸ್ತೆ ನೋಡಿ ಓಡಿಸುವಂತೆ ಬೈದ ಜೋಮೋ.

"ಇಲ್ಲಿ ನೋಡಿ ಸರ್. ನಮ್ಮ ಮಾಜಿ ಮಂತ್ರಿ ಪ್ರಕಾಸನ್ ಹರಪನ್ ಜೊತೆ ನಿಮ್ಮ ಫೊಟೋವೂ ಇದೆ. ಜೊತೆಗೆ ಮತ್ಯಾರೋ ಎರಡು ಮೂರು ಜನರಿದ್ದಾರೆ. 'ಪಾಸ್‌ಪೋರ್ಟ್ ತೊಂದರೆಯನ್ನು ಹೇಳಿಕೊಂಡು ಬಂದ ಭಾರತೀಯ ಪ್ರವಾಸಿಗನೊಬ್ಬನ ಸಮಸ್ಯೆ ಆಲಿಸಿ ಪರಿಹಾರ ಸೂಚಿಸಿದ ಮಾಜಿ ಮಂತ್ರಿ ಪ್ರಕಾಸನ್ ಹರಪನ್' ಅಂತಾ ಬರೆದಿದೆ. ಜೊತೆಗೆ ಸಾಂಬನಾದನ್ ಅನ್ನೋನ ಹೆಸರೂ ಇದೆ"

ಫೋಟೋವನ್ನೇ ದಿಟ್ಟಿಸಿದ ನಿರಂಜನ. ಕಪ್ಪು ಬಿಳುಪು ಚಿತ್ರದಲ್ಲಿ ಮಂತ್ರಿಯ ಜೊತೆ ಮಾತನಾಡುತ್ತಿರುವ ಸಾಂಬನಾದನ್, ಪಕ್ಕದಲ್ಲಿ ತಾನು, ರೇವತಿ ಹಾಗೂ ಮಂತ್ರಿಯ ಸಹಚರರಿದ್ದ ಫೋಟೋ. ಅಷ್ಟೊಂದು ಸ್ಪಷ್ಟ ಫೋಟೋ ಅಲ್ಲದಿದ್ದರೂ ನಿರಂಜನನ ಮುಖ ಸರಿಯಾಗಿ ಕಾಣುತ್ತಿತ್ತು. ಉಳಿದಂತೆ ಎಲ್ಲವೂ ತಮಿಳಲ್ಲೇ ಇದ್ದುದರಿಂದ ಏನು ಬರೆದಿದ್ದಾರೆಂಬುದನ್ನು ಓದಲಾಗಲಿಲ್ಲ. ಇದು ಮಂತ್ರಿ ಹೊರಡುತ್ತಿರುವಾಗ ಭೇಟಿಯಾದ ಕ್ಷಣದಲ್ಲಿ ತೆಗೆದ 'ಪರ್ಫೆಕ್ಟ್ ಟೈಮಿಂಗ್' ಫೋಟೋ ಎಂಬುದನ್ನು ಊಹಿಸಿದ ನಿರಂಜನ.

"ಯಾವ ಪೇಪರ್ ಇದು?"

"ಇದು ಲೋಕಲ್ ತಮಿಳು ಪೇಪರ್ ಸರ್. ಕೌಲಾಲಂಪುರದಲ್ಲಿ ಅಷ್ಟಿಲ್ಲ. ಈ ಏರಿಯಾದಲ್ಲಿ ಜಾಸ್ತಿ ಓಡುತ್ತೆ. ನೀವೇನು ಈ ಲುಚ್ಚಾ ನನ್ ಮಗನನ್ನ ಭೇಟಿಯಾಗಲಿಕ್ಕೆ ಹೋಗಿದ್ದು?"

ನಿರಂಜನ ನಡೆದ ವಿಷಯವನ್ನೆಲ್ಲ ಸಂಕ್ಷಿಪ್ತವಾಗಿ ವಿವರಿಸಿದ. ಆ ಮಂತ್ರಿ ಮಹಾಶಯನಿಂದ ಯಾವುದೇ ಪ್ರಯೋಜನವಾಗಲಿಲ್ಲ. ನಮ್ಮೊಡನೆ ಸರಿಯಾಗಿ ಮಾತೂ ಆಡಲಿಲ್ಲ ಎಂಬುದನ್ನು ತಿಳಿಸಿದ.

"ಈ ಎಂ.ಐ.ಸಿ.ಯ ರಾಜಕಾರಣಿಗಳೆಲ್ಲ ಹಾಗೇ. ಪ್ರತಿಯೊಂದನ್ನೂ ಪ್ರಚಾರಕ್ಕೆ ಬಳಸಿಕೊಳ್ಳುತ್ತಾರೆ. ಸಿಕ್ಕ ಸಣ್ಣ ಅವಕಾಶವನ್ನೂ ಬಿಡುವುದಿಲ್ಲ. ಸಮಸ್ಯೆ ಬಗೆಹರಿಸಬೇಕೆಂಬುದು ಯಾರಿಗೂ ಇಲ್ಲ. ಇವನಂತೂ ಪಕ್ಕಾ ರಾಸ್ಕಲ್..." ಎನ್ನುತ್ತ ಎರಡು ವರ್ಷಗಳ ಹಿಂದೆ ನಡೆದ ತನ್ನ ಹಾಗೂ ಪ್ರಕಾಸನ್ ನಡುವಿನ ಮುಸುಕು ಯುದ್ಧ, ದೇವಸ್ಥಾನದ ಗಲಾಟೆ, ಪತ್ರಿಕೆಯಲ್ಲಿನ ತನ್ನ ಲೇಖನ ಇತ್ಯಾದಿಗಳನ್ನೆಲ್ಲಾ ಜೋಮೋ ಹೇಳುತ್ತಲಿದ್ದರೆ; ಇದು ಯಾರ ಕೆಲಸವಿರಬಹುದು ಎಂಬುದಾಗಿ ನಿರಂಜನ ಯೋಚಿಸುತ್ತಿದ್ದ. ಸಾಂಬನಾದನದೇ ಅಥವಾ ಮಂತ್ರಿಯದೇ? ಅಥವಾ ಮಂತ್ರಿಯನ್ನು ಓಲೈಸಲು ಅವನ ಚೇಲಾಗಳು ಮಾಡಿರಬಹುದೇ? ಯಾರೇ ಆಗಿದ್ದರೂ ಅವರ ಸಮಯಪ್ರಜ್ಞೆ ಮಾತ್ರ ಮೆಚ್ಚತಕ್ಕದ್ದೇ. ಅವನನ್ನು ಎದುರುಗೊಂಡದ್ದು ಕೇವಲ ಅರ್ಧ ನಿಮಿಷಗಳಿರಬಹುದು. ಅಷ್ಟರಲ್ಲಿ ಯಾರೋ ಫೋಟೋ ತೆಗೆದಿದ್ದಾರಲ್ಲ!

ಜೋಮೋನಿಂದ ಪೇಪರ್ ತೆಗೆದುಕೊಂಡು, ಮೊಬೈಲಿನಲ್ಲಿ ಆ ಫೋಟೋವನ್ನು ಕ್ಲಿಕ್ಕಿಸಿ, ಅತ್ತಿತ್ತ ಕ್ರಾಪ್ ಮಾಡಿ ಸೀದಾ ಫೇಸ್‌ಬುಕ್‌ಗೆ ಹಾಕಿದ ನಿರಂಜನ. 'ಕಾರ್ಯನಿಮಿತ್ತ ಮಲೇಷಿಯಾದ ಮಂತ್ರಿಯೊಬ್ಬರನ್ನು ಭೇಟಿಯಾದ ಅದ್ಭುತ ಕ್ಷಣ' ಎನ್ನುವ ಒಕ್ಕಣಿಕೆ ನೀಡಿದ.

ಜೋಮೋ ಫೋನ್ ಎತ್ತಿಕೊಂಡು 'ಗಾಡಿ ಕಳಿಸಿದಿರಾ?' ಎಂದು ಕೇಳಿದ. ಅತ್ತಕಡೆಯಿಂದ ಸಕಾರಾತ್ಮಕ ಉತ್ತರ ಬರಲಿಲ್ಲವೆಂದು ಕಾಣುತ್ತದೆ. "ಈ ರೀತಿ ಮಾಡಿದರೆ ಸರಿಯಾದ ಟೈಮಿಗೆ ತಲುಪುವುದಾದರೂ ಹೇಗೆ? ಇವರದೊಂದೇ ಮೀಟಿಂಗ್ ಅಲ್ಲ ನನ್ನದು. ಅಲ್ಲಿ ಮುಗಿಸಿ ಮತ್ತೆ ಕೆ.ಎಲ್ ಸಿಟಿಗೆ ಹೋಗಬೇಕು ನಾನು" ಎನ್ನುತ್ತ ಅಸಹನೆ ತೋಡಿಕೊಂಡ.

ಜೋಮೋ ಎರಡು ವರ್ಷಗಳ ಹಿಂದೆ ಪೇಪರಿನಲ್ಲಿ ಬರೆದ ಸಂಗತಿಯ ಬಗ್ಗೆ

ತನ್ನ ವಿರೋಧ ವ್ಯಕ್ತಪಡಿಸಲಿಕ್ಕಿತ್ತು ದುರೈಗೆ– “ಪಚ್ಚಾಯಿ ಅಮ್ಮನ್ ದೇವಸ್ಥಾನದಲ್ಲಿ ಸಾರಾಯಿ ಬಾಟಲಿಯಿತ್ತು, ಅದಕ್ಕೇ ಒಡೆದು ಹಾಕಿದರು ಅಂತಾ ಬರೆದೆಯಲ್ಲ, ಸುಬಾಂಗ್ ಜಯಾ ಟೌನ್‌ಶಿಪ್ಪಿನಲ್ಲಿಯ ಮಹಾ ಮರಿಯಮ್ಮನ್ ದೇವಸ್ಥಾನದ ಸುದ್ದಿ ಯಾಕೆ ಎತ್ತಿಲ್ಲ ನೀನು? 147 ವರ್ಷಕ್ಕೂ ಹಳೆಯ ದೇವಸ್ಥಾನ ಅದು. ಅದನ್ನೇನು ಮಾಡಿದ್ರು? ಲೋಕಲ್ ಕೌನ್ಸಿಲ್ಲೂ ಅಲ್ಲ, ಪೊಲೀಸೂ ಅಲ್ಲ. ಜನರೇ ಸೇರ್ಕೊಂಡು ಒಡೆದು ಹಾಕಿದ್ರಲ್ಲ ಅದನ್ನ? ಅದಕ್ಕೇನಂತಿ?” ಕೇಳಿದ. ಮುಂದುವರಿಸುತ್ತ– “ಬೆಳ್ಳಂಬೆಳಿಗ್ಗೆ ಕತ್ತಲಿರುವಾಗಲೇ ಸಾವಿರಾರು ಜನ ಮಲಯ್‌ಸು ಕೈಲಿ ಹತಿಯಾರ ಹಿಡಿದುಕೊಂಡು ದೇವಸ್ಥಾನದ ಮೇಲೆ ಅಟ್ಯಾಕ್ ಮಾಡಿದ್ರು ಸಾರ್. ಸುತ್ತಲೂ ಕಾರು ನಿಲ್ಲಿಸಿ, ಹೆಡ್ಲೈಟ್ ಆನ್ ಮಾಡಿ ಆ ಬೆಳಕಿನಲ್ಲೇ ಒಡೆಯಲು ಶುರು ಹಚ್ಕೊಂಡ್ರು....”

“ಆದ್ರೆ ಕಡೆಗೇನಾಯ್ತು?” ಎನ್ನುತ್ತ ಜೋಮೋ ದುರೈನನ್ನು ತಡೆದು ತಾನು ವಿವರಿಸತೊಡಗಿದ– “ಅದು 147 ವರ್ಷ ಹಳೆಯ ದೇವಸ್ಥಾನವೇ ಅಲ್ಲ. ಇತ್ತೀಚೆಗೆ ಕಟ್ಟಿದ್ದು. ಬರೀ 44 ವರ್ಷಗಳಾಗಿತ್ತು ಎನ್ನುವ ಸುದ್ದಿ ಹರಿದಾಡಲು ಶುರುವಾಯಿತಲ್ಲ?... ಸರ್, ಇವತ್ತಿನ ಪರಿಸ್ಥಿತಿ ಹೇಗಿದೆ ಅಂದ್ರೆ, ಯಾವುದೇ ಸೆನ್ಸಿಟಿವ್ ಸಂಗತಿಯೇ ಆಗಲಿ; ಅದು ಉದ್ಭವವಾದ ಎರಡೇ ತಾಸುಗಳಲ್ಲಿ ಇಡೀ ದೇಶದ ಮೂಡನ್ನು ಹೇಗೆ ಬೇಕೋ ಹಾಗೆ ತಿರುಗಿಸಿಕೊಳ್ಳುವ ಶಕ್ತಿಯಿದೆ ಸರಕಾರಕ್ಕೆ. ಅಂಥದ್ದೊಂದು ವ್ಯವಸ್ಥಿತ ಜಾಲ ಕರಾರುವಾಕ್ಕಾಗಿ ಇಪ್ಪತ್ನಾಲ್ಕೂ ಗಂಟೆ ಕೆಲಸ ಮಾಡುತ್ತೆ ಅವರ ಜೊತೆ. ಸೋಷಿಯಲ್ ಮೀಡಿಯಾ ಹಾಗೂ ಇತರೆ ಮಾಧ್ಯಮಗಳನ್ನು ಕರಾರುವಾಕ್ಕಾಗಿ ಬಳಸಿಕೊಳ್ಳಲು ಗೊತ್ತಿದ್ರೆ ಏನು ಬೇಕಾದರೂ ಸಾಧಿಸಬಹುದು ಇವತ್ತು.

ನಂತರ, ಇದು ಯಾವುದೇ ಕೋಮಿಗೆ ಸಂಬಂಧಿಸಿದ ವಿಷಯವೇ ಅಲ್ಲ. ಆ ದೇವಸ್ಥಾನ ಯಾವುದೋ ಖಾಸಗೀ ಡೆವಲಪ್ಪರನ ಜಾಗದಲ್ಲಿತ್ತು. ಡೆವಲಪ್ಪರೇ ಜನರನ್ನು ಬಾಡಿಗೆಗೆ ತಂದು, ಹಣ ಕೊಟ್ಟು ದೇವಸ್ಥಾನವನ್ನು ಒಡೆಸುವ ಸಂಚು ರೂಪಿಸಿದ್ದ. ಹೀಗಾಗಿ ಇದು ಕ್ರಿಮಿನಲ್ ಕೇಸೇ ವಿನಾ ರೇಸಿಯಲ್ ಇಶ್ಯೂ ಅಲ್ಲ ಅಂತು ಸರಕಾರ. ತಪ್ಪಿತಸ್ಥರ ಮೇಲೆ ಕ್ರಮ ತೆಗೆದುಕೊಳ್ಳುವ ಭರವಸೆ ನೀಡಿತು. ಆ ಘಟನೆಗೆ ರೊಚ್ಚಿಗೆದ್ದು, ಬೀದಿಗಿಳಿದು ಕಾರುಗಳನ್ನು ಸುಟ್ಟ ಇಂಡಿಯನ್ಸು ಇನ್ನೂ ಜೈಲಲ್ಲಿ ಕೊಳೀತಿದಾರೆ.

ಯಾವುದನ್ನು ನಂಬುವುದು, ಯಾವುದನ್ನು ಬಿಡುವುದು ಸರ್? ಇವತ್ತು ಮನುಷ್ಯನಿಗೆ 'ಸತ್ಯ ಸಂಗತಿ' ಅನ್ನುವುದನ್ನು ತಿಳಿದುಕೊಳ್ಳುವ ಹಕ್ಕು ಇಲ್ಲ. ಅದರ ಅಭೀಪ್ಸೆಯೂ ಆತನಿಗೆ ಇದ್ದಂತಿಲ್ಲ. ಅದೇನೋ ಅಂತಾರಲ್ಲ ದೆರ್ ಈಸ್ ನಥಿಂಗ್ ಕಾಲ್ಡ್ ಅಬ್ಸಲ್ಯೂಟ್ ಟ್ರುಥ್. ಎಲ್ಲ ಸತ್ಯವೂ ಅವರವರ ಭಾವಕ್ಕೆ...” ಎನ್ನುತ್ತ ದೀರ್ಘವಾಗಿ ಶ್ವಾಸ ಬಿಟ್ಟ.

"ಅದು 147 ವರ್ಷ ಹಳೆಯದೇ. ನಲವತ್ನಾಲ್ಕು ಎನ್ನಲು ಪ್ರೂಫ್ ಎಲ್ಲಿದೆ ಇವರ ಹತ್ರ? ಹೋಗಲಿ ಬಿಡು. ಬುಜಾಂಗ್ ವ್ಯಾಲಿಯಲ್ಲಿರೋ ದೇವಸ್ಥಾನದ ಬಗ್ಗೆ ಏನು ಹೇಳ್ತಿ? ಅದನ್ನ ಚೋಳರು ಕಟ್ಟಿಸಿದ್ದು ಅಂತಾರಲ್ಲ. ಹಾಗಾದರೆ ನಾವುಗಳು ಇಲ್ಲಿ ಸಾವಿರ ವರ್ಷಗಳ ಹಿಂದೇ ಇದ್ದೆವೆಂದಾಗಲಿಲ್ಲವೇ?" ದುರೈ ತಾನು ಜೋಮೋನ ಜೊತೆ ವಾದ ಮಾಡುತ್ತಿರುವೆ ಅಂದುಕೊಂಡಿರಬಹುದಾದರೂ, ಒಂದೊಂದೇ ವಿಷಯವನ್ನು ಎತ್ತಿ ಕೊಟ್ಟು ಜೋಮೋನಿಗೆ ಮತ್ತೊಂದಿಷ್ಟು ಮಾತನಾಡಲು ಅವಕಾಶ ನೀಡುತ್ತಿದ್ದ.

ಸಮತಟ್ಟನೆಯ ಭೂಪ್ರದೇಶ ದಾಟಿ ಉಬ್ಬು ತಗ್ಗುಗಳ ಜಾಗವನ್ನು ಪ್ರವೇಶಿಸಿತ್ತು ರಸ್ತೆ. ಘಟ್ಟ ಪ್ರದೇಶವೊಂದರ ಆರಂಭದಂತಿತ್ತು. ಬದಿಯಲ್ಲಿ ತಾಳೆ ಮರಗಳಿರಲಿಲ್ಲ ಈಗ. ಬದಲಾಗಿ ಸಣ್ಣ ಪುಟ್ಟ ಗಿಡ ಗಂಟಿಗಳು ಬೆಳೆದಿದ್ದವು. ಯಾವುದೋ ಸಣ್ಣ ಊರು ಅಲ್ಲಿಂದ ಶುರುವಾಗುವಂತಿತ್ತು. ಅಲ್ಲಲ್ಲಿ ಕಟ್ಟಡಗಳು, ರಸ್ತೆಯ ಫಲಕಗಳು ಕಾಣಿಸುತ್ತಿದ್ದವು. ವಾಹನಗಳ ವೇಗ ತಗ್ಗಿಸಲು ರಸ್ತೆಗೆ ಅಡ್ಡಡ್ಡಲಾಗಿ ಬಳಿದ ಹಳದಿ ಪಟ್ಟಿಯ ಮೇಲೆ ಕಾರು ಹಾದು ಹೋಗುವಾಗ ಗಡಗಡಗಡ ಸದ್ದಾಗುತ್ತಿತ್ತು. ಯಾವುದೋ ಸೊಪ್ಪಿನ ರಾಶಿ ಹೊತ್ತು ಸರ್ವೀಸ್ ರಸ್ತೆಯಲ್ಲಿ ಗಾಡಿಯೊಂದು ನಿಧಾನವಾಗಿ ಚಲಿಸುತ್ತಿತ್ತು. ಹಾಗೇ ಮುಂದೆ ಸಾಗುತ್ತಿರುವಂತೆ ಸಣ್ಣ ನದಿಯೊಂದು ರಸ್ತೆಯ ಪಕ್ಕಕ್ಕೇ ತುಸು ದೂರ ಹರಿದು ತಿರುವು ಪಡೆದು ಮರೆಯಾಯಿತು. ಅದರ ನಂತರ ಅಂಗಡಿಗಳು, ರೆಸ್ಟೋರೆಂಟುಗಳು, ಯಾವುದೋ ಒಂದು ರೆಸಾರ್ಟಿನ ಹೆಬ್ಬಾಗಿಲು ಒಂದೊಂದಾಗಿ ಕಾಣತೊಡಗಿದವು. ಜೋಮೋ ಇಳಿಯುವ ಜಾಗ ಬಂದಿರಬೇಕು ಅಂದುಕೊಂಡ ನಿರಂಜನ.

ಜೋಮೋ ದುರೈ ಕೇಳಿದ ಪ್ರಶ್ನೆಯನ್ನಿಟ್ಟುಕೊಂಡು ನಿರಂಜನನಿಗೆ ವಿವರಣೆ ನೀಡುತ್ತಿದ್ದ–

"ಅದೇ ಹೇಳಿದೆನಲ್ಲಾ ಸರ್. ಸತ್ಯ ಏನೆಂಬುದನ್ನು ಯಾರಿಗೂ ತಿಳಿಯಲು ಆಗುವುದಿಲ್ಲ. ನಿಮ್ಮ ಯಾವ ಪ್ರಶ್ನೆಗೂ ಸರಿಯಾದ ಉತ್ತರವೆಂಬುದಿಲ್ಲ. ಇಂಥ ಉದಾಹರಣೆಗಳನ್ನೆಲ್ಲ ಕೊಟ್ಟು ತಮಿಳರೇ ಮೊದಲು ಮಲೇಷಿಯಾಕ್ಕೆ ಬಂದವರು ಎನ್ನಬಹುದು ನಾವು. ಆದರೆ ಇತಿಹಾಸದಲ್ಲಿ ದಾಖಲಾಗಿರುವುದು, ಪಠ್ಯಪುಸ್ತಕಗಳಲ್ಲಿ ಕಲಿಸಲ್ಪಡುವುದು ಬೇರೆಯೇ. ಅಂತಿಮವಾಗಿ ಇತಿಹಾಸವೆನ್ನುವುದು ಬರೆದವನ, ಬರೆಸಿದವನ ಮರ್ಜಿಗೆ ತಕ್ಕಂತೆ ತಾನೆ? ಅದನ್ನ ತಪ್ಪೆಂದು ಸಾಧಿಸಲು ನೀವು ಪರ್ಯಾಯ ಇತಿಹಾಸದ ಮೊರೆ ಹೋದರೆ ಆ ಇತಿಹಾಸ ಪ್ರಶ್ನಾತೀತ ಎಂದು ಹೇಗೆ ಹೇಳುವುದು? ಹೀಗಾಗಿ ಯಾರು ಮೊದಲು ಬಂದರು ಎನ್ನುವ ವಾದ, ಅದು ಅನವರತ. ಒಟ್ಟಿನಲ್ಲಿ, ನಮಗಿಂತ ಮೊದಲು ಮಲಯ್‌ಗಳು ಬಂದರು ಹೀಗಾಗಿ

ಅವರು ಭೂಮಿಪುತ್ರರು ಎಂಬುದು ಈ ನೆಲಕ್ಕೆ ಅನ್ವಯವಾಗಿ, ಪಾಲಿಸಿಕೊಂಡು ಬಂದಿರುವಂಥದ್ದು. ಅದು ಇಂಡಿಯನ್ನಿಗೆ ಒಪ್ಪಿತವಲ್ಲ ಅಂತಾದರೆ ಮಲಯ್‌ಗಳು ಒಪ್ಪಬೇಕಲ್ಲ! ಈ ನಡುವೆ ಚೈನೀಸರು ಮತ್ತೊಂದು ಇತಿಹಾಸದ ಪುಸ್ತಕ ಹಿಡಿದು ಪೈಪೋಟಿಗೆ ಬರುತ್ತಾರೆ. ಅವರ ನಂಬರ್ ಯಾವುದು ಅನ್ನೋದನ್ನ...."

ಪೆಟ್ರೋಲ್ ಬಂಕಿನ ಫಿಲ್ಲಿಂಗ್ ಮಷಿನ್ನಿನ ಮುಂದೆ ಕಾರು ನಿಲ್ಲುತ್ತಿದ್ದಂತೆ ಜೋಮೋನ ಮಾತಿಗೆ ತಡೆ ಬಿತ್ತು. ಬಂಕಿನ ಹುಡುಗನಿಗೆ ಫುಲ್ ಟ್ಯಾಂಕ್ ಮಾಡುವಂತೆ ಹೇಳಿ, 'ಒಂದೈದೇ ನಿಮಿಷದಲ್ಲಿ ಬಂದೆ' ಅನ್ನುತ್ತ ದುರೈ ಇಳಿದು ಹೋದ. ಜೋಮೋ ಫೋನೆತ್ತಿಕೊಂಡು, "ಇನ್ನೂ ಕಳಿಸಿಲ್ವಾ?... ಎಷ್ಟು ಹೊತ್ತಾಗುತ್ತೆ?... ನಾನಾಗಲೇ ಗೊಂಬರ್ ಜಂಕ್ಷನ್ನಿಗೆ ಬಂದಾಯಿತು..." ಎನ್ನುತ್ತ ತುಸು ಮುನಿಸಿನಿಂದಲೇ ಮಾತಾಡಿದ. ನಂತರ ನಿರಂಜನನತ್ತ ತಿರುಗಿ,

"ಗಾಡಿ ಇನ್ನೂ ಅಲ್ಲಿಂದ ಹೊರಟೇ ಇಲ್ಲವಂತೆ. ಇವರಿಗೆಲ್ಲಾ ಸಮಯದ ಬೆಲೆಯೇ ಗೊತ್ತಿಲ್ಲ. ನಿಮಗೆ ಅಭ್ಯಂತರ ಇಲ್ಲಾಂದ್ರೆ ದುರೈ ಹತ್ತಿರ ಬಿಟ್ಟು ಹೋಗಲು ಹೇಳ್ತೀನಿ. ಜಾಸ್ತಿ ಹೊತ್ತಾಗೊಲ್ಲ. ನೀವೂ ಮಲೇಷಿಯಾದ ಇಂಟೀರಿಯರ್ಸ್ ನೋಡಿರಲಿಕ್ಕಿಲ್ಲ. ನೋಡಿದ ಹಾಗೂ ಆಗುತ್ತೆ. ಹೆಚ್ಚೆಂದರೆ ಐದು ಕಿಲೋಮೀಟರುಗಳಿರಬಹುದು ಅಷ್ಟೇ. ಪ್ಲೀಸ್ ಇಫ್ ಯು ಡೋಂಟ್ ಮೈಂಡ್" ಅಂದ.

ಅಷ್ಟರಲ್ಲಿ, ಒಂಥರಾ ಗಂಭೀರ ಮುಖ ಹೊತ್ತು, ಕೈಯ್ಯಲ್ಲೊಂದು ದೊಡ್ಡ ಚಾಕಲೇಟ್ ಪ್ಯಾಕೆಟ್ ಹಿಡಿದು ಬಂದ ದುರೈ. ಅದನ್ನೇ ಖರೀದಿಸಲು ಹೋಗಿದ್ದನೆಂಬುದು ಗೊತ್ತಾಗುತ್ತಿತ್ತು. ಸೀಟಿನಲ್ಲಿ ಕುಳಿತುಕೊಳ್ಳುತ್ತಲೇ ಪೊಟ್ಟಣವನ್ನು ಜೋಮೋನ ಕೈಗೆ ಕೊಡುತ್ತ ಸಣ್ಣಗೆ ಏನೋ ಹೇಳಿದ. ನಾಳೆಯೋ ನಾಡಿದ್ದೋ ಶಾಲೆಯ ಕಡೆ ಹೋದಾಗ ಚಾಕಲೇಟ್ ಪ್ಯಾಕನ್ನು ಅಲ್ಲಿಗೆ ತಲುಪಿಸುವಂತೆ ಹೇಳಿದನೆಂಬುದು ಅರ್ಥವಾಯ್ತು ನಿರಂಜನನಿಗೆ. ಜೋಮೋ 'ಶ್ಯೂರ್ ಶ್ಯೂರ್' ಅನ್ನುತ್ತ ಪೊಟ್ಟಣ ಪಡೆದು ಅದನ್ನು ಹಿಂದಿನ ಸೀಟಿನಲ್ಲಿರುವ ತನ್ನ ಚೀಲದಲ್ಲಿ ಇಡುವಂತೆ ನಿರಂಜನನನ್ನು ಕೋರಿದ.

ಜಿಪ್ ತೆಗೆದು ಒಳಗಿಡುವ ಮುನ್ನ ಚಾಕಲೇಟ್ ಪ್ಯಾಕೆಟ್ಟನ್ನು ಹಿಂದೆ ಮುಂದೆ ತಿರುಗಿಸಿ ಅದರ ಬೆಲೆ ಎಷ್ಟಿರಬಹುದೆಂದು ನೋಡಲು ಯತ್ನಿಸಿದ ನಿರಂಜನ.

ತುಸು ಒಳಗೆ ಹೋದ ಮೇಲೆ ರಸ್ತೆ ಅಷ್ಟೇನೂ ಚೆನ್ನಾಗಿರಲಿಲ್ಲ. ಅಂಕು ಡೊಂಕು. ಕಿರಿದು ಕೂಡಾ. ಡಾಂಬರು ಕಿತ್ತು ಬಂದದ್ದೂ, ಅಲ್ಲಲ್ಲಿ ರಿಪೇರಿ ಮಾಡಿದ್ದೂ ಇತ್ತು. ಅಕ್ಕಪಕ್ಕದಲ್ಲಿ ರಬ್ಬರ್ ಮರಗಳೇ ಹೆಚ್ಚಿದ್ದವು. ನಡುವೆ ಅಲ್ಲಲ್ಲಿ ತೆಂಗು ಅಥವಾ ಇತರೆ

ಗಿಡಗಂಟಿಗಳು. ಇವೆಲ್ಲಾ ಖಾಸಗೀ ತೋಟ, ಎಸ್ಟೇಟುಗಳಿರಬಹುದು ಎಂಬುದು ಅವುಗಳ ಬೇಲಿಯಿಂದಲೇ ಗೊತ್ತಾಗುತ್ತಿತ್ತು. ಬೇಲಿಯ ಮೇಲೆ ಪೊದೆಯಂತೆ ಹಬ್ಬಿದ ಬಳ್ಳಿಗಳು ಅಲ್ಲಲ್ಲಿ ಒಣಗಿ ಕಡ್ಡಿಯಾಗಿದ್ದರೆ, ಕೆಲವೆಡೆ ಸಣ್ಣ ಸಣ್ಣ ನೀಲಿ ಹೂವುಗಳನ್ನು ಬಿಟ್ಟಿದ್ದವು.

ರಸ್ತೆಯ ನಡುವೆ ಒಮ್ಮೆಲೇ "ಏ... ಸ್ಟಾಪ್ ಸ್ಟಾಪ್" ಎನ್ನುತ್ತ ಗಾಡಿಯನ್ನು ನಿಲ್ಲಿಸಿ, ಬದಿಯ ತೋಟದತ್ತ ಬೊಟ್ಟು ಮಾಡಿ ನಿರಂಜನನನ್ನು ಅತ್ತ ನೋಡುವಂತೆ ಹೇಳಿದ ಜೋಮೋ.

ಅಲ್ಲೊಬ್ಬ ಎತ್ತರದ ತೆಂಗಿನಮರಕ್ಕೆ ಮಂಗನನ್ನು ಹತ್ತಿಸಿ ತೆಂಗಿನ ಕಾಯಿ ಕೊಯ್ಯಿಸುತ್ತಿದ್ದ. ಮಂಗನ ಸೊಂಟಕ್ಕೆ ಹಗ್ಗ ಕಟ್ಟಿ ಇನ್ನೊಂದು ತುದಿಯನ್ನು ತನ್ನ ಕೈಲಿ ಹಿಡಿದುಕೊಂಡಿದ್ದ. ಮಂಗನನ್ನೇ ನೋಡುತ್ತ ಅತ್ತಿಂದಿತ್ತ ಚಲಿಸುತ್ತ 'ಏಯ್.. ವೋಯ್... ವೊವೊವೊವೊ ವೋಯ್....' ಎಂದೆಲ್ಲಾ ಏನೇನೋ ಬಡಬಡಿಸುತ್ತ ಹಗ್ಗದಿಂದಲೇ ಮಂಗನನ್ನು ಕಂಟ್ರೋಲ್ ಮಾಡುತ್ತಿದ್ದ. ಮಂಗ ಅತ್ತಿಂದಿತ್ತ ನೆಗೆಯುತ್ತ, ಗೊಂಚಲಲ್ಲಿಯ ಒಂದೊಂದೇ ತೆಂಗಿನ ಕಾಯಿಯನ್ನು ಹಿಡಿದು, ಸುತ್ತು ತಿರುಗಿಸುತ್ತಿತ್ತು. ತುಂಡಾಗಿ ಅದು ಕೆಳಕ್ಕೆ ಬೀಳುತ್ತಿತ್ತು.

"ಹೇಗಿದೆ ಟ್ರಿಕ್ಕು?"

"ವ್ಹಾ.. ಸೂಪರ್" ಅನ್ನುತ್ತ ಮೊಬೈಲಿನಲ್ಲಿ ಒಂದರ್ಧ ನಿಮಿಷ ಅದನ್ನು ವಿಡಿಯೋ ಮಾಡಿಕೊಂಡ ನಿರಂಜನ.

"ನಮ್ಮ ಕೇರಳದಲ್ಲೂ ಇದನ್ನು ಟ್ರೈ ಮಾಡಿದರು. ಆದರೆ ವರ್ಕ್ ಆಗಲಿಲ್ಲ"

"ಎಲ್ಲ ಮಂಗಗಳ ಕೈಲಿ ಆಗೊಲ್ಲ ಅದು. ಸಾಕಷ್ಟು ಟ್ರೇನಿಂಗ್ ಕೊಟ್ಟಿರ್ತಾರೆ ಅವಕ್ಕೆ"

"ಈ ಮಂಗಗಳನ್ನೇ ಇಂಡಿಯಾಕ್ಕೆ ತೆಗೆದುಕೊಂಡು ಹೋಗಬಹುದಿತ್ತು, ಅಲ್ವಾ?"

"ಇವು ಇಲ್ಲಿಯ ಮಂಗಗಳು ಸಾರ್. ಇಲ್ಲಿಯ ಗಾಳಿ ಮಣ್ಣು ನೀರಲ್ಲಷ್ಟೇ ಇರಬಲ್ಲವು. ಅಲ್ಲಿ ಹೋದ್ರೆ ಸಾಯ್ತವೆ"

"ಓ ಹಾಗಾ? ಆದರೆ ನಮ್ಮಲ್ಲಿಯ ಮಂಗದ ಥರಾನೇ ಇದೆ. ಹೆಚ್ಚೇನೂ ವ್ಯತ್ಯಾಸ ಕಾಣಿಸ್ತಾ ಇಲ್ಲ"

"ನೋಡಲಿಕ್ಕೆ ಸೇಮೇ. ಆದರೆ ಇವುಗಳಿಗೆ ಇಂಡಿಯಾದಲ್ಲಿ ಬದುಕೋಕ್ಕಾಗೊಲ್ಲ"

ಮಾತನಾಡುತ್ತಲೇ ಜೋಮೋ, "ಒಂದು ನಿಮಿಷ ಇರಿ. ಆ ಮಂಗನನ್ನು ಆಡಿಸುತ್ತಿರುವವನ ಜೊತೆ ಮರೆಯಲ್ಲಿ ಇರುವವ ಒರಾಂಗ್ ಅಸ್ಲಿಯೋ ಅಂತಾ ಡೌಟು. ಒಮ್ಮೆ ನೋಡಿ ಬರುತ್ತೇನೆ" ಎನ್ನುತ್ತಾ ಕಾರಿಂದಿಳಿದು ಬೇಲಿಯ ಹತ್ತಿರ ಹೋಗಿ, ಕತ್ತೆತ್ತಿ ನೋಡತೊಡಗಿದ.

23

"ಹಾಗೆ ನೋಡಿದರೆ ಈತ ಒರಾಂಗ್ ಅಸ್ಲಿಯೇ ಅಲ್ಲ. ಅವರ ವಾಡಿಕೆಯ ಯಾವುದೇ ರೀತಿ ರಿವಾಜುಗಳನ್ನೂ ಈತ ಪಾಲಿಸುತ್ತಿಲ್ಲ. ಇವನ ದಿರಿಸನ್ನೇ ನೋಡಿ. ಒರಾಂಗ್ ಅಸ್ಲಿಗಳ ತೊಡುಗೆಯೇ ಇದು?"

ಸರಕಾರೀ ವಕೀಲ ವಾದಿಸುತ್ತಿದ್ದರೆ; ಕೋರ್ಟ್ ರೂಮಿನ ವಿಭಿನ್ನ ಪೀಠೋಪಕರಣಗಳನ್ನೂ, ವಿನೀರ್ ಮೇಲ್ಮೈ ಉಳ್ಳ ಗೋಡೆಗಳನ್ನೂ, ಕುತ್ತಿಗೆಗೆ ಬಿಳಿಯ ರಿಬ್ಬನ್ ಸುತ್ತಿಕೊಂಡು ಕರಿ ಕೋಟು ತೊಟ್ಟ ಜನರನ್ನೂ ಅಗಲ ಕಣ್ಣಿನಿಂದ ನೋಡುತ್ತ, ಏನೂ ಅರ್ಥವಾಗದವನಂತೆ ಕಟಕಟೆಯಲ್ಲಿ ನಿಂತಿದ್ದ ಸಂಗೊಂಗ್ ತಾಸಿ. ವಯಸ್ಸು ಎಪ್ಪತ್ತು ದಾಟಿರಬಹುದು ಅವನಿಗೆ. ಯಾವ ಅಂಗಿ ಹಾಕಿದರೂ ದೊಗಲೆಯೆನ್ನಿಸಬಹುದಾದ ಕೃಶ ದೇಹ. ಆಗಾಗ ಭುಜವನ್ನು ಮೇಲಕ್ಕೆ ಕೆಳಕ್ಕೆ ಆಡಿಸುತ್ತ, ಕಂಕುಳಲ್ಲಿ ಮಡಚಿದ ಅಂಗಿಯನ್ನು ಹೊರಗೆಳೆದುಕೊಳ್ಳುತ್ತ, ತೊಡೆಯ ಸಂದಿನಲ್ಲಿ ಏನೋ ಸಿಕ್ಕಿಕೊಂಡವನಂತೆ ಕಾಲಾಡಿಸುತ್ತ ನಿಂತ ಅವನನ್ನು ನೋಡಿದರೆ ನಗು ಬರುತ್ತಲೇ ಪಾಪ ಎಂದೂ ಅನ್ನಿಸುತ್ತಿತ್ತು. ಭೂ ಪರಿಹಾರದ ವ್ಯಾಜ್ಯವೊಂದರ ಸಲುವಾಗಿ ನ್ಯಾಯಾಲಯಕ್ಕೆ ಬಂದಿದ್ದ ಆತ.

'ಮಲೇಷಿಯಾದ ಕಾನೂನು ಒರಾಂಗ್ ಅಸ್ಲಿಗಳಿಗೆ ತಮ್ಮ ಭೂಮಿಯ ಹಕ್ಕನ್ನು ಪ್ರತಿಪಾದಿಸಿದರೂ ಆ ಕಾನೂನು ಅಷ್ಟು ಗಟ್ಟಿಯಾಗಿಲ್ಲ. ಅದರಲ್ಲಿಯ ಲೂಪ್‌ಹೋಲುಗಳು ಸರಕಾರ ಹಾಗೂ ಇತರೆ ಪ್ರಭಾವಿಗಳಿಗೆ ಅವರುಗಳ ಭೂಮಿಯನ್ನು ಮುಟ್ಟುಗೋಲು ಹಾಕಿಕೊಳ್ಳಲು ಸಾಕಷ್ಟು ಅವಕಾಶ ನೀಡುತ್ತದೆ' ಎಂಬುದು ಆ ಸಮುದಾಯದ ಪರ ಕೆಲಸ ಮಾಡುವ ಎನ್‌ಜಿಓ ಒಂದರ ಪುಕಾರು. ಹೀಗಾಗಿಯೇ ಆ ಎನ್‌ಜಿಓ ಸಂಗೊಂಗ್ ತಾಸಿಯ ವಕಾಲತ್ತು ವಹಿಸಿ ಸರಕಾರದ ವಿರುದ್ಧ ಮೊಕದ್ದಮೆ ಹೂಡಿತ್ತು. ನಾಲ್ಕು ವರ್ಷದ ಹಿಂದೆ ವಿಮಾನ ನಿಲ್ದಾಣಕ್ಕೆ ಹೊಸ ರಸ್ತೆ ನಿರ್ಮಿಸುವ ಸಲುವಾಗಿ ವಶಪಡಿಸಿಕೊಂಡಿದ್ದ ಸಂಗೊಂಗ್ ತಾಸಿಯ ಭೂಮಿಗೆ ಯಾವುದೇ ಪರಿಹಾರ ನೀಡದೇ, ಆ ಜಾಗದ ಮೇಲೆ ಆತನಿಗೆ ಹಕ್ಕೇ ಇಲ್ಲ ಎಂದು ಪ್ರತಿಪಾದಿಸಿತ್ತು ಸರಕಾರ.

"ಆತ ಅಂಗಿಯನ್ನೇ ಧರಿಸುವುದಿಲ್ಲ ಸ್ವಾಮಿ. ಕೋರ್ಟಿಗೆ ಕರೆತರಲೆಂದೇ ಅವನಿಗೆ ಒತ್ತಾಯ ಪೂರ್ವಕ ಶರ್ಟು ಹಾಕಿಸಲಾಗಿದೆ. ಒರಾಂಗ್ ಅಸ್ಲಿಗಳ ಹಲವು ಸಂಪ್ರದಾಯಗಳನ್ನು ಈಗಲೂ ಆತ ಪಾಲಿಸುತ್ತಿದ್ದು ಅದಕ್ಕೆ ಸಾಕಷ್ಟು ಪುರಾವೆಗಳಿವೆ" ಎಂಬುದಾಗಿ ಎನ್‌ಜಿಒವನ್ನು ಪ್ರತಿನಿಧಿಸುವ ವಕೀಲ ನ್ಯಾಯಾಲಯಕ್ಕೆ ತಿಳಿಸಿದ. ಸಾಕ್ಷಿಯನ್ನು ಹಾಜರುಪಡಿಸಲು ಕಾಲಾವಕಾಶ ಪಡೆದುಕೊಂಡ.

ಸರಕಾರೀ ವಕೀಲನ ವಾದದಿಂದ ಅತಿ ಹೆಚ್ಚು ಅಸಮಾಧಾನವಾದದ್ದು ಜೋಮೋನಿಗೆ. ಈ ಒರಾಂಗ್ ಅಸ್ಲಿಗಳ ನಂಬಿಕೆ-ಪದ್ಧತಿಯನ್ನೊಮ್ಮೆ ಖುದ್ದಾಗಿ ನೋಡಿದ್ದಾನೆ ಆತ. ಸುಮಾರು ವರ್ಷಗಳ ಹಿಂದದು. ರಸ್ತೆಯಲ್ಲಿ ಬೈಕ್ ಓಡಿಸುತ್ತಿದ್ದ ವ್ಯಕ್ತಿಯೊಬ್ಬ ಅಚಾನಕ್ಕಾಗಿ ಅಡ್ಡಲಾಗಿ ಬಂದ ಕೋತಿಯೊಂದಕ್ಕೆ ಡಿಕ್ಕಿ ಹೊಡೆದು, ಮಂಗನೂ ಆ ವ್ಯಕ್ತಿಯೂ ರಸ್ತೆಯ ಮೇಲೇ ಬಿದ್ದು ಮೂರ್ಛೆ ಹೋಗಿದ್ದರು. ಆ ಜಾಗಕ್ಕೆ ಬಂದ ಒರಾಂಗ್ ಅಸ್ಲಿ ಗುಂಪೊಂದು, ಮೂರ್ಛೆ ಹೋಗಿದ್ದ ವ್ಯಕ್ತಿಯನ್ನು ಅಲ್ಲಿಯೇ ಬಿಟ್ಟು ಮಂಗನನ್ನು ತಮ್ಮ ಸ್ಥಾನಕ್ಕೆ ಎತ್ತಿಕೊಂಡು ಹೋಗಿ ಆರೈಕೆ ಮಾಡಿತು ಎನ್ನುವ ಸುದ್ದಿ ಜೋಮೋನಿಗೆ ತಿಳಿಯಿತು. ಅದರ ಬಗ್ಗೆ ಇನ್ನಷ್ಟು ಮಾಹಿತಿ ಕಲೆಹಾಕಿ ಒಂದು ಲೇಖನ ಬರೆಯೋಣವೆಂದು ಆತ ಅವರುಗಳು ವಾಸಿಸುವ ಜಾಗ ಹುಡುಕಿ ಹೋಗಿದ್ದ. ಈ ಒರಾಂಗ್ ಅಸ್ಲಿಗಳು ಪ್ರಾಣಿಗಳನ್ನು ವಿನಾಕಾರಣ ನೋಯಿಸುವುದಿಲ್ಲ, ಪ್ರಾಣಿಗಳಿಗೆ ಅವಮಾನ ಮಾಡಿದರೆ ಪ್ರಕೃತಿ ನಮ್ಮ ಮೇಲೆ ಮುನಿಸಿಕೊಂಡು ಬಿರುಗಾಳಿ ಅಥವಾ ಗುಡುಗು ಸಿಡಿಲುಗಳ ಮುಖಾಂತರ ಅಸಮಾಧಾನ ವ್ಯಕ್ತಪಡಿಸುತ್ತದೆ ಎಂಬುದಾಗಿ ನಂಬುತ್ತಾರೆ ಎನ್ನುವುದು ಜೋಮೋನಿಗೆ ಗೊತ್ತಿರುವ ಸಂಗತಿಯೇ. ಆದರೆ ಅದನ್ನವರು ಎದುರಿಸುವ ರೀತಿಯ ಬಗ್ಗೆ ಯಾವುದೇ ಅಂದಾಜಿರಲಿಲ್ಲ. ಆತ ಅಂದು ನೋಡಿದ ಘಟನೆ ಮಾತ್ರ ಎಂದೂ ಮರೆಯದಂಥದ್ದು.

ಆ ಗುಂಪು ವಾಸವಾಗಿರುವ ಜಾಗಕ್ಕೆ ಜೋಮೋ ಹೋಗುವಾಗ ಸಂಜೆ ನಾಲ್ಕಾಗಿತ್ತು. ಆಗಸದಲ್ಲಿ ಮೋಡ ಕಟ್ಟಿತ್ತಾದ್ದರಿಂದ ಮಬ್ಬುಗತ್ತಲಾಗಿತ್ತು. ಕಾಡ ಹಾದಿಯಲ್ಲಿ ಸುಮಾರು ಅರ್ಧ ಕಿಲೋಮೀಟರು ನಡೆದಿದ್ದ ಆತ. ಈತ ತಲುಪುವ ಸಮಯದಲ್ಲಿ ಅಲ್ಲೇನೋ ಗಡಿಬಿಡಿ-ಗಲಾಟೆ ನಡೆಯುತ್ತಿತ್ತು. ಅಪರಿಚಿತನಾದವನು ಒಮ್ಮೆಲೇ ಅವರೆದುರು ಪ್ರತ್ಯಕ್ಷವಾಗುವುದು ಬೇಡೆಂದು ಮರದ ಮರೆಯಲ್ಲಿ ನಿಂತು ಗಮನಿಸಿದ. ಕಟ್ಟಿಗೆ ಹುಲ್ಲು ಒಣ ತಾಳೆಯ ಗರಿಗಳಿಂದ ನಿರ್ಮಿಸಿದ ಮೂರ್ನಾಲ್ಕು ಮುರುಕಲು ಗುಡಿಸಲುಗಳಿದ್ದವು. ಹಳೆಯ ಕಾಲದ ಮನೆಗಳಂತೆ ಅವು ನೆಲದಿಂದ ಮೂರ್ನಾಲ್ಕು ಅಡಿ ಮೇಲಕ್ಕಿದ್ದವು. ಗುಡಿಸಲ ಸುತ್ತಲೂ ಬೆಳೆದಿರುವ ಗಿಡಗಂಟಿ ಹುಲ್ಲುಗಳಿಂದಾಗಿ ಮನೆ ಹಾಗೂ ನೆಲದ ನಡುವಿನ ಗ್ಯಾಪು ಮುಚ್ಚಿ ಹೋಗಿತ್ತು. ಮೇಲೇರಲು ಬಾಗಿಲಿಗೆ ಆನಿಸಿದ್ದ ಬಿದಿರಿನ ಏಣಿಯಿಂದಾಗಿ ಮನೆ ಎತ್ತರದಲ್ಲಿರುವುದನ್ನು ಗುರುತಿಸಬಹುದಿತ್ತು.

ಕೆಲ ಗುಡಿಸಲುಗಳ ಎದುರು ನೀಲಿ ಬಣ್ಣದ ಪ್ಲಾಸ್ಟಿಕ್ ಟಾರ್ಪಾಲಿನ ಚಪ್ಪರ; ಮೂರ್ನಾಲ್ಕು ಬಿದಿರು ಕೋಲುಗಳ ಆಧಾರದ ಮೇಲೆ ನಿಂತಿದ್ದ ಅದು ಜೋರು ಗಾಳಿಗೆ ಹರಿದು ಬೀಳುವಂತಿತ್ತು. ಮೂಲೆಯಲ್ಲೊಂದಿಷ್ಟು ಪೇರಿಸಿಟ್ಟ ಸೌದೆ, ಇನ್ನೊಂದೆಡೆ ಗುಜರಿ ವಸ್ತುಗಳ ರಾಶಿ. ಅಲ್ಲೇ ಒಂದು ವೃತ್ತಾಕಾರದ ದೊಡ್ಡ ಕಟ್ಟಿಗೆಯ ಟೇಬಲ್ಲು. ಅದರ ಮೇಲೆ ಪಾತ್ರೆ ಪಗಡಗಳು, ಇನ್ನೇನೇನೋ ಹರುಕು ಮುರುಕು ವಸ್ತುಗಳು ಅಸ್ತವ್ಯಸ್ತವಾಗಿ ಹರಡಿದ್ದವು. ನಡುವೆ ನೀರಿನ ಪ್ಲಾಸ್ಟಿಕ್ ಕ್ಯಾನೊಂದು ಅಡ್ಡಲಾಗಿ ಬಿದ್ದಿತ್ತು. ತಳದಲ್ಲಿದ್ದ ತುಸುವೇ ನೀರು ಕೊಳಕಾಗಿದ್ದುದು ದೂರದಿಂದಲೇ ಕಾಣುತ್ತಿತ್ತು. ಅಂಗಳದಲ್ಲಿ ಮೂರ್ನಾಲ್ಕು ಮಕ್ಕಳು ಅರೆಬೆತ್ತಲಾಗಿ ಮಣ್ಣಾಟವಾಡುತ್ತಿದ್ದರು. ಒಂದೆರಡು ಹೆಂಗಸರು ಅತ್ತಿಂದಿತ್ತ ಬಿರುಸಿನಿಂದ ಓಡಾಡುತ್ತಿದ್ದರು.

ಆಗ– ಮೋಡಗಳ ನಡುವಿಂದ ಮಿಂಚಿನ ಬಳ್ಳಿಯೊಂದು ಹಬ್ಬಿ, ಅದರ ಹಿಂದೇ ಜೋರಾದ ಗುಡುಗಿನ ಶಬ್ದ ಕೇಳಿಬಂತು.

ಮಕ್ಕಳು ಚೀರಿಕೊಂಡು ಗುಡಿಸಲಿನ ಮರೆ ಸೇರಿಕೊಂಡರು. ನಾಲ್ಕೈದು ಜನ ಹೆಂಗಸರು ಅತ್ತಿತ್ತಲಿನಿಂದ ತೂರಿ ಬಂದು ಅಂಗಳದಲ್ಲಿ ಸೇರಿದರು. ಅವರಲ್ಲೊಬ್ಬಳು ಈಗಷ್ಟೇ ಪ್ರಾಯಕ್ಕೆ ಬಂದ ಹುಡುಗಿಯೂ ಇದ್ದಳು. ಎಲ್ಲರೂ ಒಂದೆರಡು ನಿಮಿಷ ತಮ್ಮಲ್ಲೇ ಮಾತಾಡಿಕೊಂಡರು. ನಂತರ ಮೇಲಕ್ಕೆ ನೋಡುತ್ತ ಕೈಯೆತ್ತಿ ಮುಷ್ಟಿಯನ್ನು ಆಗಸಕ್ಕೆ ತೋರಿಸುತ್ತ ಒಟ್ಟಾಗಿ ಚೀರಿ ಚೀರಿ ಏನನ್ನೋ ಹೇಳತೊಡಗಿದರು. ಅವರ ಹಾವಭಾವ, ಆವೇಶ ನೋಡುತ್ತಿದ್ದರೆ ಮೋಡಗಳಿಗೆ 'ಬರಬೇಡ ಹೋಗು' ಎಂದು ಒಕ್ಕೊರಲಿನಿಂದ ಆದೇಶಿಸುತ್ತಿರುವಂತೆ ತೋರುತ್ತಿತ್ತು. ಅಷ್ಟರಲ್ಲಿ ಮೂರ್ನಾಲ್ಕು ಗಂಡಸರೂ ಅಲ್ಲಿ ಜಮಾಯಿಸಿ, ಅಂಗಳದಲ್ಲೊಂದಿಷ್ಟು ಸೌದೆಯನ್ನು ಒಟ್ಟುಗೂಡಿಸಿ ಬೆಂಕಿ ಹಾಕಿದರು. ಅಲ್ಲಿ ಮರದ ತುಂಡುಗಳಿಗೆ ನಿಧಾನ ಬೆಂಕಿ ಹೊತ್ತಿಕೊಳ್ಳುತ್ತಿದ್ದರೆ, ಇಲ್ಲೊಬ್ಬ ಹೆಂಗಸು ತನ್ನ ಜಡೆ ಬಿಚ್ಚಿ ತಲೆ ಬಾಗಿಸಿ ಕೂದಲನ್ನೆಲ್ಲ ಮುಖದ ಮುಂದಕ್ಕೆ ಹರಡಿ ನಿಂತಳು. ಬೆಂಕಿಯ ಎದುರು ಕುಳಿತ ಗಂಡಸೊಬ್ಬ ಎದ್ದು ಬಂದು ಅವಳ ಹರಡಿದ ಕೂದಲಿಗೆ ಕೈ ಹಾಕಿ ಮುಷ್ಟಿ ಕಟ್ಟಿ ಜೋರಾಗಿ ಎಳೆದ. ಅದನ್ನು ನೋಡಿದ ಜೋಮೋ 'ಯಪ್ಪಾ...' ಎಂದು ಮುಖ ಕಿವುಚಿಕೊಂಡ. ಆ ಹೆಂಗಸು ನಾಲಿಗೆ ಕಚ್ಚಿ ಹಿಡಿದಿದ್ದಳೋ ಅಥವಾ ಆಕೆಗೆ ನೋವೇ ಇಲ್ಲವೋ, ಒಂದಿನಿತು ಶಬ್ದವನ್ನೂ ಮಾಡದೇ ನೆಲಕ್ಕೆ ಕಾಲು ಹುಗಿದುಕೊಂಡವಳಂತೆ ಗಟ್ಟಿಯಾಗಿ ನಿಂತಿದ್ದಳು. ಆ ಗಂಡಸು ಮುಷ್ಟಿಯಲ್ಲಿ ಹರಿದುಬಂದ ಕೂದಲೆಳೆಗಳನ್ನು ಆಕೆಗೇ ಕೊಟ್ಟು, ಕೂಡಲೇ ಹೋಗಿ ಉರಿಯುತ್ತಿದ್ದ ಸೌದೆಯೊಂದನ್ನು ತಂದ. ಆಕೆ ಕೂದಲನ್ನು ಸೌದೆಯ ತುದಿಯಲ್ಲಿಯ ಬೆಂಕಿಯ ಜ್ವಾಲೆಯಲ್ಲಿಟ್ಟು, ಸೌದೆಯನ್ನು ಆಕಾಶಕ್ಕೆ ಹಿಡಿದು ಜೋರಾಗಿ ಏನನ್ನೋ ಹೇಳತೊಡಗಿದಳು. ಅಷ್ಟರಲ್ಲೇ ಉಳಿದ ಹೆಂಗಸರೂ

ಕೂದಲು ಹರಡಿ, ಗಂಡಸರು ಅದನ್ನು ಕಿತ್ತು, ಉರಿಯುತ್ತಿರುವ ಕೂದಲಿನ ಕೊಳ್ಳಿಯನ್ನು ಮೋಡಗಳಿಗೆ ತೋರಿಸುತ್ತಾ ಒಟ್ಟಾಗಿ ಚೀರಿದರು. ಅವರ ಭಾಷೆ ಅರಿಯದ ಜೋಮೋಗೆ ಏನನ್ನುತ್ತಿದ್ದಾರೆ ಎಂಬುದು ಅರ್ಥವಾಗಲಿಲ್ಲ. ಗಂಡಸರು ತಮ್ಮ ಕೆಲಸ ಮುಗಿದವರಂತೆ, ಹೆಂಗಸರ ಮುಖವನ್ನೂ ಆಗಸವನ್ನೂ ನೋಡುತ್ತ ಮೂಲೆಯಲ್ಲಿ ಕುಕ್ಕರುಗಾಲಿನಲ್ಲಿ ಕುಳಿತರು.

ಮತ್ತೊಮ್ಮೆ ಜೋರು ಗುಡುಗಿನ ಶಬ್ದ ಕೇಳಿತು. ಕೊಳ್ಳಿಯನ್ನು ಸಿಕ್ಕಲ್ಲಿ ಬಿಸಾಡಿ ದಿಕ್ಕಾಪಾಲಾಗಿ ಓಡಿದ ಹೆಂಗಸರು ಕೆಲವೇ ಕ್ಷಣಗಳಲ್ಲಿ ಕೈಯ್ಯಲ್ಲಿ ಚಾಕು, ಬಿದಿರಿನ ಕೊಳವೆಯ ಬಟ್ಟಲನ್ನೂ ಹಿಡಿದು ಮತ್ತೆ ಒಟ್ಟಾದರು. ನೋಡನೋಡುತ್ತಿರುವಂತೆ ತಾವು ಧರಿಸಿದ ಲಂಗವನ್ನು ಮೇಲಕ್ಕೆತ್ತಿ, ಚಾಕುವಿನ ಅಲಗನ್ನು ತೊಡೆಗೊತ್ತಿ ಹಿಡಿದು ಎಳೆದರು. ಮೀನಖಂಡದ ಮೇಲೆ ಮೆಲ್ಲನೆ ಹರಿಯುತ್ತ ತೊಟ್ಟಿಕ್ಕುತ್ತಿರುವ ರಕ್ತವನ್ನು ತಾವೇ ಖುದ್ದಾಗಿ ಬಿದಿರಿನ ಬಟ್ಟಲಲ್ಲಿ ಸಂಗ್ರಹಿಸಿ ಅದನ್ನು ಮೋಡಗಳಿಗೆ ತೋರಿಸಿ ರಾಗವಾಗಿ ಹಾಡತೊಡಗಿದರು. ಕಾಲು ಕುಯ್ದುಕೊಳ್ಳುವಾಗ 'ಆsss' ಎಂದು ಚೀರಿದ್ದು ಅವರಲ್ಲಿದ್ದ ಪ್ರಾಯದ ಹುಡುಗಿ ಮಾತ್ರ. ಆ ಕೂಡಲೇ ಪಕ್ಕದಲ್ಲಿಯ ಹೆಂಗಸು ಹುಡುಗಿಯ ಬಾಯನ್ನು ಗಟ್ಟಿಯಾಗಿ ಮುಚ್ಚಿ ಹಿಡಿದಿದ್ದಳು. ಹಾಗೆ ಮುಚ್ಚಿ ಹಿಡಿಯುವಾಗ, ತಾನು ನೆಲದಲ್ಲಿ ಬಿದ್ದಿರುವ ಕೊಳ್ಳಿಯ ಮೇಲೆ ಕಾಲೂರಿ ನಿಂತಿರುವ ಪ್ರಜ್ಞೆಯೂ ಇರಲಿಲ್ಲವೇನೋ ಆಕೆಗೆ. ಅಥವಾ ಅದರ ಅರಿವಿರುವುದೇ ಪ್ರಜ್ಞೆಯೋ. ಕಣ್ಣಲ್ಲಿ ಮೂಡಿದ ನೀರ ಪಸೆ ಹನಿಯಾಗಿ ಹೊರಕ್ಕೆ ಬಾರದಂತೆ ತಡೆ ಹಿಡಿಯಲು ಪ್ರಯತ್ನಿಸುತ್ತಿರುವ ಹುಡುಗಿ; ಕುತ್ತಿಗೆಯ ಹಿಂದಿನಿಂದ ಬಳಸಿ ಕೈಯ್ಯನ್ನು ಹುಡುಗಿಯ ಬಾಯಿಗೆ ಅಡ್ಡಲಾಗಿಟ್ಟು, ತಲೆಯನ್ನು ಬರಸೆಳೆದು ತನ್ನೆದೆಗೆ ಒತ್ತಿಕೊಂಡು ಕೆಂಡದ ಮೇಲೆ ಕಾಲಿಟ್ಟು ನಿಂತ ಹೆಂಗಸು- ದೃಶ್ಯವನ್ನು ದಿಟ್ಟಿಸಿ ನೋಡಲಾಗಲಿಲ್ಲ ಜೋಮೋನಿಗೆ.

ಹಾಗೇ, ಅವರೆಲ್ಲ ಒಟ್ಟಾಗಿ ಬಟ್ಟಲನ್ನು ಮೇಲಕ್ಕೆ ಎತ್ತಿ ಹಿಡಿದು ತರ್ಪಣ ನೀಡುವ ರೀತಿಯಲ್ಲಿ ತೊಟ್ಟು ತೊಟ್ಟಾಗಿ ರಕ್ತವನ್ನು ನೆಲಕ್ಕೆ ಚೆಲ್ಲುತ್ತಿರುವಂತೆ, ಮಳೆ ಹನಿಯಲು ಶುರುವಾಯಿತು. ಬಟ್ಟಲಲ್ಲಿ ಶೇಖರವಾದ ಮಳೆನೀರು ಕೆಂಪು ಕೆಂಪಾಗಿ ನೆಲಕ್ಕೆ ಸುರಿಯಿತು.

ಅವ್ಯಕ್ತ ಕಂಪನವೊಂದು ಜೋಮೋನ ಮೈತುಂಬಾ ಹರಿದಾಡಿತು. ಆಗಲೇ ಕತ್ತಲಾಗಿ, ಮಳೆ ಜೋರಾಗುವ ಸಾಧ್ಯತೆಯೂ ನಿಚ್ಚಳವಿತ್ತು. ಬಟ್ಟೆಯಿಲ್ಲದ ತನ್ನ ದೇಹದ ಭಾಗದ ಮೇಲೆ ಆಗಿಂದ ಬಂದು ಕೂರುತ್ತಿರುವ ನೊರಜಿನಂಥ ಸಣ್ಣ ಹುಳವನ್ನು ಕೊಡವುತ್ತಲೇ ಇದ್ದ ಆತ. ಮಳೆ ನೀರು ಮೈಮೇಲೆ ಬಿದ್ದೊಡನೆ ಆ ಜಾಗದಲ್ಲೆಲ್ಲ ತುರಿಕೆ ಶುರುವಾಯಿತು. ಇನ್ನೂ ನೋಡಬೇಕೆಂಬ ಬಯಕೆಯಿದ್ದರೂ

ಅಲ್ಲಿಂದ ಹಿಂದಿರುಗಲೇ ಬೇಕಿತ್ತು. ಅವರನ್ನು ಹೋಗಿ ಭೇಟಿಯಾಗಲು ಸರಿಯಾದ ಸಂದರ್ಭವೂ ಅದಾಗಿರಲಿಲ್ಲ.

ನಂತರ ವಿಚಾರಿಸಿದಾಗ ಜೋಮೋಗೆ ತಿಳಿದುದೇನೆಂದರೆ– ಒರಾಂಗ್ ಅಸ್ಲಿಗಳು ಸಿಡಿಲಿಗೆ ಸಿಕ್ಕಾಪಟ್ಟೆ ಹೆದರುತ್ತಾರೆ. ಆಗಸದಲ್ಲಿ ಗುಡುಗಿದರೆ, ಅಲ್ಲಿಂದ ಬೆಳಕಿನ ಬಳ್ಳಿಯೊಂದು ನೆಲಕ್ಕೆ ಬಂದು ತಮ್ಮ ಗುಡಿಸಲನ್ನು ಸುಟ್ಟು ಯಾರನ್ನಾದರೂ ಬಲಿ ತೆಗೆದುಕೊಳ್ಳುತ್ತದೆ ಎಂಬುದು ಅವರ ನಂಬಿಕೆ. ಹೀಗಾಗಿ ಮೊದಲು ಅಲ್ಲಿಂದ ತೊಲಗುವಂತೆ ಅವರು ಮೇಘಗಳನ್ನು ಆದೇಶಿಸುತ್ತಾರೆ. ನಂತರ, ಕೂದಲು ಸುಟ್ಟ ವಾಸನೆಯನ್ನು ಮೋಡಗಳು ಸಹಿಸಲಾರವು ಎಂಬ ವಿಶ್ವಾಸದಿಂದ ಆ ಕಾರ್ಯವೂ ನಡೆಯುತ್ತದೆ. ಯಾವುದೂ ಫಲಿಸದಿದ್ದಾಗ ತಮ್ಮ ರಕ್ತ ತರ್ಪಣದಿಂದ ರೊಚ್ಚಿಗೆದ್ದ ಮೋಡಗಳನ್ನು ತಣಿಸುವ ಪದ್ಧತಿ ಅವರಲ್ಲಿದೆ... ಇತ್ಯಾದಿ.

ಅಂದಿನಿಂದಲೇ ಜೋಮೋಗೆ ಈ ಜನಗಳ ಬಗ್ಗೆ ಆಸಕ್ತಿ ಹುಟ್ಟಿ, ಅವರ ಕಲ್ಯಾಣಾರ್ಥ ಕೆಲಸ ಮಾಡುವ ಎನ್‌ಜಿಒ ಒಂದರ ಜೊತೆ ಕೈಜೋಡಿಸಿದ್ದು.

ಕೋರ್ಟ್ ಹಾಲಿನಲ್ಲಿದ್ದ ಬೆರಳೆಣಿಕೆಯಷ್ಟು ವೀಕ್ಷಕರಲ್ಲಿ ಒಬ್ಬನಾಗಿದ್ದ ಜೋಮೋ, ಕಲಾಪ ಮುಗಿಯುತ್ತಲೇ ವಕೀಲರತ್ತ ದೌಡಾಯಿಸಿದ. ವಕೀಲರು ಸಂಗೊಂಗ್ ತಾಸಿ ಹಾಗೂ ಜೊತೆಯಲ್ಲಿದ್ದ ಆತನ ಮೊಮ್ಮಗನೊಡನೆ ಏನೋ ಸಮಾಲೋಚಿಸುತ್ತಿದ್ದರು. ವಕೀಲರು ಮಾತಾಡುತ್ತಿದ್ದರೆ, ಆ ಮೊಮ್ಮಗ ಆಗಷ್ಟೇ ಮೊಳೆತ ತನ್ನ ಗಡ್ಡ ಸವರುತ್ತ ಯಾರದ್ದೋ ನಿರೀಕ್ಷೆಯಲ್ಲಿರುವವನಂತೆ ಅತ್ತಿತ್ತ ನೋಡುತ್ತಿದ್ದ. 'ಒರಾಂಗ್ ಅಸ್ಲಿಗಳದೇ ಆದ ಸಾಕಷ್ಟು ಆಚಾರಗಳಿವೆ. ಅದರಲ್ಲಿ ಗಟ್ಟಿಯಾದುದು ಹಾಗೂ ಪುರಾವೆ ಕೊಡಲು ಶಕ್ಯವಾದುದನ್ನು ಆಯ್ಕೆ ಮಾಡಿಕೊಳ್ಳಬೇಕು' ಎಂದು ಜೋಮೋನೂ ವಕೀಲರೂ ಚರ್ಚಿಸುತ್ತಿರುವಾಗ ಯಾರೋ ಒಬ್ಬ ಬಂದು ತಾಸಿಯ ಮೊಮ್ಮಗನ ಕೈಕುಲುಕುತ್ತ, 'ನಿನ್ನ ಟು ವ್ಹೀಲರ್ ಲೈಸನ್ಸ್ ರೆಡಿಯಿದೆ. ನೀ ಬಂದು ಸಹಿ ಹಾಕಿದರಾಯ್ತು' ಎಂದ. ಒಮ್ಮೆಲೇ ಮುಖವರಳಿಸಿದ ಮೊಮ್ಮಗ, 'ಇಲ್ಲೇ ಕಾಯುತ್ತಿರು. ಇನ್ನರ್ಧ ಗಂಟೆಯಲ್ಲಿ ಬರುತ್ತೇನೆ' ಎನ್ನುತ್ತ ಅಜ್ಜನ ಪ್ರತಿಕ್ರಿಯೆಗೂ ಕಾಯದೆ ಆ ವ್ಯಕ್ತಿಯೊಡನೆ ಹೊರಟು ಹೋದ.

'ಇದು ನೋಡಿ, ಹೆಣದ ಬಾಯಲ್ಲಿ ನಾಣ್ಯ ಇಡುತ್ತಿರುವ ಫೋಟೋ; ಆಹಾರ ಕೊಂಡುಕೊಳ್ಳಲಿ ಎಂದು. ಮೊದಲೆಲ್ಲ ಚಾಕುವೋ, ಹರಿತವಾದ ಆಯುಧವನ್ನೋ ಇಡುತ್ತಿದ್ದರಂತೆ. ಅಂತಹ ಫೋಟೋ ಯಾವುದೂ ನನ್ನಲ್ಲಿ ಇಲ್ಲ. ಇವೆಲ್ಲ ತುಸು ಇತ್ತೀಚಿನದು' 'ಇದನ್ನ ನೋಡಿ ಹೆಣದ ಮುಖಕ್ಕೆ ಬಟ್ಟೆ ಸುತ್ತುತ್ತಿರುವ ಫೋಟೋ; ಮತ್ತೆ ದಾರಿ ಹುಡುಕಿ ಊರಿಗೇ ಬರಬಾರದೂ ಅಂತಾ' 'ಇಲ್ಲಿ ನೋಡಿ. ದಿಸ್ ಈಸ್ ಇಂಟರೆಸ್ಟಿಂಗ್. ಬಟ್ಟೆಯಲ್ಲಿ ಬಿಗಿಯಾಗಿ ಸುತ್ತಿರುವ ಶವವನ್ನು ಉದ್ದ ಬಿದಿರಿನ ಗಳಕ್ಕೆ ಕಟ್ಟಿ, ಅದರ ಎರಡು ತುದಿಗಳನ್ನು ಒಬ್ಬೊಬ್ಬರು ಹೆಗಲ ಮೇಲೆ ಹೊತ್ತು, ಹೂಳಲು ತೆಗೆದುಕೊಂಡು ಹೋಗುತ್ತಿರುವುದು' ಎನ್ನುತ್ತ ಒಂದೊಂದೇ ಫೋಟೋವನ್ನು ವಕೀಲ ಹಾಗೂ ಜೋಮೋರಿಗೆ ತೋರಿಸುತ್ತಿದ್ದ ಮುಗಾಂಬಿರಾಕ್. ಮಾತು ಮಾತಿಗೂ ಮೀಸೆಯನ್ನು ಹುರಿಗೊಳಿಸುತ್ತ, ಗೋಣನ್ನು ತುಸು ಬಾಗಿಸಿ ಒಂದೇ ಕಣ್ಣಿನ ಹುಬ್ಬು ಮೇಲೆತ್ತಿ ಇವರುಗಳತ್ತ ನೋಡುತ್ತಿದ್ದ. ಕೈಗಳೆರಡನ್ನೂ ಕಾಲಿನ ನಡುವೆ ಹುಗಿದುಕೊಂಡು, ಬೆನ್ನು ಬಾಗಿಸದೇ ನೇರವಾಗಿ ಕುರ್ಚಿಯ ತುದಿಗೆ ಕುಳಿತು, ಒಂದೊಂದು ಫೋಟೋವನ್ನು ನೋಡಿದಾಗಲೂ 'ಹೂಂ..ಹೌದು' ಎನ್ನುತ್ತ ಗೋಣಾಡಿಸುತ್ತಿದ್ದ ಸಂಗೊಂಗ್ ತಾಸಿ.

ಒರಾಂಗ್ ಅಸ್ಲಿಗಳ ಸಂಪ್ರದಾಯದ ಪುರಾವೆಗಳ ಕಲೆ ಹಾಕುವ ಭಾಗವಾಗಿ ಅವರು ಆ ಫೋಟೋ ಇನ್ವೆಸ್ಟಿಗೇಟರನಲ್ಲಿ ಹೋಗಿದ್ದರು. ಆತನಲ್ಲಿ ಸಾಕಷ್ಟು ಫೋಟೋ ಸಂಗ್ರಹಗಳಿವೆ. ಅಲ್ಲದೇ ಆತ ಸರಕಾರದಿಂದ ಅನುಮೋದನೆ ಪಡೆದಿರುವ ಮುಗಾಂಬಿರಾಕ್. ಅವನಿಂದ ಅಧಿಕೃತವಾಗಿ ದೊರೆತ ಮಾಹಿತಿಗಳು ನ್ಯಾಯಾಲಯದಲ್ಲಿ ಪರಿಗಣಿಸಲ್ಪಡುತ್ತವೆ.

ಆದರೆ ಆತ ತೋರಿಸಿದ ಫೋಟೋಗಳಲ್ಲಿ ಜೋಮೋ ಹಾಗೂ ವಕೀಲರಿಗೆ ಹೆಚ್ಚಿನ ಆಸಕ್ತಿಯಿರಲಿಲ್ಲ. ಈ ಶವ ಸಂಸ್ಕಾರ ಪದ್ಧತಿ ಬೇರೆಬೇರೆ ಪಂಗಡಗಳಲ್ಲಿ ಬೇರೆಬೇರೆ ರೀತಿಯಲ್ಲಿರುತ್ತದೆ. ಅದರಲ್ಲಿ ಅಂಥ ವಿಶೇಷವೇನಿಲ್ಲ. ಒರಾಂಗ್ ಅಸ್ಲಿಗಳದೇ ಆದ ವಿಶಿಷ್ಟ ರಿವಾಜನ್ನು ಪ್ರಮಾಣೀಕರಿಸುವ ದಾಖಲೆಗಳು ಬೇಕಿತ್ತವರಿಗೆ. ಅವರ ಹಾಗೂ ಮಣ್ಣಿನ ನಡುವಿನ ರಕ್ತ ಸಂಬಂಧದ ಹಲವು ಆಚರಣೆಗಳನ್ನು ಬಲ್ಲವನಾಗಿದ್ದ ವಕೀಲ. ಅದರಲ್ಲಿ ಮುಖ್ಯವಾದುದು– ಶಿಶು ಜನನದ ಸಂದರ್ಭದಲ್ಲಿಯ ನೆತ್ತರನ್ನು ಅವರು ತಮ್ಮ ಪೂರ್ವಜರು ಮಣ್ಣಾದ ಜಾಗಕ್ಕೆ ಸಮರ್ಪಿಸುವ ಪದ್ಧತಿ. ತಾಯಿಯ ಹೆರಿಗೆಯ ಸಮಯದ ರಕ್ತವನ್ನು ಬಿದಿರಿನ ಪಾತ್ರೆಯಲ್ಲಿ ಸಂಗ್ರಹಿಸುವುದು ಆಯಾ ಸೂಲಗಿತ್ತಿಯ ಕೆಲಸ. ಮಗುವಿನ ತಂದೆ, ಆ ರಕ್ತವನ್ನು ತೆಗೆದುಕೊಂಡು ಹೋಗಿ ತನ್ನ ಮೃತ ಹಿರಿಯನನ್ನು ಹೂಳಿದ ಜಾಗದ ಮಣ್ಣಿನೊಂದಿಗೆ ಬೆರೆಸುತ್ತಾನೆ. ಆ ಮುಖೇನ ಹುಟ್ಟಿದ ಮಗು ತನ್ನ ಪೂರ್ವಜರನ್ನೂ ಒಳಗೊಂಡು ಮಣ್ಣಿನಲ್ಲಿ

ಒಂದಾಗುತ್ತ ಬೆಳೆಯುತ್ತದೆ ಎನ್ನುವ ನಂಬಿಕೆ ಈ ಕ್ರಿಯೆಯ ಹಿಂದಿನ ಉದ್ದೇಶ. ಇಂಥದ್ಯಾವುದಾದರೂ ಗಟ್ಟಿಯಾದ ಸಾಕ್ಷಿಯ ತಲಾಷಿತ್ತು ಅವರಿಗೆ.

ಈ ಕುರಿತು ಕೇಳಿದಾಗ, ತನ್ನ ಹುಲಿಮೀಸೆಯ ಮೇಲೆ ಬೆರಳಾಡಿಸುತ್ತ, ಒಂಟಿ ಹುಬ್ಬು ಹಾರಿಸಿ ಮುಗುಳ್ನಕ್ಕ ಮುಗಾಂಬಿರಾಕ್.

೩

ಈ ಬಾರಿ, ಸಣ್ಣ ಸಣ್ಣ ಬಿದಿರು ಕಡ್ಡಿಗಳನ್ನು ಹೆಣೆದು ಮಾಡಿದ ಹಣೆಗಟ್ಟು ಧರಿಸಿ ಕಟಕಟೆಯಲ್ಲಿ ನಿಂತಿದ್ದ ಸಂಗೊಂಗ್ ತಾಸಿ. 'X' ಆಕಾರದಲ್ಲಿ ಸೆಣಬಿನ ಹುರಿಯನ್ನು ಎರಡು-ಮೂರು ಎಳೆಗಳಲ್ಲಿ ಎದೆಗೆ ಬಿಗಿದುಕೊಂಡಿದ್ದ. ಕೆಳಗೆ ಲಂಗೋಟಿ. ಸೊಂಟದಲ್ಲಿ ಸಣ್ಣ ಬಿದಿರಿನ ಸಂಚಿಯ ಜೊತೆಗೊಂದು ಕತ್ತಿ ಕಟ್ಟಿದ್ದ. ವೀಕ್ಷಕರ ಗುಂಪಿನಲ್ಲಿಯೂ ಇದೇ ವೇಷದ ನಾಲ್ಕಾರು ಜನರು ಎದುರಿನ ಸಾಲಿನಲ್ಲಿ ಕುಳಿತಿದ್ದರು.

ಒರಾಂಗ್ ಅಸ್ಲಿಗಳ ಪರ ವಕೀಲ, ಸಂಗೊಂಗ್ ತಾಸಿಯ ಭೂಮಿಯ ಹಕ್ಕನ್ನು ಪ್ರತಿಪಾದಿಸುವ ತನ್ನೆಲ್ಲಾ ವಾದ, ಸಾಕ್ಷಿಗಳನ್ನೂ ಮಂಡಿಸಿದ.

ಅವೆಲ್ಲವನ್ನೂ ನಿರಾಕರಿಸಲು ಸರಕಾರಿ ವಕೀಲನಿಗೆ ಹಲವು ಕಾರಣಗಳಿದ್ದವು. 'ರಕ್ತ ಚೆಲ್ಲಿದ ಜಾಗದಲ್ಲಿ ಸಮಾಧಿಯಾದ ಹೆಣ, ಸಂಗೊಂಗ್ ತಾಸಿಯ ಪೂರ್ವಜನದೇ ಎಂಬುದಕ್ಕೆ ಯಾವುದೇ ಸಾಕ್ಷಿಯಿಲ್ಲ' 'ಆ ಜಾಗದಲ್ಲಿ ತಾಸಿಯ ತಲೆಮಾರು ಅನಾದಿ ಕಾಲದಿಂದ ವಾಸವಿದ್ದರು ಅನ್ನುವುದಕ್ಕೆ ನನ್ನಲ್ಲಿರುವ ಆರ್ಕಿಯಾಲಜಿ ವರದಿಯಲ್ಲಿ ಯಾವುದೇ ಕುರುಹಿಲ್ಲ' 'ಸಂಗೊಂಗ್ ತಾಸಿಯನ್ನು ಕೋರ್ಟಿಗೆ ತರಲೆಂದೇ ಅಂಗಿ ಹಾಕಿಸಲಾಗಿತ್ತು ಎಂಬುದಾಗಿ ಹಿಂದಿನ ಬಾರಿ ನನ್ನ ಮಿತ್ರ ವಕೀಲ ಹೇಳಿದ್ದರು. ಆ ಮಾತು ಇವತ್ತಿಗೆ ಹೆಚ್ಚು ಅನ್ವಯವಾಗಬಹುದು ಎಂದು ನನಗೆ ಅನ್ನಿಸುತ್ತದೆ' ಹೀಗೇ ಸರಕಾರೀ ವಕೀಲನ ವರಸೆ ಸಾಗುತ್ತಲೇ ಇರುವಾಗ-

ಸರಿಯಾಗಿ ಮಲಯೂ ಭಾಷೆ ಬಾರದ ಸಂಗೊಂಗ್ ತಾಸಿ, ವಕೀಲನನ್ನೂ ನ್ಯಾಯಾಧೀಶರನ್ನೂ ಗೊಂದಲದಿಂದ ನೋಡುತ್ತಿದ್ದ. ವಕೀಲ ಜೋರು ದನಿಯಲ್ಲಿ ನ್ಯಾಯಾಧೀಶನನ್ನು ಬೈಯ್ಯುತ್ತಿದ್ದಾನೇನೋ ಅನ್ನಿಸುತ್ತಿತ್ತು ಆತನಿಗೆ. ಕೋರ್ಟಿನ ಏಸಿಯ ಚಳಿಗೆ ಅರೆಬೆತ್ತಲೆ ನಿಂತ ಮೈ ಸಣ್ಣಗೆ ನಡುಗುತ್ತಿತ್ತು. ವಕೀಲ ಇವನತ್ತ ಮುಖ ಮಾಡಿದೊಡನೆ ನಡುಕ ಇನ್ನೂ ಹೆಚ್ಚುತ್ತಿತ್ತು. ಪ್ರಶ್ನೆಗಳಿಗೆ ಉತ್ತರಿಸಲು ಗಂಟಲಿನಿಂದ ಶಬ್ದವೇ ಹೊರಬರುತ್ತಿರಲಿಲ್ಲ.

ಸಂಗೊಂಗ್ ತಾಸಿಯ ಪರಿವಾರ ಅರಣ್ಯ ಜಾಗವನ್ನು ಅತಿಕ್ರಮಣ ಮಾಡಿಕೊಂಡು ವಾಸಿಸುತ್ತಿರುವಂತೆ ಕೋರ್ಟಿನ ಗೋಡೆಗಳಿಗೆ ಭಾಸವಾಗತೊಡಗಿತು.

24

ಬೇಲಿಯ ಒಳಗೆ ಕತ್ತೆತ್ತಿ ಅರೆ ನಿಮಿಷ ಅತ್ತಿತ್ತ ನೋಡಿ ಕಾರಿನತ್ತ ಬಂದ ಜೋಮೋ. ನಡುವೆ, ರಸ್ತೆಯ ಮೇಲಿದ್ದ ಸಣ್ಣ ಕಲ್ಲೊಂದನ್ನು ದೂರಕ್ಕೆ ಚಿಮ್ಮುವಂತೆ ಕಾಲಿಂದ ಒದ್ದ.

"ಆ ಮರೆಯಲ್ಲಿರುವವ ಒರಾಂಗ್ ಅಸ್ಲಿಯಂತೇ ಕಂಡ ಅದಕ್ಕೇ ಹೋಗಿ ನೋಡಿ ಬಂದೆ. ಈ ಮಲಯ್ಸ್ ಹೇಳಾಕ್ಕಾಗೊಲ್ಲ, ಅವರನ್ನು ಜೀತಕ್ಕೆ ಇಟ್ಟುಕೊಂಡಿದ್ರೂ ಇರೋ ಸಾಧ್ಯತೆ ಇದೆ. ಇಂಟೀರಿಯರ್ಸ್ ಅಲ್ವಾ ಯಾರಿಗೆ ಗೊತ್ತಾಗುತ್ತೆ? ಒಂದು ವೇಳೆ ಹೌದೇ ಆಗಿದ್ರೆ ಹೋಗಿ ಈಗಲೇ ಪೋಲೀಸರಿಗೆ ದೂರು ಕೊಡ್ತಿದ್ದೆ. ಈ ಜನಗಳ ಪರವಾಗಿ ಒಂದಾದರೂ ಕೇಸು ಗೆಲ್ಲಬೇಕಿದೆ ನನಗೆ" ಕಾರಿನಲ್ಲಿ ಕೂರುತ್ತ ಹೇಳಿದ.

ಈ ಒರಾಂಗ್ ಅಸ್ಲಿ ಎನ್ನುವ ಶಬ್ದ ಎಲ್ಲಿಯೋ ಕೇಳಿರುವೆನೆಂದು ನೆನಪಿಸಿಕೊಂಡ ನಿರಂಜನ. ಆವತ್ತು ಮಂತ್ರಿಯ ಆಫೀಸಿನಲ್ಲಿ ಕಾಯುತ್ತಿರುವಾಗ ವಾಟರ್ ಕೂಲರಿನ ನಾಟಕೀಯ ಘಟನೆ ನೋಡುತ್ತಿದ್ದ ಈತನ ಪಕ್ಕದ ವ್ಯಕ್ತಿ 'ಒರಾಂಗ್ ಅಸ್ಲಿ... ಒರಾಂಗ್ ಅಸ್ಲಿ' ಎಂದು ಮಣಗುಟ್ಟಿದ್ದು ನಿರಂಜನನ ಕಿವಿಗೆ ಬಿದ್ದಿತ್ತು. ಅದನ್ನು ಆ ಜನಗಳ ಕುರಿತೇ ಹೇಳಿದ್ದಾತ ಎನ್ನುವುದು ಸ್ಪಷ್ಟವಿತ್ತು.

ನಿರಂಜನ ಅಲ್ಲಿ ನಡೆದದ್ದನ್ನು ಸಂಕ್ಷಿಪ್ತವಾಗಿ ಹೇಳಿ, ಅದಕ್ಕೂ ಜೋಮೋ ಹೇಳಿದ ಒರಾಂಗ್ ಅಸ್ಲಿ ಶಬ್ದಕ್ಕೂ ಸಂಬಂಧವಿದೆಯೋ ಎಂಬುದಾಗಿ ವಿಚಾರಿಸಿದ.

"ಖಂಡಿತ ಸರ್. ನೀವು ನೋಡಿದವರು ಅವರೇ ಆಗಿರ್ತಾರೆ. ಏನಾದರೂ ಲ್ಯಾಂಡ್ ಡೀಲ್ ಸಲುವಾಗಿ ಯಾವುದೋ ಮಧ್ಯವರ್ತಿ ಅವರನ್ನು ಮಂತ್ರಿಯ ಹತ್ತಿರ ಕರಕೊಂಡು ಹೋಗಿರುತ್ತಾನೆ. ಇಂಥದ್ದು ಬಹಳ ನಡೆಯುತ್ತಿದೆ ಇತ್ತೀಚೆಗೆ. ಈ ಅಮಾಯಕ ಜನಗಳ ಜಾಗವನ್ನು ಹೇಗಾದರೂ ಮಾಡಿ ಖಾಸಗಿ ಡೆವಲಪ್ಪರುಗಳು ಲಪಟಾಯಿಸುತ್ತಿದ್ದಾರೆ. ಅದೊಂದು ದೊಡ್ಡ ಲಾಬಿ" ಎಂದ ಜೋಮೋ.

"ಯಾರವರು ಒರಾಂಗ್ ಅಸ್ಲಿ ಅಂದ್ರೆ?"

"ಅದೊಂದು ಬುಡಕಟ್ಟು ಜನಾಂಗ ಸರ್. ಇಲ್ಲಿಯ ಮೂಲ ನಿವಾಸಿಗಳು ಅವರು. ಈಗ ಕೇವಲ ಬೆರಳೆಣಿಕೆಯಷ್ಟು ಉಳಿದುಕೊಂಡಿದ್ದಾರೆ ಅಷ್ಟೇ. ಸರಕಾರ ಅವರಿಗೆ ಎಲ್ಲ ಸವಲತ್ತುಗಳನ್ನು ಕೊಡುತ್ತೇನೆ ಅನ್ನುತ್ತೆ; ಆದರೆ ಅವರು ಮುಖ್ಯ ವಾಹಿನಿಗೆ ಬರಲು ಹಿಂಜರೀತಾರೆ"

ಎದುರಿನ ರಸ್ತೆಯಲ್ಲಿ ಹೆಚ್ಚು ಕಡಿಮೆ ಯೂ ಟರ್ನ್ ರೀತಿಯ ತಿರುವಿತ್ತು. ಅತ್ತಕಡೆಯಿಂದ ಮತ್ತೊಂದು ಕಾರೂ ಬಂದು, ದುರೈನ ಸಮಯ ಪ್ರಜ್ಞೆಯಿಂದಾಗಿ ಅಪಘಾತವಾಗುವುದು ತಪ್ಪಿತು. ಹಾರ್ನುಗಳ ವಿನಿಮಯವಾಗಿ, ಎದುರಿನ ಗಾಡಿ ಜೋಮೋನನ್ನು ಕರೆದೊಯ್ಯಲು ಬಂದದ್ದು ಎಂಬುದು ಗೊತ್ತಾಯಿತು, ಅದನ್ನು ನಿಲ್ಲಿಸಿ, ಆ ಕಾರಿನಲ್ಲಿಯೇ ಮುಂದಕ್ಕೆ ಹೋದ ಜೋಮೋ.

ಹೋಗುವಾಗ, ನಿರಂಜನನಿಗೆ ಧನ್ಯವಾದ ಹೇಳುತ್ತ "ನೋಡಿ ಬಾಸ್, ಒಂಚೂರು ಬೋರ್ ಆಗುವಂತೆ ಮಾಡಲಿಲ್ಲ ನಿಮಗೆ" ಅಂದ.

ಜೋಮೋನನ್ನು ಬೀಳ್ಕೊಟ್ಟು ಕಾರನ್ನು ವಾಪಸ್ ತಿರುಗಿಸಿದ ದುರೈ. ಪೇಪರ್ ಓದಲೆಂದು ಜೋಮೋ ವಾಲ್ಯೂಮ್ ಕಡಿಮೆ ಮಾಡಿ ಇಟ್ಟಿದ್ದ ರೇಡಿಯೋದ ಹಾಡು ಸಣ್ಣಗೆ ಕೇಳುತ್ತಿತ್ತು.

ಸುಮಾರು ಹೊತ್ತಿನಿಂದ ನೋಡದೇ ಬಿಟ್ಟಿದ್ದ ವಾಟ್ಸಾಪ್ ಮೆಸೇಜುಗಳನ್ನೆಲ್ಲ ನೋಡಿದ ನಿರಂಜನ. ಕಾಲೇಜು ಗೆಳೆಯರ ಗುಂಪಿನಲ್ಲಿ ಅರುಲ್ ಸೆಲ್ವಂ ಎನ್ನುವ ಸಹಪಾಠಿ ಹಂಚಿಕೊಂಡಿದ್ದ ಪತ್ರಿಕೆಯ ಸುದ್ದಿಯ ತುಣುಕೊಂದು ಗಮನ ಸೆಳೆಯಿತು. ತಮಿಳುನಾಡಿನ 'ವಿಲುಪಾನಾನ್ ಪರಿಚುರ್' ಅನ್ನುವ ಹಳ್ಳಿಯ ಹತ್ತಿರ ಬಸ್ ನದಿಗೆ ಬಿದ್ದು ನಾಲ್ಕು ಜನ ಜಲಸಮಾಧಿಯಾಗಿದ್ದಾರೆ ಎನ್ನುವ ವಾರ್ತೆಯ ಲಿಂಕ್ ಅದು. ಅದರ ಕೆಳಗೆ 'ಎಟ್ ಮೈ ನೇಟೀವ್ ಪ್ಲೇಸ್. ರಿಪ್' ಎಂದು ಹಾಕಿದ್ದ ಅರುಲ್ ಸೆಲ್ವಂ. ಹೀಗೇ ನೋಡುತ್ತಿದ್ದ ನಿರಂಜನನಿಗೆ, ಈ ಊರಿನ ಹೆಸರನ್ನು ಎಲ್ಲೋ ಕೇಳಿದ ನೆನಪಾಯಿತು. ಸದ್ಯದಲ್ಲೇ ಯಾರೋ ಎಲ್ಲೋ ಇದರ ಬಗ್ಗೆ ಹೇಳಿದ್ದರಲ್ಲ. ಸುಮಾರು ನೆನಪಿಸಿಕೊಳ್ಳಲು ಪ್ರಯತ್ನಿಸಿದ ಮೇಲೆ ಅದು ಶಣ್ಮುಗರತ್ನಮ್ ಪ್ರಸ್ತಾಪಿಸಿದ ಊರಿರಬಹುದೇ ಅನ್ನಿಸಲು ಶುರುವಾಯಿತು. ಆತ ಊರ ಹೆಸರನ್ನು ಬಾಯ್ಬಿಟ್ಟು ಹೇಳಿದ್ದನಾದರೂ, ಇವನು ಲಕ್ಷ್ಯವಹಿಸಿರಲಿಲ್ಲ. ಆದರೆ ಇಂಥದ್ದೇ ಏನೋ ಒಂದು ಹೆಸರು ಹೇಳಿದ್ದ ಅನ್ನಿಸಿತು.

ಲಿಂಕ್ ತೆರೆದು ಓದಿದರೆ ಅಲ್ಲಿ ಹೆಚ್ಚಿನ ವಿವರಗಳೇನೂ ಇರಲಿಲ್ಲ. ಸಣ್ಣ ಸುದ್ದಿಯದು. ನಿರಂಜನನ ಯೋಚನೆಗಳೆಲ್ಲ ಆ ಊರಿನ ಸುತ್ತ ಗಿರಕಿ ಹೊಡೆಯತೊಡಗಿತು–

ಶಣ್ಮುಗರತ್ನಮ್‌ನಿಗೆ ಬೇಕಾದ ಊರೇ ಅದಾಗಿದ್ದರೆ, ಅರುಲ್‌ಸೆಲ್ವಂನ ಮೂಲಕ ನಾನು ಆ ಊರಿನ ಸಂಪರ್ಕ ಸಾಧಿಸಿದರೆ, ಕಣ್ಣದಾಸನ್‌ನೊಂದಿಗಿನ ಸಂಬಂಧ ಗಟ್ಟಿಮಾಡಿಕೊಳ್ಳಲು ಒಳ್ಳೆಯ ಅವಕಾಶ. ಗೆಳೆಯನಿಗೆ ಮಾಡಿದ ಸಹಾಯದಿಂದ ಖುಷಿಯಾಗೇ ಆಗುತ್ತಾನೆ. ನಂತರ ಆ ಊರಲ್ಲಿ ಶಣ್ಮುಗರತ್ನಮ್‌ನ ಸಂಬಂಧದವರು ಸಿಗಲೀ ಬಿಡಲಿ. ಅವನೂರಿನ ವ್ಯಕ್ತಿಯೊಬ್ಬನನ್ನು ಹುಡುಕಿಕೊಟ್ಟಂತಾದರೂ ಆಯಿತಲ್ಲ. ಅದೂ ಇಪ್ಪತ್ನಾಲ್ಕು ಗಂಟೆಗಳಲ್ಲಿ. ಸಾಧ್ಯವಾದರೆ ಅರುಲ್‌ನನ್ನು ಹೇಗಾದರೂ ಕೋರಿಕೊಂಡು ಶಣ್ಮುಗರತ್ನಮ್‌ನ ಮೂಲವನ್ನು ಹುಡುಕುವ ಪ್ರಯತ್ನವನ್ನೂ ನಾನೇ ಮಾಡಿಸಬಹುದು.

ಶಣ್ಮುಗರತ್ನಮ್‌ನ ಜೊತೆಯಲ್ಲೇ ಸಬರಿಯೂ ನೆನಪಾದಳು ಅವನಿಗೆ. ಎದುರು ನಿಂತು ಕ್ಷಮೆ ಕೇಳುವ ಸಮಯದಲ್ಲಿ, ಎಳೆದು ಕುಗ್ಗಿಸಿಕೊಂಡಿದ್ದರಿಂದ ತನ್ನ ಸಹಜ ಗಾತ್ರಕ್ಕಿಂತಲೂ ಹೌದೋ ಅಲ್ಲವೋ ಅನ್ನುವಷ್ಟು ಸಣ್ಣದಾಗಿದ್ದ ಆಕೆಯ ಮೂಗು ಕಣ್ಣೆದುರಿಗೆ ಬಂತು. ಆ ಮೂಗಿನಿಂದಲೇ ಆಕೆಯ ಮುಖದ ಮಾದಕತೆ ಹೆಚ್ಚಿದೆ ಎಂಬುದನ್ನು ಆ ಗಳಿಗೆಯಲ್ಲೇ ಗುರುತು ಮಾಡಿದ್ದ ಆತ. ಹೀಗೇ, ಯಾರಾದರೂ ಅವಮಾನ ಅಸಹಾಯಕತೆಯಂಥ ಸಂದಿಗ್ಧ ಗಳಿಗೆಯಲ್ಲಿ ವ್ಯಕ್ತಪಡಿಸುವ ಮುಖದ ಭಾವನೆಯನ್ನು ಗಮನಿಸುವುದು ನಿರಂಜನನಿಗೆ ಯಾವತ್ತೂ ಮಜ ನೀಡುವ ಸಂಗತಿ. ಆ ಮುಖ ಸುಂದರ ಹೆಣ್ಣಿನದಾಗಿದ್ದರಂತೂ ಮನಕ್ಕೆ ಮುದ ದುಪ್ಪಟ್ಟು. ಇದಕ್ಕಾಗಿಯೇ ಆತ ಘಟನೆಗಳನ್ನು ಸೃಷ್ಟಿಸಿಕೊಂಡದ್ದೂ ಇದೆ. ವಿಮಾನ ಪ್ರಯಾಣದಲ್ಲೊಮ್ಮೆ– ಈತ ತನ್ನ ಮೂಗಿನಲ್ಲಿಯ ಮೇಣವನ್ನು ತೆಗೆದು ಎರಡು ಬೆರಳುಗಳ ನಡುವೆ ಉಜ್ಜಿ ಉಜ್ಜಿ ಯಾಲಕ್ಕಿ ಮಾಡುತ್ತಿರುವುದನ್ನು ಗಗನಸಖಿ ಅಚಾನಕ್ಕಾಗಿ ನೋಡಿ ಬಿಟ್ಟಿದ್ದಳು. ಇನ್ನೊಮ್ಮೆ ಆಕೆ ತನ್ನತ್ತ ನೋಡುವ ಸಂದರ್ಭವನ್ನೇ ಕಾದು, ಮೂಗಿನಿಂದ ತೆಗೆದದ್ದನ್ನು ವಿಮಾನದ ಸೀಟಿಗೆ ಬಡಿದಿದ್ದ ಈತ. ಯಾರನ್ನೋ ಕರೆಯುವ ನೆವಮಾಡಿ ತಕ್ಷಣ ಕತ್ತು ತಿರುವಿದ್ದಳು ಗಗನಸಖಿ. ಮುಖ ಪೂರ್ತಿ ಕಾಣದಿದ್ದರೂ ಆ ಕ್ಷಣದ ಆಕೆಯ ಪ್ರತಿಕ್ರಿಯೆಯೇ ಒಂಥರಾ ಸುಖ ನೀಡಿತ್ತು ಇವನಿಗೆ.

ಸಬರಿ ನೆನಪಾಗುತ್ತಲೇ ಶಣ್ಮುಗರತ್ನಮ್‌ನ ಊರನ್ನು ಹುಡುಕಿಕೊಡುವ ಬಯಕೆ ಮತ್ತೂ ಹೆಚ್ಚಾಗತೊಡಗಿತು ನಿರಂಜನನಿಗೆ.

ಶಣ್ಮುಗರತ್ನಮ್ ತನ್ನ ವಿಸಿಟಿಂಗ್ ಕಾರ್ಡಿನ ಹಿಂದೆ ಊರಿನ ಹೆಸರು ಬರೆದು

ಕೊಟ್ಟಿದ್ದನಲ್ಲ; ಅದನ್ನು ಓದುವ ಗೊಡವೆಗೂ ಹೋಗಿರಲಿಲ್ಲ ಈತ. ಒಮ್ಮೆ ಹೀಗೇ ಕಣ್ಣಾಡಿಯಿಸಿದ್ದ ಅಷ್ಟೇ. ಪ್ರಯಾಸ ಪಟ್ಟು ಅದು ಏನಾಗಿತ್ತೆಂದು ಜ್ಞಾಪಿಸಿಕೊಂಡರೆ, 'ವಿ' ಯಿಂದ ಶುರುವಾದ ಹೆಸರಂತೂ ಹೌದು ಅನ್ನುವುದು ಕಣ್ಣ ಮುಂದೆ ಬರುತ್ತಿತ್ತು. ಅಲ್ಲೂ ಎರಡು ಶಬ್ದಗಳೇ ಇದ್ದವು. ಎರಡನೇ ಶಬ್ದದ ಮೊದಲ ಅಕ್ಷರ 'ಪಿ' ಆಗಿತ್ತೇ? ಹೌದೆನಿಸುತ್ತದೆ. ಅಂದಹಾಗೇ, ಆ ವಿಸಿಟಿಂಗ್ ಕಾರ್ಡು ಎಲ್ಲಿಟ್ಟೆ ತಾನು ಎಂಬುದನ್ನು ನೆನೆಸಿಕೊಂಡ. ಬ್ಯಾಗಿನ ಬದಿಯ ಕಿಸೆಯಲ್ಲೇ ಇದೆಯೋ ಎನ್ನುವ ಅಂದಾಜಿನಲ್ಲಿ ನೋಡಿದರೆ, ಅಲ್ಲೇ ಇತ್ತು ಅದು. ಓಹ್ ಮೈ ಗಾಡ್. ಏನೇನೆಲ್ಲಾ ಹೇಗೇಗೆ ಉಪಯೋಗಕ್ಕೆ ಬರುತ್ತವೆ ಅಂತ ಹೇಳಲೇ ಆಗುವುದಿಲ್ಲ!

ಮೊದಲೇ ನಾನಾರೀತಿಯಲ್ಲಿ ಮಡಚಿದ್ದ ಕಾರ್ಡು. ಅದರ ಮೇಲೇ ನೀರಿನ ಬಾಟಲಿಯನ್ನೂ ಇಟ್ಟಿದ್ದನಾದ್ದರಿಂದ ಒದ್ದೆಯೂ ಆಗಿತ್ತು. ಬಿಡಿಸಿ ನೋಡಿದರೆ ಇಂಕ್ ಪೆನ್ನಿನಲ್ಲಿದ್ದ ಆ ಬರಹ, ಶಾಯಿ ಹರಡಿ ಒಂದಕ್ಕೊಂದು ಕೂಡಿ ಓದಲಾಗದಂತಿತ್ತು. ಸಾಕಷ್ಟು ಪ್ರಯತ್ನ ಮಾಡಿ ಎರಡನೇ ಶಬ್ದದ ಮೊದಲ ಅಕ್ಷರ 'ಪಿ' ಎಂಬುದನ್ನು ಖಾತ್ರಿ ಮಾಡಿಕೊಂಡ. ಇನ್ನೊಂದೆರಡು ಅಕ್ಷರಗಳನ್ನು ಊಹಿಸಿದರೆ ಅರುಲ್ ಸೆಲ್ವಂ ಹೇಳಿದ ಊರಿನ ಹೆಸರಿಗೆ ಹೋಲಿಕೆಯಾಗುವ ಸಾಧ್ಯತೆಗಳು ಕಂಡುಬಂತು.

ತಮಿಳು ಹೆಸರಿನ ಉಚ್ಚಾರಕ್ಕೂ ಅವರು ಬರೆಯುವ ಸ್ಪೆಲ್ಲಿಂಗುಗಳಿಗೂ ಸಂಬಂಧವೇ ಇರುವುದಿಲ್ಲ. ಇದನ್ನು ಆತ ಬಹಳ ಕಡೆ ನೋಡಿದ್ದಾನೆ. ಕಣ್ಣದಾಸನ್ ಸ್ಪೆಲ್ಲಿಂಗೇ ವೆಬ್‌ಸೈಟಿನಲ್ಲಿ Kannadhassun ಎಂಬುದಾಗಿ ಇತ್ತು. ಆತನೇ ಹೇಳದಿದ್ದಿದ್ದರೆ ಇದನ್ನು ಹೇಗೆ ಉಚ್ಚರಿಸುವುದು ಎಂಬುದು ಗೊತ್ತಾಗುತ್ತಿರಲಿಲ್ಲ. ಹಾಗೇ, 'ಸದಪ್ಪನ್' ಎನ್ನುವ ಹೆಸರಿಗೆ Shatappan ಎಂಬ ಸ್ಪೆಲ್ಲಿಂಗ್ ಇಟ್ಟುಕೊಂಡು ಓಡಾಡುವ ತಮಿಳನೊಬ್ಬ ಇವನ ಆಫೀಸಿನಲ್ಲೇ ಇದ್ದಾನೆ. ಹೀಗೆಲ್ಲ ಇರುವಾಗ; ಶಾಯಿ ಹರಡಿ ರಾಡಿಯಾದ, ಅದರಲ್ಲೂ ಮೋಡಿ ಅಕ್ಷರದಲ್ಲಿರುವ ಬರಹವನ್ನು ಓದಿ ಅದೇನೆಂದು ಕಂಡುಹಿಡಿಯುವುದಾದರೂ ಹೇಗೆ? ಕಾರ್ಡಿನ ಮುಂಭಾಗದಲ್ಲಿರುವ ಶಣ್ಮುಗರತ್ನಮ್‌ನ ಫೋನ್ ನಂಬರುಗಳಲ್ಲಿಯ ಎರಡ್ಮೂರು ಅಂಕೆಗಳು ಕೂಡಾ ಇದೇ ಕಾರಣಕ್ಕೆ ಗುರುತಿಸದಂತಾಗಿದ್ದವು. ಸಾಕಷ್ಟು ಪರಿಶ್ರಮದ ನಂತರವೂ ಊರ ಹೆಸರನ್ನಾಗಲೀ, ದೂರವಾಣಿ ಸಂಖ್ಯೆಯನ್ನಾಗಲೀ ಕಂಡುಕೊಳ್ಳಲಾಗದೇ, ಕೊನೆಯ ಆಯ್ಕೆ ಎಂಬಂತೆ ಕಣ್ಣದಾಸನ್‌ನಿಗೆ ಫೋನ್ ಮಾಡಿದ. ಸ್ವಿಚ್ ಆಫ್ ಬಂತು. 'ಶಣ್ಮುಗರತ್ನಮ್ ಹುಡುಕಾಟದಲ್ಲಿರುವ ಊರಿನ ಹೆಸರು ತಿಳಿಸು' ಎಂದು ವಾಟ್ಸಾಪಿನಲ್ಲಿ ಮೆಸೇಜ್ ಕಳಿಸಿದ. ಮೆಸೇಜು ಸಿಂಗಲ್ ಟಿಕ್ಕಿನಲ್ಲೇ ನಿಂತಿತು.

ಇತ್ತ ಅರುಲ್ ಸೆಲ್ವಂ ಕಳಿಸಿದ್ದ ಸಂದೇಶಕ್ಕೆ ನಾಲ್ಕಾರು 'ರಿಪ್'ಗಳು ಬಂದಿದ್ದವು. ಈ ಅರುಲ್‌ನ ನೆನಪು ಅಷ್ಟೇನೂ ಇಲ್ಲ ನಿರಂಜನನಿಗೆ. ಡಿಪ್ಲೋಮಾ ದಿನಗಳಲ್ಲಿಯೂ ಆತ ಇವನ ಗುಂಪಿನವನಾಗಿರಲಿಲ್ಲ. ಕಾಲೇಜಿನ ನಂತರ ಆತ ಸಿಕ್ಕಿದ್ದು ವಾಟ್ಸಾಪ್ ಗ್ರುಪ್ಪಿನಲ್ಲಿಯೇ, ಅದೂ ಎರಡು ವರ್ಷಗಳಿಂದೀಚೆ. ಆತ ತಮಿಳುನಾಡಿನವನು, ಅವನ ತಂದೆ ರೇಲ್ವೇಯಲ್ಲಿ ಕೆಲಸ ಮಾಡುತ್ತಿದ್ದರು ಅನ್ನುವಷ್ಟನ್ನು ಬಿಟ್ಟರೆ, ಆಗಲೂ ಅವನ ಹಿನ್ನೆಲೆಯ ಬಗ್ಗೆ ಹೆಚ್ಚಿನದೇನೂ ಗೊತ್ತಿರಲಿಲ್ಲ.

ಆತನ ನಂಬರ್ ಸೇವ್ ಮಾಡಿಕೊಂಡು, ಪ್ರೊಫೈಲ್ ಚಿತ್ರ ನೋಡಿದ. ಸಾಕಷ್ಟು ದಪ್ಪವಾಗಿದ್ದ, ತಲೆಯ ಮಧ್ಯ ಬೋಳಾಗಿತ್ತು. ಎದುರಿಗೆ ಸಿಕ್ಕರೆ ಇವನು ಇವನೇ ಎಂದು ಕಂಡು ಹಿಡಿಯಲು ಸಾಧ್ಯವಿರದಷ್ಟು ಬದಲಾಗಿದ್ದ. ಪ್ರತ್ಯೇಕವಾಗಿ ಅವನಿಗೊಂದು 'ಹಾಯ್' ಮೆಸೇಜ್ ಕಳಿಸಿದ. ತಾನಾರೆಂದು ಪರಿಚಯ ಮಾಡಿಕೊಟ್ಟ, ಅಲ್ಲಿಂದ ತಕ್ಷಣ 'ಹಾಯ್ ಹೇಗಿದ್ದೀಯಾ' ಎನ್ನುವ ಉತ್ತರ ಬಂತು. ನಂತರ ಒಂದರ ಹಿಂದೆ ಒಂದರಂತೆ ಮೆಸೇಜುಗಳ ಬಟವಾಣೆಯಾಯಿತು. ಅರುಲ್ ಖಾಸಗಿ ಕಂಪನಿಯೊಂದರಲ್ಲಿ ಕೆಲಸಮಾಡುತ್ತಿದ್ದಾನೆ. ಮದುವೆಯಾಗಿದೆ. ಎರಡು ಮಕ್ಕಳು. ಬೆಂಗಳೂರಲ್ಲೇ ಇದ್ದಾನೆ. ನಿರಂಜನನೂ ತನ್ನ ಬಗ್ಗೆ ತಿಳಿಸಿ, ಸದ್ಯ ಮಲೇಷಿಯಾಕ್ಕೆ ಆಫೀಸು ಕೆಲಸದ ಮೇಲೆ ಬಂದಿರುವುದಾಗಿ ಹೇಳಿದ. ಹಾಗೇ ಅರುಲ್‌ನ ಊರಲ್ಲಾದ ಅಪಘಾತದ ಬಗ್ಗೆ ಪ್ರಸ್ತಾಪಿಸಿದ. 'ಇಲ್ಲಿ ಮಲೇಷಿಯಾದ ನನ್ನ ಗೆಳೆಯನೊಬ್ಬ ತಮಿಳುನಾಡಿನ ಒಂದು ಹಳ್ಳಿಯ ತಲಾಷಿನಲ್ಲಿದ್ದು ಅದರ ಹೆಸರು ನಿನ್ನ ನೇಟೀವ್ ಪ್ಲೇಸಿನಂತೆಯೇ ಇದೆ. ಅವನ ಊರಾವುದೆಂಬುದನ್ನು ನಿರ್ದಿಷ್ಟವಾಗಿ ಇನ್ನು ತುಸು ಹೊತ್ತಿನಲ್ಲೇ ತಿಳಿಸುತ್ತೇನೆ. ಒಂದು ವೇಳೆ ನಿನ್ನದೇ ಊರಾಗಿದ್ದರೆ, ಅಲ್ಲಿಯ ಯಾರನ್ನಾದರೂ ಸಂಪರ್ಕಿಸಿ ನನ್ನ ಗೆಳೆಯನಿಗೊಂದು ಲೀಡ್ ಕೊಡಿಸಲು ಸಾಧ್ಯವೇ?' ಎಂದು ಕೇಳಿದ.

ಅರುಲ್ ಸೆಲ್ವಂ, 'ತಾನು ಆಗಾಗ ಊರಿಗೆ ಹೋಗುತ್ತಿರುತ್ತೇನೆ, ಈ ಕುರಿತು ಖಂಡಿತ ಪ್ರಯತ್ನಿಸುತ್ತೇನೆ, ಯಾವುದಕ್ಕೂ ಊರಿನ ಹೆಸರು ಖಾತ್ರಿ ಪಡಿಸು' ಎಂಬುದಾಗಿ ಉತ್ತರಿಸಿದ.

ಕಾರು ಆಗಲೇ ಮೇನ್ ರೋಡಿಗೆ ಬಂದು, ತಿರುವು ಮುರುವು ರಸ್ತೆಗಳಲ್ಲಿ ಬೆಟ್ಟ ಏರುತ್ತಲಿತ್ತು ಮೊಬೈಲನ್ನು ಕಿಸೆಯಲ್ಲಿ ಹಾಕಿಕೊಂಡು ಸುಮ್ಮನೆ ಹೊರನೋಡುತ್ತ ಕುಳಿತ ನಿರಂಜನನನ್ನು ಕನ್ನಡಿಯಲ್ಲೇ ಗಮನಿಸಿದ ದುರೈ.

"ಏನೋ ಮಾಡುತ್ತಿದ್ದಿರಿ. ಆಯಿತಾ?"

"ಹೂಂ ಹೀಗೇ ಏನೋ ನೋಡ್ತಾ ಇದ್ದೆ. ನಿನ್ನ ಗೆಳೆಯ ಮಹಾಶಯ ಹೋದ ಮೇಲೆ ತಲೆ ಒಂಥರಾ ತಣ್ಣಗಾಗಿತ್ತು."

"ಓ ಅವನ ವಿಷಯಾನೇ ಹೇಳಲು ಕಾಯ್ತಿದ್ದೆ. ಅವ ಜೋಮೋ ಭುಪಾಲನ್ ಅಂತಾ ಸಾರ್. ನಮ್ಮ ಏರಿಯಾದವನೇ. ಫೇಮಸ್ ಮನುಷ್ಯ. ಮೊದಲು ಯಾವುದೋ ದೊಡ್ಡ ನೌಕರಿಯಲ್ಲಿದ್ದವನು ಅದನ್ನು ಬಿಟ್ಟು ಈಗ ಸಮಾಜ ಸೇವೆ, ಪೇಪರು ಲೇಖನ ಅಂತಾ ಓಡಾಡ್ಕೊಂಡಿದಾನೆ. ಮದುವೆ ಆಗಿಲ್ಲ ಪಾರ್ಟಿ. ಮಲೇಷಿಯನ್ ಇಂಡಿಯನ್ಸ್ ಸಲುವಾಗಿ ಸಾಕಷ್ಟು ಕೆಲಸ ಮಾಡ್ತಾನೆ, ಇಲ್ಲ ಅನ್ನೊಲ್ಲ. ಆದ್ರೆ ಒಂಥರಾ ತಿಕ್ಕಲು. ಅವನು ಹೇಳೋ ಮಾತೆಲ್ಲ ಒಪ್ಪಾಕಾಗೊಲ್ಲ ಸರ್. ಸರಿ, ಸಿನೆಮಾ ನೋಡೋದನ್ನು ಬಿಟ್ಟುಬಿಡ್ತೀವಿ. ದೇವಸ್ಥಾನಕ್ಕೆ ಬದಲು ಶಾಲೆಗಳಿಗೇ ಡೊನೇಟ್ ಮಾಡ್ತೀವಿ. ಆಗೇನಾಗುತ್ತೆ? ನಮಗೆಲ್ಲಾ ನೌಕರಿ ಸಿಕ್ಕಿಬಿಡುತ್ತಾ? ತಮಿಳು ಜನರೆಲ್ಲಾ ದೊಡ್ಡ ಬಿಸಿನೆಸ್‌ಮನ್‌ಗಳಾಗಿಬಿಡ್ತಾರಾ? ಅವನ ಹತ್ರ ಜಾಸ್ತಿ ವಾದ ಮಾಡಾಕ್ಕಾಗೊಲ್ಲ. ಅದಕ್ಕೇ ಸುಮ್ನಿದ್ದೆ ನಾನು.

ತೈಪೂಸಂ ಬಗ್ಗೆ ಹೇಳ್ತಿದ್ನಲ್ಲ; ಅಲ್ಲಿ ಲಕ್ಷಾಂತರ ಜನ ಸೇರ್ತಾರೆ. ಮಚ್ಚಾಗಳ ಹಾರಾಟ ಜೋರಾಗಿರುತ್ತೆ ಅನ್ನೋದು ಸುಳ್ಳಲ್ಲ. ಆದರೆ ಎಲ್ಲೋ ಕೆಲವರು ಮಾಡ್ತಾರೆ ಅಂತ ಇಡೀ ಇಂಡಿಯನ್ ಕಮ್ಯೂನಿಟೀನೇ ಹಾಗೆ ನೋಡೋದಾ? ಅವ ಹೇಳಿದನಲ್ಲ; ಮಲಯ್‌ಸು ಸೋಮಾರಿಗಳು, ಚೈನಿಸು ದುರಾಸೆಯವರು, ಇಂಡಿಯನ್ನು ವಂಚಕರು ಅನ್ನೋ ಮಾತಿದೆ ಇಲ್ಲಿ ಅಂತಾ. ಒಂದಿಷ್ಟು ಜನ ಇರಬಹುದು, ಇಲ್ಲಾ ಅನ್ನೊಲ್ಲ. ಆದ್ರೆ ಎಲ್ಲಾ ಇಂಡಿಯನ್ಸನ್ನೂ ಸಾರಾಸಗಟಾಗಿ ವಂಚಕರು ಅಂದು ಬಿಟ್ರೆ? ಒಪ್ಕೊಳೋಕಾಗುತ್ತಾ?

ಅವನನ್ನು ಕಾರಲ್ಲಿ ಕೂರಿಸಿ ತರಲು ಇಷ್ಟಾನೇ ಇರಲಿಲ್ಲ ನನಗೆ. ನೋಡಿ ಎಷ್ಟು ತಲೆ ಕೊರೆದ ನಿಮ್ಮದು. ಡ್ರಾಪ್ ಕೇಳಿದಾಗ ನೀವು ಬೇಡ ಅನ್ನಬೇಕಿತ್ತು ಸಾರ್. ಅವನಿಗೆ ಹೀಗೇ ಕಂಡಕಂಡವರ ಹತ್ತಿರ ಉಪಕಾರ ತೆಗೆದುಕೊಳ್ಳುವ ಚಟ. ಅದನ್ನು ಕೂಡಾ ಒಂಥರಾ ಕೊಬ್ಬಿನಿಂದಲೇ ತಗೋತಾನೇ. ನಾನು ನಿನ್ನ ಕಾರಲ್ಲಿ ಬರುತ್ತಿರೋದೇ ನಿನ್ನ ಪುಣ್ಯ ಅನ್ನೋ ಥರ.

ದೇವಸ್ಥಾನದಲ್ಲಿ ಸಾರಾಯಿ ಇತ್ತು ಅಂದನಲ್ಲ; ಅದು ಪಚ್ಚಾಯಿ ಅಮ್ಮನ್ ದೇವಸ್ಥಾನ ಸಾರ್. ಆ ದೇವಿಗೆ ಸಾರಾಯಿಯೇ ನೈವೇದ್ಯ. ಅದರಿಂದಲೇ ಅವಳಿಗೆ ಅಭಿಷೇಕ ಮಾಡೋದು. ಅವಳ ಹಬ್ಬದ ದಿನ ಎಲ್ಲಾ ಭಕ್ತರೂ ಕುಡಿದೇ ಕುಡೀತಾರೆ ಕಂಪಲ್ಸರಿ. ಅದೇ ಪ್ರಸಾದ. ಅದು ಅಲ್ಲಿ ಸಿಸ್ಟಮ್ಮು. ಹಾಗಂತ ದೇವಸ್ಥಾನಾನೇ ನೆಲಸಮ ಮಾಡಿಬಿಡೋದಾ? ಅದೇ ನೆವದಲ್ಲಿ ಪೋಲೀಸರು, ಅಧಿಕಾರಿಗಳು ಬೂಟುಗಾಲಿನಲ್ಲಿ ದೇವಸ್ಥಾನದ ಅಂಗಳದಲ್ಲೆಲ್ಲಾ ಓಡಾಡಿದರೆ ಮೈ ಉರಿಯೋಲ್ವಾ

ನಮಗೆ? ಸರಕಾರದವರು ಅನಧಿಕೃತ ಕಟ್ಟಡವನ್ನೆಲ್ಲಾ ತೆರವು ಮಾಡಬೇಕು ಅನ್ನೋ ಕಾನೂನು ಮಾಡಿದಾರೆ ಅಂದನಲ್ಲ; ಕಾನೂನಿನ ಹಿಂದಿನ ಉದ್ದೇಶ ಏನು ಅನ್ನೋದನ್ನ ನೋಡಬೇಕಲ್ವಾ ನಾವು? ಉದ್ದೇಶಾನೇ ದುರುದ್ದೇಶ ಆಗಿರಬಾರ್ದು ಅಲ್ವಾ?

ಅದೆಲ್ಲಾ ಹೋಗ್ಲಿ, ಇನ್ನೊಂದು ದೇವಸ್ಥಾನ ಹೇಳಿದ್ನಲ್ಲಾ ಸಾರ್. 147 ವರ್ಷ ಹಳೇದು. ಅದನ್ನ ಒಡೆಯಲಾಯಿತಲ್ಲ, ಯಾರು ಒಡೆದದ್ದು ಯಾಕೆ ಒಡೆದದ್ದು ಎನ್ನುವ ಕಥೆಗಳನ್ನೆಲ್ಲ ಬದಿಗಿಡಿ ಸರ್. ಅದರ ವಿಡಿಯೋ ನೋಡಿದ ಎರಡು ದಿನ ಊಟ ಮಾಡಲಿಲ್ಲ ನಾನು. ಅದೆಷ್ಟು ಹಿಂಸೆಯಾಯಿತೆಂದರೆ, ರಪರಪರಪನೆ ನಾನೇ ಕಪಾಳಕ್ಕೆ ಹೊಡೆದುಕೊಂಡೆ..."

ದುರ್ಗೈ ಮಾತು ಶುರುಮಾಡುತ್ತಿರುವಂತೆ ಮೊಬೈಲ್ ತೆಗೆದು ಬೆರಳಾಡಿಸುತ್ತಾ ಕುಳಿತಿದ್ದ ನಿರಂಜನ. 'ರಪರಪರಪ' ಎನ್ನುವಾಗಿನ ದುರ್ಗೈನ ಮುಖಭಂಗಿ ನೋಡಿ ಇವನೆಲ್ಲಿ ಇಲ್ಲಿಯೇ ಕೆನ್ನೆಗೆ ಹೊಡೆದುಕೊಳ್ಳುತ್ತಾನೇನೋ ಎಂದೆನಿಸಿ,

"ಲೋ, ಮಾರಾಯಾ. ಆ ಜಾಮೂನೋ ಜೋಮೋನೋ... ಅವನ ಮಾತನ್ನೇ ಕೇಳಿ ಕೇಳಿ ತಲೆ ಚಿಟ್ಟು ಹಿಡಿದೋಗಿದೆ. ಮತ್ತೆ ನೀನು ಹೊಸದಾಗಿ ಕತೆ ಶುರು ಮಾಡ್ಬೇಡ. ಕೈಮುಗೀತೀನಿ" ಅಂದ. ಅತೀವ ಅಸಹನೆಯಿತ್ತು ಅವನ ದನಿಯಲ್ಲಿ.

"ಸಾರಿ ಸರ್..." ಕ್ಷೀಣವಾಗಿ ಹೇಳಿ, ದುರ್ಗೈ ಒಮ್ಮೆಲೇ ಸುಮ್ಮನಾಗಿಬಿಟ್ಟ.

ನಿರಂಜನನೇ ಮುಂದುವರಿದು "ಬೈದವೇ, ಅದ್ಯಾವ ದೇವಿ ನಿಮ್ದು? ಇಲ್ಲೇ ಎಲ್ಲಾರೂ ಹತ್ರದಲ್ಲಿ ಗುಡಿ ಇದ್ರೆ ನನ್ನನ್ನೂ ಕರಕೊಂಡು ಹೋಗು ಮಾರಾಯಾ. ನಾನೂ ಪ್ರಸಾದ ತಗೊಂಡು ಪುಣ್ಯ ಕಟ್ಕೋತೀನಿ" ಎನ್ನುತ್ತ ಜೋರಾಗಿ ನಕ್ಕ.

ಕಾರು ಗುಡ್ಡದ ಮೇಲೇರುತ್ತಿರುವಂತೆ ಮೋಡಗಳೂ ಅದೇ ಮಟ್ಟದಲ್ಲಿದ್ದುದರಿಂದ ದಾರಿಯಲ್ಲಿ ಮಂಜು ಬಿದ್ದಂತೆ ಭಾಸವಾಗುತ್ತಿತ್ತು. ಬೆಟ್ಟ ಏರುವ ಮೊದಲು ಕಾರಿನ ಏಸಿ ದುರ್ಗೈ ನಿಲ್ಲಿಸಿದ್ದನಾದ್ದರಿಂದ, ಗಾಜಿನ ಮೇಲೆ ಇಬ್ಬನಿ ಕುಳಿತು ರಸ್ತೆ ಮಬ್ಬಾಗತೊಡಗಿತು.

"ಸಾರ್, ಡಿಫ್ರಾಸ್ಟ್ ಮಾಡಬೇಕು. ಏಸಿ ಹಾಕಲೋ, ಕಿಟಕಿ ತೆಗೆಯಲೋ" ಎಂದು ಕೇಳುತ್ತ ಮೌನ ಮುರಿದ ದುರ್ಗೈ. ತುಸು ಗಡುಸಾಗಿಯೇ ಇತ್ತು ಆತ ಪ್ರಶ್ನೆ ಕೇಳಿದ ರೀತಿ.

25

ಕೆಲ ಸಿನಿಮಾಗಳಲ್ಲಿ ನೋಡಿದ್ದು, ಅಲ್ಲಲ್ಲಿ ಕೇಳಿದ್ದು ಬಿಟ್ಟರೆ ಕೆಸಿನೋ ಮೊದಲ ಅನುಭವ ನಿರಂಜನನಿಗೆ. ತಾನು ಒಳಗೆ ಬರುವುದಿಲ್ಲ ಎಂದು ಎಷ್ಟು ಹೇಳಿದರೂ ಕೇಳದೇ ದುರ್ರೈನನ್ನು ಒತ್ತಾಯ ಮಾಡಿ ಕರೆದುಕೊಂಡು ಹೋಗಿದ್ದ. ನನಗೇನೂ ಗೊತ್ತಿಲ್ಲ, ನೀನಿದ್ದರೆ ಆಟಗಳ ಬಗ್ಗೆ ಮಾಹಿತಿ ಕೊಡಬಹುದು ಎಂದಿದ್ದ. ದುರ್ರೈಗೇನೂ ಕೆಸಿನೋ ಹೊಸತಲ್ಲ. ಸಾಕಷ್ಟು ಬಾರಿ ಪ್ರವಾಸಿಗರನ್ನು ಕರೆದುಕೊಂಡು ಬಂದಿದ್ದಾನೆ. 'ಬರುತ್ತೇನೆ ಆದರೆ ಆಡುವುದಿಲ್ಲ' ಎನ್ನುವ ಕರಾರಿನ ಮೇಲೆ ಜೊತೆಯಾದ. ಪ್ರವೇಶದಲ್ಲಿ, ಕಟ್ಟುನಿಟ್ಟಿನ ಭದ್ರತಾ ತಪಾಸಣೆ ಇತ್ತು. ಫೋನು, ವಾಚು ಹೀಗೆ ಯಾವುದೇ ಎಲೆಕ್ಟ್ರಾನಿಕ್ಸ್ ಉಪಕರಣಗಳಿದ್ದರೂ ಲಾಕರಿನಲ್ಲಿ ಇಟ್ಟೇ ಒಳಹೋಗಬೇಕಿತ್ತು.

ಹೊರ ಪ್ರಪಂಚಕ್ಕೆ ಯಾವುದೇ ಸಂಬಂಧ, ಹೋಲಿಕೆಯೇ ಇಲ್ಲದ ಹೊಸದೊಂದು ಲೋಕ ಅದು. ಅತ್ಯಾಕರ್ಷಕ ಒಳಾಂಗಣ ವಿನ್ಯಾಸ, ಕೆಂಪು ಬಣ್ಣದ ಗೋಡೆಗಳು, ಮಂದ ಬೆಳಕು, ಒಂದೊಂದು ಜಾಗದಲ್ಲಿಯೂ ಆ ಪ್ರದೇಶಕ್ಕೆ ಅವಶ್ಯವಿರುವಂಥ ದೀಪಾಲಂಕಾರ. ಕೆಲವೆಡೆ ಜಗಮಗ, ಕೆಲವೆಡೆ ಶಾಂತ. ಒಳಹೊಕ್ಕುತ್ತಿರುವಂತೆಯೇ ಹಿತವಾದ ಅನುಭವ ನೀಡುವ ಪರಿಮಳ. ಅಲ್ಲಿಯೇ ರೆಸ್ಟೋರೆಂಟುಗಳು, ಪಬ್ಬು, ಸ್ನಾನಗೃಹ, ಮಲಗುವ ಕೋಣೆ, ಏಟಿಎಮ್... ಹೀಗೆ, ಯಾವ ಕಾರಣಕ್ಕೂ ಹೊರ ಹೋಗುವ ಅಗತ್ಯವೇ ಇಲ್ಲದಂಥ ಸೌಲಭ್ಯಗಳು. ಎಲ್ಲೋ ಒಂದು ಡಿಂಗ್-ಡಾಂಗ್ ಶಬ್ದ, ಇನ್ನೊಂದೆಡೆ ಸ್ಲಾಟ್ ಮೆಷಿನ್ ತಿರುಗಿದ ಸಪ್ಪಳ, ನಾಣ್ಯಗಳು ಉರುಳಿದ ಟಣ್ ಟಣ್ ಸದ್ದು, ನಡುನಡುವೆ ಜನರ ಗುಂಪೊಂದು 'ಹೇ...' ಎಂದ ಉದ್ಗಾರ. ಇಡೀ ವಾತಾವರಣ ಯಾರಲ್ಲಾದರೂ ಹೊಸ ಹುರುಪು ತರುವಂತಿತ್ತು. ಎಲ್ಲೋ ಬಾರಿಸಿದ ಗಂಟೆಯ ಸಪ್ಪಳ, ಯಾರೋ ಗೆದ್ದಿದ್ದಾರೆ ಎಂಬ ಭಾವನೆ ಕೊಡುತ್ತಿತ್ತು.

'ರೂಲೆಟ್' ಟ್ರೈ ಮಾಡಿ, ಸುಲಭದ ಆಟ ಎಂದ ದುರ್ರೈ. 'ಬುದ್ಧಿ ಉಪಯೋಗಿಸಿ ಆಡುವ ಆಟ ಯಾವುದಿದೆ ಹೇಳು' ಎಂದು ಕೇಳಿದ ನಿರಂಜನ. ತಲೆ ಉಪಯೋಗಿಸಿ ಆಡಿದರೆ ಪಕ್ಕಾ ಸೋಲೇ, ಬ್ಲೈಂಡ್ ಆಗಿ ಆಡುವ ಆಟದಲ್ಲೇ ಲಕ್ ಇದ್ರೆ ಗೆಲ್ಲಬಹುದು ಎನ್ನುವ ದುರ್ರೈನ ಸಲಹೆಯನ್ನು "ಓಹ್..ಕಮಾನ್" ಅನ್ನುತ್ತ ತಳ್ಳಿಹಾಕಿದ ಈತ; 'ನಿನಗೇನು ಗೊತ್ತು ನನ್ನ ಬಗ್ಗೆ?' ಎನ್ನುವ ಗತ್ತಿನಲ್ಲಿ.

ಇಡೀ ಕೆಸಿನೋವನ್ನು ಒಂದು ಸುತ್ತು ಹಾಕಿಸಿ, ಇದು ಬ್ಲಾಕ್‌ಜಾಕ್, ಇದು ಕ್ರಾಪ್, ಬಕಾರಟ್ ಪೋಕರ್ ಬಿಂಗೋ... ಎನ್ನುತ್ತ ವಿವಿಧ ಆಟಗಳನ್ನೂ, ನಿಯಮವನ್ನೂ ಸಂಕ್ಷಿಪ್ತವಾಗಿ ವಿವರಿಸಿದ ದುರ್ರೈ. ಕೊನೆಗೆ ರೂಲೆಟ್ಟನ್ನೇ ಆಡುವುದೆಂದಾಯಿತು. ಕೌಂಟರಿಗೆ ಹೋಗಿ ಇನ್ನೂರು ರಿಂಗಿಟ್ಟುಗಳ ಟೋಕನ್ ಕೊಂಡು ತಂದ ನಿರಂಜನ. ಆ ಟೋಕನ್‌ಗಳನ್ನು ಕೆಸಿನೋದಲ್ಲಿ 'ಚಿಪ್ಸ್' ಅನ್ನುತ್ತಾರೆ ಎಂಬುದನ್ನು ತಿಳಿಸಿಕೊಟ್ಟ ದುರ್ರೈ.

ವಿವಿಧ ಬಣ್ಣಗಳ, ವಿವಿಧ ಸಂಖ್ಯೆಗಳ ದೊಡ್ಡ ರೂಲೆಟ್ ಚಕ್ರ. ಸುತ್ತಲೂ ಹತ್ತಾರು ಜನ ನಿಂತು ಆಡುತ್ತಿದ್ದರು. ಇವರಿಬ್ಬರೂ ಹೋಗಿ ಗುಂಪನ್ನು ಸೇರಿಕೊಂಡರು. ತುಸು ಹೊತ್ತು ಇತರರು ಆಡುವುದನ್ನು ಗಮನಿಸಿದ ನಿರಂಜನ. ಚಕ್ರದ ಪಕ್ಕದಲ್ಲಿದ್ದ ಟೇಬಲ್ಲಿನ ಮೇಲೆ ಕೆಂಪು, ಕಪ್ಪು, ಹಸಿರು ಬಣ್ಣದ ಚೌಕಗಳಿದ್ದವು. ಪ್ರತಿ ಚೌಕದ ಒಳಗೂ ಒಂದೊಂದು ಸಂಖ್ಯೆ. ಆಡುವವರು, ತಮಗೆ ಬೇಕಾದ ಚೌಕದ ಮೇಲೆ 'ಚಿಪ್ಸ್'ನ್ನು ಇಡಬೇಕು. 'ಡೀಲರ್' ಎಂದು ಕರೆಯಲ್ಪಡುವ ಆಟದ ರೂವಾರಿ, ಚಕ್ರವನ್ನು ತಿರುಗಿಸಿ ಅದರಲ್ಲಿ ಬಿಳಿಯ ಬಣ್ಣದ ಸಣ್ಣ ಚೆಂಡನ್ನು ಉರುಳಿಸುತ್ತಾನೆ. ಚೆಂಡು ನೆಗೆನೆಗೆಯುತ್ತಾ ಒಂದು ನಂಬರಿನಲ್ಲಿ ಹೋಗಿ ನಿಲ್ಲುತ್ತದೆ. ಅದೇ ನಂಬರು ನೀವು ಆಯ್ದುಕೊಂಡದ್ದೇ ಆಗಿದ್ದರೆ ನೀವು ಹೂಡಿದ ಎರಡು ಪಟ್ಟು ಹಣ ನಿಮ್ಮದಾಗುತ್ತದೆ.

ನಿರಂಜನ ಮೊದಲು ಕೇವಲ ಹತ್ತು ರಿಂಗಿಟ್ಟನ್ನಷ್ಟೇ ಹೂಡಿದ. ರೂಲೆಟ್ಟಿನ ಚಕ್ರ ತಿರುಗಿತು. ಬಿಳಿ ಚೆಂಡು ಟಕ್ ಟಕ್ ಎಂದು ನೆಗೆಯುತ್ತಾ ಚಕ್ರದ ಒಳಗೆ ಉರುಳುತ್ತಿತ್ತು. ಅದರೊಂದಿಗೆ ಎದೆ ಬಡಿತವೂ ಏರುತ್ತಿತ್ತು. ಆ ಕ್ಷಣಕ್ಕೆ– ಆಂಧ್ರದ ಬಯಲಲ್ಲಿ ತೆಂಗಿನ ಕಾಯಿಗಳ ಮೇಲೆ ಪದ್ಮಾಸನ ಹಾಕಿ ಕುಳಿತು ತಿರುಗಿದ್ದ ಅಘೋರಿ ಬಾಬಾ ನೆನಪಾಗಿಬಿಟ್ಟ. ಚಕ್ರದೊಳಗಿನ ಚೆಂಡು ನಿಧಾನವಾಗಿ ಹೋಗಿ ಒಂದು ಸಂಖ್ಯೆಯಲ್ಲಿ ನಿಲ್ಲುತ್ತಿರುವಂತೆ, ತಿರುಗುತ್ತಿರುವ ಅಘೋರಿಯೂ ಗಕ್ಕನೆ ನಿಂತಂತೆನಿಸಿತು. ಈ ಸಂದರ್ಭದಲ್ಲಿ ಆ ಅಘೋರಿ ಅಯಾಚಿತವಾಗಿ ನೆನಪಾದುದು ಎಂಥಾ ಹಾಸ್ಯಾಸ್ಪದ ಎಂದು ಅವನಿಗೇ ಅನ್ನಿಸಿತು. ಆದರೂ ಚಕ್ರ ತಿರುಗುತ್ತಿರುವಂತೆ ಅಘೋರಿ ತಿರುಗಿದ ನೆನಪನ್ನು ಹತ್ತಿಕ್ಕಲು ಅವನಿಂದ ಸಾಧ್ಯವಾಗಲಿಲ್ಲ.

ಹೀಗೇ- ಬೇರೆ ಬೇರೆ ಬಣ್ಣ, ಸಂಖ್ಯೆಯ ಚೌಕದಲ್ಲಿ ಚಿಪ್ಸನ್ನಿಟ್ಟು ನಾಲ್ಕಾರು ಆಟವಾಡಿದ. ಒಂದಿಷ್ಟು ಸೋತು, ಒಂದಿಷ್ಟು ಗೆದ್ದು ಅವನ ಇನ್ನೂರು ರಿಂಗಿಟ್ಟು ಐನೂರಾಯಿತು. ದುರೈಗೂ ಆಡುವಂತೆ ಒತ್ತಾಯಿಸಿದ. 'ಆಡು ಮಾರಾಯಾ. ಮೊದಮೊದಲು ಗೆಲ್ಲುತ್ತೇವೆ, ನಂತರ ಸೋಲುತ್ತೇವೆ ಎಂಬುದು ಗೊತ್ತು. ಹುಷಾರಾಗಿ ಆಡಿ; ಗೆಲ್ಲುತ್ತಿರುವಂತೆಯೇ ನಿಲ್ಲಿಸಿಬಿಟ್ಟರಾಯ್ತು' ಅಂದ. 'ನೀನೂ ಜೊತೆಯಲ್ಲಿದ್ದರೆ ಆಡಲು ಮಜ ಬರುತ್ತೆ' ಎಂದು ಪುಸಲಾಯಿಸಿದ. ಮೊದಲು ಬೇಡವೆನ್ನುತ್ತ ಸುಮ್ಮನಿದ್ದ ದುರೈ, ತುಸು ಹೊತ್ತಿನ ನಂತರ ಹೋಗಿ ಇನ್ನೂರರ ಚಿಪ್ಸ್ ಕೊಂಡು ತಂದ. ಒಂದು ಗೆದ್ದು ಎರಡು ಸೋತು ಇನ್ನೂರನ್ನೂ ಕಳಕೊಂಡ. ಮತ್ತೆರಡು ಸುತ್ತಿನ ಆಟದ ನಂತರ, ಇಬ್ಬರ ಬಳಿಯೂ ಚಿಪ್ಸುಗಳಿರಲಿಲ್ಲ.

ಇತರರು ಆಡುತ್ತಿದ್ದುದನ್ನೂ ಗಮನಿಸುತ್ತಿದ್ದ ನಿರಂಜನನಿಗೆ, ಆಟದಲ್ಲಿ ಸಂಖ್ಯೆಗಳನ್ನು ಹೊರತುಪಡಿಸಿ ಕೇವಲ ಬಣ್ಣಗಳ ಮೇಲಷ್ಟೇ ಪಣವೊಡ್ಡುವ ಪ್ರಕಾರವೂ ಇದೆ ಎಂಬುದು ಗೊತ್ತಾಯಿತು.

"ಅದಕ್ಕೆ 'ಕಲರ್ ಬೆಟ್' ಅನ್ನುತ್ತಾರೆ. ಕೆಂಪು ಅಥವಾ ಕಪ್ಪು ಬಣ್ಣದ ಮೇಲೆ ಹಣ ಹೂಡಬೇಕು. ಅದೇ ಬಣ್ಣ ಬಂದರೆ ಗೆದ್ದಂತೆ" ಎಂಬುದಾಗಿ ತಿಳಿಸಿದ ದುರೈ. ಇದನ್ನು ಮೊದಲೇಕೆ ನನಗೆ ಹೇಳಲಿಲ್ಲ ಎಂದು ಅತೀವ ಅಸಮಾಧಾನ ತೋರಿದ ನಿರಂಜನ. ಇನ್ನೊಂದು ಸುತ್ತು ಈ ಆಟವನ್ನು ಆಡಿಯೇ ಬಿಡುವುದು ಅಂತ ನಿರ್ಧಾರವಾಯಿತು.

ಅಷ್ಟರಲ್ಲಿ ತಂಪು ಪಾನೀಯ, ಶಾಂಪೇನು, ಸಾಂಡ್ವಿಚ್ಚು ಇತ್ಯಾದಿಗಳನ್ನು ತಳ್ಳುಗಾಡಿಯಲ್ಲಿ ಇಟ್ಟುಕೊಂಡು ಟೇಬಲ್ಲಿನ ಹತ್ತಿರವೇ ಮಾರಲು ಬಂದರು. ಅವರ ಹತ್ತಿರ ಕೊಳ್ಳಲು 'ಚಿಪ್ಸ್'ಗಳೂ ಇದ್ದವು. ಇಬ್ಬರೂ ತಲಾ ನೂರು ರಿಂಗಿಟ್ ಕೊಂಡು, ಹತ್ತತ್ತನ್ನೇ ಪಣಕ್ಕೆ ಹೂಡುತ್ತ ಹುಷಾರಾಗಿ ಆಡಿದರು. ದುರೈ ಪ್ರತಿ ಬಾರಿಯೂ ಕೆಂಪು ಬಣ್ಣದ ಮೇಲಷ್ಟೇ ಬಾಜಿ ಕಟ್ಟುತ್ತಿದ್ದ. ಕಪ್ಪೇಕೆ ಬೇಡವೆಂದು ಕೇಳಿದಾಗ, ಅದು 'ಅನ್-ಲಕಿ' ಅಂದ.

ಕಿ

ನೋಡ ನೋಡುತ್ತಲೇ ಸುಮಾರು ಹತ್ತು ಸಾವಿರದಷ್ಟು ಕೈಬಿಟ್ಟು ಹೋಗುತ್ತಿರುವಂತೆ ಹುಷಾರಾದ ನಿರಂಜನ.

"ನನ್ನ ಆಟ ಮುಗಿಯಿತು. ನೀನು ಬೇಕಾದರೆ ಆಡು" ಅಂತಂದ ದುರೈಗೆ.

ದುರೈ ಪೆಚ್ಚು ಮೋರೆ ಹಾಕಿ, "ಸರ್, ಈ ಇಪ್ಪತ್ತು ರಿಂಗಿಟ್ ಮಾತ್ರ ನನ್ನ ಹತ್ತಿರ ಉಳಿದಿರೋದು. ಹೇಳಿದ್ನಲ್ಲ, ಇಂಡಿಯಾದಲ್ಲಿ ಹಾಕಲು ಕೊಡ್ತೇನೆ ಅಂತಾ. ಈಗಲೇ

ಇಟ್ಕೊಂಡ್ಬಿಡಿ" ಅನ್ನುತ್ತಾ ನೋಟನ್ನು ನಿರಂಜನನ ಕೈಯ್ಯಲ್ಲಿಡಲು ಬಂದ.

"ಅರೇ ಮಾರಾಯಾ... ಆಮೇಲೆ ಇಸಕೋತೀನಿ ಅಂದ್ನಲ್ಲಾ. ದೇವರಿಗೆ ಕಾಣಿಕೆ ಕೊಡುವ ಜಾಗವಾ ಇದು?"

ನಿರಂಜನನಿಗೆ ಅದನ್ನು ತೆಗೆದುಕೊಳ್ಳಬಾರದು ಅಂತೇನೂ ಇರಲಿಲ್ಲ. ಮಾತನಾಡಿದ ಬಾಡಿಗೆ, ಕೊಡಬಹುದಾದ ಟಿಪ್ಸು ಎಲ್ಲವನ್ನೂ ಲೆಕ್ಕ ಮಾಡಿ ಕೊನೆಯಲ್ಲಿ ತಗೊಂಡರಾಯಿತು. ಒಟ್ಟಾರೆ ಚೌಕಾಸಿಗೆ ಅನುಕೂಲವಾಗುತ್ತದೆ ಎನ್ನುವ ವಿಚಾರ ಅವನದು.

"ಹೆ..ಹ್ಞೆ..ಹ್ಞೆ... ಹಾಗಲ್ಲಾ ಸಾರ್. ಕೊನೇ ಕ್ಷಣದಲ್ಲಿ ಗಡಿಬಿಡಿಯಾಗಿ ಮರೆತುಹೋದರೆ ಅಂತಾ..."

"ಮರೆಯೊಲ್ಲಾ ಮಚ್ಚಾ. ಡೋಂಟ್ ವರಿ. ತಗೋತೀನೀ ಅಂದಿದೀನಲ್ಲ. ಜಂಜಿ... ಅದೇನದು? ಜಂಜಿ ಚಪಾತಿ... ಅಲ್ಲಲ್ಲ... ಡಪಾತಿ ಅಲ್ವಾ? ಜಂಜಿ ಡಪಾತಿ. ಈ ಶಬ್ದ ನೆನಪಿಡೋದು ಅಚ್ಚುವಲಿ ಸುಲಭ. ಚಪಾತಿ ನೆನಪಿಟ್ಟುಕೊಂಡರಾಯ್ತು" ಎನ್ನುತ್ತಾ ಜೋರಾಗಿ ನಕ್ಕ. ಹಾಗೇ, "ನೋಡು ಬೇಕಾದ್ರೆ, ಆಡೋದಿದ್ರೆ ಆಡು. ನಾನು ಹಣ ಸದ್ಯಕ್ಕೆ ಕೊಟ್ಟಿರ್ತೀನಿ. ಆಮೇಲೆ ನಿನಗೆ ಕೊಡಬೇಕಾದ ಬಾಡಿಗೆಯಲ್ಲಿ ಅಜಸ್ಟ್ ಮಾಡಿಕೊಂಡರಾಯ್ತು" ಎನ್ನುವ ಆಫರ್ ನೀಡಿದ.

ದುರ್ರೈ ಒಂದರ್ಧ ನಿಮಿಷ ಯೋಚಿಸಿ ಬೇಡವೆಂದ.

ಅಲ್ಲಿಂದ ಹೊರಡುವಾಗ– ಚಿಪ್ಸ್ ಖರೀದಿಸುವ ಕೌಂಟರಿನಲ್ಲಿ ಜನರ ಉದ್ದ ಕ್ಯೂ ಇರುವುದನ್ನು ಗಮನಿಸಿದ ನಿರಂಜನ. ಚಿಪ್ಸನ್ನು ವಾಪಸ್ ಕೊಟ್ಟು, ಗೆದ್ದ ಹಣ ಪಡೆಯುವ ಕೌಂಟರಿನಲ್ಲಿ ಯಾರೂ ಇರಲಿಲ್ಲ. ಏನೋ ಒಂಥರಾ ಸಮಾಧಾನವಾದಂತಾಯಿತು. ಆ ಸಮಯದಲ್ಲಿ ವ್ಯಕ್ತಿಯೊಬ್ಬನನ್ನು ಸ್ಟ್ರೆಚರ್‌ನಲ್ಲಿ ಇವರೆದುರಿಗೇ ಕೊಂಡೊಯ್ದರು. ಯಾವುದೇ ಸದ್ದುಗದ್ದಲ ಗಡಿಬಿಡಿಯಿಲ್ಲದೇ, ಆತಂಕಕ್ಕೆ ಎಡೆಮಾಡಿಕೊಡದೇ ಸ್ಟ್ರೆಚರ್ ಸಾಗಿಸುತ್ತಿರುವುದು ವಿಶೇಷವೆನಿಸಿತು ನಿರಂಜನನಿಗೆ.

"ಕುಸಿದು ಬಿದ್ದಿರಬೇಕು. ಇಲ್ಲೇ ಒಳಗೇ ಕ್ಲಿನಿಕ್ಕೂ ಇರುತ್ತಲ್ಲ. ತಕ್ಷಣ ಚಿಕಿತ್ಸೆ ನೀಡುತ್ತಾರೆ. ತುಂಬಾ ಸೀರಿಯಸ್ ಆಗಿದ್ದರೆ ಮಾತ್ರ ಹೊರಗಿನ ಆಸ್ಪತ್ರೆಗೆ ಸಾಗಿಸುತ್ತಾರೆ" ಅಂದ ದುರ್ರೈ. ತಕ್ಷಣ ಏನೋ ಆಲೋಚನೆ ಹೊಳೆದವನಂತೆ ಸ್ಟ್ರೆಚರ್ ಹೋದ ದಾರಿಯಲ್ಲೇ ಲಗುಬಗೆಯಿಂದ ಹೋಗಿ ಒಂದೆರಡು ನಿಮಿಷಗಳ ನಂತರ ಹಿಂದಿರುಗಿದ.

"ನೀನೆಲ್ಲಿ ಸಡನ್ನಾಗಿ ಮಾಯವಾಗಿ ಹೋದೆ ಮಾರಾಯಾ?" ಎಂದು ಕೇಳಿದ್ದಕ್ಕೆ "ರಕ್ತದ ಅವಶ್ಯಕತೆ ಏನಾದರೂ ಇದೆಯೋ ಎಂದು ವಿಚಾರಿಸಲು ಹೋಗಿದ್ದೆ" ಎಂದ.

ಈ ಕ್ಲಿನಿಕ್ಕಿನ ಪ್ರಸ್ತಾಪ ಬರುತ್ತಲೇ ನಿರಂಜನನ ತಲೆಯಲ್ಲಿ ಮತ್ತೇನೋ ಆಲೋಚನೆ ಬಂತು. ಹೇಗೂ ಆಫೀಸಿನಲ್ಲಿ ಆರೋಗ್ಯ ಸಮಸ್ಯೆಯಿಂದ ಆಸ್ಪತ್ರೆಗೆ ದಾಖಲಾಗಿದ್ದೆ ಎಂದು ಹೇಳಿರುವೆ. ಹೇಗಾದರೂ ಮಾಡಿ ಯಾವುದಾದರೂ ದವಾಖಾನೆಯಿಂದ ಸುಳ್ಳು ಬಿಲ್ ಪಡೆದುಕೊಳ್ಳಲು ಸಾಧ್ಯವಾದರೆ, ಕಂಪನಿಯಿಂದ ಹಣವನ್ನು ಮರುಪಾವತಿ ಮಾಡಿಸಿಕೊಳ್ಳಬಹುದಲ್ಲವೇ? ಹತ್ತರಿಂದ ಹದಿನೈದು ಸಾವಿರಕ್ಕಂತೂ ಮೋಸವಿಲ್ಲ ಅನ್ನಿಸಿತು. ದುರ್ರೈನನ್ನು ವಿಚಾರಿಸಿದ.

ದುರ್ರೈ ಅದೆಲ್ಲಾ ಆಗುವುದಿಲ್ಲವೆಂದೂ, ಅಂದು ಹೇಳಿದಂತೆ ಟ್ಯಾಕ್ಸಿ ಬಿಲ್ಲನ್ನು ಬೇಕಾದರೆ ಹೆಚ್ಚಿಗೆ ಹಾಕಿ ಕೊಡಬಲ್ಲೆ ಎಂಬುದಾಗಿ ತಿಳಿಸಿದ.

"ನೋಡು ಟ್ರೈ ಮಾಡು ಮಾರಾಯ. ನಿನಗೆ ದಾರಿಯಲ್ಲಿ ಯಾವುದಾದರೂ ಆಸ್ಪತ್ರೆಯಲ್ಲಿ ಗೊತ್ತಿದ್ದವರಿದ್ದರೆ, ಚೂರು ಪಾರು ಬೇಕಾದರೆ ಅಲ್ಲಿಯ ಸ್ಟಾಫಿಗೆ ಕೈಬಿಸಿ ಮಾಡುವ"

"ಇಲ್ಲಾ ಸಾರ್. ಅಂಥವರ್‍ಯಾರೂ ಗೊತ್ತಿಲ್ಲ ನನಗೆ"

"ನಿನ್ನ ಫ್ರೆಂಡ್ ಜೋಮೋನ ಕೇಳಿ ನೋಡು. ಸಾಕಷ್ಟು ವಶೀಲಿ ಇರಬೇಕಲ್ಲ ಅವನಿಗೆ" ಜಿಗುಟು ಹಿಡಿದ ನಿರಂಜನ.

ನಿರಂಜನನ ಕೋರಿಕೆಯನ್ನು ದುರ್ರೈ ಸ್ಪಷ್ಟವಾಗಿ ತಳ್ಳಿಹಾಕಿದ. ಯಾರಾದರೂ ನಿಜಕ್ಕೂ ಆಸ್ಪತ್ರೆ ಸೇರದ ಹೊರತೂ ಯಾವ ಬಿಲ್ಲೂ ಪಡೆಯಲಾಗದು ಎಂದ.

ಕೆಸಿನೋದಿಂದ ಹೊರಬಂದಾಗ ಸಣ್ಣಗೆ ಮಳೆ ಜಿನುಗುತ್ತಿತ್ತು. ಗಂಟೆ ಮೂರಾಗಿತ್ತು.

"ಅರ್ರೆ! ಮಳೆ ಬರ್ತಿದೆ ಅಂತಾ ಗೊತ್ತೇ ಆಗಿಲ್ಲ ನೋಡು" ಅಂದ ನಿರಂಜನ.

"ಒಳಗೆ ಕಿಟಕಿಗಳಿಲ್ಲ ಅಲ್ವಾ ಅದಕ್ಕೇ ಗೊತ್ತಾಗಿಲ್ಲ. ಅಂದಹಾಗೇ, ಬೆಟ್ಟದ ಮೇಲೆ ಆಗಾಗ ಮಳೆ ಹನಿಯುತ್ತಾ ಇರುತ್ತೆ. ಕೆಳಗೆ ಇರೊಲ್ಲ"

"ಮೂರು ಗಂಟೆ ಆಗೋಯ್ತು. ಮೊಬೈಲು ವಾಚು ಎಲ್ಲಾ ಕಿತ್ತಿಟ್ಕೊಂಡ್ರೆ ವೇಳೆ ಗೊತ್ತಾಗೋದಾದ್ರೂ ಹೇಗೆ? ಒಂದೇ ಒಂದು ಗಡಿಯಾರ ಇಲ್ಲ ಒಳಗೆ"

"ತೊಂದರೆಯಿಲ್ಲ ಬಿಡಿ. ಅಂಥಾ ಏನೂ ಲೇಟಾಗಿಲ್ಲ"

ಇವರು ಕಾರಿನತ್ತ ಹೊರಡುತ್ತಿರುವಾಗ– ಕೋವಿ ಹಿಡಿದಿದ್ದ ಸೆಕ್ಯೂರಿಟಿ ಗಾರ್ಡ್ ಇವರತ್ತ ಬಂದು ಜೊತೆಯಲ್ಲಿ ಬರಬೇಕೇ ಎಂಬುದಾಗಿ ಕೇಳಿದ. ದುರ್ರೈ ನಿರಾಕರಿಸಿದ.

ಹಣ ಗೆದ್ದು ಹೊರಬರುವವರಿಗೆ ಕಾರಿನ ವರೆಗೆ ಹೋಗಲು ಭದ್ರತೆ ಒದಗಿಸುವುದು ರೂಢಿ. ಅದಕ್ಕಾಗಿಯೇ ಆತ ನಮ್ಮೊಡನೆ ಬರಲೋ ಎಂದು ಕೇಳಿದ್ದು ಎಂಬುದನ್ನು ವಿವರಿಸಿದ.

"ಹೌದಾ? ಹಾಗಾದರೆ ಅವನ ಪ್ರೊಟೆಕ್ಷನ್ ತಗೋಬಹುದಿತ್ತಲ್ಲ ಮಾರಾಯ? ನಾವು ಜಾಕ್‌ಪಾಟ್ ಹೊಡೆದಿದ್ದೇವೆಂದು ತಿಳಿದು ನೋಡಿದವರು ಹೊಟ್ಟೆ ಉರಕೊಂಡು ಸಾಯಲಿ" ತಮಾಷೆಯೇನೂ ಇರಲಿಲ್ಲ ನಿರಂಜನನ ದನಿಯಲ್ಲಿ.

"ಪುಕ್ಕಟೆ ಬರೊಲ್ಲ ಅವನು. ಟಿಪ್ಸು ಕೊಡಬೇಕು. ಅಲ್ಲದೇ ನೀವು ಹೇಳಿದ ಥರಾ ಮಾಡೋರು ಬೇಕಾದಷ್ಟಿದಾರೆ ಇಲ್ಲಿ"

ಪಾರ್ಕಿಂಗ್ ಗೇಟಿನಿಂದ ಕಾರು ಹೊರಬೀಳುತ್ತಿರುವಾಗ– ಕೆದರಿದ ಕೂದಲು, ಉದ್ದ ಗಡ್ಡ, ಹರಿದ ಅಂಗಿ ಹಾಕಿ ನಿಂತಿದ್ದ ಯುರೋಪಿಯನ್ ವ್ಯಕ್ತಿಯೊಬ್ಬ ಕಾಣಿಸಿದ. 'ಆಯ್ ಆಮ್ ಫಕ್ಡ್ ಅಪ್. ಲಾಸ್ಟ್ ಎವ್ರಿಥಿಂಗ್' ಎಂದು ಹಸ್ತಾಕ್ಷರದಲ್ಲಿ ಬರೆದಿದ್ದ ರಟ್ಟಿನ ಬೋರ್ಡನ್ನು ಕುತ್ತಿಗೆಗೆ ನೇತು ಹಾಕಿಕೊಂಡಿದ್ದ. ಆತ ಅಲ್ಲಿಯ ಖಾಯಂ ನಿವಾಸಿಯೆಂದೂ ತಾನು ಅವನನ್ನು ಅನೇಕ ಬಾರಿ ನೋಡಿರುವುದಾಗಿಯೂ ತಿಳಿಸಿದ ದುರೈ.

"ನಿನ್ನದೂ ಸುಮಾರು ರಿಂಗಿಟ್ ಹೋಗಿರಬೇಕಲ್ಲ ಮಾರಾಯಾ. ಇದರ ಬದಲು ತಮಿಳು ಶಾಲೆಗೆ ಡೊನೇಟ್ ಮಾಡಬಹುದಿತ್ತು ನೋಡು" ಕುಕ್ಕಿದ ನಿರಂಜನ.

ದುರೈ ಒಮ್ಮೆಲೇ ಬ್ರೇಕ್ ಹಾಕಿ, ಕಾರನ್ನು ಜರ‍್ರನೆ ಹಿಂದಕ್ಕೆ ತೆಗೆದುಕೊಂಡು ಹೋಗಿ ಗೇಟಿನಲ್ಲಿಯ ಗಾರ್ಡನೊಡನೆ ವಾದಕ್ಕಿಳಿದ. ಮಲಯೂ ಭಾಷೆಯಲ್ಲಿ ಸಂಭಾಷಣೆ ನಡೆಯುತ್ತಿದ್ದರೂ, ಕುತ್ತಿಗೆಗೆ ಬೋರ್ಡ್ ಹಾಕಿ ನಿಂತ ಆ ವ್ಯಕ್ತಿಯನ್ನು ಅಲ್ಲಿಂದ ಯಾಕೆ ಓಡಿಸುತ್ತಿಲ್ಲ ಎಂಬುದಾಗಿ ತಗಾದೆ ತೆಗೆಯುತ್ತಿದ್ದಾನೆ ಎಂಬುದು ಅರ್ಥವಾಯಿತು ನಿರಂಜನನಿಗೆ.

ಗಾರ್ಡ್ ನೀಡಿದ ಉತ್ತರದಿಂದ ಸಮಾಧಾನವಾಗದೇ ಏರು ದನಿಯಲ್ಲಿ ಜಗಳಕ್ಕಿಳಿದ ಈತ. ಗಾರ್ಡನೂ ತಿರುಗಿ ಬಿದ್ದು, ಒಬ್ಬರನ್ನೊಬ್ಬರು ನಿಂದಿಸಿಕೊಳ್ಳುವುದು ಜೋರಾಯಿತು. ದುರೈ ಕಾರಿನ ಬಾಗಿಲು ತೆಗೆದು ಎದ್ದು ನಿಂತ. ತುಸು ಮುಂದುವರೆದರೆ ಅವರುಗಳ ಜಗಳ ಕೈ ಕೈ ಮಿಲಾಯಿಸುವ ಹಂತಕ್ಕೆ ಹೋಗಬಹುದು ಎಂಬುದನ್ನು ಊಹಿಸಿದ ನಿರಂಜನ. 'ಸಾಕು ನಿಲ್ಲಿಸು.

ಹೊರಡೋಣ' ಎಂದು ಎರಡು ಬಾರಿ ಸಮಾಧಾನದಿಂದಲೂ, ಮೂರನೇ ಬಾರಿ ಖಡಕ್ಕಾಗಿಯೂ ಹೇಳಿದ.

ದುರ್ಯೆ ಬಾಗಿಲನ್ನು ರಪ್ಪನೆ ಹಾಕಿ, ಗೇಟಿನ ಹತ್ತಿರ ರಸ್ತೆಯಲ್ಲಿಯ ಹಂಪನ್ನು ದಢದಢಧಡನೆ ಹಾರಿಸಿ ಹೊರಟ.

೩

ಜೋರು ಹಸಿವಾಗಿತ್ತು. ಎತ್ತರಕ್ಕೇರಿದಂತೆಲ್ಲ ರೆಸ್ಟೋರಂಟಿನ ತಿನಿಸುಗಳ ಬೆಲೆಯೂ ಹೆಚ್ಚೆಚ್ಚಿರುತ್ತದೆ ಎಂಬುದನ್ನು ಬಲ್ಲ ನಿರಂಜನ, ಬೆಟ್ಟದ ಕೆಳಗಿಳಿದ ಮೇಲೇ ಉಂಡರಾಯಿತೆಂದು ನಿರ್ಧರಿಸಿದ.

ಹೊಟೇಲೊಂದರ ಮುಂದೆ ಗಾಡಿ ನಿಲ್ಲಿಸುತ್ತ, ತಾನು ಊಟ ಮಾಡುವುದಿಲ್ಲ ನೀವು ಹೋಗಿ ಬನ್ನಿ ಎಂದ ದುರ್ಯೆ. ಯಾಕೆಂದು ಕೇಳಿದ್ದಕ್ಕೆ,

"ಅದು ಹಾಗೇ ಸಾರ್. ಕೆಲವೊಂದು ದಿನ ನಾನು ಒಂದೇ ಹೊತ್ತು ಉಣ್ಣುವುದು" ಅಂದ.

26

ಕಾರಲ್ಲಿ ಕುಳಿತು, ಕಡ್ಡಿಯಿಂದ ಹಲ್ಲಿನ ಕುಳಿ ಸ್ವಚ್ಛ ಮಾಡುತ್ತ, ಕಣ್ಣದಾಸನ್‌ನಿಗೆ ಕಳಿಸಿದ್ದ ವಾಟ್ಸಾಪ್ ಸಂದೇಶ ನೋಡಿದ ನಿರಂಜನ. ಸಂದೇಶ ತಲುಪಿತ್ತು. ಆದರೆ ಟಿಕ್ಕುಗಳು ನೀಲಿಯಾಗಿರಲಿಲ್ಲ. ಫೋನ್ ಮಾಡಿದ. ಆತ ಕರೆ ಸ್ವೀಕರಿಸದೆ, 'ಮೀಟಿಂಗಿನಲ್ಲಿದ್ದೇನೆ, ನಂತರ ಮಾಡುವೆ' ಎಂದು ಮೆಸೇಜು ಕಳಿಸಿದ. ಫೇಸ್‌ಬುಕ್ಕಿನ ಇವನ ಮಲೇಷಿಯಾ ಮಂತ್ರಿಯೊಟ್ಟಿಗಿದ್ದ ಪೋಸ್ಟಿಗೆ, ಗಾಂಧಿ ನೋಟಿಗೆ ಬಂದಷ್ಟಲ್ಲದಿದ್ದರೂ ಸಾಕಷ್ಟು ಪ್ರತಿಕ್ರಿಯೆಗಳು ಬಂದಿದ್ದವು. ಆದರೆ ಅದಕ್ಕಿಂತ ಲೈಕುಗಳು ಇಲ್ಲಿ ಹೆಚ್ಚಿದ್ದವು. ಕುಳಿಯಿಂದ ಹೊರಬಂದ ಆಹಾರದ ತುಣುಕನ್ನು ಹಾಗೆಯೇ ನುಂಗಿ, ಉಳಿದ ಹಲ್ಲುಗಳ ಸಂದಿಯಲ್ಲಿ ಕಡ್ಡಿ ಆಡಿಸುತ್ತ ಫೇಸ್‌ಬುಕ್ ಯಾನ ಮುಂದುವರಿಸಿದ.

ಕಡ್ಡಿಯ ತುದಿ ಸಟಕ್ಕನೆ ಮುರಿಯಿತು. ಅದನ್ನು ಅಲ್ಲೇ ಸೀಟಿನ ಮೂಲೆಯಲ್ಲಿ ತೂರಿಸಿ ಇಡುತ್ತಿರುವಂತೆ, ಆತನ ಆಫೀಸಿನ ಕಿರಿಯ ಸಹೋದ್ಯೋಗಿ ಜಗದೀಶನ ಮೆಸೇಜು ಬಂತು.

"ಸರ್, ಯಾವಾಗ ಬರುತ್ತಿದ್ದೀರಿ ಆಫೀಸಿಗೆ?"

ನಿರಂಜನ ಪರಿಸ್ಥಿತಿ ಏನಾಗಿದೆ ಎಂಬುದನ್ನು ಸಂಕ್ಷಿಪ್ತವಾಗಿ ವಿವರಿಸಿ, ನಾಳೆ ಬೆಳಿಗ್ಗೆ ಆಫೀಸಿನಲ್ಲಿರುತ್ತೇನೆ ಅಂದ. ಜಗದೀಶನಿಗೆ ಒಂದು ತ್ವರಿತ ಕೆಲಸವಾಗಬೇಕಿತ್ತು. ಯಾವುದೋ ಒಂದು ಪ್ರಾಜಕ್ಟಿನ ಅಂಡರ್‌ಗ್ರೌಂಡ್ ಸರ್ವೇ ರಿಪೋರ್ಟನ್ನು ಕ್ಲೈಂಟಿಗೆ ಅಂದೇ ಕಳಿಸಬೇಕಿತ್ತು. ಫೀಲ್ಡಿನಲ್ಲಿ ಆಗಲೇ ಭೂಮಿಯ ಸ್ಕ್ಯಾನಿಂಗ್ ಮುಗಿಸಿ ಎಲ್ಲಾ ವಿವರಗಳೂ ಲಭ್ಯವಿದ್ದವು. ಆದರೆ ಅದನ್ನು ಸರಿಯಾಗಿ ನೋಡಿ ಯಾವುದು ಏನೆಂದು ಕಂಡು ಹಿಡಿದು, ಅವನ್ನೆಲ್ಲ ಒಂದು ರಿಪೋರ್ಟಿನಲ್ಲಿ ಸೇರಿಸಿ ಕಳಿಸಬೇಕಿತ್ತು. ಆ ಕೆಲಸ ಮಾಡುವುದು ಆಫೀಸಿನಲ್ಲಿ ನಿರಂಜನನೇ. ಜಗದೀಶ ಆತನ ಸಹಾಯಕ. ಇನ್ನೂ ಕೆಲಸ ಕಲಿಯುತ್ತಿದ್ದಾನೆ, ಪೂರ್ಣ ಪರಿಣಿತಿ ಇಲ್ಲ.

ರಿಪೋರ್ಟನ್ನು ಅಂದೇ ಕಳಿಸಬೇಕೆಂಬ ಒತ್ತಡ ಬಂದಿದೆ ಅವನಿಗೆ. ಕ್ಲೈಂಟಿನ ಕಡೆಯವರು ಜನರಲ್ ಮ್ಯಾನೇಜರಿಗೇ ನೇರ ಫೋನ್ ಮಾಡಿ ಕೇಳಿದ್ದಾರೆ. ನಿರಂಜನನ ಅನುಪಸ್ಥಿತಿಯಲ್ಲಿ ಜವಾಬ್ದಾರಿ ಜಗದೀಶನ ಮೇಲೇ ಬಿದ್ದಿದೆ. ಏನಾದರೂ ಮಾಡು, ಬೇಕಿದ್ದರೆ ಮಲೇಷಿಯಾದಲ್ಲಿರುವ ನಿರಂಜನನೊಡನೆ ಕೊಆರ್ಡಿನೇಟ್ ಮಾಡು. ಒಟ್ಟಿನಲ್ಲಿ ಇವತ್ತೇ ಕಳಿಸು ಎಂದು ಜಿ.ಎಂ ಆದೇಶ ಬೇರೆ ಕೊಟ್ಟಿದ್ದಾರೆ. ಏನು ಮಾಡಬೇಕೆಂದು ತಿಳಿಯುತ್ತಿಲ್ಲ ಜಗದೀಶನಿಗೆ. ಹೀಗಾಗೇ ನಿರಂಜನನಿಗೆ ಮೆಸೇಜು ಕಳಿಸಿದ್ದಾನೆ.

'ಅರ್ಧ ದಿನ ಹೇಗಾದರೂ ತಳ್ಳು, ನಾನು ಬಂದ ಮೇಲೆ ನೋಡುತ್ತೇನೆ' ಎಂಬುದಾಗಿ ಹೇಳಿದ ನಿರಂಜನ. ನಾಳೆ ಕ್ಲೈಂಟಿನವರದ್ದು ಬೋರ್ಡ್ ಮೀಟಿಂಗ್ ಇದೆ ಹಾಗೂ ಈ ಪ್ರಾಜೆಕ್ಟಿನ ವಿಷಯವನ್ನೂ ಅವರು ಮೀಟಿಂಗಿನಲ್ಲಿ ಚರ್ಚಿಸುವವರಿದ್ದಾರೆ. ಹೀಗಾಗಿ ಮುಂದೂಡುವುದು ಸಾಧ್ಯವೇ ಇಲ್ಲ. ಅಲ್ಲದೇ ಒಪ್ಪಂದದ ಪ್ರಕಾರ ಮೂರು ದಿನದ ಹಿಂದೆಯೇ ಇದನ್ನು ಅವರಿಗೆ ಕಳಿಸಬೇಕಿತ್ತು. ನಿರಂಜನ ಆಫೀಸಿನಲ್ಲಿ ಇಲ್ಲವಾದುದರಿಂದ ಹಾಗೇ ಇಟ್ಟುಕೊಳ್ಳಲಾಗಿತ್ತು. ಈತ ಹೀಗೆ ಮುನ್ಸೂಚನೆಯಿಲ್ಲದೇ ಕಚೇರಿಗೆ ಗೈರಾಗುತ್ತಾನೆ ಎಂಬ ನಿರೀಕ್ಷೆ ಯಾರಿಗೂ ಇಲ್ಲವಷ್ಟೇ. ಈ ವಿಷಯದಲ್ಲಿ ಪರಿಣಿತಿಯುಳ್ಳ ಇನ್ನೋರ್ವಳು ಕಂಪನಿಯಲ್ಲಿ ಇದ್ದಾಳೆ. ಆದರೆ ಆಕೆ ಹೆರಿಗೆ ರಜೆಯ ಮೇಲೆ ಹೋಗಿರುವುದರಿಂದಲೇ ಇಷ್ಟೆಲ್ಲ ತೊಂದರೆ.

ಸ್ಕ್ಯಾನಿಂಗ್ ಯಂತ್ರದಿಂದ ಸಿಕ್ಕ ಮಾಹಿತಿ ಆಧರಿಸಿ ರಚಿಸಿದ ಡ್ರಾಯಿಂಗನ್ನು ವಾಟ್ಸಾಪಿನಲ್ಲಿ ಕಳಿಸುವೆ. ಅದನ್ನು ನೋಡಿ ನಿರಂಜನ ಒಂದಿಷ್ಟು ಫೀಡ್‌ಬ್ಯಾಕ್ ಕೊಟ್ಟರೆ, ಅದನ್ನೇ ಆಧರಿಸಿ ವರದಿ ತಯಾರು ಮಾಡುವುದಾಗಿ ಹೇಳಿದ ಜಗದೀಶ. ಮೊಬೈಲಿನಲ್ಲಿ ನೋಡಿ ಹೇಳುವುದು ಕಷ್ಟವೇ. ಆದರೂ ಅನಿವಾರ್ಯ. ಆಫೀಸಿನಲ್ಲಿ ಒಮ್ಮೊಮ್ಮೆ ಒತ್ತಡ ಬಂದರೆ ಅದು ಯಾವ ರೀತಿ ಇರುತ್ತದೆ ಎಂಬುದನ್ನು ಬಲ್ಲ ನಿರಂಜನ. ಕಳಿಸುವಂತೆ ಹೇಳಿದ.

ಮೊಬೈಲಿಗೆ ಡಾಟಾ ಪ್ಯಾಕ್ ಹಾಕಿಕೊಂಡದ್ದೇ ತಪ್ಪಾಯಿತು ಅನ್ನಿಸಿತು. ನಾವು ಆಫೀಸಿನಲ್ಲಿ ಇಲ್ಲದಾಗಲೇ ತುರ್ತಿನ ಕೆಲಸಗಳು ಬರುವುದು ಹೆಚ್ಚು. ಇದು ಕಂಪನಿಗಳಲ್ಲಿ ಅಲಿಖಿತ ನಿಯಮ. ಎಲ್ಲಾ ತಪ್ಪೂ ನನ್ನದೇ ಅನ್ನುವಂತೆ ಈಗ ಎಲ್ಲರಿಗೂ ತೋರ್ಪಡುತ್ತದೆ ಎನ್ನುವ ಬೇಗುದಿಯಲ್ಲಿ ನಿರಂಜನ ಇರುವಂತೆಯೇ, ಜಗದೀಶ ಕಳಿಸಿದ ಡ್ರಾಯಿಂಗು ಬಂತು.

ಒಂದು ಬದಿಯಿಂದ ಶುರು ಮಾಡಿ ಝೂಮ್ ಮಾಡುತ್ತ ನೋಡಿದ. ಸ್ಪಷ್ಟವಾಗಿ ಏನೂ ಗೊತ್ತಾಗುತ್ತಿಲ್ಲ. ನಿಯಮದ ಪ್ರಕಾರ, ಗೆರೆಯೊಂದರ ದಪ್ಪ ಹೆಚ್ಚಿದ್ದರೆ ಅದು ಭೂಮಿಯ ಮೇಲ್ಪದರಕ್ಕೆ ಹತ್ತಿರವಿದೆ ಎಂದು ಅರ್ಥ. ಆದರೆ ಆ ದಪ್ಪ ಝೂಮ್ ಮಾಡಿದ್ದರಿಂದ ಆದದ್ದೋ, ಅಥವಾ ಮೂಲತಃ ದಪ್ಪವಿದೆಯೋ ಎನ್ನುವ ಗೊಂದಲ. ಹಾಗೇ ಬಣ್ಣ ಹಾಗೂ ಆಕಾರ ಕೂಡಾ ಇಲ್ಲಿ ಬಹು ಮುಖ್ಯ. ಬಣ್ಣದ ಸಾಂದ್ರತೆಯೇ ಹಲವನ್ನು ನಿರ್ಧರಿಸುತ್ತದೆ. ಸಣ್ಣ ಪರದೆಯಲ್ಲಿ ಎಲ್ಲ ಬಣ್ಣಗಳೂ ಎಲ್ಲ ಆಕಾರಗಳೂ ಕಲಸುಮಲಸು. ಅವಾವುದನ್ನೂ ನಿಖರವಾಗಿ ಕಂಡುಹಿಡಿಯಲಾಗುತ್ತಿಲ್ಲ. ಹೆಚ್ಚು ಝೂಮ್ ಮಾಡ ಹೋದರೆ ಹೆಚ್ಚು ಬ್ಲರ್ ಆಗುತ್ತಿದೆ. ಬ್ಲರ್ ಆದ ಗೆರೆಯ ಬಣ್ಣವೇ ಬೇರೆ ರೀತಿ ಕಾಣುತ್ತಿದೆ.

ಆದಿನ ಚೈನೀಸು ಇಂಟರ್ವ್ಯೂ ಮಾಡುವಾಗ ತೋರಿಸಿದ ಮ್ಯಾಪನ್ನು ತನಗೆ ವಿಶ್ಲೇಷಿಸಲಾಗದ್ದು ನೆನಪಿಗೆ ಬಂತು. ಇದ್ಯಾಕೆ ಹೀಗಾಗುತ್ತಿದೆ? ಭಾರತವಾದರೇನು, ಮಲೇಷಿಯಾವಾದರೇನು, ಭೂಮಿ ಒಂದೇ ಅಲ್ಲವೇ? ಅದರೊಳಗಿನ ಪದರಗಳು ಬೇರೆ ಬೇರೆ ಇರಬಹುದಷ್ಟೇ. ಆದರೆ ನಾನು ನೋಡಬೇಕಾಗಿರುವುದು ಭೂಮಿಯ ಪದರಗಳೇನೂ ಅಲ್ಲವಲ್ಲ? ಅಲ್ಲಿಯ ಕಲ್ಲು ಮಣ್ಣು ನೀರು ರಾಡಿಯನ್ನು ಗುರುತಿಸುವುದು ನನ್ನ ಕೆಲಸವಲ್ಲ. ನನಗೆ ಬೇಕಾದುದು ಮಾನವ ನಿರ್ಮಿತ ವಸ್ತುಗಳು. ಅದು ಎಲ್ಲೇ ಹೋದರೂ ಒಂದೇ ತೆರನಾಗೇ ಇರಬೇಕಲ್ಲ? ಆಕಾರ ಗಾತ್ರ ಮೆಟೀರಿಯಲ್ಲು ಸ್ಪೆಸಿಫಿಕೇಷನ್ನು ಇತ್ಯಾದಿಗಳು ಬದಲಾಗಬಹುದು ಅಷ್ಟೇ. ಆದರೂ ನನಗೆ ಕಂಡುಹಿಡಿಯಲಾಗುತ್ತಿಲ್ಲವಲ್ಲ. ಆ ಚೈನೀಸನ ಡ್ರಾಯಿಂಗಿನ ಸಾಫ್ಟ್‌ವೇರ್ ಬೇರೆ ಇದ್ದಿರಬಹುದು ಅಂದುಕೊಳ್ಳೋಣ, ಆದರೆ ಇದರಲ್ಲೇನು ಸಮಸ್ಯೆ? ಮೊಬೈಲಿನಲ್ಲಿ ನೋಡುತ್ತಿರುವುದೇ ಕಾರಣವಿರಬಹುದೇ? ಕಣ್ಣಗಲಿಸಿ ಮತ್ತೆ ಮತ್ತೆ ನೋಡಿದ. ಊಹೂಂ... ತಿಳಿಯುತ್ತಿಲ್ಲ. ಹಾಗೇ ತದೇಕಚಿತ್ತದಿಂದ ನೋಡುತ್ತಿರುವ ನಡುವೆ– ಸ್ಕ್ರೀನ್ ಲಾಕ್ ಆಗಿ, ಪರದೆಯ ದೀಪ ಆರಿ, ಅಲ್ಲಿ ತನ್ನದೇ ಮುಖ ಕಂಡು ತಬ್ಬಿಬ್ಬಾದ.

"ನನಗೆ ಇದನ್ನು ಮೊಬೈಲಿನಲ್ಲಿ ಅನಲೈಸ್ ಮಾಡಲು ಸಾಧ್ಯವಾಗುತ್ತಿಲ್ಲ. ನೋಡಲು ತುಂಬಾ ಕಾಂಪ್ಲಿಕೇಟಾದ ಡ್ರಾಯಿಂಗ್ ಬೇರೆ ಇದ್ದಾಗೆ ಇದೆ" ಜಗದೀಶನಿಗೆ ಮೆಸೇಜ್ ಮಾಡಿದ.

"ಹೂಂ, ಸರ್. ತುಂಬಾ ಕಾಂಪ್ಲಿಕೇಟ್ ಪ್ರಾಜೆಕ್ಟೇ ಇದು. ಸ್ಕ್ಯಾನಿಂಗಿಗೇ ತುಂಬಾ ದಿನ ತೆಗೆದುಕೊಂಡರು ಫೀಲ್ಡ್ ಇಂಜಿನಿಯರ್ಸು"

"ಹೇಗಾದರೂ ಮ್ಯಾನೇಜ್ ಮಾಡು ಮಾರಾಯ. ಆಯ್ ಆಮ್ ಹೆಲ್ಪ್‌ಲೆಸ್"

"ಸರ್, ಐ ಟ್ರೈಡ್ ಮೈ ಬೆಸ್ಟ್"

"ನಿನಗೆ ಏನು ತೋಚುತ್ತದೋ ಅದನ್ನು ಮಾಡಿ ಕಳಿಸು. ನಾನು ಬಂದಮೇಲೆ ಏನಾದರೂ ಮಾಡೋಣ. ಬೇರೆ ಆಯ್ಕೆಯೇ ಇಲ್ಲ ನಮಗೆ"

ಇಷ್ಟು ಹೇಳಿ ಮೊಬೈಲ್ ಡಾಟಾ ಸ್ವಿಚ್ ಆಫ್ ಮಾಡಿಬಿಡಲೇ ಎಂದು ಒಮ್ಮೆ ಅನ್ನಿಸಿತು. ಆದರೆ ಕಣ್ಣದಾಸನ್‌ನ ಮೆಸೇಜಿನ ನಿರೀಕ್ಷೆಯಿತ್ತಾದ್ದರಿಂದ ಹಾಗೆ ಮಾಡಲಾಗಲಿಲ್ಲ.

ದುರೈ ಮೌನವಾಗಿ ಒಂದೇ ವೇಗದಲ್ಲಿ ಕಾರು ಓಡಿಸುತ್ತಿದ್ದ. ಅವನನ್ನು ಮಾತಿಗೆಳೆಯುವ ಮನಸ್ಥಿತಿಯಲ್ಲೂ ಈತ ಇರಲಿಲ್ಲ. ಹೋಗುವಾಗ ಇದ್ದ ರಸ್ತೆ ಬದಿಯ ಅದೇ ಮರ ಗಿಡ ಕಟ್ಟಡಗಳನ್ನು ನೋಡಲು ಬೋರ್ ಆಗುತ್ತಿತ್ತು. ತಲೆ ಹಿಂದಕ್ಕೆ ಹಾಕಿ ಕಣ್ಣು ಮುಚ್ಚಿಕೊಂಡ ತುಸು ಹೊತ್ತಿಗೇ ಜೊಂಪು ಹತ್ತಿತು. ಕುತ್ತಿಗೆ ಭುಜದತ್ತ ವಾಲುತ್ತ ವಾಲುತ್ತ ಇನ್ನೇನು ಬೀಳುತ್ತದೆ ಎನ್ನುವಾಗ ತಟ್ಟನೆ ಎಚ್ಚರಾಗುತ್ತಿತ್ತು. ಕಿಟಕಿಯಿಂದ ಹೊರ ನೋಡಿದಾಗ ಒಂದು ಕ್ಷಣಕ್ಕೆ ಎಲ್ಲಿದ್ದೇನೆ ಎಂದೇ ಗೊಂದಲವಾಗುತ್ತಿತ್ತು.

ಕೊನೆಯ ಸುತ್ತಿನ ತೂಕಡಿಕೆ ಮುಗಿಸಿ ಕಣ್ತೆರೆದಾಗ, ಬಾಟು ಕೇವ್ಸಿನ ಪಾರ್ಕಿಂಗ್ ಜಾಗದಲ್ಲಿ ಗಾಡಿ ನಿಲ್ಲಿಸುತ್ತಿದ್ದ ದುರೈ.

"ಇನ್ನೂ ಬೇಕಷ್ಟು ಟೈಮಿದೆ ಸಾರ್" ಎನ್ನುತ್ತ ಹಲ್ಲು ಕಿರಿದ.

ಜಾತ್ರೆ ಮುಗಿದ ನಂತರದ ವಾತಾವರಣ ಸ್ಪಷ್ಟವಾಗಿತ್ತು ಅಲ್ಲಿ. ಅನೇಕ ಪ್ರದೇಶಗಳು ನಿರಂಜನನಿಗೆ ತಾನು ನೋಡಿದ ತೈಪೂಸಂಮ್ಮನ್ನು ನೆನಪಿಸಿದವು. ಸಾಲು ಅಂಗಡಿಗಳಲ್ಲಿ ಕೆಲವು ತೆರವಾಗಿದ್ದವು. ಜಾತ್ರೆಯ ಸಮಯದಲ್ಲಿದ್ದ ದೈತ್ಯಾಕಾರದ ಆಟದ ಯಂತ್ರಗಳಲ್ಲಿ ಕೆಲವು ಹಾಗೇ ಇದ್ದವು. ಇನ್ನಷ್ಟನ್ನು ಬಿಚ್ಚಿ ಉದ್ದುದ್ದದ ಟ್ರಕ್ಕುಗಳ ಮೇಲೆ ಹೇರಿಟ್ಟಿದ್ದರು. ಜೈಂಟ್ ವ್ಹೀಲಿನ ತೊಟ್ಟಿಲುಗಳನ್ನೂ, ವೃತ್ತಾಕಾರದ ಮೇಲಿನ ಭಾಗವನ್ನೂ ಕಳಚಿದ್ದರು. ಉಳಿದ ವ್ಯಾಸಾರ್ಧ ವಿಚಿತ್ರವಾಗಿ ಕಾಣುತ್ತಿತ್ತು. ಇದೇ ಹೆಗ್ಗಾಲಿ ಅಂದು ಅರ್ಧ ಬಾನನ್ನು ಆಕ್ರಮಿಸಿಕೊಂಡು ತಿರುಗುತ್ತಿದ್ದ ದೃಶ್ಯ ನೆನಪಿಗೆ ಬಂತು. ತೆರೆದ ಸ್ನಾನ ಗೃಹ ಹಾಗೇ ಇತ್ತು. ಅದರ ಅಕ್ಕ ಪಕ್ಕದಲ್ಲಿ ಹರಿಯದೇ ಕೊಚ್ಚೆಯಾಗಿದ್ದ ನೀರನ್ನು ಪಾರಿವಾಳಗಳು ಹೀರುತ್ತಿದ್ದವು. ನಿರಂಜನನಿಗೆ

ತಾನು ಹೊಡೆದಾಟ ನೋಡಿದ ಜಾಗ ಯಾವುದು ಎಂದು ಸರಿಯಾಗಿ ಗುರುತು ಹಿಡಿಯಲಾಗಲಿಲ್ಲ.

ದಾರಿಯಲ್ಲಿದ್ದ ಅಂಗಡಿಯೊಂದರಲ್ಲಿ ಹೀಗೇ ಇಣುಕಿದಾಗ, 'ಬಾಟು ಮಲೈ ಮುರುಗನ್- ಸ್ಮೋಕ್‌ಲೆಸ್ ಕ್ಯಾಂಫರ್' ಎನ್ನುವ ಡಬ್ಬಿ ನಿರಂಜನನ ಕಣ್ಣಿಗೆ ಬಿತ್ತು.

"ಏ... ಇದೇ ಅಲ್ಲವಾ ನೀನು ಹೇಳಿದ್ದು, ಹೊಗೆಯಿಲ್ಲದ ಕರ್ಪೂರ?"

"ಹೂಂ..ಹೌದು"

"ನಮ್ಮಲ್ಲಿಯೂ ನ್ಯಾಚುರಲ್ ಕರ್ಪೂರ ಸಿಗೋದು ಕಡಿಮೆ. ಎಲ್ಲ ಕೆಮಿಕಲ್ ಕರ್ಪೂರವೇ. ಆದರೆ ಹೊಗೆಯಿಲ್ಲದ ಕರ್ಪೂರವನ್ನು ಎಲ್ಲೂ ನೋಡಿಲ್ಲ" ಮನೆಯಲ್ಲಿ ಪೂಜೆ ಮಾಡುವಾಗ ಹೊಗೆಯಿಂದಾಗಿ ಗೋಡೆ ಕಪ್ಪಾಗುವ, ಆರತಿ ತಟ್ಟೆ ಮಸಿಯಾಗುವ ತಾಪತ್ರಯವನ್ನೆಲ್ಲ ನೆನಪಿಸಿಕೊಳ್ಳುತ್ತ ಎರಡು ಡಬ್ಬಿಗಳನ್ನು ಕೊಂಡುಕೊಂಡ. ಹಾಗೇ ದುರೈನತ್ತ ತಿರುಗಿ-

"ನೋಡು, ಆಗ ನೀ ಕೇಳಿದಾಗ ಹೇಳಲು ಮರೆತಿದ್ದೆ. ಭಾರತದಲ್ಲೂ ಕರ್ಪೂರ ಬ್ಯಾನ್ ಮಾಡಬೇಕೆಂಬುದರ ಸಲುವಾಗಿ ಸಾಕಷ್ಟು ಚರ್ಚೆಯಾಗಿದೆ ಅಂತಾ ಎಲ್ಲೋ ಓದಿದ ನೆನಪು" ಅಂದ.

"ತೊಂದರೆಯಿಲ್ಲ ಸರ್, ನೀವು ನನಗೆ ಅಲ್ಲಿಂದ ಕರ್ಪೂರ ತರುವುದು ಬೇಡ"

ದುರೈಗಾಗಿ ಭಾರತದಿಂದ ಕರ್ಪೂರ ತರುವ ಉದ್ದೇಶ ನಿರಂಜನನಿಗೆ ಕಿಂಚಿತ್ತೂ ಇಲ್ಲದಿದ್ದರೂ, ಆತ ಬೇಡ ಅಂದಾಗ ಅವಮಾನವಾದಂತಾಯಿತು.

"ಹೇ... ಅದಕ್ಕಲ್ಲ ನಾನು ಹೇಳಿದ್ದು ಮಾರಾಯಾ. ನನ್ನ ಗೆಳೆಯನ ಪರಿಚಯದವರೇ ಒಬ್ಬ ಪೂಜಾರಿ ಇದ್ದಾರೆ. ಗರ್ಭಗುಡಿಯಲ್ಲಿ ಕರ್ಪೂರ ಉರಿಸುವುದರಿಂದ ಆರೋಗ್ಯ ಕೆಡುತ್ತಿದೆ ಅಂತಾ ಅವರೇ ಹೇಳಿದ್ದರಂತೆ. ಸುಳ್ಳು ಹೇಳ್ತಿಲ್ಲ ನಾನು. ತಮಿಳುನಾಡಲ್ಲೇ ಎಲ್ಲೋ. ಬ್ಯಾನ್ ಮಾಡುವಂತೆ ಕೋರಿ ಸಂಘಟನೆಯೊಂದು ಕೋರ್ಟಿಗೂ ಹೋಗಿದೆಯಂತೆ. ಅಂದಹಾಗೇ, ನೀನು ಟೆನ್‌ಶನ್ ಆಗುವುದು ಬೇಡ. ಅವರು ಹೇಳಿದ್ದು ಕೆಮಿಕಲ್ ಕರ್ಪೂರದ ಬಗ್ಗೆ. ನಿಷೇಧಿಸಬೇಕೆಂದಿರುವುದೂ ಅದನ್ನೇ ಹೊರತು ರೆಗ್ಯುಲರ್ ಕರ್ಪೂರವನ್ನಲ್ಲ"

"ಓ ಹೌದಾ? ಪರವಾಗಿಲ್ಲ ಸರ್. ಯಾವುದಾದ್ರೂ ಸರಿ. ನನಗೇನೂ ಬೇಡ"

ದೇವಸ್ಥಾನಕ್ಕೆ ಹೋಗುವ ಒಂದೊಂದು ಮೆಟ್ಟಿಲಿಗೂ ಒಂದೊಂದು ಬಣ್ಣ ಬಳಿದಿದ್ದರು. ಆ ರಂಗಾವಳಿ ಆಕರ್ಷಕವಾಗಿ ಕಾಣುತ್ತಿತ್ತು. ಇದನ್ನು ಪ್ರತಿ ಹಬ್ಬದ

ಸಮಯದಲ್ಲೂ ಬಳಿಯುತ್ತಾರೆ. ಆದರೆ ತೈಪೂಸಂ ದಿನ ಮೆಟ್ಟಿಲ ತುಂಬ ಜನರು ನಿಂತಿರುವುದರಿಂದ ಆ ಬಣ್ಣಗಳು ದೂರದಿಂದ ನೋಡಿದಾಗ ಕಾಣಿಸುವುದಿಲ್ಲ ಎಂಬುದಾಗಿ ದುರೈ ತಿಳಿಸಿದ. ಮೆಟ್ಟಿಲ ಬುಡದಲ್ಲಿಯೇ ಒಂದಿಷ್ಟು ಸೈಜುಗಲ್ಲುಗಳನ್ನು ರಾಶಿ ಹಾಕಿದ್ದರು. ಅದನ್ನು ಕೈಯ್ಯಲ್ಲಿ ಹಿಡಿದು, ತಲೆಯ ಮೇಲೆ ಹೊತ್ತು ಅನೇಕರು ಮೆಟ್ಟಿಲು ಹತ್ತುತ್ತಿದ್ದರು. ದುರೈ ಕೂಡಾ ಅಲ್ಲಿ ಹೋಗಿ ವಿಚಾರಿಸಿದ. ಮೇಲೆ ದೇವಸ್ಥಾನದ ಮಗ್ಗುಲಿಗೆ ಮತ್ತೊಂದೇನೋ ಸಣ್ಣ ಕಟ್ಟಡ ಕಟ್ಟುತ್ತಿದ್ದಾರೆ. ಅದಕ್ಕೆ ಕಲ್ಲುಗಳನ್ನು ಒಯ್ಯಲು ಯಾವುದೇ ಯಂತ್ರದ ಅನುಕೂಲ ಇಲ್ಲ. ಹೀಗಾಗಿ ಮೇಲೆ ಹೋಗುವ ಪ್ರತಿ ಭಕ್ತನ ಕೈಯ್ಯಲ್ಲೂ ಒಂದೊಂದು ಕಲ್ಲು ಕೊಟ್ಟು ಕಳಿಸುತ್ತಿದ್ದಾರೆ. ಒಯ್ಯಲೇ ಬೇಕೆಂಬ ಒತ್ತಾಯವಿಲ್ಲ. ತುದಿಯವರೆಗೆ ಒಯ್ಯಲು ಸಾಧ್ಯವಾಗದಿದ್ದರೆ ನಡುವೆ ಎಲ್ಲಾದರೂ ಬದಿಯಲ್ಲಿ ಇಡಬಹುದು. ಅದನ್ನು ಮತ್ಯಾರೋ ಅಲ್ಲಿಂದ ಎತ್ತಿ ಒಯ್ಯುತ್ತಾರೆ. ಹೀಗೆ, ಕಲ್ಲು ಮೇಲೂ ಹೋಯಿತು; ಭಕ್ತರಿಗೆ ಸೇವೆಯ ಅವಕಾಶವೂ ದೊರೆಯಿತು ಎಂಬುದು ಆಶಯ.

ನಿರಂಜನ ತಾನು ಒಯ್ಯುವುದಿಲ್ಲವೆಂದ. ಹಾಗೇ ಬರಿಗೈಯ್ಯಲ್ಲಿ ಮೆಟ್ಟಿಲು ಹತ್ತುವುದೇ ಕಷ್ಟ, ಇನ್ನು ಕಲ್ಲು ಹಿಡಿದು ಹೋಗುವುದು ಸಾಧ್ಯವೇ ಇಲ್ಲ ಎಂದು ನಿಷ್ಠುರವಾಗಿ ಹೇಳಿಬಿಟ್ಟ. ದುರೈ ಎರಡು ಕಲ್ಲುಗಳನ್ನು ಹೊತ್ತೊಯ್ಯಲು ನಿರ್ಧರಿಸಿದ. ಒಂದನ್ನು ಎಡ ಹೆಗಲ ಮೇಲೂ ಇನ್ನೊಂದನ್ನು ಬಲಗೈಯ್ಯಲ್ಲೂ ಹಿಡಿದು ಏರ ತೊಡಗಿದ. ಏದುಸಿರು ಬಿಡುತ್ತ, ಕೈಯ್ಯನ್ನೂ ಹೆಗಲನ್ನೂ ಬದಲಾಯಿಸುತ್ತ, 'ಬರೀ 272 ಮೆಟ್ಟಿಲುಗಳು, ಆಗಿಬಿಡುತ್ತೆ' ಅಂದ. ಮಧ್ಯದಲ್ಲೊಮ್ಮೆ ಸುಸ್ತಾಗಿ ಕಲ್ಲುಗಳನ್ನು ಮೆಟ್ಟಿಲಮೇಲಿಟ್ಟು ಉಸ್ಸಪ್ಪಾ ಎನ್ನುತ್ತ ನಿರಂಜನನತ್ತ ದೃಷ್ಟಿ ಹರಿಸಿದ. ನಿರಂಜನ ಅದಕ್ಕೂ ತನಗೂ ಸಂಬಂಧವೇ ಇಲ್ಲದವನಂತಿದ್ದ.

ಒಂದೆರಡು ನಿಮಿಷ ಸುಧಾರಿಸಿಕೊಂಡು ಮತ್ತೆ ಎತ್ತುವಾಗ, ಕಲ್ಲಿನ ತುದಿ ಹೇಗೋ ಬೆರಳಿಗೆ ಬಡಿದು 'ಉಫ್...' ಎನ್ನುತ್ತ ಕೈ ಕೊಡವಿಕೊಂಡ ದುರೈ.

"ಓ... ಏನಾಯ್ತು? ಪೆಟ್ಟಾಯಿತಾ?" ತನಗಷ್ಟೇ ಗೊತ್ತಾಗಬಹುದಾದ ಸಣ್ಣ ಸಡಗರವಿತ್ತು ನಿರಂಜನನ ದನಿಯಲ್ಲಿ. ಕ್ಯಾಸಿನೋ ಬಿಟ್ಟು ಹೊರಟಾಗಿನಿಂದ, ಆಸ್ಪತ್ರೆಗೆ ಹೋಗುವ ಅವಕಾಶ ಹೇಗಾದರೂ ಒದಗಿ ಬಂದೀತೇ ಎನ್ನುವುದು ಅವನ ತಲೆಯ ಒಂದು ಮೂಲೆಯಲ್ಲಿ ಓಡುತ್ತಲೇ ಇತ್ತು. ದುರೈ ಬೆರಳಿಗೆ ಗಾಯವಾಗಿದ್ದರೆ, ಆ ನೆವದಲ್ಲಿ ದವಾಖಾನೆಗೆ ಹೋಗಿ, ಅಲ್ಲಿ ತಾನೇ ಹಣ ಕೊಟ್ಟು ತನ್ನ ಹೆಸರಿನಲ್ಲೇ ಬಿಲ್ಲು ಹಾಕಿಸಿಕೊಳ್ಳಬಹುದು. ಖರ್ಚಾದ ದುಡ್ಡನ್ನು ಹೇಗೂ ದುರೈನ ಟ್ಯಾಕ್ಸಿ ಬಾಡಿಗೆಯಲ್ಲಿ ಹಿಡಿದು ಕೊಡಬಹುದು ಎನ್ನುವ ಆಲೋಚನೆ ಬಂತು.

ದುರೈ, ಇಂಥ ಸಣ್ಣ ಪುಟ್ಟ ನೋವುಗಳೆಲ್ಲ ಮಾತಿಗೂ ಯೋಗ್ಯವಲ್ಲ ಎನ್ನುವ ರೀತಿಯಲ್ಲಿ ಕಲ್ಲು ಹೊತ್ತು ಇನ್ನೂ ವೇಗದಿಂದ ಮುಂದೆ ಸಾಗಿದ.

ದಾರಿಗುಂಟ ಸಾಕಷ್ಟು ಮಂಗಗಳಿದ್ದವು. ಪಕ್ಕದಲ್ಲಿರುವ ಮರಗಳಲ್ಲಿ ನೆಗೆದಾಡುತ್ತ, ಮೆಟ್ಟಿಲುಗಳ ಮೇಲೆಲ್ಲ ಓಡಾಡುತ್ತಿದ್ದವು. ಅಲ್ಲಲ್ಲಿ 'ಮಂಗಗಳಿಗೆ ತಿನ್ನಲು ಏನೂ ಕೊಡಬೇಡಿ' 'ಅವುಗಳೊಡನೆ ಚೇಷ್ಟೆ ಮಾಡಬೇಡಿ' ಅನ್ನುವ ಬೋರ್ಡುಗಳು ತಮಿಳು ಹಾಗೂ ಇಂಗ್ಲೀಷಿನಲ್ಲಿದ್ದವು.

"ಅಲ್ಲಯ್ಯಾ, ನಿಮ್ಮ ಮಂಗಗಳಿಗೆ ತೆಂಗಿನ ಕಾಯಿ ಕೊಯ್ಯುವ ಟ್ರೇನಿಂಗು ಕೊಟ್ಟ ಹಾಗೇ, ಕಲ್ಲು ಹೊತ್ತೊಯ್ಯುವ ಟ್ರೇನಿಂಗು ಕೊಟ್ಟಿದ್ದಿದ್ದರೆ ಈ ತಾಪತ್ರಯವೇ ಇರ್ತಿರಲಿಲ್ಲವಲ್ಲ" ಕುಹಕದಿಂದ ನಗಾಡಿದ ನಿರಂಜನ, "ಸದ್ಯ, ಈ ಮಂಗಗಳು ಕಳಿಂಗ ದೇಶದಿಂದ ಬಂದಿರಲಿಕ್ಕಿಲ್ಲವಲ್ಲ..."

ದೇವರ ದರ್ಶನ ಪಡೆದು ವಾಪಸ್ ಕೆಳಗಿಳಿದು ಬರುವವರೆಗೂ ನಿರಂಜನನ ಭಾಷಣ ಮುಂದುವರಿದಿತ್ತು–

"ಅಲ್ಲಯ್ಯಾ, ಅಷ್ಟು ಎತ್ತರದ ಬೆಟ್ಟದಲ್ಲಿಯ ಗುಹೆಯ ಒಳಗೆ ದೇವರ ಗುಡಿ ಕಟ್ಟಿದ್ದಾರೆ. ಇವರಿಗೆ ಕಡಿಮೆ ಆದಾಯವೇನೂ ಇರಲಿಕ್ಕಿಲ್ಲ. ಅಲ್ಲಿಗೆ ನೇರವಾಗಿ ತಲುಪಲು ಕೇಬಲ್ ಕಾರು ಅಥವಾ ಅಂಥದ್ದೇ ಯಾವುದಾದರೂ ಪರ್ಯಾಯ ವ್ಯವಸ್ಥೆ ಮಾಡಬಹುದಿತ್ತು. ಅದಕ್ಕೆ ಚಾರ್ಜ್ ಇಡಬೇಕಿತ್ತು. ಒಂಥರಾ ಟೂರಿಸ್ಟ್ ಆಕರ್ಷಣೆಯೂ ಆಗಿ ಇನ್‌ಕಮ್ಮು ದುಪ್ಪಟ್ಟಾಗ್ತಿತ್ತು. ಅಲ್ಲಿ ನೋಡು ಎಷ್ಟು ಗಲೀಜಿದೆ. ಭಾರತದ ಮೂಲದವರೇ ನೀವು ಎಂದು ಹೇಳಲು ಮತ್ಯಾವ ಸಾಕ್ಷಿಯೂ ಬೇಡ"

"ಇಲ್ಲಾ ಸಾರ್. ಹೋದ ವಾರವಷ್ಟೇ ತೈಪೂಸಂ ಆಯಿತಲ್ಲ. ಅದಕ್ಕೇ ಗಲೀಜಿದೆ. ಇದೆಲ್ಲಾ ಕ್ಲೀನ್ ಆಗುತ್ತೆ"

"ಹೋಗಲಿ, ಇಷ್ಟೆಲ್ಲಾ ಫೇಮಸ್ ದೇವಸ್ಥಾನ ಅನ್ನುತ್ತೀಯಾ. ಏನಾದರೂ ತಿನ್ನುವ ಪ್ರಸಾದ ಕೊಡಬೇಕಲ್ವಾ? ಅದೂ ಇಲ್ಲ. ಇಲ್ಲಿಯ ಪೊಂಗಲ್ ರುಚಿಯನ್ನಾದರೂ ನೋಡಬಹುದಿತ್ತು"

ಏನೋ ಉತ್ತರ ನೀಡಲು ಹೊರಟಿದ್ದ ದುರೈ ಅಲ್ಲಿಗೇ ನಿಲ್ಲಿಸಿ, ಎದುರಿನ

ರಸ್ತೆಯಲ್ಲಿ ಬರುತ್ತಿರುವ ಸಣ್ಣ ಮೆರವಣಿಗೆಯನ್ನು ನೋಡಿ ಭಾವೋದ್ವೇಗದಿಂದ 'ವಾಂಗ ಸಾರ್... ವಾಂಗ' ಎಂದು ನಿರಂಜನನನ್ನೂ ಕರೆಯುತ್ತ ಓಡಿದ. ಮೆರವಣಿಗೆ ನೋಡಲು ನೆರೆದಿದ್ದ ಜನರ ನಡುವೆ ತಾನೂ ಹೋಗಿ ನಿಂತ.

ಮೆರವಣಿಗೆ ತೈಪೂಸಂ ಸಮಯದಲ್ಲಿ ಕಾಣುವ ಮೆರವಣಿಗೆಯಂತೆಯೇ ಇತ್ತು. ಆದರೆ ಅಲ್ಲಿ ಇಂಥವು ನೂರಾರು ಇದ್ದವು. ಇಲ್ಲಿ ಒಂದೇ, ಅದೂ ಸಣ್ಣ ಪ್ರಮಾಣದ್ದು. ಹಳದಿ ಸೀರೆಯುಟ್ಟು ಹರಡಿದ ಕೂದಲಿನ ತಲೆಯಮೇಲೆ ಕಲಶವಿಟ್ಟು ಸಾಗುತ್ತಿರುವ ನಾಲ್ಕಾರು ಹೆಂಗಸರು. ಅವರ ಹಿಂದೆ ಭುಜದ ಮೇಲೆ ಕಾವಡಿ ಹೊತ್ತಿರುವವನೊಬ್ಬ. ಆತನ ಪಕ್ಕದಲ್ಲಿ ನಾಲಗೆಗೆ ಹಾಗೂ ತುಟಿಗೆ ದೊಡ್ಡ ದಬ್ಬಣದಂಥ ಶೂಲ ಚುಚ್ಚಿಕೊಂಡು ಇಬ್ಬರು, ಚಾಟಿಯಿಂದ ಬರಿಮೈಗೆ ಬೀಸಿಕೊಳ್ಳುತ್ತಿರುವ ಇಬ್ಬರು, ತಮಟೆ ಡೋಲು, ನೃತ್ಯ... ಹೀಗೆ. ನಂತರದ ದೃಶ್ಯ ಮಾತ್ರ ವಿಶೇಷವೂ ಭಯಾನಕವೂ ಆಗಿತ್ತು. ಇಂಥದ್ದನ್ನು ನಿರಂಜನ ಇದುವರೆಗೂ ನೋಡಿರಲಿಲ್ಲ. ಸದೃಢ ದೇಹದ ಆರುವರೆ ಅಡಿ ಎತ್ತರದ ವ್ಯಕ್ತಿಯೊಬ್ಬನ ಬೆನ್ನಿನ ಚರ್ಮಕ್ಕೆ ಹತ್ತಾರು ಲೋಹದ ಕೊಂಡಿಗಳನ್ನು ಚುಚ್ಚಿ ಅದಕ್ಕೆ ಉದ್ದದ ಹಗ್ಗ ಕಟ್ಟಿದ್ದರು. ಒಂದೊಂದು ಹಗ್ಗವನ್ನೂ ಎರಡೆರಡು ಜನ ಹಿಡಿದು ಆತನನ್ನು ಹಿಂದಕ್ಕೆ ಎಳೆಯುತ್ತಿದ್ದರು. ಆ ವ್ಯಕ್ತಿ ಶಕ್ತಿಯನ್ನೆಲ್ಲಾ ಒಟ್ಟುಗೂಡಿಸಿ ಮುಂದಕ್ಕೆ ಹೋಗಲು ಪ್ರಯತ್ನಿಸುತ್ತಿದ್ದ. ಅಷ್ಟೂ ಜನ ಸೇರಿ ಆತನನ್ನು ಮುಂದೆ ಹೋಗದಂತೆ ಜಗ್ಗುವುದು; ಈತ ಅವರನ್ನೂ ಸೇರಿಸಿ ಎಳೆಯುತ್ತ ಮುಂದಕ್ಕೆ ಹೆಜ್ಜೆಯಿಡುವುದು... ಒಂದೊಂದು ಹೆಜ್ಜೆ ಎತ್ತಿಡುವಾಗಲೂ ಆತ ಜೋರಾಗಿ 'ಮುರುಗಾsss' ಎಂದು ಅರಚುತ್ತಿದ್ದ. ಕೈಗಳನ್ನು ಎದೆಗೆ ಡಬಡಬನೆ ಬಡಿದುಕೊಳ್ಳುತ್ತಿದ್ದ. ಹಿಂದಕ್ಕೆ ಎಳೆಯುತ್ತಿದ್ದ ಜನರೂ ಬೊಬ್ಬೆ ಹೊಡೆಯುತ್ತಿದ್ದರು. ಆತನ ಬೆನ್ನೆಲ್ಲಾ ರಕ್ತಮಯವಾಗಿ ಕೆಳಗೆ ತೊಟ್ಟಿಕ್ಕುತ್ತಿತ್ತು. ಆ ಇಡೀ ಸನ್ನಿವೇಶ ಉನ್ಮಾದದ ಪರಾಕಾಷ್ಠೆಯ ಪ್ರತೀಕದಂತಿತ್ತು.

ಭಯ ಭಕ್ತಿಯಿಂದ ಕೈಮುಗಿದು ದುರೈ ಆ ದೃಶ್ಯವನ್ನೇ ನೋಡುತ್ತಿದ್ದ.

"ಸಾರ್ ಅವರು ಅವನನ್ನು ಬಿಡದಂತೆ ಹಿಂದಕ್ಕೆ ಎಳೀತಾನೇ ಇರ್ತಾರೆ. ಆತ ಹಾಗೇ ಒಂದೊಂದೇ ಹೆಜ್ಜೆ ಹಾಕುತ್ತ, ಮೆಟ್ಟಿಲುಗಳನ್ನು ಹತ್ತಿ ದೇವರ ದರ್ಶನ ಪಡೆಯುತ್ತಾನೆ. ಅಲ್ಲಿ ಹೋಗಿ ಮುಟ್ಟಲು ಬೆಳಗಾಗಲೂ ಬಹುದು" ಪಕ್ಕದಲ್ಲಿದ್ದ ನಿರಂಜನನಿಗೆ ಹೇಳಿದ.

"ಇದು ಹೇಗೆ ಸಾಧ್ಯ ಮಾರಾಯಾ? ಮನುಷ್ಯನಾ ಅವನು! ಇದರಲ್ಲೇನೋ ಇದೆ. ಅವನನ್ನು ನೋಡಿದ್ರೇ ಗೊತ್ತಾಗುತ್ತೆ ಹೆವೀ ಗಾಂಜಾ ಸೇವಿಸಿದ್ದಾನೆ ಅಂತ" ಎಂದ ನಿರಂಜನ. ಹಾಗೇ ಮುಂದುವರಿಸುತ್ತ, "ಅವನನ್ಯಾಕೆ ಎಳೀಬೇಕು ಅವರು? ಹಾಗೇ ಬಿಟ್ರೆ ಆತ ಓಡಿ ಬೇಕಾದರೂ ಹೋಗಿ ದರ್ಶನ ಪಡೀಬಹುದಲ್ಲ?" ಎಂದು ಪ್ರಶ್ನೆ ಹಾಕಿದ.

"ಸರ್, ಎಳೆಯೋದೇ ಅವನಿಗೆ ಬೇಕಾಗಿರುವುದು. ಅದರಲ್ಲೇ ಇರೋದು. ಹಾಗೇ ಬಿಟ್ರೆ ಯಾರು ಬೇಕಾದರೂ ಹೋಗ್ತಾರೆ. ಈಗ ನಾವು ಹೋಗಿ ಬಂದಿಲ್ವಾ?" ಉತ್ತರಿಸಿದ ರೀತಿಯಲ್ಲೇ, ಆತ ನಿರಂಜನನ ಪ್ರಶ್ನೆಗೆ ಕೆರಳಿರುವುದು ಗೊತ್ತಾಗುತ್ತಿತ್ತು.

"ಸರಿ..ಸರಿ... ಇದನ್ನು ನೋಡುತ್ತಾ ನಿಂತರೆ ನನ್ನ ಫ್ಲೈಟ್ ತಪ್ಪೀತು" ಎನ್ನುತ್ತಾ ದುರೈನನ್ನು ಅಲ್ಲಿಂದ ಹೊರಡಿಸಿ, "ಇದೊಂಥರಾ ಮಜಾ ಇದೆ ನೋಡು ಲಾಜಿಕ್ಕು. ತಪ್ಪಿಸ್ಕೊಂಡು ಹೋಗಬೇಕು ಅನ್ನೋದು ಅವನ ಇಚ್ಛೆ. ಆದರೆ ಹೋಗಲಾಗುತ್ತಿಲ್ಲ. ಹೋಗಲು ಬಿಟ್ಟರೂ ಆತ ಹೋಗುವುದಿಲ್ಲ. ಹೋಗಲು ಬಿಡದಂತೆ ಅವನಿಗೆ ಹಿಡಿಯುವವರೂ ಬೇಕು, ಹೋಗಲು ಆತ ಪ್ರಯತ್ನ ಪಡುತ್ತಲೂ ಇರಬೇಕು" ಎಂದ ನಿರಂಜನ.

ಕಾರ್ ಪಾರ್ಕಿಂಗ್ ದಾರಿಯಲ್ಲಿ, ಅಲ್ಲೊಂದು ಕಡೆ ಕಬ್ಬಿಣದ ಜಾಲರಿಯ ಹಿಂದೆ ನವಗ್ರಹಗಳಂತೆ ಕಾಣುವ ಸಣ್ಣ ಸಣ್ಣ ದೇವರ ಮೂರ್ತಿಗಳನ್ನು ಸಾಲಾಗಿ ಇಟ್ಟಿದ್ದರು. ಅವುಗಳನ್ನು ಮುಟ್ಟಿ ನಮಸ್ಕರಿಸಲೋ ಅಥವಾ ವಿಗ್ರಹಕ್ಕಂಟಿರುವ ಕುಂಕುಮ ಬೆರಳಲ್ಲಿ ತೆಗೆದುಕೊಳ್ಳಲೋ ಇರಬೇಕು; ಗ್ರಿಲ್ಲಿನ ಒಳಗೆ ಕೈ ತೂರಿದ ದುರೈ. ಹಿಂದೆಳೆಯುವಾಗ, ತನ್ನ ಅಂಗಿಯ ತೋಳಿನ ತುದಿ ಹರಿದುಕೊಂಡ.

"ಏಯ್... ಏನಾಯ್ತು ಮಾರಾಯಾ? ರಕ್ತ ಏನಾದ್ರೂ ಬಂತೋ ಹೇಗೆ?"

"ಏನಿಲ್ಲ. ಅಂಗಿ ಹರಿಯಿತು ಅಷ್ಟೇ"

"ಛೇ. ನಿನ್ನ ಫೇವರೇಟ್ ಅಂಗಿಯಾಗಿತ್ತಲ್ಲ. ಬಾಟು ಗುಹೆಯ ಸಹವಾಸದಿಂದ ಹರಿದೋಯ್ತು ನೋಡು" ಮನದಲ್ಲಾದ ನಿರಾಶೆಯನ್ನು ತೋರಿಸಿಕೊಳ್ಳದೇ ಹೇಳಿದ ನಿರಂಜನ.

ಏರ್‌ಪೋರ್ಟು ಊರಿಂದ ಹೊರಗಿತ್ತು. ಅಲ್ಲಿಂದ ಒಂದುವರೆ ತಾಸಿನ ಹಾದಿ. ಮಾತಿಲ್ಲದೇ ಕಾರು ಚಲಾಯಿಸುತ್ತಿದ್ದ ದುರೈನ ಜೊತೆ ನಿರಂಜನನೇ ಅದು ಇದು ಮಾತನಾಡುತ್ತಾ ನಡುವೆ,

"ಅದರಲ್ಲೇನೋ ಟ್ರಿಕ್ ಇದೆ. ಅಷ್ಟು ಜನ ಸೇರಿ ಹುಕ್ ಹಾಕಿ ಎಳೆದರೆ ಚರ್ಮ ಕಿತ್ತು ಆಚೆಗೆ ಬರೊಲ್ವಾ?" ಮತ್ತೆ ಕೇಳಿದ.

"ಏನೂ ಇಲ್ಲಾ ಸಾರ್. ಅದು ಅವನ ಭಕ್ತಿ. ಭಕ್ತಿಯಿಂದ ಬರುವ ಶಕ್ತಿಗೆ ಅವನಿಗೆ ನೋವಾಗೊಲ್ಲ. ಒಬ್ಬನೇ ಒಬ್ಬ ಹಿಂದಿನಿಂದ ಎಳೆದರೂ ನಿಂತಲ್ಲಿ ನಿಲ್ಲೋಕಾಗೊಲ್ಲ ನಮಗೆ, ಆತ ಅಷ್ಟು ಜನ ಎಳೀತಿದ್ರೂ ಗಟ್ಟಿ ನಿಂತು ಅವರುಗಳನ್ನೂ ಎಳ್ಕೊಂಡು ಹೋಗ್ತಿದ್ದ. ನೀವೇ ಕಣ್ಣಾರೆ ನೋಡಿದ್ರಲ್ಲ?" ಎಂದು ಕಟುವಾಗಿ ಹೇಳಿ, 'ನಿಮಗಿದೆಲ್ಲ ಅರ್ಥ ಆಗೊಲ್ಲ ಬಿಡಿ' ಎಂದು ಗೊಣಗಿಕೊಂಡ.

ದುರೈ ಕೋಪಗೊಂಡಿದ್ದಾನೆಂಬುದು ಗೊತ್ತಾಯಿತು ನಿರಂಜನನಿಗೆ. ಅವನಿಂದ ಯಾವುದೇ ಸಮರ್ಥನೆ ಅಪೇಕ್ಷಿಸುತ್ತಿರಲಿಲ್ಲ ಆತ. ಕೆಣಕುವುದಷ್ಟೇ ಅವನ ಉದ್ದೇಶ.

"ಹೋಗ್ಲಿ ಬಿಡು ಮಾರಾಯಾ. ಅವನ ಭಕ್ತಿ ಶಕ್ತಿಯ ವಿಷ್ಯ ನಮಗ್ಯಾಕೆ, ಬಿಟ್ಹಾಕು" ಎನ್ನುತ್ತಾ ಜೊತೆಗೇ, "ಆದ್ರೂ ಒಂದ್ಸಲಾ ಅವ್ರು ಹಗ್ಗ ಬಿಟ್ ನೋಡ್ಬೋದಿತ್ತಪ್ಪಾ...." ಎಂದು ತುಸು ರಾಗವಾಗಿ, ಚುಚ್ಚುವಂತೆ ಹೇಳಿದ.

ಆ ಹೊತ್ತಿಗಾಗಲೇ ಕಾರು ಕೌಲಾಲಂಪುರವನ್ನು ದಾಟಿ ಹೈವೇ ತಲುಪಿತ್ತು. ಪಕ್ಕದಲ್ಲೊಂದು ಕಾರು ಅವರನ್ನು ತುಸು ಹತ್ತಿರದಿಂದ ದಾಟಿ ಮುಂದಕ್ಕೆ ಹೋಯಿತು. ದುರೈ ಜೋರಾಗಿ ಹಾರ್ನ್ ಮಾಡಿದ. ಅಂಥ ಜೋರಾಗಿ ಸದ್ದು ಮಾಡುವ ಸಂಗತಿಯೇನೂ ಆಗಿರಲಿಲ್ಲ ಅದು.

"ಯಾಕೆ, ಏನಾಯ್ತು? ಅಷ್ಟಕ್ಯಾಕೆ ದೊಡ್ಡದಾಗಿ ಹಾಂಕ್ ಮಾಡಿದೆ?" ಎಂದು ನಿರಂಜನ ಕೇಳಿದ್ದಕ್ಕೆ ಏನೂ ಉತ್ತರಿಸದೇ ದುರೈ ಮತ್ತೂ ಜೋರಾಗಿ ಪೀsss ಎಂದು ಹಾರ್ನ್ ಒತ್ತಿ ಹಿಡಿದ. 'ನನ್ನಿಷ್ಟ ನಾನೇನು ಬೇಕಾದರೂ ಮಾಡುತ್ತೇನೆ' ಎನ್ನುವಂತಿತ್ತು ಅವನ ವೈಖರಿ. ನಂತರ ಒಮ್ಮೆಲೇ ಉನ್ಮಾದಕ್ಕೆ ಒಳಗಾದವನಂತೆ ಕಾರಿನ ವೇಗ ಮತ್ತೂ ಹೆಚ್ಚಿಸಿದ. ಓವರ್ ಟೇಕ್ ಮಾಡಿದ್ದ ಕಾರನ್ನು ಹಿಂದಿಕ್ಕಲು ಹಾಗೆ ಮಾಡುತ್ತಿದ್ದಾನೆ ಅನ್ನುವಂತೆಯೂ ಇರಲಿಲ್ಲ. ಅದನ್ನು ದಾಟಿ ಆಗಲೇ ಮುಂದೆ ಬಂದಾಗಿತ್ತು ಆತ.

"ಹೇ ವ್ಹಾಟ್ ಹ್ಯಾಪಂಡ್ ಮಚ್ಚಾ... ಸ್ಲೋ ಡೌನ್ ಪ್ಲೀಸ್" ಎಂದು ನಿರಂಜನ ಅಲವತ್ತುಕೊಳ್ಳುತ್ತಿದ್ದರೆ, ದುರೈ ಮತ್ತೂ ಜೋರಾಗಿ ಓಡಿಸುತ್ತಿದ್ದ. ತನ್ನ ಮೇಲಿನ ಅಸಹನೆಗೇ ಹೀಗೆ ಮಾಡುತ್ತಿರಬಹುದೇ ಎನ್ನುವ ಸಂಶಯ ಬಂತು. ಈ ತಮಿಳರ ಸಹವಾಸವಲ್ಲ. ಹುಂಬರು, ಏನು ಬೇಕಾದರೂ ಮಾಡಬಹುದು ಎಂದೆನಿಸಿ ಸಣ್ಣ ಭಯ ಶುರುವಾಯಿತು.

ದಟ್ಟ ಮೋಡ ಕವಿದು, ಮಬ್ಬುಗತ್ತಲಾಗಿ ಈಗಲೋ ಆಗಲೋ ಮಳೆ ಬರುವಂತಿತ್ತು. ದುರೈ ಒಮ್ಮೆಲೇ ಕಾರನ್ನು ರಸ್ತೆ ಬದಿಗೆ ಸರಿಸಿ ಗಕ್ಕನೆ ಬ್ರೇಕ್ ಹಾಕಿ ನಿಲ್ಲಿಸಿದ. ಇವನ್ಯಾಕೆ ಹೀಗೆ ನಿಲ್ಲಿಸಿದ, ಇಲ್ಲಿ ರಸ್ತೆ ಬದಿಯಲ್ಲಿ ಉಚ್ಚೆ ಹೊಯ್ಯುವ ಹಾಗಿಲ್ಲವಲ್ಲ ಎಂದು ನಿರಂಜನ ಅಂದುಕೊಳ್ಳುತ್ತಿರುವಂತೆಯೇ, ಕಾರಿನಿಂದ ಹೊರಗಿಳಿದ ದುರೈ. ಅಲ್ಲೇ ಪಕ್ಕದಲ್ಲಿದ್ದ ಮುಳ್ಳು ಕಂಟಿಯ ಗಿಡದಿಂದ ಉದ್ದದೊಂದು ರೆಂಬೆಯೊಂದನ್ನು

ಮುರಿದುಕೊಂಡ. ಇವನೇನು ಮಾಡುತ್ತಿದ್ದಾನೆ ಎನ್ನುವ ಕುತೂಹಲಕ್ಕೆ "ಏನಾಯ್ತು, ಅದನ್ಯಾಕೆ ಮುರಿದೆ?" ಎನ್ನುತ್ತ ನಿರಂಜನನೂ ಕಾರಿಂದಿಳಿದ. ನೋಡನೋಡುತ್ತಲೇ ದುರ್ರೈ–ಎರಡೂ ಕೈಗಳನ್ನು ಮೇಲಕ್ಕೆತ್ತಿ ಕಾಲರಿನ ಹಿಂಬದಿಯಿಂದ ರೆಂಬೆಯನ್ನು ಅಂಗಿಯ ಒಳಕ್ಕೆ ಸೇರಿಸಿಕೊಂಡು ಮೇಲೆ ಕೆಳಗೆ ಜೋರಾಗಿ ಉಜ್ಜತೊಡಗಿದ.

"ಏ ಏನಾಯ್ತು ಮಾರಾಯಾ ನಿನಗೆ? ಹಾಗ್ಯಾಕೆ ಮಾಡ್ತಿದೀಯಾ...?" ಎನ್ನುತ್ತಿರುವ ನಿರಂಜನನನ್ನು ಲೆಕ್ಕಿಸದೇ ಆಕ್ರೋಶಭರಿತನಾಗಿ ಮುಳ್ಳು ಕೋಲನ್ನು ಉಜ್ಜುತ್ತಲೇ ಬೆನ್ನು ತೋರಿಸಿ–

"ಸೀ..ಲಾ... ನೋ ಪೇನ್ ಫಾರ್ ಮಿ. ಸೀ ಹಿಯರ್... ಮೇಬಿ ಬ್ಲಡ್ ಕಮಿಂಗ್... ಬಟ್ ನೋ ಪೇನ್ ಫಾರ್ ಮಿ...ಲಾ" ಎಂದ. ಆತನ ಅಂಗಿ ಎರಡು ಮೂರು ಕಡೆ ಹರಿದು, ಬೆನ್ನಲ್ಲಿ ಕೆಂಪು ಗೆರೆಗಳು ಮೂಡಿ ಅದರಲ್ಲಿ ರಕ್ತ ಜಿನುಗತೊಡಗಿತ್ತು.

ನಿರಂಜನ ಏನು ಮಾಡಬೇಕೆಂದು ತಿಳಿಯದೇ ಕಂಗಾಲಾಗಿ ನಿಂತ. ದುರ್ರೈನ ಆಂಗಿಕ ಭಾಷೆ, ರೋಷ ನೋಡಿದ ಆ ಕ್ಷಣಕ್ಕೆ– ಬಾಟು ಗುಹೆಯ ಹತ್ತಿರ ಬೆನ್ನಿಗೆ ಹುಕ್ಕು ಹಾಕಿ ಎಳೆಸಿಕೊಳ್ಳುತ್ತಿದ್ದ ವ್ಯಕ್ತಿ ಇವನೇ ಎಂಬಂತೆ ಭಾಸವಾಗಿ ಎದೆಯೊಮ್ಮೆ ಝಲ್ ಎಂದಿತು. ಅಸಹಾಯಕತೆ ಅವಮಾನ ಆಕ್ರೋಶ ತಾತ್ಸಾರ ಹೀಗೆ ವಿವಿಧ ಭಾವನೆಗಳನ್ನು ಒಟ್ಟಾಗಿ ಹೊಮ್ಮಿಸುತ್ತಿರುವ ಅವನ ಮುಖವನ್ನು ನೋಡಲು ಭಯವೆನಿಸಿತು. ಆತನ ಹತ್ತಿರ ಹೋಗಿ ಕೈ ಹಿಡಿದು ತಪ್ಪಿಸೋಣವೆಂದರೂ ಹೆದರಿಕೆ. ಈ ಯಾವುದೋ ದೇಶದಲ್ಲಿ, ನಿರ್ಜನ ಹೈವೇಲಿ ಇವನ ಮೈ ಮುಟ್ಟಲು ಹೋದರೆ ಅದೇನು ಫಜೀತಿಗೆ ಎಡತಾಕುತ್ತೇನೋ. ನಾನೇ ಅವನ ಮೇಲೆ ಕೈ ಮಾಡಿದೆ ಎಂದು ಯಾರಾದರೂ ತಿಳಿದರೆ? ಅಥವಾ ಇವನೇ ನನ್ನ ಮೇಲೆ ಹಾಗಂತ ದೂರು ಕೊಟ್ಟರೆ? ಎಂಬೆಲ್ಲಾ ಆಲೋಚನೆಗಳು ಬರಲು ಶುರುವಾಗಿ ಕಾಲು ಸಣ್ಣಗೆ ಕಂಪಿಸಿತು.

"ಏ ಸಾರಿ ದುರ್ರೈ... ಸಾರಿ ಮಚ್ಚಾ... ಪ್ಲೀಸ್ ಡೋಂಟ್ ಡು ಲೈಕ್ ದ್ಯಾಟ್... ಪ್ಲೀಸ್ ಸ್ಟಾಪ್... ನಾನು ತಮಾಷೆಗೆ ಹೇಳ್ದೆ ಮಾರಾಯ. ಐ ಡಿಂಟ್ ಮೀನ್ ಇಟ್..." ಅಂಗಲಾಚಿದ.

ದುರ್ರೈ ಕೋಲನ್ನು ರೊಯ್ಯನೆ ಪಕ್ಕಕ್ಕೆ ಬಿಸಾಡಿ ದುಢದುಢನೆ ಹೋಗಿ ಕಾರು ಹತ್ತಿ ಕುಳಿತ.

ಅಲ್ಲಿಂದ ಹೊರಟ ಸ್ವಲ್ಪ ಹೊತ್ತಿಗೇ, ಮಳೆ ಒಂದೇ ಸವನೆ ಧೊಪಧೊಪನೆ ಸುರಿಯತೊಡಗಿತು. ಗಾಜಿನ ಮೇಲೆ ಬೀಳುತ್ತಿರುವ ನೀರನ್ನು ಒರೆಸಿ ಹಾಕಲು ವೈಪರುಗಳು ಪೈಪೋಟಿಗಿಳಿದಿದ್ದವು. ರಸ್ತೆಯ ಇಕ್ಕೆಲಗಳಲ್ಲೂ ಸಾಲು ಸಾಲು ತಾಳೆ ಮರಗಳು ಸಟಸಟನೆ ಹಿಂದಕ್ಕೆ ಹೋಗುತ್ತಿದ್ದವು. ಡ್ಯಾಶ್ ಬೋರ್ಡ್ ಮೇಲಿನ ಗೊಂಬೆ ಪುಟಿಯುತ್ತಿದ್ದರೂ ವೈಪರಿನ ಗಸ್ ಗಸ್ ಸದ್ದಿಗೆ ಅದರ ಚರಚರ ಶಬ್ದ ಕೇಳುತ್ತಿರಲಿಲ್ಲ.

ನಿರಂಜನನಿಗೆ ದುರೈನತ್ತ ನೋಡಲೂ ಅಂಜಿಕೆ. ಬೆನ್ನಿನ ರಕ್ತವೆಲ್ಲ ಕಾರಿನ ಸೀಟಿಗೆ ಅಂಟುತ್ತಿರಬಹುದೇ ಎಂದು ವಾರೆಗಣ್ಣಿನಲ್ಲಿಯೇ ನೋಡಲು ಯತ್ನಿಸಿದ. ಅತ್ತಕಡೆಯ ರಸ್ತೆಯಲ್ಲಿ ಅಂಬುಲನ್ಸ್ ಒಂದು ವಿರುದ್ಧ ದಿಕ್ಕಿನಲ್ಲಿ ಶರವೇಗದಲ್ಲಿ ದಾಟಿ ಹೋಯಿತು. ಅದರ ಮೇಲೆ ತಿರುಗುತ್ತಿದ್ದ ಕೆಂಪು ದೀಪ ಮಳೆಯಲ್ಲಿ ಮಬ್ಬು ಮಬ್ಬಾಗಿ ಕಂಡಿತು.

ಕಾರಲ್ಲಿ ಎಂತಹದೋ ಒಂದು ವಾಸನೆ ಗಮನಕ್ಕೆ ಬಂತು ನಿರಂಜನನಿಗೆ. ವಾಸನೆಯೆಂದರೆ ಕೆಟ್ಟ ವಾಸನೆಯಲ್ಲ. ಪರಿಮಳವೂ ಅಲ್ಲ. ಏನೋ ವಿಭಿನ್ನ. ಪರಿಚಿತ ಅನ್ನುವ ವಾಸನೆ. ಯಾವುದೋ ಲೋಹದ ಕಂಪು; ಕಬ್ಬಿಣವೋ, ತಾಮ್ರವೋ ಹಿತ್ತಾಳೆಯೋ ತಿಳಿಯುತ್ತಿಲ್ಲ. ಎಲ್ಲಿ ಅನುಭವಕ್ಕೆ ಬಂದಿತ್ತು ಇದು ಈ ಮೊದಲು? ಕಣ್ಣದಾಸನ್ ಮನೆಯಲ್ಲಿ ಶಣ್ಮುಗರತ್ನಮ್‌ನ ಜೊತೆ ಕುಳಿತು ಐಸ್‌ಕ್ರೀಮ್ ತಿನ್ನುವಾಗ ಇತ್ತೇ? ಅಥವಾ ಜೋಮೋ ಭುಪಾಲನ್ ಕಾರು ಹತ್ತಿದಾಗ ಬಂದಿತ್ತೇ? ಅಥವಾ ಮೊನ್ನೆ ಪೋಲೀಸ್ ಸ್ಟೇಷನ್ನಿನಲ್ಲಿ ಆ ಮಚ್ಚಾನನ್ನು ಎಳೆದು ತಂದಾಗ ಇಂಥದ್ದೇ ವಾಸನೆಯನ್ನು ಆಘ್ರಾಣಿಸಿದ್ದನೇ? ಅಥವಾ ದುರೈನ ಕಾರಿನದೇ ವಾಸನೆಯೇ ಇದು? ಹೌದೆಂದಾದರೆ ಈ ಮೊದಲೇಕೆ ಅದು ನನ್ನ ಗಮನಕ್ಕೆ ಬಂದಿರಲಿಲ್ಲ? ಮಾತಿನ ಭರದಲ್ಲಿ ಲಕ್ಷ್ಯ ಕೊಡಲಿಲ್ಲವೇ? ಅಥವಾ ಈಗಷ್ಟೇ ಬೀಸಿ ಬಂದಿರಬಹುದೇ ಇದು? ಅಥವಾ ರಕ್ತದ ವಾಸನೆಯೇ ಇದು?... ಎದೆ ಢವಢವ ಹೊಡೆದುಕೊಳ್ಳುತ್ತಿತ್ತು. 'ಇವ ಹೇಗಾದರೂ ಮಾಡಿ ಮೊದಲು ಏರ್‌ಪೋರ್ಟ್ ಮುಟ್ಟಿಸಿದರೆ ಸಾಕಪ್ಪ' ಎನ್ನಿಸಿತು.

ಆ ಘಟನೆಯ ನಂತರ ಒಂದೇ ಒಂದು ಸೊಲ್ಲನ್ನೂ ಎತ್ತದೇ ಕಾರು ಓಡಿಸುತ್ತಿದ್ದ ದುರೈ, ಇನ್ನೇನು ಏರ್‌ಪೋರ್ಟ್ ತಲುಪುತ್ತಿದ್ದೇವೆ ಎನ್ನುವಾಗ, ಒಮ್ಮೆಲೆ–

"ಹಗ್ಗ ಬಿಟ್ಟುಬಿಟ್ಟರೆ ಏನ್ಮಾಡ್ತಾನೆ ಅಂತಾ ಕೇಳಿದಿರಲ್ಲ; ಒಂದುವೇಳೆ ಅವರು ಹಗ್ಗ ಬಿಟ್ಟರೆ... ಆತ ಎಲ್ಲೂ ಹೋಗುವುದಿಲ್ಲ ಸರ್. ಹೋಗಲಾಗುವುದೂ ಇಲ್ಲ. ಅಲ್ಲೇ ಕುಸಿದು ಕೂರ್ತಾನೆ. ಅಥವಾ ಹೀ ವಿಲ್ ಡೈ ಸರ್... ಹೀ ವಿಲ್ ಡೈ. ಆಯ್ ಆಮ್ ಶ್ಯೂರ್ ಲಾ. ಆತ ನಿಂತಲ್ಲೇ ಪ್ರಾಣ ಬಿಡ್ತಾನೆ..." ಅಂದ. ಆತನ ಧ್ವನಿ ಕಂಪಿಸುತ್ತಿತ್ತು.

ವಿಮಾನ ನಿಲ್ದಾಣದ ನಿರ್ಗಮನ ದ್ವಾರದ ಎದುರು ಕಾರು ನಿಲ್ಲಿಸಿ, ತಡಮಾಡದೇ ಡಿಕ್ಕಿಯಿಂದ ನಿರಂಜನನ ಲಗೇಜನ್ನು ತೆಗೆದು ಬದಿಗಿಟ್ಟ ದುರೈ. ಇವನಿಗೆ ಎಷ್ಟು ಟಿಪ್ಸು ಕೊಡುವುದು, ಈ ಸಂದಿಗ್ಧ ಗಳಿಗೆಯಲ್ಲಿ ಆತನೊಡನೆ ಚೌಕಾಶಿಗಿಳಿಯುವುದಾದರೂ ಹೇಗೆ ಎಂದೆಲ್ಲ ಮನದಲ್ಲೇ ವಿಚಾರಿಸುತ್ತಾ ಕಾರಿಂದ ಹೊರಗಿಳಿದ ನಿರಂಜನ. ಮೊದಲೇ ಮಾತಾಡಿದ ಐನೂರು ರಿಂಗಿಟ್ಟುಗಳನ್ನು ಎಣಿಸಿ ಕೊಟ್ಟ. 'ಥ್ಯಾಂಕ್ಯೂ ಮಚ್ಚಾ.

ನೀನು ಸಿಕ್ಕಿದ್ದು ಭಾರೀ ಒಳ್ಳೆಯದಾಯಿತು ನೋಡು' ಎನ್ನುವ ಒಂದಿಷ್ಟು ಔಪಚಾರಿಕ ಮಾತನ್ನು ಹೇಳಲು ನಿರಂಜನ ಮನದಲ್ಲಿ ತಯಾರಿ ಮಾಡಿಕೊಳ್ಳುತ್ತಿದ್ದ. ಕೊಟ್ಟ ನೋಟುಗಳ ಮರು ಎಣಿಕೆಯನ್ನೂ ಮಾಡದೇ, ಮಡಚಿ ಕಿಸೆಯಲ್ಲಿಟ್ಟುಕೊಂಡು, ಈತನ ಮುಖವನ್ನೂ ನೋಡದೇ, "ಥಾಂಕ್ಸ್ ಸಾರ್" ಎಂದು ಕಾರು ಹತ್ತಿ ಹೊರಟೇ ಬಿಟ್ಟ ದುರ್ರೈ.

'ಅರೇ..!' ಉಳಿದ ವಿಷಯ ಇರಲಿ, ಭಾರತದಲ್ಲಿ ಹುಂಡಿಗೆ ಹಾಕಲು ಕಾಣಿಕೆ ನೀಡುತ್ತೇನೆ ಎಂದಿದ್ದವನು ಕೊಡಲೇ ಇಲ್ಲವಲ್ಲ ಎಂದು ನಿರಂಜನ ನೆನಪಿಸಿಕೊಳ್ಳುತ್ತಿರುವಂತೆ, ದುರ್ರೈನ ಕಾರು ಉಳಿದ ಕಾರುಗಳ ನಡುವೆ ಸೇರಿ ವೇಗವನ್ನು ಹೆಚ್ಚಿಸಿಕೊಳ್ಳುತ್ತಿತ್ತು. 'ಕೊನೆ ಗಳಿಗೆಯ ನಾಟಕೀಯ ಘಟನೆಗಳ ನಡುವೆ ನನಗೂ ಮರೆತೇ ಹೋಯಿತು. ಅವನೂ ಮರೆತನೊ... ಅಥವಾ ಬೇಕಂತಲೇ ಕೊಡಲಿಲ್ಲವೋ' ಎಂದು ಆಲೋಚಿಸುತ್ತ ದುರ್ರೈ ಹೋದ ದಿಕ್ಕಿನತ್ತ ಅರೆನಿಮಿಷ ನೋಡುತ್ತ ನಿಂತ ನಿರಂಜನ.

27

ಬೃಹದಾಕಾರದ ಏರ್‌ಪೋರ್ಟು. ಅಲ್ಲಿಯ ಟೀವಿ ಪರದೆಯಲ್ಲಿ ವಿಮಾನದ ಸ್ಟೇಟಸ್ ಹುಡುಕುವುದು ಮೇಲ್ನೋಟಕ್ಕೆ ಒಂಥರಾ ಮಜ ಅನಿಸಿದರೂ, ನಿಜಕ್ಕೂ ಕಷ್ಟದ ಸಂಗತಿ ಅದು ನಿರಂಜನನಿಗೆ. ಯಾವ್ಯಾವುದೋ ದೇಶದ ವಿಚಿತ್ರ ಹೆಸರಿನ ಊರುಗಳು, ಕೇಳಿರದ ಏರ್‌ಲೈನುಗಳು. ಪ್ರತಿಯೊಂದಕ್ಕೂ ಅದರದೇ ಸಂಕೇತ ಸಂಖ್ಯೆ. ಒಂದೊಂದು ಸಾಲೂ ಒಂದೊಂದು ಬಣ್ಣ. ಅದು ಕ್ಷಣ ಕ್ಷಣಕ್ಕೂ ಬದಲು. ಕೆಳವರೆಗೂ ಕಣ್ಣು ಹಾಯಿಸಿ ಅದೇ ಸಾಲಿಗೆ ಪುನಃ ಬರುವ ವೇಳೆಗೆ, ಅಲ್ಲಿ ಮತ್ತೊಂದು ವಿಮಾನ, ಬೇರೊಂದು ಡೆಸ್ಟಿನೇಷನ್ನು! ಊರಿನ ಹೆಸರು ಹಿಡಿದು ಹುಡುಕುವುದು ಸುಲಭವೋ, ಏರ್‌ಲೈನ್ ಸಂಕೇತದ ಮುಖಾಂತರ ಹುಡುಕಿದರೆ ಒಳಿತೋ ಎಂದು ಯೋಚಿಸುತ್ತ, ಮೊಬೈಲಿನಲ್ಲಿ ತನ್ನ ವಿಮಾನದ ಸಂಖ್ಯೆ ನೋಡಿ ಮನನ ಮಾಡಿಕೊಳ್ಳುತ್ತ ಟೀವಿ ಪರದೆಯತ್ತ ನೋಡಿದ. ಟರ್ಮಿನಲ್ಲಿನ ಮೇಲ್ಛಾವಣಿಯಲ್ಲಿಯ ಸ್ಟೀಲ್ ಜಂತಿಗಳಿಂದ ಉದ್ದುದ್ದದ ಫ್ಲೆಕ್ಸ್ ಬೋರ್ಡುಗಳು ನೇತು ಬಿದ್ದಿದ್ದವು. ಪ್ರತಿ ಫ್ಲೆಕ್ಸೂ ಬೇರೆ ಬೇರೆ ಬಣ್ಣ, ವಿನ್ಯಾಸ, ಚಿತ್ರಗಳಿಂದ ಕೂಡಿದ್ದರೂ, ಎಲ್ಲವೂ ಒಂದೇ ಸಂಗತಿಗೆ ಸಂಬಂಧಿಸಿದ್ದು ಎಂಬುದು ಭಾಷೆ ಬರದವರಿಗೂ ತಿಳಿಯುತ್ತಿತ್ತು. ಜಂಜಿ ಡಪಾತಿ ಜಾಹೀರಾತುಗಳವು ಎಂದು ಸುಲಭದಲ್ಲಿ ಗುರುತಿಸಿದ ನಿರಂಜನ. ಅವುಗಳಿಂದಾಗಿ ಒಂಥರಾ ಇಡೀ ವಾತಾವರಣವೇ ಸಂಭ್ರಮದಿಂದ ಸಿಂಗಾರಗೊಂಡಂತೆ ಕಾಣುತ್ತಿತ್ತು. ಆ ಫ್ಲೆಕ್ಸುಗಳ ಜೊತೆ ಫೋಟೋ ತೆಗೆದುಕೊಳ್ಳುವವರಂತೂ ಎಲ್ಲೆಲ್ಲೂ ಕಾಣುತ್ತಿದ್ದರು. ನಿರಂಜನನೂ ಒಂದೆರಡು ಸೆಲ್ಫಿ ಕ್ಲಿಕ್ಕಿಸಿಕೊಂಡ.

ವಿಮಾನ ಏರುವ ಮುಂಚೆ ಮತ್ತೊಮ್ಮೆ ವಾಟ್ಸಾಪ್ ನೋಡಿದ. ಆತನ ಮೇಸೇಜನ್ನು ಕಣ್ಣದಾಸನ್ ಇನ್ನೂ ಓದಿರಲಿಲ್ಲ. ಆತನೇನಾದರೂ ನೋಡಿದ್ದು ಗೊತ್ತಾಗದ ಹಾಗೆ ಸೆಟ್ಟಿಂಗ್ ಮಾಡಿಟ್ಟಿರುವನೋ ಎನ್ನುವ ಸಂಶಯ ನಿವಾರಣೆಗೆ ಹಳೆಯ ಮೆಸೇಜುಗಳನ್ನು ಸ್ಕ್ರಾಲ್ ಮಾಡಿದ. ಆ ಟಿಕ್ಕುಗಳೆಲ್ಲ ನೀಲಿಯಾಗಿದ್ದವು.

ವಿಮಾನ ಬೆಂಗಳೂರಿನಲ್ಲಿ ಇಳಿದು ಬೋರ್ಡಿಂಗ್ ಬ್ರಿಜ್ಜಿನ ಹತ್ತಿರ ಬಂದು ನಿಲ್ಲುತ್ತಿರುವಂತೆ, ವಿಮಾನದ ತುಂಬ ಮೊಬೈಲಿನ 'ಕೀಂಕ್' 'ಬೀಪ್' ಸದ್ದುಗಳು. ಸೊಂಟದ ಪಟ್ಟಿ ತೆಗೆಯುವ ಮುನ್ನ ಮೊಬೈಲ್ ಹೊರತೆಗೆದು ನಿರಂಜನನೂ ಡಾಟಾ ಆನ್ ಮಾಡಿದ. ತುಸು ಹೊತ್ತಿನ ನಂತರ ಹತ್ತಾರು ಸಂದೇಶಗಳು ವಾಟ್ಸಾಪಿನಲ್ಲಿ ಸರಸರನೆ ಬಂದುರುಳಿದವು–

ಜಗದೀಶ:

'ಸರ್, ಹಳೆಯ ಎರಡು ಪ್ರಾಜೆಕ್ಟಿನ ರಿಪೋರ್ಟುಗಳನ್ನು ರೆಫರ್ ಮಾಡಿ, ನನಗೆ ಹೇಗೆ ತೋಚುತ್ತೋ ಅದೇ ರೀತಿ ಅನಲೈಸ್ ಮಾಡಿ ಕಳಿಸಿ ಕೊಟ್ಟಿದ್ದೇನೆ. ನಾಳೆ ನೀವು ಬಂದ ಮೇಲೆ ಒಮ್ಮೆ ನೋಡಿ, ತಿದ್ದುಪಡಿಯಿದ್ದರೆ 'ರಿವೈಸ್ಡ್ ರಿಪೋರ್ಟ್' ಅಂತಾ ಪುನಃ ಕಳಿಸಿದರಾಯ್ತು'

ಕಣ್ಣದಾಸನ್:

'ಸಾರಿ ನಿಮ್ಮ ಮೆಸೇಜ್ ನೋಡಿರಲಿಲ್ಲ'

'ಇಟ್ ಈಸ್ Velliangattu Pudhur'

ಅರುಲ್ ಸೆಲ್ವಂ:

'ಎನಿ ಅಪ್ಡೇಟ್?'

'ಊರು ಯಾವುದೆಂದು ಹೇಳು. ಬೇರೆ ಊರೇ ಆಗಿದ್ದರೂ ತೊಂದರೆಯಿಲ್ಲ. ನನಗೆ ಗೊತ್ತಿರುವವರ ಹತ್ತಿರ ವಿಚಾರಿಸುವೆ'

'ಈಗಷ್ಟೇ ನೀನು ಮಲೇಷಿಯಾ ಮಂತ್ರಿಯ ಜೊತೆ ಇರುವ ನಿನ್ನ ಫೇಸ್‌ಬುಕ್ ಪೋಸ್ಟ್ ನೋಡಿದೆ. ಯು ಆರ್ ರಿಯಲಿ ಗ್ರೇಟ್'

'ಅಂದಹಾಗೇ, ಅಲ್ಲಿ ಯಾವುದಾದರೂ ಕಾಂಟಾಕ್ಟ್ ಇದ್ದರೆ ಕೊಡು ಮಾರಾಯಾ. ನಾನೂ ಜಾಬ್ ಟ್ರೈ ಮಾಡ್ತೇನೆ. ಈ ಕಂಪನಿ ಬೇಜಾರಾಗಿ ಹೋಗಿದೆ'

ಕಣ್ಣದಾಸನ್ ಮೆಸೇಜಿಗೆ ಎತ್ತಿದ ಹೆಬ್ಬೆಟ್ಟನ್ನು ಉತ್ತರವಾಗಿ ಒತ್ತಿ, ತಕ್ಷಣ ಅಳಿಸಿದ. ಇಲ್ಲಿಂದಲೇ ಅವನೊಡನೆ ಸಂಬಂಧ ಗಟ್ಟಿಗೊಳಿಸಬೇಕು. ಹೇಗಂದರೂ ಪೇಪರಿನಲ್ಲಿ

ಬಂದ ಮಂತ್ರಿಯೊಡನೆಯ ಫೋಟೋದಲ್ಲಿ ರೇವತಿಯೂ ಇದ್ದಾಳೆ. ಒಂದಿಷ್ಟು ಒಳ್ಳೆ ಸಾಲುಗಳನ್ನು ಯೋಚಿಸಿ ಬರೆದು ಜೊತೆಗೆ ಆ ಫೋಟೋವನ್ನೂ ಕಳಿಸಬೇಕು ಅಂದುಕೊಂಡ.

ಜಗದೀಶನ ಸಂದೇಶಕ್ಕೆ ಏನೂ ಪ್ರತಿಕ್ರಿಯಿಸಲಿಲ್ಲ.

ಅರುಲ್‌ನಿಗೆ ಊರಿನ ಹೆಸರು ಟೈಪ್ ಮಾಡಲು ಹೊರಟವನು, 'ನಾಳೆ ಊರು ಹುಡುಕುವ ಕೆಲಸ ಬದಿಗೆ ಸರಿದು, ಮಲೇಷಿಯಾ ನೌಕರಿಗಾಗಿ ಈತ ನನ್ನ ಬೆನ್ನು ಬಿದ್ದರೆ ಕಷ್ಟ' ಎಂಬ ಆಲೋಚನೆ ಬಂದು– "ನೋ ಲಕ್. ಅದು ಬೇರೆ ಊರು" ಎಂದು ಉತ್ತರಿಸಿದ.

ನಡೆಯುತ್ತಲೇ ಫೋನಿನ ಚಟುವಟಿಕೆಯನ್ನೂ ಮಾಡುತ್ತಿದ್ದ ಈತನನ್ನು ದೂಡಿಕೊಂಡು, 'ಎಕ್ಸ್‌ಕ್ಯೂಸ್ ಮಿ' ಎನ್ನುತ್ತ ಜನ ಲಗುಬಗೆಯಿಂದ ಮುಂದಕ್ಕೆ ಹೋಗುತ್ತಿದ್ದರು. ನಿಧಾನ ಮಾಡಿದರೆ ಇಮಿಗ್ರೇಷನ್ನಿನ ಕೌಂಟರಿನಲ್ಲಿ ಸರತಿ ಸಾಲು ಉದ್ದವಾಗುತ್ತದೆ ಎಂಬುದು ನೆನಪಾಗಿ ಮೊಬೈಲ್ ಕಿಸೆಯಲ್ಲಿಟ್ಟು ದಾಪುಗಾಲು ಹಾಕಿದ ನಿರಂಜನ.

ಛಂದ ಪುಸ್ತಕ ಬಹುಮಾನ

ಪುಟ್ಟ ಪಾದದ ಗುರುತು – ಸುನಂದಾ ಪ್ರಕಾಶ ಕಡಮೆ – ₹ 120
ಈ ಕತೆಗಳ ಸಹವಾಸವೇ ಸಾಕು – ಅಲಕ ತೀರ್ಥಹಳ್ಳಿ – ₹ 60
ಹಟ್ಟಿಯೆಂಬ ಭೂಮಿಯ ತುಣುಕು – ಲೋಕೇಶ ಅಗಸನಕಟ್ಟೆ – ₹ 180
ಗೋಡೆಗೆ ಬರೆದ ನವಿಲು – ಸಂದೀಪ ನಾಯಕ – ₹ 60
ಮೊದಲ ಮಳೆಯ ಮಣ್ಣು – ಕಣಾದ ರಾಘವ – ₹ 140
ಆಟಿಕೆ – ಬಸವಣ್ಣೆಪ್ಪಾ ಕಂಬಾರ – ₹ 100
ಮಾಯಾಕೋಲಾಹಲ – ಮೌನೇಶ ಬಡಿಗೇರ – ₹ 165
ಕೇಪಿನ ಡಬ್ಬಿ – ಪದ್ಮನಾಭ ಭಟ್, ಶೇವ್ಕಾರ – ₹ 150
ಮನಸು ಅಭಿಸಾರಿಕೆ – ಶಾಂತಿ ಕೆ ಅಪ್ಪಣ್ಣ – ₹ 230
ದೇವರು ಕಚ್ಚಿದ ಸೇಬು – ದಯಾನಂದ – ₹ 140
ಧೂಪದ ಮಕ್ಕಳು – ಸ್ವಾಮಿ ಪೊನ್ನಾಚಿ – ₹ 130
ಡುಮಿಂಗ – ಶಶಿ ತರೀಕೆರೆ – ₹ 130
ಬಯಲರಸಿ ಹೊರಟವಳು – ಛಾಯಾ ಭಟ್ – ₹ 120
ಮಾಕೋನ ಏಕಾಂತ – ಕಾವ್ಯಾ ಕಡಮೆ – ₹ 130

ಕಥಾಸಂಕಲನ

ಶಕುಂತಳಾ – ಗುರುಪ್ರಸಾದ್ ಕಾಗಿನೆಲೆ – ₹ 80
ಜುಮುರು ಮಳೆ – ಸುಮಂಗಲಾ – ₹ 220
ಶಾಲಭಂಜಿಕೆ – ಡಾ. ಕೆ. ಎನ್. ಗಣೇಶಯ್ಯ – ₹ 180 (7ನೆಯ ಮುದ್ರಣ)
ಕಾರಂತಜ್ಜನಿಗೊಂದು ಪತ್ರ – ಸಚ್ಚಿದಾನಂದ ಹೆಗಡೆ – ₹ 150
ಹಕೂನ ಮಟಾಟ – ನಾಗರಾಜ ವಸ್ತಾರೆ – ₹ 80
ಕಾಲಿಟ್ಟಲ್ಲಿ ಕಾಲುದಾರಿ – ಸುಮಂಗಲಾ – ₹ 80
ಹುಲಿರಾಯ – ಕೀರ್ತಿರಾಜ್ – ₹ 80
ನಿರವಯವ – ನಾಗರಾಜ ವಸ್ತಾರೆ – ₹ 125
ಹನ್ನೊಂದನೇ ಅಡ್ಡರಸ್ತೆ – ಸುಮಂಗಲಾ – ₹ 170
ಗಾಳಿಗೆ ಮೆತ್ತಿದ ಬಣ್ಣ – ಕರ್ಕಿ ಕೃಷ್ಣಮೂರ್ತಿ – ₹ 120
ಕನ್ನಡಿ ಹರಳು – ಪದ್ಮನಾಭ ಭಟ್, ಶೇವ್ಕಾರ – ₹ 130
ಒಂದು ಚಿಟಿಕೆ ಮಣ್ಣು – ಲಕ್ಷ್ಮಣ ಬಾದಾಮಿ – ₹ 130
ಬಂಡಲ್ ಕತೆಗಳು – ಎಸ್ ಸುರೇಂದ್ರನಾಥ್ – ₹ 160
ದೇವರ ರಜಾ – ಗುರುಪ್ರಸಾದ್ ಕಾಗಿನೆಲೆ – ₹ 150
ಕಟ್ಟು ಕತೆಗಳು – ಎಸ್ ಸುರೇಂದ್ರನಾಥ್ – ₹ 210
ಮಡಿಲು (ನೀಳ್ಗತೆ) – ನಾಗರಾಜ ವಸ್ತಾರೆ – ₹ 15
ತಿರಾಮಿಸು – ಶಶಿ ತರೀಕೆರೆ – ₹ 210

ಪ್ರಬಂಧ

ಪೂರ್ವ ಪಶ್ಚಿಮ – ಎಂ. ಆರ್. ದತ್ತಾತ್ರಿ – ₹ 80
ರಾಗಿಮುದ್ದೆ – ರಘುನಾಥ ಚ. ಹ. – ₹ 120
ಕುಟ್ಟವಲಕ್ಕಿ / ಗೊಜ್ಜವಲಕ್ಕಿ – ಪ್ರಶಾಂತ ಆಡೂರ – ₹ 170 / ₹ 170
ಕಿಲಿಮಂಜಾರೋ – ಪ್ರಶಾಂತ್ ಬೀಚಿ – ₹ 80
ಮಿಸಳ್ ಭಾಜಿ – ಭಾರತಿ ಬಿ ವಿ – ₹ 190
ನೀ ಮಾಯೆಯೊಳಗೋ... – ವಿಕ್ರಮ ಹತ್ವಾರ – ₹ 120
ಸಾವೆಂಬ ಲಹರಿ – ಗುರುಪ್ರಸಾದ ಕಾಗಿನೆಲೆ – ₹ 140
ವೈದ್ಯ, ಮತ್ತೊಬ್ಬ – ಗುರುಪ್ರಸಾದ ಕಾಗಿನೆಲೆ – ₹ 120
ಅಪ್ಪನ ರ್‍ಯಾಲೀಸ್ ಸೈಕಲ್ – ದರ್ಶನ್ ಜಯಣ್ಣ – ₹ 110

ಅನುವಾದ

ದಿ ಚಾಯ್ಸ್ – ಈಡಿತ್ ಎವಾ ಎಗರ್ (ಜಯಶ್ರೀ ಭಟ್) – ₹ 280
ದೇಹವೇ ದೇಶ – ಗರಿಮಾ ಶ್ರೀವಾಸ್ತವ (ವಿಕ್ರಮ ವಿಸಾಜಿ) – ₹ 250
ಪರ್ಸೆಪೊಲಿಸ್– ಮಾರ್ಜಾನ್ ಸತ್ರಪಿ (ಪ್ರೀತಿ ನಾಗರಾಜ) – ₹ 395
ಗಾಳಿ ಪಳಗಿಸಿದ ಬಾಲಕ – ವಿಲಿಯಂ ಕಾಂಕ್ವಾಂಬಾ (ಕರುಣಾ ಬಿ ಎಸ್) – ₹ 180
ಅಮೋಸ್ ಫಾರ್ಚೂನ್ – ಎಲಿಝಬೆತ್ ಯೇಟ್ಸ್ (ಜಯಶ್ರೀ ಭಟ್) – ₹ 100
ನವ ಜೀವಗಳು – ವಿಲಿಯಂ ಡಾಲ್ರಿಂಪಲ್ (ನವೀನ ಗಂಗೋತ್ರಿ) – ₹ 250
ಮೈಕೆಲ್ ಕೆ – ಜೆ.ಎಂ. ಕುಟ್‌ಸೀ (ಸುನಿಲ್ ರಾವ್) – ₹ 170
ಲೇರಿಯೊಂಕ – ಹೆನ್ರಿ ಆರ್. ಓಲೆ ಕುಲೆಟ್ (ಪ್ರಶಾಂತ ಬೀಚಿ) – ₹ 140
ಅರೆಶತಮಾನದ ಮೌನ – ಯಾನ್ ರಫ್–ಓ'ಹರ್ನ್ (ಅರುಣ್) – ₹ 310
ಪರ್ವತದಲ್ಲಿ ಪವಾಡ – ನ್ಯಾಂಡೊ ಪರಾಡೊ (ಸಂಯುಕ್ತಾ ಪುಲಿಗಲ್) – ₹ 340
ಚಂದಿರ ಬೇಕೆಂದವನು – ಮಿಮಿ ಬೇರ್ಡ್ (ಪ್ರಜ್ಞಾ ಶಾಸ್ತ್ರಿ) – ₹ 180
ಬಂಡೂಲ – ವಿಕಿ ಕಾನ್‌ಸ್ಟಂಟೇನ್ ಕ್ರುಕ್ (ರಾಜ್ಯಶ್ರೀ ಕುಳಮರ್ವ) – ₹ 425
ರೆಬೆಲ್ ಸುಲ್ತಾನರು – ಮನು ಎಸ್ ಪಿಳ್ಳೈ (ಸಂಯುಕ್ತಾ ಪುಲಿಗಲ್) – ₹ 420
ಫಾಲೋಯಿಂಗ್ ಫಿಶ್ – ಸಮಂತ್ ಸುಬ್ರಮಣಿಯನ್ (ಸಹನಾ ಹೆಗಡೆ) – ₹ 280
ಜಗವ ಚುಂಬಿಸು – ಸುಬ್ರೊತೋ ಬಾಗ್ಚಿ (ವಂದನಾ ಪಿ ಸಿ) – ₹ 240
ಪರ್ದಾ ಅಂಡ್ ಪಾಲಿಗಮಿ – ಇಕ್ಬಾಲುನ್ನೀಸಾ ಹುಸೇನ್ (ದಾದಾಪೀರ್) – ₹ 380
ವಾಡಿವಾಸಲ್ – ಚಿ. ಸು. ಚೆಲ್ಲಪ್ಪ (ಸತ್ಯಕಿ) – ₹ 70
ನಾಲ್ಕನೇ ಎಕರೆ – ಶ್ರೀರಮಣ (ಅಜಯ್ ವರ್ಮಾ ಅಲ್ಲೂರಿ) – ₹ 100
ಮಾವೋನ ಕೊನೆಯ ನರ್ತಕ – ಲೀ ಶ್ವಿನ್‌ಶಿಂಗ್ (ಜಯಶ್ರೀ ಭಟ್) – ₹ 340
ಕೋಬಾಲ್ಟ್ ಬ್ಲೂ – ಸಚಿನ್ ಕುಂಡಲ್‌ಕರ್ (ಸಪ್ನಾ ಕಟ್ಟಿ) – ₹ 150
ವಿದ್ಯಾವಂತ ವೇಶ್ಯೆಯ ಆತ್ಮಕಥೆ – ಮಾನದಾ ದೇವಿ (ನಾಗ ಹುಬ್ಬಿ) – ₹ 240
ದಿ ಲೈಟ್‌ಹೌಸ್ ಫ್ಯಾಮಿಲಿ – ಫಿರಾತ್ ಸುನೇಲ್ (ಮಾಧುರಿ ಕುಲಕರ್ಣೀ) – ₹ 230

ವಸುಧೇಂದ್ರ

ಮನೀಷೆ – ಕತೆಗಳು – ₹ 120 (8ನೆಯ ಮುದ್ರಣ)
ಯುಗಾದಿ – ಕತೆಗಳು – ₹ 190 (9ನೆಯ ಮುದ್ರಣ)
ಚೇಳು – ಕತೆಗಳು – ₹ 120 (8ನೆಯ ಮುದ್ರಣ)
ಹಂಪಿ ಎಕ್ಸ್‌ಪ್ರೆಸ್ – ಕತೆಗಳು – ₹ 195 (9ನೆಯ ಮುದ್ರಣ)
ಮೋಹನಸ್ವಾಮಿ – ಕತೆಗಳು – ₹ 270 (7ನೆಯ ಮುದ್ರಣ)
ವಿಷಮ ಭಿನ್ನರಾಶಿ – ಕತೆಗಳು – ₹ 280 (4ನೆಯ ಮುದ್ರಣ)
ಕೋತಿಗಳು – ಪ್ರಬಂಧ – ₹ 120 (8ನೆಯ ಮುದ್ರಣ)
ನಮ್ಮಮ್ಮ ಅಂದ್ರೆ ನಂಗಿಷ್ಟ – ಪ್ರಬಂಧ – ₹ 75 (25ನೆಯ ಮುದ್ರಣ)
ರಕ್ಷಕ ಅನಾಥ – ಪ್ರಬಂಧ – ₹ 110 (5ನೆಯ ಮುದ್ರಣ)
ವರ್ಣಮಯ – ಪ್ರಬಂಧ – ₹ 225 (5ನೆಯ ಮುದ್ರಣ)
ಐದು ಪೈಸೆ ವರದಕ್ಷಿಣೆ – ಪ್ರಬಂಧ – ₹ 280 (5ನೆಯ ಮುದ್ರಣ)
ಹರಿಚಿತ್ತ ಸತ್ಯ – ಕಾದಂಬರಿ – ₹ 200 (6ನೆಯ ಮುದ್ರಣ)
ತೇಜೋ–ತುಂಗಭದ್ರಾ – ಕಾದಂಬರಿ – ₹ 450 (13ನೆಯ ಮುದ್ರಣ)
ಮಿಥುನ – ಶ್ರೀರಮಣರ ಕತೆಗಳು – ₹ 135 (8ನೆಯ ಮುದ್ರಣ)
ಎವರೆಸ್ಟ್ – ಜಾನ್ ಕ್ರಾಕೌರ್ – ₹ 420 (4ನೆಯ ಮುದ್ರಣ)

ಕಾದಂಬರಿ

ಎನ್ನ ಭವದ ಕೇಡು – ಎಸ್ ಸುರೇಂದ್ರನಾಥ್ – ₹ 75
ನ್ಯಾಸ – ಹರೀಶ ಹಾಗಲವಾಡಿ – ₹ 250
ಗುಣ – ಗುರುಪ್ರಸಾದ್ ಕಾಗಿನೆಲೆ – ₹ 150
ದ್ವೀಪವ ಬಯಸಿ – ಎಂ. ಆರ್. ದತ್ತಾತ್ರಿ – ₹ 320
ತಾರಾಬಾಯಿಯ ಪತ್ರ – ದತ್ತಾತ್ರಿ ಎಂ ಆರ್ – ₹ 160
ಅಗೆದಷ್ಟೂ ನಕ್ಷತ್ರ – ಸುಮಂಗಲಾ – ₹ 230
ಪ್ರಿಯೇ ಚಾರುಶೀಲೆ – ನಾಗರಾಜ ವಸ್ತಾರೆ – ₹ 380
ಋಷ್ಯಶೃಂಗ – ಹರೀಶ ಹಾಗಲವಾಡಿ – ₹ 125
ಅಂತು – ಪ್ರಕಾಶ ನಾಯಕ್ – ₹ 200
ಚುಕ್ಕಿ ಬೆಳಕಿನ ಜಾಡು – ಕರ್ಕಿ ಕೃಷ್ಣಮೂರ್ತಿ – ₹ 200
ಬರೀ ಎರಡು ರೆಕ್ಕೆ – ಸುನಂದಾ ಪ್ರಕಾಶ ಕಡಮೆ – ₹ 220
ದೀಪವಿರದ ದಾರಿಯಲ್ಲಿ – ಸುಶಾಂತ್ ಕೋಟ್ಯಾನ್ – ₹ 160
ದಾರಿ – ಕುಸುಮಾ ಆಯರಹಳ್ಳಿ – ₹ 395
ಬರೀ ಎರಡು ರೆಕ್ಕೆ – ಸುನಂದಾ ಪ್ರಕಾಶ ಕಡಮೆ – ₹ 260

ಕವಿತೆ

ಮದ್ಯಸಾರ – ಅಪಾರ – ₹ 90
ಪೂರ್ಣನ ಗರಿಗಳು – ಪೂರ್ಣಪ್ರಜ್ಞ – ₹ 70
ಹಲೋ ಹಲೋ ಚಂದಮಾಮ – ರಾಧೇಶ ತೋಳ್ಪಾಡಿ – ₹ 50

ಪದಚರಿತೆ

ಸರಿಗನ್ನಡಂ ಗೆಲ್ಗೆ – ಅಪಾರ – ₹ 390

- ನಮ್ಮ ಪ್ರಕಟಣೆಯ ಎಲ್ಲ ಪುಸ್ತಕಗಳ ಪ್ರತಿಗಳೂ ಲಭ್ಯ
- ಪುಸ್ತಕದ ಪ್ರತಿಗಾಗಿ ವಾಟ್ಸಾಪ್ ಮಾಡಿ 98444 22782

ಓದಿ ಓದಿ ಮರುಳಾಗಿ!

ಛಂದ ಪುಸ್ತಕ ಬಹುಮಾನ ಪಡೆದ ಕೃತಿಗಳು

ಕತೆಗಾರರು	ಕಥಾಸಂಕಲನ	ತೀರ್ಪುಗಾರರು
ಸುನಂದಾ ಪ್ರಕಾಶ ಕಡಮೆ	ಪುಟ್ಟ ಪಾದದ ಗುರುತು	ಅಶೋಕ ಹೆಗಡೆ/ ಸುಮಂಗಲಾ
ಅಲಕ ತೀರ್ಥಹಳ್ಳಿ	ಈ ಕತೆಗಳ ಸಹವಾಸವೇ ಸಾಕು	ಕೇಶವ ಮಳಗಿ/ ಸುಮಂಗಲಾ
ಲೋಕೇಶ ಅಗಸನಕಟ್ಟೆ	ಹಟ್ಟಿಯೆಂಬ ಭೂಮಿಯ ತುಣುಕು	ಬೊಳುವಾರು ಮಹಮದ್ ಕುಂಞ
ವಿನಯಾ	ಊರ ಒಳಗಣ ಬಯಲು	ನೇಮಿಚಂದ್ರ
ಸಂದೀಪ ನಾಯಕ	ಗೋಡೆಗೆ ಬರೆದ ನವಿಲು	ಅಮರೇಶ ನುಗಡೋಣಿ
ಕಣಾದ ರಾಘವ	ಮೊದಲ ಮಳೆಯ ಮಣ್ಣು	ಕೆ. ಸತ್ಯನಾರಾಯಣ
ಬಸವಣ್ಣೆಪ್ಪಾ ಕಂಬಾರ	ಆಟಿಕೆ	ಕುಂ. ವೀರಭದ್ರಪ್ಪ
ಮೌನೇಶ ಬಡಿಗೇರ	ಮಾಯಾಕೋಲಾಹಲ	ಓ.ಎಲ್. ನಾಗಭೂಷಣಸ್ವಾಮಿ
ಪದ್ಮನಾಭ ಭಟ್ ಶೇವ್ಕಾರ	ಕೇಪಿನ ಡಬ್ಬಿ	ಎಂ. ಎಸ್. ಆಶಾದೇವಿ
ಶಾಂತಿ ಕೆ ಅಪ್ಪಣ್ಣ	ಮನಸು ಅಭಿಸಾರಿಕೆ	ಎಚ್.ಎಸ್. ರಾಘವೇಂದ್ರ ರಾವ್
ದಯಾನಂದ	ದೇವರು ಕಚ್ಚಿದ ಸೇಬು	ನಾ. ಡಿಸೋಜಾ
ಸ್ವಾಮಿ ಪೊನ್ನಾಚಿ	ಧೂಪದ ಮಕ್ಕಳು	ಎಂ. ಎಸ್. ಶ್ರೀರಾಮ್
ಶಶಿ ತರೀಕೆರೆ	ಡುಮಿಂಗ	ಲಲಿತಾ ಸಿದ್ಧಬಸವಯ್ಯ
ಛಾಯಾ ಭಟ್	ಬಯಲರಸಿ ಹೊರಟವಳು	ತಾರಿಣಿ ಶುಭದಾಯಿನಿ
ಕಾವ್ಯಾ ಕಡಮೆ	ಮಾಕೋನ ಏಕಾಂತ	ಟಿ.ಪಿ. ಅಶೋಕ

www.ingramcontent.com/pod-product-compliance
Lightning Source LLC
LaVergne TN
LVHW100806051026
849519LV00006B/1989